दारू न पाजता, लाडीगोडी न लावता स्वत:चा प्रभाव कसा पाडायचा, मन कसे वळवायचे हे सांगणारे पुस्तक – खरोखरच अप्रतिम!!

– **व्हेनेशिया थॉम्पसन,** लोकप्रिय लेखिका

हे पुस्तक मनपरिवर्तनाचे अद्ययावत शास्त्र वाचकांसमोर सादर करते. वाचलेच पाहिजे असे!

– **प्रोफेसर कॅरी एल. कूपर,** मानसशास्त्राचे प्राध्यापक

'आय इज फॉर इन्फ्ल्युअन्स' या इंग्रजी
पुस्तकाचा मराठी अनुवाद

सूत्रे प्रभाव पाडण्याची!

प्रभावित कसे करावे, याचे मानसशास्त्राच्या आधारे केलेले मौलिक विवेचन.

डॉ. रॉब युंग

अनुवाद
सुदर्शन आठवले

मेहता पब्लिशिंग हाऊस

Please contact us at **Mehta Publishing House,** 1941, Madiwale Colony, Sadashiv Peth, Pune 411030.
✆ +91 020-24476924 / 24460313
Email : info@mehtapublishinghouse.com
production@mehtapublishinghouse.com
sales@mehtapublishinghouse.com
Website : www.mehtapublishinghouse.com

- *या पुस्तकातील लेखकाची मते, घटना, वर्णने ही त्या लेखकाची असून त्याच्याशी प्रकाशक सहमत असतीलच असे नाही.*

I IS FOR INFLUENCE by Dr. ROB YEUNG

First Published 2011 by Macmillan an imprint of Pan Macmillan, a division of Macmillan Publishers Limited, London.
Translated into Marathi Language by Sudarshan Athavale

सूत्रे प्रभाव पाडण्याची! / मार्गदर्शनपर

अनुवाद : सुदर्शन आठवले
१०३/एफ, ईशा गार्डन, महेश विद्यालयासमोर, गांधी भवनामागे,
पुणे – ४११०३८. ✆ ०२०-२५३८३६६०

मराठी अनुवादाचे व प्रकाशनाचे हक्क मेहता पब्लिशिंग हाऊस, पुणे.

प्रकाशक : सुनील अनिल मेहता, मेहता पब्लिशिंग हाऊस,
१९४१, सदाशिव पेठ, माडीवाले कॉलनी, पुणे – ४११०३०

मुद्रक : रेप्रो इंडिया लि., मराठे उद्योग भवन,
अप्पासाहेब मराठे मार्ग, प्रभादेवी, मुंबई – ४०००२५.

मुखपृष्ठ : फाल्गुन ग्राफिक्स

प्रथमावृत्ती : १२ नोव्हेंबर, २०१५

किंमत : ₹ ३५०/-

ISBN for Printed Book 9788184989120
ISBN for E-Book 9788184989137

अनुक्रमणिका

प्रस्तावना / १

बहुसंख्यांकांचे शहाणपण / १७

देहबोलीचे छुपे संकेत / ५१

शब्द आणि प्रतिमा यांचे असाधारण सामर्थ्य / ९३

छोट्या कृती मोठी परिणती / १२३

कल्पनाशक्तीला आवाहन आणि कथांची गुंफण / १३७

मैत्री आणि मेहेरबानी / १६३

बक्षिसे देण्याचे दुष्परिणाम / १९१

मन वळवण्याच्या परिस्थितीजन्य उपायांचे विलक्षण सामर्थ्य / २१५

तत्काळ प्रभाव : त्वरेने मन वळवण्याची वेगवान तंत्रे / २५१

मनपरिवर्तनाच्या नीतिमान मार्गाचा वापर : काही निष्कर्ष / २६९

प्रभावसाधनांची पोतडी / २८५

प्रस्तावना

एखाद्याला आपल्या बाजूला वळवायचे असेल, तर त्याच्या बुद्धीपेक्षा त्याच्या मनाला, त्याच्या भावनांना आवाहन केले पाहिजे.

– बेंजामिन फ्रँकलिन

१९५७ सालची गोष्ट आहे. खरेदी-विक्री विषयक संशोधन करणाऱ्या अमेरिकेतील एका मध्यमवयीन संशोधकाने असा एक शोध लोकांसमोर ठेवला की, त्यामुळे सामान्य जनतेत प्रचंड खळबळ उडाली; लोक घाबरले, धास्तावले. समाजात इतका प्रक्षोभ उसळला की, अमेरिकन सरकारला त्या शोधाच्या संभाव्य दुष्परिणामांचा तपास करण्याचे काम 'सीआयए' या सरकारी गुप्तहेरखात्याकडे सोपवण्याची वेळ आली. 'अणुबाँबनंतरचे सर्वांत भयावह संशोधन' या शब्दांत 'न्यूज डे' या मासिकाने त्या शोधाचे वर्णन केले.

या सामाजिक उद्रेकाला जबाबदार ठरलेल्या त्या संशोधकाचे नाव होते, जेम्स व्हिकरी. एखाद्या आडदांड रखवालदारासारखा जाडजूड, ताडमाड उंचीचा, रागीट मुद्रेचा, आठ्यांनी भरलेल्या भव्य कपाळाचा जेम्स स्वत:ला उपभोक्त्यांच्या तथाकथित मानसशास्त्राचा सखोल अभ्यासक आणि त्यातील तज्ज्ञ समजायचा. या संशोधनापूर्वी काही वर्षे त्याने दुकानात येऊन खरेदी करणाऱ्या गिऱ्हाइकांच्या वर्तणुकीचा अभ्यास केला होता. स्त्री-ग्राहकांच्या खरेदीचा रोख आणि खरेदी करताना होणाऱ्या त्यांच्या डोळ्यांच्या हालचाली यांतील संबंध जोडणारे संशोधन त्याने केले. दुकानात कॅमेरे लपवून त्याद्वारे स्त्री-ग्राहकांचे, त्यांच्या डोळ्यांच्या हालचालींचे चित्रण करण्यात आले. केवळ डोळ्यांच्या हालचालींवरून स्त्री-ग्राहकांच्या खरेदीविषयीचे अंदाज बांधणे, हा त्या संशोधनाचा हेतू होता, परंतु निरीक्षणाचे निष्कर्ष निराशाजनक ठरल्यामुळे त्याला ते संशोधन सोडून द्यावे लागले होते.

पण या वेळी त्याने न्यू जर्सीच्या एका उपनगरातील सिनेमागृहात केलेल्या एका नावीन्यपूर्ण उद्योगाने हा विक्षिप्त संशोधक प्रसिद्धीच्या झोतात आला, चर्चेत राहिला आणि त्यानंतरही दीर्घकाळ अनेकांच्या स्मरणातही राहिला. त्या वेळी त्या चित्रपटगृहात 'पिकनिक' नावाचा चित्रपट दाखवला जात होता. जेम्सने अशी व्यवस्था केली की, चित्रपट दाखवला जात असतानाच पडद्यावर दर पाच सेकंदांनी आलटूनपालटून दोन जाहिरातवजा संदेश दाखवले जावेत. ते संदेश अत्यंत अल्प काळ पडद्यावर दिसून

नाहीसे व्हायचे – केवळ सेकंदाचा तीन हजारावा भाग. म्हणजे प्रेक्षकांना आपण जाहिरात पाहतो आहोत, अशी जाणीवही व्हायच्या आत ते दिसेनासे व्हायचे. त्यातला एक संदेश होता – 'कोका-कोला प्या' आणि दुसरा – 'भूक लागली आहे? पॉपकॉर्न खा'. हा प्रकार जेम्सने सतत सहा आठवडे राबवला. प्रयोगाच्या शेवटी जेम्सने नोंदवलेले निरीक्षण खरोखरच आश्चर्यजनक, विस्मयकारक होते – ते संदेश प्रक्षेपित होत असतानाच्या त्या काळात लोकांनी केलेल्या विक्रमी खरेदीमुळे 'कोका-कोला'चा खप १८ टक्क्यांनी आणि पॉपकॉर्नचा तर धक्कादायक म्हणजे ५८ टक्क्यांनी वाढला होता!! हा 'बेसावध जाहिरात' किंवा 'नकळत जाहिरात' या क्रांतिकारक, भयकारी जाहिराततंत्राचा जन्म होता.

त्या भयंकर निष्कर्षाने जनता दिङ्मूढ झाली, त्यांच्या तोंडचे पाणी पळाले. आपल्या नकळत, इच्छा असो वा नसो; या तंत्राच्या माऱ्याने आपल्यासारख्या ग्राहकांना, काहीही, जे विक्रेत्याला हवे ते करायला लावणाऱ्या या 'आयुधा'च्या परिणामांच्या जाणिवेने सामान्य जनता हवालदिल झाली, भयभीत झाली आणि चक्क काळजीत पडली! 'न्यू यॉर्कर' या मासिकाने जेम्स व्हिकरीच्या या संशोधनाला 'कारस्थान' ठरवले आणि 'हृदयभेद करून, माणसाच्या मनात प्रवेश मिळवून, त्याचा ताबा घेणाऱ्या; त्याला संमोहित करणाऱ्या' या 'मांत्रिका'चा कडक शब्दांत निषेध केला. वॉशिंग्टनमधील कायदा आणि सुव्यवस्था राखण्याची जबाबदारी असणाऱ्या विधिकारांनी या जाहिरात प्रकाराला 'अनैतिक' घोषित केले आणि शासनाच्या 'फेडरल कम्युनिकेशन्स कमिशन' या संबंधित सरकारी खात्याला या 'बेसावध जाहिरात तंत्रा'वर कायदेशीर बंदी आणण्यासाठी दबाव आणला.

या सर्वंकष विरोधाला आणखीही काही निराळे पैलू होते. १९५०च्या दशकात अमेरिका आणि सोव्हिएत युनियनमधील कम्युनिस्ट राजवट यांच्यामधील 'शीतयुद्ध' विकोपाला गेले होते. 'स्पुटनिक १' हे यान यशस्वीपणे पृथ्वीच्या भ्रमणकक्षेत पाठवून रशियाने नुकतीच अवकाशमोहिमेच्या शर्यतीत अमेरिकेवर कुरघोडी केली होती. मानवनिर्मित अवकाशयानाची निर्मिती आणि त्याचे विजयी उड्डाण, या साम्यवाद पुरस्कर्त्या रशियाच्या कामगिरीने अमेरिकेतील जनतेच्या भांडवलशाहीवरील विश्वासाला तडा गेला होता, त्यांच्या अस्मितेला धक्का पोहोचला होता. त्यातच चीन या विशाल देशात साम्यवाद चांगलाच मूळ धरू लागला होता; नव्हे रुजला होता. साम्यवादाच्या या चौफेर आक्रमणाने अमेरिकेतील जनतेला वेढून टाकले होते, विरोधी शक्तींबद्दल लोकांच्या मनात भीती घर करू लागली होती. या साम्यवादी देशांनी आपल्या भयंकर तत्त्वांच्या प्रचारासाठी, त्यांचे राजकीय उद्देश सफल करण्यासाठी; जर जेम्स व्हिकरी याने वापरलेल्या 'बेसावध जाहिराती'च्या जहरी तंत्राचा चित्रपटगृहात किंवा अन्यत्र वापर केला

आणि लोकांच्या मनात 'साम्यवादा'चा कली शिरवला, तर काय करायचे, या प्रश्नाने जनतेची झोप उडवली होती. या विषारी तंत्राने शत्रूंनी अमेरिकेतील एका अख्ख्या पिढीला त्यांच्या मनात खोल रुजलेल्या विचारांचा, श्रद्धांचा विसर पाडायला लावला असता, आणि लोक त्या राक्षसी कुकर्माला त्यांच्या नकळत, बेसावधपणे सर्वस्वी बळी पडले असते.

'सीआयए' तत्परतेने कामाला लागली. काही उत्तम मानसशास्त्रज्ञ, माणसाच्या वर्तणुकीचे विश्लेषण करणारे तज्ज्ञ आणि तपासकामात प्रवीण असणारे गुप्तहेरखात्यातील अधिकारी यांचे एक विशेष कृतिदल तयार करण्यात आले. 'बेसावध जाहिराततंत्रा'चे जनमानसावर, समाजावर आणि देशावर होणारे परिणाम आणि त्यामुळे उद्‌भवणारे धोके यांचा कसून तपास व अभ्यास करून त्या कृतिदलाने एका वर्षात एक अहवाल तयार केला. 'द ऑपरेशनल पोटेन्शियल ऑफ सब्लिमिनल पर्सेप्शन' – 'बेसावध-नकळत ग्रहणक्षमतातंत्राच्या वापराची संभावना' या नावाने सादर झालेला; परंतु गोपनीय राखलेला तो अहवाल पुढे १९९४ साली सुदैवाने खुला केला गेला. त्यामुळे तो आता सर्वांसाठी उपलब्ध झाला आहे.

'सीआयए'च्या या अहवालाचा निष्कर्ष असा आहे की, 'बेसावध जाहिराततंत्रा'च्या क्षमतेबाबत फारच अतिशयोक्तीची विधाने करण्यात आली आहेत. प्रसारमाध्यमांनी बराच कोलाहल माजवला असला, तरी या तंत्राचे परिणाम अत्यंत अल्पजीवी ठरणारे असतील. या तंत्राच्या वापराने लोकांच्या विचारसरणीवर, वागणुकीवर ताबा मिळवून त्यांना एका विशिष्ट पद्धतीने विचार करायला लावता येईल, वागायला लावता येईल असे मानण्याला जागा नाही. यात लोकांना त्यांच्या मनातील इच्छेविरुद्ध वागायला, कोणत्याही धोकादायक मार्गाने जायला भाग पाडण्याचा जरासुद्धा धोका नाही. या अहवालाने संबंधित अधिकाऱ्यांनी सुटकेचा निःश्वास टाकला असेल, पण शत्रूच्या गुप्तहेरांची मने काबीज करून त्यांना अमेरिकेच्याच हितासाठी व फायद्यासाठी वापरता येण्याचा एक संभाव्य मार्ग कुचकामी असल्याचे शाबीत झाले, याचे 'सीआयए'मधील काही अधिकाऱ्यांना जरा वाईटच वाटले!

जगभरातल्या विद्यापीठातील बऱ्याच नामवंत संशोधकांनी जेम्स व्हिकरीचे निष्कर्ष पडताळून पाहण्याचे प्रयत्न केले. परंतु त्यांनी 'बेसावध जाहिराततंत्रा'च्या केलेल्या प्रयोगाचे परिणाम जेम्सने प्रसिद्ध केलेल्या निकालांच्या जवळपासही नव्हते. ते काही ठिकाणी अलक्षणीय, जवळ-जवळ नगण्यच म्हणण्याइतके कमी होते आणि बऱ्याच ठिकाणी शून्य होते. शेवटी प्रश्न असा उरला की, असे जर आहे, तर मग जेम्स व्हिकरी पॉपकॉर्नची विक्री ५८ टक्क्यांनी कसा वाढवू शकला?

याचे उत्तर असे आहे की, तोही विक्रीत मुळीच वाढ घडवू शकला नव्हता! १९६२ साली एका मासिकाला दिलेल्या मुलाखतीत जेम्स व्हिकरी यांनी 'भ्रमाचा भोपळा' फोडला. सहा आठवडे तर सोडाच, पण त्याने एकदाही तो प्रयोग केलेला नव्हता, परिणाम नोंदवले नव्हते. कोका-कोला अथवा पॉपकॉर्न यांच्या विक्रीत काहीही वाढ झालेली नव्हती. आपण कोणत्याही प्रकारचे संशोधन केलेले नाही, अशी त्याने त्या मुलाखतीत स्पष्ट कबुली दिली. ती एक थाप होती, उघडउघड थट्टा होती, त्यात जराही तथ्य नव्हते. नीट चालत नसलेल्या त्याच्या सल्लागार कंपनीला काहीतरी खळबळजनक पद्धतीने प्रसिद्धी मिळून व्यवसायवृद्धी व्हावी, यासाठी तो निकराचा प्रयत्न करत होता. या प्रयत्नांचाच एक भाग म्हणून त्याच्या सुपीक डोक्यातून ती अफलातून कल्पना निघाली होती.

यावरून असे तात्पर्य निघते की, 'बेसावध जाहिराती'चे तंत्र कोणताही परिणाम करत नाही. पण बऱ्याचशा लोकांचे अजूनही असे ठाम मत आहे की, त्या तंत्राचा परिणाम होतोच. त्यामुळेच जेम्स व्हिकरी याच्या प्रयोगाची ही लोकप्रिय, बहुचर्चित दंतकथा अजूनही रसभरीतपणे सांगितली जाते. लोकांनाही ती मनोवेधक, आकर्षक वाटते. कारण मानसशास्त्रीय प्रयोगाद्वारे ज्या गोष्टी सिद्ध होतात, त्या आपल्यासारख्या सामान्य लोकांना पटतात, त्यावर आपला दृढ विश्वास बसतो, त्या आपल्यात बदल घडवून आणू शकतात.

दुसऱ्याला प्रभावित करणे आणि त्याचे मन वळवणे यामागील मानसशास्त्र :

कोणावरतरी प्रभाव पाडावा, त्याला आपले म्हणणे पटवून देऊन त्याचे मन वळवावे, असे मला पहिल्यांदा प्रकर्षाने वाटले तेव्हा मी १० वर्षांचा होतो. आम्हाला शाळेत शिकवले की, धूम्रपान ही वाईट सवय आहे, अतिशय अनिष्ट! आमच्या जीवशास्त्राच्या शिक्षिका मि. बियर्ड यांनी धूम्रपानातून शरीरात जाणाऱ्या विषारी द्रव्यांबद्दल सांगितल्यावर वर्गात गंभीर शांतता पसरली होती. त्या म्हणाल्या, "सिगारेटमध्ये टार नावाचा काळ्या रंगाचा चिकट पदार्थ असतो आणि तो धूम्रपान करताना फुप्फुसात शिरून त्यांना निकामी करून टाकतो. पोहताना कधी चुकून जरी आपल्या तोंडात पाणी शिरले, तरी आपण जोरजोरात खोकू लागतो. ते पाणी फुप्फुसांपर्यंत पोहोचले तर आपला जीव घाबरा होतो, गुदमरतो. टार तर पाण्यापेक्षा दहापट घट्ट, पाकासारखे चिकट असते; शिवाय विषारीही असते. ते फुप्फुसात गेल्यास आपली काय भीषण परिस्थिती होईल याची कल्पना करा!"

मी घाबरलो, धास्तावलोच. मला माझी काळजी नव्हती, कारण मी ना कधी

सिगारेट ओढली होती, ना मला तशी कधी इच्छा झाली होती. पण माझे वडील सिगारेट ओढायचे! त्या दिवशी घरी गेल्याबरोबर मी माझ्या वडिलांसमोर उभा राहिलो. धूम्रपान त्यांच्यासाठी किती व कसे धोक्याचे आहे ते त्यांना सविस्तर ऐकवले. सिगारेट ओढल्याने त्यांना श्वासोच्छ्वासाला त्रास होऊ लागेल, फुफ्फुसे रोगांना बळी पडतील, आणि शेवटी त्याची परिणती फुफ्फुसाचा कर्करोग होण्यात होईल, हे सगळे मी त्यांना सांगितले.

वडिलांनी माझे बोलणे शांतपणे; पण लक्षपूर्वक ऐकून घेतले. मी बोलायचा थांबलो तसे होकारार्थी मान हालवून ते म्हणाले, "ठीक आहे, मी विचार करतो." पण त्यांनी त्यांचे धूम्रपान मात्र तसेच चालू ठेवले!

का ते मला उमगले नाही. मी धूम्रपानाच्या विरोधात बोलत होतो तेव्हा त्यांनी नुसतेच ऐकले नव्हते, त्यांना ते कळत असल्याचेही दर्शवले होते. माझ्या विधानांशी ते सहमत असल्याचेही मला जाणवले होते. तरीही त्यांनी धूम्रपान थांबवले नाही. त्यामुळे मी गोंधळून गेलो, रागावलो; वैतागलो आणि मला भीतीही वाटली. का? का ते व्यसन सोडत नव्हते?

सुदैवाने या कथेचा शेवट गोड झाला. वडिलांनी धूम्रपान सोडले, पण त्यासाठी सतत तीन वर्षे आम्हाला – मला आणि माझ्या सगळ्याच कुटुंबीयांना – कधी त्यांना चुचकारून, तर कधी त्यांच्यावर रागावून, टीका करून, हरतऱ्हेने त्यांच्या मागे लागायला लागले. त्या वेळी माझ्या मनात प्रश्न उभा राहिला की, 'एखाद्याचे मन वळवण्याचा याहून चांगला, जवळचा व सुसह्य मार्ग नसेल का?'

आयुष्य १० वर्षांनी पुढे गेले, मी माझ्या त्या प्रश्नाचे उत्तर शोधत होतो. तशा मार्गांचा, मन वळवण्याच्या अधिक वेगवान आणि जास्त परिणामकारक योजनांचा माग काढत होतो. तशात ब्रिस्टॉल विद्यापीठात मानसशास्त्रातील पदवी-परीक्षेचा अभ्यास करत असताना माझ्या वाचनात एक असा विशिष्ट संशोधन अहवाल आला, ज्याने माझ्या विचारांना चालना दिली; दिशा दाखवली.

१९६४ साली अमेरिकेच्या सर्जन जनरलने 'धूम्रपान आणि फुफ्फुसाचा कर्करोग यांचा एकमेकांशी थेट (निश्चित वा कार्यकारण) संबंध असतो' हे दाखवणारा एक अहवाल प्रसिद्ध केला होता. आज हे गृहीतच असल्यासारखे असल्याने आपल्याला त्याबद्दल काही विशेष वाटत नाही, पण जवळ-जवळ ५० वर्षांपूर्वी या नि:संदिग्ध निष्कर्षाने समाजात खळबळ उडाली होती. लोक चकित झाले होते, त्यांना चांगलाच धक्का बसला होता. हा अहवाल प्रसिद्ध झाल्यानंतर काही काळाने लॉस एंजेलिस येथील युनिव्हर्सिटी ऑफ कॅलिफोर्नियातील दोन प्राध्यापकांनी सँटा मोनिकाच्या आसपासच्या परिसरातील शेकडो लोकांची त्या सर्जन जनरल यांच्या अहवालातील निष्कर्षाविषयीची मते गोळा केली होती.

जे लोक धूम्रपान करत नव्हते त्यांनी हे मान्य केले की, धूम्रपानामुळे कर्करोग होतो, हा निष्कर्ष सिद्ध करणारे भरपूर, पुरेसे पुरावे उपलब्ध ओहेत. परंतु धूम्रपान करणाऱ्यांनी साहजिकच, कर्करोग आणि धूम्रपान यांच्या अशा लावलेल्या थेट संबंधांबद्दल दाट संशय व्यक्त केला. धूम्रपानच आरोग्याला अत्यंत विघातक आहे, असे दर्शवणारे जे असंख्य पुरावे अहवालात दिले होते, ते फेटाळण्याचेही त्यांनी हरतऱ्हेचे प्रयत्न केले. 'मद्यप्राशन किंवा अन्नसेवन यांच्या अतिरेकापेक्षा धूम्रपान खूपच बरे', 'धूम्रपान करणारेही भरपूर वर्षे जगतात' अशी विधानेही नोंदवली. पण 'आपले नाक वर ठेवताना' त्यातील काहींनी मारलेला एक टोला मला फारच आवडला – 'तशा काय आयुष्यात कितीतरी गोष्टी धोकादायक असतातच की!!' खरेच आहे, जगात खूपच गोष्टी धोक्याच्या व हानिकारक असतात; पण म्हणून काही डॉक्टर्स 'शार्क माशांबरोबर पोहा', 'पॅराशूट न वापरता एखाद्या उंच इमारतीवरून उडी मारा' असे सल्ले देत नाहीत.

या अभ्यासावरून हे परत एकदा शाबीत झाले की, निर्विवाद सत्यसुद्धा लोक स्वीकारत नाहीत. 'ही गोष्ट करू नका' किंवा 'ही गोष्ट आवर्जून करा' असे जरी कितीही भक्कम, उघड, बिनतोड पुरावे देऊन, सिद्ध करून सांगितले, तरीही लोक त्याकडे दुर्लक्ष करतात. एखादी अयोग्य गोष्ट करायचे सोडत नाहीत अथवा उपकारक गोष्ट अंगीकारत नाहीत.

तुम्ही तुमचे स्वत:चेच अनुभव तपासून पाहा ना! तुम्ही कुणावरतरी तुमचा, तुमच्या मतांचा, तुमच्या म्हणण्याचा प्रभाव पाडण्याचा, कुणाचेतरी मनपरिवर्तन करण्याचा किंवा कुणालातरी तुमच्या मताशी सहमत करून घेण्याचा प्रयत्न कधीतरी केलाच असेल. मी या गोष्टीवर तुमच्याशी पैज लावायला तयार आहे की, त्यातल्या बऱ्याच प्रसंगात तुमच्या बोलण्याचा, सांगण्याचा, हरतऱ्हेच्या प्रयत्नांचा अपेक्षित परिणाम झाला नसेल, हृदयपालट अयशस्वी ठरला असेल. त्यामुळे तुम्ही वैतागला असाल, निराश; हताश झाला असाल. फार लांब कशाला? तुमच्याच कुटुंबीयांपैकी कुणावरतरी तुम्ही घरातलेच एखादे जास्तीचे काम सोपवण्याचे, कुणाची एखादी – कचरा बाहेर नेऊन न टाकणे अथवा ओले टॉवेल्स बाथरूममध्ये टाकणे यांसारखी वाईट सवय सोडवण्याचे आटोकाट प्रयत्न केले असतील. पण त्या प्रयत्नांना यश न आल्याने सरतेशेवटी ती कामे करायची पाळी तुमच्यावरच आली असेल. तुमच्या कामाच्या जागी, तुमच्या सहकाऱ्यांना एखाद्या कामाची तुमची विशिष्ट पद्धत कशी चांगली आहे हे समजावून देऊनसुद्धा, त्यांनीही तीच पद्धत वापरावी असे त्यांना आग्रहपूर्वक सांगूनसुद्धा त्यांनी तुमच्या सल्ल्याकडे दुर्लक्ष केल्याने, ते काम पार बिघडून गेलेले तुम्हाला पाहावे लागले असेल. किंवा जेवणात भाज्या खाल्ल्याने कशी शक्ती येते, प्रकृती किती छान राहते हे तुम्ही एखाद्या लहान

मुलाच्या गळी उतरवलेले असूनही, तुमची नजर वळली की, पानातली भाजी तोंडातही न घालता तो ती हळूच तुमच्या कुत्र्याला खायला घालत असतानाही तुम्हाला पाहायला लागले असेल.

लोक अविचारी असतात; हट्टी, दुराग्रही असतात; अडेलतट्टूपणे वागतात; कधी लहरी, तऱ्हेवाईक वागतात; तर कधी अगदी पोरकटपणा करतात. त्यांनी कसे वागले पाहिजे, हे सांगून सहसा त्यांच्या वर्तनात फरक घडवून आणता येत नाही. आपला सल्ला कितीही शहाणपणाचा, तर्कशुद्ध, व्यवहारी असला, तरीही ते त्यांच्याच मताला, रितीला चिकटून राहणे पसंत करतात. खरे म्हणजे 'असे करा' अथवा 'असे करू नका' हे सांगण्याने आपण त्यांना त्याच्या बरोबर विरुद्ध वागायला उद्युक्त करतो.

मला आलेल्या अशा प्रकारच्या नैराश्यातून, वैफल्यातून मी हे पुस्तक लिहायचा निर्णय घेतला. प्रभाव पाडणे, मन वळवणे, मनपरिवर्तन करणे या तंत्रांची सिद्धी प्राप्त करण्याची रहस्ये उघड करून सांगणारी काही थोडी पुस्तके उपलब्ध आहेत. तुम्ही तसल्या पुस्तकांशी परिचितही असाल, पण त्यात सांगितलेले मार्ग प्रत्यक्षात उपयोगी पडतात? कदाचित एखाद्याला, एखादे वेळी पडलेही असतील. परंतु ते सर्वांना, नेहमीच, हमखास उपयोगी पडत नाहीत, कारण ते त्या लेखकांच्या वैयक्तिक अनुभवांवर बेतलेले असतात. वैज्ञानिक प्रयोगांद्वारे प्रभाव पाडण्याचे, मन वळवण्याचे जे 'शास्त्र' सिद्ध झाले आहे, त्याचा बळकट आधार त्यांना नसतो.

या माझ्या पुस्तकात माझे स्वत:चे सिद्धान्त किंवा कुणा एखाद्या तज्ज्ञाची वैयक्तिक मते मी मांडलेली नाहीत. कारण ती कितीही सद्हेतुपूर्ण असली, तरी दिशाभूल करणारी ठरू शकतात. या पुस्तकातील प्रत्येक तंत्रे हे नामवंत संशोधक, विद्वान प्राध्यापक, एवढेच नव्हे; तर एखाद-दुसऱ्या नोबेल पारितोषिक विजेता शास्त्रज्ञ यांनी शास्त्रशुद्ध पद्धतीने केलेल्या प्रयोगांतील निष्कर्षांवर आधारित आहेत. यातील उपाय, युक्त्या निर्विवादपणे सिद्ध झालेल्या, विज्ञानाच्या निकषांवर घासून, तावूनसुलाखून निघालेल्या आणि अगदी सामान्य माणसालाही यशस्वीपणे वापरता येतील अशाच आहेत. सहसा केले जाणारे अवास्तव दावे वगळून, जर तुम्हाला प्रभाव पाडणे आणि मन वळवणे यांमागील निखळ मानसशास्त्र समजावून घ्यायचे असेल, ते आत्मसात करायचे असेल तर हे पुस्तक वाचण्याचा तुम्ही घेतलेला निर्णय अगदी योग्य ठरेल.

गेली काही दशके जगभरातील नामवंत, गुणवंत संशोधक, शास्त्रज्ञ-मानसशास्त्रज्ञ, मानववंशशास्त्रज्ञ, मानवी मेंदू आणि मज्जासंस्था यांचे अभ्यासक आणि अर्थशास्त्रज्ञसुद्धा, अतिशय नेटाने माणसाच्या मनात, त्याच्या वागणुकीत बदल घडवणाऱ्या आणि त्या सहेतुकपणे घडवून आणू शकणाऱ्या गोष्टी शोधण्याचे, त्यांच्याविषयीचे

भक्कम, विश्वसनीय, शास्त्रसिद्ध पुरावे गोळा करण्याचे कठीण काम करत आहेत. मुलांच्या शिक्षणापासून ते व्यावसायिक वाटाघाटींपर्यंत, प्रेमाराधनेपासून पर्यावरणाच्या प्रोत्साहनापर्यंत अशा विविध प्रकारच्या प्रसंगांची उभारणी करून प्रयोगशाळेतील नियंत्रित वातावरणात आणि त्याच्याच बरोबरीने सार्वजनिक जागी जाऊन वास्तवात, सामान्य जनतेशी थेट संपर्क साधून केलेल्या असंख्य प्रयोगांद्वारे त्यांच्या त्यांच्या क्षेत्रांत अग्रेसर असणाऱ्या संशोधकांनी, जे मार्ग, ज्या गोष्टी माणसांना त्यांचे मन, विचार, वृत्ती आणि कृतीसुद्धा बदलायला उद्युक्त करू शकतात, त्यांना त्यांच्या जुन्या सवयी सोडायला, नव्या सवयी अंगीकारायला लावतात, लोकांना आतून बदलायला भाग पाडू शकतात; ते सर्व एकत्र करून, त्यांचा प्रत्यक्ष वापर करून, त्यांच्या परिणामांचे, त्यांच्या यशस्वितेचे प्रामाणिक, प्रमाणभूत, विश्वसनीय, गणिती पुरावेही गोळा करून ठेवले आहेत.

समोरचा नकार देऊच शकणार नाही अशी विनंती अथवा मागणी कशी करायची? कोणते शब्द वापरायचे? देहबोलीचा कसा परिणामकारक वापर करायचा? लोकांना जास्त काम करायला कसे प्रेरित करायचे? माणसांच्या मनात सचोटी बाणवण्यासाठी कोणते उपाय करायचे? आपले कुटुंबीय, सगेसोयरे, मित्र, सहकारी, ग्राहक आपल्या म्हणण्याकडे लक्ष देतील, आपला सल्ला मानतील, त्यानुसार वागतील, त्यांच्या वागणुकीत आपण म्हणू तसे बदल करतील, ही आपली इच्छा प्रत्यक्षात कशी येईल? या आणि अशा प्रश्नांचा आपण या पुस्तकात ऊहापोह करणार आहोत. या प्रश्नांची उत्तरे शोधण्याच्या या आपल्या प्रयत्नात सुसूत्रता यावी म्हणून मी हे पुस्तक नऊ प्रकरणांमध्ये विभागले आहे. त्यात खालील विषय प्रामुख्याने चर्चिलेले आहेत.

◆ **प्रकरण १ : बहुसंख्यांकांचे शहाणपण**

आजूबाजूच्या समवयस्क मुलांच्या दबावाला बळी पडून आपली मुले अमली पदार्थांचे सेवन, लैंगिक दुराचरण अशा काही अनुचित, धोकादायक सवयींच्या वा व्यसनांच्या अधीन होतील ही भीती, मुलांच्या सुखाची, त्यांच्या उज्ज्वल भविष्याची चिंता वाहणाऱ्या बहुतेक पालकांच्या मनाला खात असते. केवळ अल्पवयीन मुलांच्याच नव्हे, तर सर्वच वयाच्या लोकांच्या वर्तनावर सभोवतालच्या, विशेषत: त्यांच्या त्यांच्या सामाजिक स्तरातील लोकांच्या चालचलणुकीचा, रीतीभातींचा प्रभाव असतो. सर्वमान्यतेकडेच त्यांचे झुकते माप असते. काही जण स्वत:ला कितीही स्वतंत्र मनोवृत्तीचे, विचारांचे समजत असले तरी शेवटी माणूस हा मूलत: 'कळपात राहणारा प्राणी' आहे. जनसमूहाचे अनुकरण करणे, समाजसंमत अशा सर्वसाधारण लोकांनी चोखाळलेल्याच वाटेने वाटचाल

करणे, समाजातील बहुसंख्यांकांचे शहाणपण मान्य करणे, ही माणसाची सहजप्रवृत्ती असते. माणसाच्या याच स्वभावधर्माचा फायदा त्यांना आपल्या बाजूला वळवण्याच्या प्रक्रियेत मिळवता येतो. मग त्यात जराशा आग्रही व हेकट स्वभावाचे आपले कोणी कुटुंबीय असतील, बदलाला अनुकूल नसणारे ग्राहक असतील किंवा वर्गातील काही बहकलेले विद्यार्थी असतील, त्यांच्या मतांमध्ये किंवा विचारांमध्ये, वागण्याच्या पद्धतीमध्ये बदल घडवून आणण्यासाठी वरील स्वभावधर्माचा फायदा होतो.

◆ **प्रकरण २ : देहबोलीचे छुपे संकेत**

अल्पपरिचयाच्या मित्राला/ मैत्रिणीला 'खास' भेटीला येण्यासाठी मनवायचे असो किंवा नोकरीसाठी मुलाखतीच्या वेळी आपल्या व्यक्तिमत्त्वाचा उचित प्रभाव पाडायचा असो; आपले हावभाव, हालचाली, लकबी यांतून घडणारी म्हणजेच आपली 'कायिक अभिव्यक्ती', समोरच्याच्या सावध जाणिवेला हलकेच डावलून, त्याच्या नकळत त्याच्या मनाकडे थेट छुपे संकेत पाठवू शकते; संदेश पोहोचवू शकते. त्यामुळे आपल्या मागण्यांना मान्यता मिळण्याची, आपला हेतू साध्य होण्याची शक्यता कितीतरी पटीने वाढते, असा विलक्षण निष्कर्ष संशोधकांनी काढला आहे. या शरीराच्या भाषेबद्दल दूरदर्शनच्या कार्यक्रमातून, मासिकातील लेखांतून दिशाभूल करणारी, निरर्थक अशी बरीच माहिती देण्यात येते. पण मी या प्रकरणात केवळ विज्ञानाने शिस्तबद्ध प्रयोगांद्वारे सिद्ध केलेल्या गोष्टी, त्यावरील उपाय व त्यासाठीचे मार्गच तुम्हाला सांगणार आहे.

◆ **प्रकरण ३ : शब्द आणि प्रतिमा यांचे असाधारण सामर्थ्य**

आपल्याला अवगत असणाऱ्या भाषेत विचार व्यक्त करणे, ही आपल्यासाठी इतकी सहज क्रिया असते. ती करताना आपण वापरत असलेल्या त्या भाषेतील शब्दांचे असाधारण सामर्थ्य आपल्याला वेगळ्याने असे प्रतीत होत नाही. पण ते खूप मोठे असते. म्हणूनच वाक्यातील एखादा विशिष्ट शब्द बदलला, एखादे विशेषण वेगळे वापरले, तर ऐकणाऱ्याच्या मनात त्यामुळे तयार होणाऱ्या प्रतिमा बदलतात आणि आपल्या बोलण्याचा त्याच्यावर होणारा परिणाम, त्याला आपले म्हणणे पटवण्याची आपली क्षमता यांत लक्षणीय सुधारणा होऊ शकते. कशी ते जाणून घ्यायचे आहे? या प्रकरणात मी तेच करणार आहे. एखाद्या व्यक्तीचे वर्णन करताना शब्द, विशेषणे जरा जास्त काळजीपूर्वक, विचारपूर्वक वापरली, तर श्रोत्यांच्या मनातील त्या

व्यक्तीची प्रतिमा, तिच्याविषयीची त्यांची मते, त्या व्यक्तीकडूनच्या त्यांच्या अपेक्षा आणि तिच्याबरोबरची त्यांची वागणूक यांना आपण हवा तसा आकार देऊ शकतो.

◆ प्रकरण ४ : छोट्या कृती मोठी परिणती

महाकाय हत्ती खायचा झाला तर तो कसा खाणार? अर्थातच एका वेळी एक छोटा घास घेऊन! शिखरावर पोचायचे असल्यास एकदम मोठी उडी न मारता छोट्या-छोट्या पायऱ्या चढत गेले किंवा एखादे अत्यंत कठीण काम करायचे असेल तर ते लहान-लहान कृतीत विभागून मग एकेक करून त्या लहान-लहान कृती व्यवस्थित पूर्ण केल्या की, आपले अवघड लक्ष्यही हमखास साध्य होते. हा सल्ला खरोखरच शहाणपणाचा आहे. आपल्याला जर एखाद्याकडून आपली खूप मोठी मागणी पूर्ण करून घ्यायची असेल, तर या सल्ल्यात सांगितलेल्या मार्गाचाच अवलंब करून त्याला एकदम त्या मोठ्या मागणीचा सामना करायला लावण्याऐवजी आधी एखादी सोपी मागणी पूर्ण करायला राजी करून घेणे फायदेशीर ठरते. एखाद्या गोष्टीसाठी एकदा का त्या व्यक्तीने एक छोटेसे पाऊल उचलले, जरासा वेळ दिला, त्याबद्दलच्या विचाराचा एकदा का त्या व्यक्तीच्या मनात चंचुप्रवेश झाला, की मग त्या विचाराने तिच्या मनाचा ताबा घ्यायला, तिच्याकडून तिच्या वागणुकीत शक्तिशाली बदल घडवायला चांगलीच मदत होते.

◆ प्रकरण ५ : कल्पनाशक्तीला आवाहन आणि कथांची गुंफण

मानव ही पृथ्वीतलावरील प्राण्यांमधली एकच अशी जात आहे, जिला कल्पनाशक्तीची अलौकिक देणगी लाभली आहे. डोळ्याने न पाहिलेल्या गोष्टीही आपण आपल्या मनात साकार करू शकतो. तसेच गोष्टी रचणे, त्या रंगवून सांगणे आणि त्या आवडीने ऐकणे हीपण फक्त मानव जातीचीच खासियत आहे. कल्पनांच्या विश्वात रममाण होणे, गोष्टी सांगणे आणि ऐकणे यांची ओढ, आवड या गोष्टी केवळ लहानपणापुरत्याच मर्यादित असतात अशीच सहसा आपली समजूत असते. पण तसे नसते. या दोन्ही गोष्टी माणसाच्या मेंदूच्या विकासप्रक्रियेत मेंदूच्या रचनेचाच भाग होऊन राहतात आणि माणसावर हवा तो प्रभाव पाडण्याच्या, त्याचे मनपरिवर्तन करण्याच्या उद्देशाने टाकलेला गळ हमखास अडकणारे 'आकडे' म्हणून उपयोगी ठरतात.

- **प्रकरण ६ : मैत्री आणि मेहेरबानी**

एखाद्याचा अनुनय करून त्याचे मन जिंकणे ही गोष्ट त्याच्या परिचयाच्या, त्याच्या आवडत्या व्यक्तीला केव्हाही जास्त सहजपणे साधू शकते. मना-मनांची मैत्री जुळायला कितीतरी महिने, वर्षे लागतात; पण मानसशास्त्रज्ञांनी अथक प्रयोगांनंतर असे मार्ग, असे सामाजिक उपाय वेगळे काढून आपल्यापुढे ठेवलेले आहेत, ज्यांचा वापर करून अपरिचितांशीही चटकन आपलेपणाचे बंध जोडता येतात. त्यांच्याबरोबर तात्पुरते संधान बांधता येते आणि त्यांच्यावर अपेक्षित प्रभाव पाडता येतो. तेव्हा तुम्हाला जर अशा उपायांविषयी जाणून घ्यायचे असेल, असे 'तत्काळ' मित्र बनून त्यांच्यावर प्रभाव पाडून त्यांची मने जिंकायची असतील, तर हे प्रकरण ते काम करेल. ते उपाय कसे वापरायचे तेही सांगेल आणि मुख्य म्हणजे ते परिणामकारक का ठरतात, याची शास्त्रीय कारणमीमांसाही समजावून सांगेल.

- **प्रकरण ७ : बक्षिसे देण्याचे दुष्परिणाम**

'असे केलेत तर हा लाभ होईल', 'असे वागलात तर हे बक्षीस मिळेल' अशा अतिरिक्त फायद्यांचा मोह पाडून, लालूच दाखवून आपण अर्थातच लोकांवर प्रभाव पाडू शकतो, त्यांना आपल्याला हवे तसे वागायला लावूही शकतो. पण शास्त्रीय संशोधन मात्र असे साधार प्रतिपादन करते की, अशा पद्धतीचे अतिरिक्त लाभांश, बक्षिसे यांचे आमिष मग ते कामाच्या ठिकाणी असो, घरी असो, शाळा-कॉलेजांमध्ये असो अथवा बाजारात असो – बऱ्याच वेळा पूर्णपणे उलटे, अतिशय विपरीत, घातक असे परिणामही घडवू शकते. संशोधक केवळ हे धोके, हे अडथळे आपल्यासमोर उभे करून आपल्याला पेचात टाकत नाहीत, तर ते टाळण्यासाठी काय करायचे हेही सांगतात. नेमक्या कुठल्या प्रकारची बक्षिसे, लाभांश यांचा वापर, किती प्रमाणात, कशा रितीने केला असता लोकांवर उचित प्रभाव पाडता येतो, त्यांना आपल्याला हवे त्या पद्धतीने वागायला लावणे शक्य होते, आणि या सगळ्या देवघेवीत दोन्ही बाजूंचा फायदा साधता येतो हे या प्रकरणात, अर्थातच, शास्त्राधारांसकट नीट समजावून सांगितले आहे.

- **प्रकरण ८ : मन वळवण्याच्या परिस्थितिजन्य उपायांचे विलक्षण सामर्थ्य**

मोठमोठ्या कलादालनांत चित्रांचे प्रदर्शन करताना दालनांचे जाणकार, कुशल

सजावटकार चित्रांसाठी, विशेषत: व्यक्तिचित्रांसाठी, वापरल्या जाणाऱ्या तसबिरींच्या निवडीला चित्रांइतकेच महत्त्व देतात. सुयोग्य चौकट चित्राचे सौंदर्य कितीतरी पटीने, रसिकांना अगदी स्तिमित करायला लावण्याइतके वाढवते. तर अयोग्य, विशोभित तसबीर चित्राचे सौंदर्य खुलवत नाही; ती चित्रकाराला अकुशल ठरवते. ग्राहकांच्या निर्णय घेण्याच्या प्रक्रियेतही याच 'योग्य चौकटी'च्या वापराचा खूप परिणाम होत असतो. आपल्यासमोर ठेवलेले प्रस्ताव नुसते ऐकून, वाचून, त्यांवर विचार करून त्यातला आपल्या दृष्टीने कोणता सर्वांत जास्त फायदेशीर ठरणारा आहे, असा हिशोब आपण सहसा करत बसत नाही; तर आपल्या निर्णयावर, पर्यायाच्या निवडीवर त्या वेळची आपल्या भोवतालची आणि आपलीही, एकंदर परिस्थिती आणि प्रस्तावित माहितीच्या सादरीकरणाची पद्धत या सगळ्याचे एकत्रित 'पॅकेज' या गोष्टी फार मोठा परिणाम करत असतात. क्वचित भोवतालची परिस्थिती फारशी महत्त्वाची नसली तरीसुद्धा, केवळ सादरीकरणाच्या पद्धतीमुळे, म्हणजेच प्रदर्शनासाठी वापरलेल्या 'चौकटी'मुळे, त्यांच्या 'तसबिरी'मुळे, प्रस्तावांबाबत कधी अगदी आश्चर्यजनक, तर कधी भीतिदायक गोष्टी घडतात.

◆ **प्रकरण ९ : तत्काळ प्रभाव : त्वरेने मन वळवण्याची वेगवान तंत्रे**

आपल्यापैकी बहुतेक जण सवयींचे गुलाम असतात; रीतीरिवाज, परिपाठ यांचे 'बंदिवान' असतात, ठरीव साच्याच्या विचारपद्धतीचे 'दास' असतात. काही गोष्टींना 'नाही' म्हणणे हे आपल्यात इतके भिनलेले असते की, त्या गोष्टीला नकार ही आपली 'प्रतिक्षिप्त क्रिया'च बनून गेलेली असते. उदाहरणार्थ, फोनवरून केली जाणारी विक्री किंवा रस्त्यावर अडवून एखाद्या विनंतीअर्जावर सही करण्याची मागणी. या नवव्या प्रकरणात लोकांच्या अशा प्रकारच्या 'ठरीव' वागणुकीच्या कवचाला भेदून, सुरक्षित विचारसरणीला धक्का देऊन त्यांना आपल्या मागणीचा गांभीर्याने विचार कसा करायला लावायचा हे आपण पाहणार आहोत.

◆ **निष्कर्ष : प्रभाव पाडण्याच्या, मनपरिवर्तनाच्या मार्गांचा प्रत्यक्ष व्यवहारात वापर**

जरा अतिशयोक्तीचे वाटले तरी मी हे विधान करणार आहे – या पुस्तकात सांगितलेले मार्ग-उपाय इतके शक्तिशाली आहेत की, त्यांचा प्रत्यक्ष व्यवहारातील वापर चांगल्या आणि वाईट अशा दोन्ही प्रकारचे उद्देश साध्य करण्यासाठी सारखाच करता येऊ शकेल. त्या उपायांनी आपण लोकांना उभयपक्षी फायद्याचा

ठरेल असा सनदशीर मार्ग चोखाळायलाही लावू शकू, त्याप्रमाणे त्यांना त्यांच्या मर्जीविरुद्ध एखादी गोष्ट करायलाही भाग पाडू शकू. या अखेरच्या प्रकरणात या उपायांच्या गैरवापराच्या सामर्थ्याच्या वापरामागील मानसशास्त्राबद्दल चर्चा करण्यात आली असून त्या उपायांचे सामर्थ्य वाईट उद्देशाने वापरणे हे कसे गैर व चुकीचे आहे हे दाखवून दिले आहे.

'प्रभाव पाडणे आणि मन वळवणे यांमागचे मानसशास्त्र' या प्रांतात आपण या विषयाचा अभ्यास करणाऱ्या संशोधकांना, त्यांच्या साहाय्यकांना विज्ञानाच्या ध्यासाकरता काय काय उपद्व्याप करावे लागले, हे पाहणार आहोत. कधी अनोळखी स्त्रियांना, रात्री त्यांच्यासोबत चलण्याची विचित्र विनंती करावी लागली, तर कधी रस्त्यावर उभे राहून भीक मागावी लागली! मानवी मेंदू आणि मज्जासंस्था या विषयातील जगातील अग्रेसर संशोधकांनी, अभ्यासकांनी क्ष-किरणांसारख्या अनेक तंत्रांचा वापर करणाऱ्या अद्ययावत, अत्याधुनिक यंत्रातून केलेले मेंदूचे सूक्ष्म निरीक्षण, कसून केलेली तपासणी व त्यांतून काढलेल्या निष्कर्षांवरून मानवी मनात बदल घडत असताना होणाऱ्या मेंदूतील उलाढालींविषयीचे मनोवेधक ज्ञान मिळवणार आहोत. इतकेच नव्हे, तर जनावरांच्या वर्तणुकीचा अभ्यास करणाऱ्या शास्त्रज्ञांनी माकडांच्या वागण्याची केलेली निरीक्षणे आणि त्यांची वैज्ञानिक विश्लेषणे समजून घेऊन मानवजातीच्या उत्क्रांतीच्या मुळाशी पोहोचणार आहोत.

या विषयातील संशोधनांच्या कक्षा अमर्याद आहेत, यातले वैविध्य असीम आहे. या क्षेत्रातील प्रवास, लक्षात येणाऱ्या व मनात भरणाऱ्या गोष्टी, बुद्धी भारणाऱ्या खाचाखोचा हे सगळेच अत्यंत चित्तवेधक ठरेल, याची मी वाचकांना हमी देतो. आता पहिल्या प्रकरणाकडे वळू या आणि आधुनिक पॉप संगीतातील आवडीनिवडी, चायनीज रेस्टॉरंटमधील खाद्यपदार्थांची निवड, नाझीवाद या गोष्टी मनातील बदलाच्या शास्त्राबद्दल काय शिकवतात, हे जाणून घेऊ या.

'तात्पर्य काय?'

माझे शिक्षण संपल्यावर (मानसशास्त्रातील पदवी परीक्षेसाठी मी तीन वर्षे अभ्यास केला. त्यानंतर एक वर्ष मी संशोधक साहाय्यक म्हणून काम केले. मग मानसशास्त्रात डॉक्टरेट मिळवण्यासाठी तीन वर्षे संशोधन केले आणि प्रबंध लिहून पूर्ण केला.) मला शिक्षणाच्या आणि संशोधनाच्या संथ वातावरणातून बाहेर पडून जोशपूर्ण, वेगवान आयुष्य जगायचे होते. माझी पहिली नोकरी 'द बोस्टन कन्सल्टिंग ग्रूप' या आंतरराष्ट्रीय स्तरावर व्यवस्थापनाच्या क्षेत्रात सल्ला देण्याचे काम करणाऱ्या एका कंपनीत कनिष्ठ सल्लागार म्हणून होती.

मी त्या कंपनीत दोन वर्षे घालवली. त्या काळात ग्राहक कंपन्या आणि त्यांची कार्यक्षेत्रे, बाजारपेठा यांबद्दल निरनिराळ्या प्रकारची माहिती गोळा करणे, तिचा बारकाईने अभ्यास करून पृथक्करण करणे हे माझे प्रमुख काम होते. ग्राहक कंपनीबद्दलच्या माहितीची 'चिरफाड' करून त्यातील महत्त्वपूर्ण मुद्दे, त्यावरून काढलेले माझे 'अभ्यासपूर्ण' निष्कर्ष, आणि काही 'बहुमूल्य' सूचना सुसूत्रपणे संगणकावर 'पॉवरपॉइंट' स्वरूपात मी मांडत असे. ते सादरीकरण ग्राहकाकडे पाठवण्यापूर्वी त्याची प्रत काढून ते कागद माझ्या वरिष्ठांना दाखवायला घेऊन जात असे. माझे काम पाहत असताना माझे वरिष्ठ मला एक प्रश्न वारंवार विचारत, 'तात्पर्य काय?' हातात पेन घेऊन ते माझ्या कागदांवर खुणा करून बाजूच्या रिकाम्या जागेत 'तात्पर्य काय?' असे लिहीत असत. जेथे ते असे लिहीत, त्या ठिकाणी त्यांना माझ्या विचारात गोंधळ दिसलेला असे, माझे म्हणणे हवे तितके स्पष्ट उतरलेले नसे. ते मला खूप वेळा समजावून सांगत की, ग्राहकाला तुम्ही एकत्र केलेली माहिती, त्यावरील तुम्ही केलेला अभ्यास, केलेले चिंतन व विश्लेषण या गोष्टींत फारसा रस नसतो. त्याला त्या माहितीचा मतितार्थ, त्यावरून तुम्ही काढलेले निष्कर्ष, त्याचे त्याच्या उद्योगावर होणारे अल्पकालीन व दीर्घकालीन परिणाम आणि त्याचे लक्ष्य साध्य होण्यासाठी त्याने काय करायला पाहिजे, हे मुख्यत: जाणून घ्यायचे असते.

माझ्या वरिष्ठाने मला दिलेला 'कानमंत्र' मी या पुस्तकातही वापरायचे ठरवले आहे. 'तात्पर्य काय?' या प्रश्नाचे उत्तर तुम्हा वाचकांना योग्य

जागी मिळावे यासाठी मी खास 'चौकटीं'चा पुस्तकात समावेश केला आहे. लोकांवर आपला प्रभाव पाडणे आणि त्यांचे मन वळवणे यात जास्तीत जास्त सक्षम होण्यासाठीचे उपाय व तंत्रे समर्थपणे आत्मसात करून, त्याचा प्रत्यक्ष व्यवहारात वापर करून यशस्वी होण्याच्या उद्देशाने जर तुम्ही हे पुस्तक वाचणार असाल तर त्यासाठी तुम्ही 'नेमके' काय करायला हवे हे मी अगदी थोडक्यात; पण सुस्पष्टपणे अशा 'चौकटी'तून सांगणार आहे.

सर्व नऊच्या नऊ प्रकरणे आणि शेवटचे निष्कर्ष वाचून संपवल्यानंतरही जर तुमची भूक भागली नाही; प्रभाव पाडण्याची आणि मनपरिवर्तनाची आणखी काही, रोजच्या व्यवहारात वापरण्याजोगी तंत्रे पाहिजे होती, असे वाटत राहिले तर काळजी करू नका. पुस्तक नवव्या प्रकरणाला संपत नाही. त्यानंतर मी स्वतंत्रपणे तशा साधनांची एक यादी जोडली आहे आणि त्याला नाव दिले आहे – 'प्रभाव-साधनांचा संच'. त्यात प्रत्येक प्रकरणातील महत्त्वाचे मुद्दे तर दिले आहेत, त्याखेरीज काही प्रयोग आणि सरावपद्धती दिल्या आहेत. त्या तुम्ही आत्मसात केल्यास तुमच्या वैयक्तिक आणि व्यावसायिक जीवनात 'प्रभाव आणि मनपरिवर्तन' ही उद्दिष्टे साध्य करण्यासाठी आवश्यक तंत्रे तुमच्या अंगी बाणली जातील. त्यांचा परिणामकारक वापर करून आयुष्यात यशस्वी होणे तुम्हाला अगदी सहजशक्य होईल.

प्रकरण १
बहुसंख्यांकांचे शहाणपण

जेव्हा कसे वागायचे; याची निवड करण्याचे स्वातंत्र्य लोकांना असते, तेव्हा ते सहसा एकमेकांचे अनुकरण करतात.

– एरिक हॉफर

जेम्स व्हिकरी 'बेसावध जाहिराततंत्रा'च्या न केलेल्या प्रयोगांच्या खोट्याच; पण भयंकर परिणामांचा गाजावाजा करून सामान्यांना फसवत होता. त्याच सुमारास सॉलोमन ॲश नावाच्या एका प्रतिष्ठित प्राध्यापकानेही एका वेगळ्या रितीने, उपलब्ध असलेल्या मर्यादित तंत्रज्ञानामुळे लोकांची जराशी दिशाभूल केली होती. १९५० सालच्या दशकात आपल्या प्रयोगांच्या मालिकेने ॲश याने सिद्ध केले की, माणसाचे वर्तन, त्याच्या हातून घडणाऱ्या क्रिया त्याच्या भोवतालच्या लोकांच्या वागणुकीने प्रभावित असतात; बदलत असतात. केवळ समाजाच्या दबावाखाली क्वचित आपले मन मारून; इच्छा बाजूस सारून, प्रसंगी मनाचा कोंडमारा सहन करूनही समाजात आपली पत राहावी, इज्जत लाभावी व आपले स्थान अबाधित राहावे यासाठी समाजसंमत व समाजमान्य मार्गांचाच आपण अवलंब करतो. त्याच रीतीभाती पाळतो; तशीच वागणूक ठेवतो. या सिद्धान्ताचा सॉलोमन ॲश याचे संशोधन हा सबळ पुरावा म्हणून जवळ-जवळ पन्नास वर्षे, ग्राह्य धरला जात होता. पण गेल्या काही वर्षांत विकसित झालेल्या 'ब्रेन इमेजिंग' (मेंदूच्या आतील हालचालींची छायाचित्रे काढण्याचे शास्त्र) या तंत्राच्या वाढत्या वापराने असे लक्षात आले आहे की, सत्य यापेक्षाही आश्चर्यकारक व धक्कादायक आहे – सामाजिक दबाव केवळ वागणूकच बदलतो असे नाही, तर सभोवतालच्या जगाकडे पाहण्याची आपली दृष्टी पालटून टाकतो!

सॉलोमन ॲश याचा जन्म १९०७ साली पोलंडमधील वॉरसॉ येथे झाला. तो १९२०मध्ये अमेरिकेत स्थलांतरित झाला. माणसाचे मन, त्याच्या वागण्याच्या पद्धती यांविषयी आकर्षण निर्माण झाल्याने त्याने त्याच विषयाचा अभ्यास करून, पदवी मिळवली. नंतर तो पेनसिल्व्हानिया प्रांतातील स्वॉर्थमोर कॉलेजमध्ये प्राध्यापक झाला. जर्मनीत फोफावलेल्या नाझीवादाचा परिणाम म्हणून दुसरे महायुद्ध पेटले. जर्मनीने पोलंड पादाक्रांत केला. माणसा-माणसातील द्वेष, तिरस्कार यांवर आधारलेल्या नाझीवादासारख्या विषारी तत्त्वप्रणालीने, फक्त त्याच्याच मातृभूमीचा – पोलंडचाच

नव्हे तर, संपूर्ण युरोपचाच घास घेतला. त्या घटनांनी ॲश केवळ अस्वस्थच झाला नाही, तर त्या प्रक्रियेच्या तळामुळाशी जाऊन, शास्त्रीय पद्धतीने त्यांचा कसून अभ्यास करून त्यामागची कारणे शोधून काढण्याचा त्याने चंग बांधला. त्याला पडलेला प्रश्न असा होता की, 'जर्मन लोकांच्यातच असे काहीतरी न्यून होते का; ज्यामुळे नाझीवाद ही तत्त्वप्रणाली तेथे रुजली, वाढली आणि फोफावली; का तसा एखादा विषवृक्ष अमेरिकेसारख्या देशातल्या जनतेतही मूळ धरू शकला असता?'

या शोधप्रवासात ॲश याने आयोजित केलेल्या अगणित प्रयोगातील 'दृष्टिज्ञाना'वर आधारित एक मानसशास्त्रीय प्रयोग फार गाजलेला आहे. त्यात भाग घ्यायला त्याने त्याच्या कॉलेजमधील काही विद्यार्थ्यांना आमंत्रित केले होते. क्षणभर अशी कल्पना करा की, स्वेच्छेने त्या प्रयोगात सामील झालेल्या विद्यार्थ्यांपैकी तुम्ही एक आहात. प्रयोगाच्या दिवशी तुम्ही कॉलेजच्या एका वर्गात प्रवेश करता. त्या वेळी तुम्हाला तेथे आणखी सहा विद्यार्थी उपस्थित असलेले दिसतात. वयोमानानुसार केसांनी साथ सोडल्यामुळे नजरेत भरणारा विशाल भालप्रदेश, मागील बाजूला मानेवर रुळणारे पांढरे केस, चेहरा सतत प्रश्नार्थक राखणाऱ्या दाट; वक्र, पांढऱ्या भुवया आणि ओठात झोकात धरलेला पाइप; अशा थाटातील वयस्कर आणि सज्जन व्यक्तिमत्त्वाचा संशोधक, सॉलोमन ॲश तुम्हाला आणि त्या इतर विद्यार्थ्यांनाही त्याच्यासमोर मांडलेल्या खुर्च्यांवर बसवून प्रयोग समजावून सांगतो. त्याच्या बोलण्यातील पूर्व युरोपीय लकब तुमच्या चांगलीच लक्षात येते.

प्रयोग सर्वांना समजावून सांगण्यात येतो : तुमच्यापैकी प्रत्येकासमोर दोन पांढरे फलक धरण्यात येतील. त्यातल्या पहिल्या फलकावर एक काळ्या रंगाची उभी रेघ काढलेली असेल आणि दुसऱ्या फलकावर तीन काळ्या रंगातल्या रेघा असतील. त्या तीन रेघांना १, २ आणि ३ असे क्रमांक दिलेले असतील. दुसऱ्या फलकावरील तीन रेघांच्यापैकी कुठल्या क्रमांकाची रेघ पहिल्या फलकावरील रेघेच्या लांबीशी तंतोतंत जुळते, ते प्रत्येकाने ओळखायचे आहे.

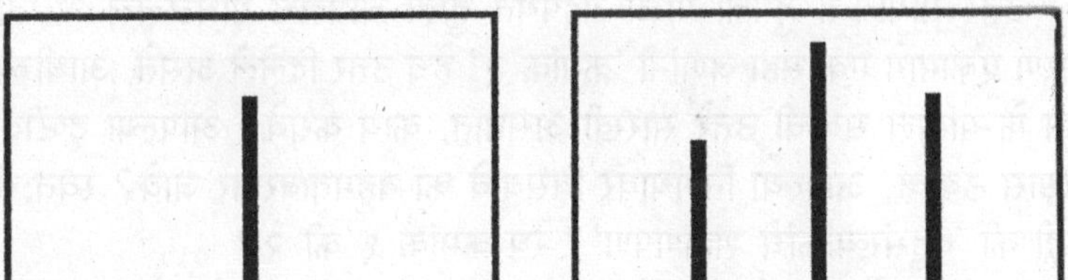

संशोधक असे जाहीर करतो की, १) तुमच्या प्रत्येकासमोर प्रत्येक फेरीत वेगवेगळ्या फलकांची जोडी धरली जाणार आहे; २) तुमचे आपापसात बोलणे, चर्चा करणे वर्ज्य असणार आहे; ३) जुळणाऱ्या लांबीच्या रेघेचा क्रमांक प्रत्येकाने मोठ्या आणि सर्वांना स्पष्टपणे ऐकू जाईल अशा आवाजात सांगायचा आहे; ४) प्रयोगाची सुरुवात संशोधकासमोर सर्वांत उजवीकडे बसलेल्यापासून होईल आणि सर्वांत डावीकडे बसलेला विद्यार्थी सर्वांत शेवटी उत्तर देईल. तुम्ही सर्वांत डावीकडे बसलेला आहात. म्हणजेच तुम्ही गटातील सर्वांत शेवटी उत्तर देणारे असणार आहात.

पहिली फेरी सुरू होते. फलकांची पहिली जोडी स्वतंत्रपणे प्रत्येकासमोर धरली जाते. दोन्ही फलकांवरील रेघ बारकाईने पाहिल्यावर ३ क्रमांकाची रेघ पहिल्या फलकावरील रेघेच्या लांबीची आहे, याविषयी तुमची खातरी होते. उरलेले विद्यार्थी एकेक करून त्यांच्यापुढील फलक तपासून त्यांचे उत्तर देतात. त्या सर्वांचे उत्तर एकच येते - 'क्रमांक ३'! तुम्हीही आत्मविश्वासपूर्वक खणखणीत आवाजात उत्तर देता – 'रेघ क्रमांक ३'.

दुसरी फेरी : या वेळी पुन्हा सर्वांचे समान उत्तर येते 'रेघ क्रमांक २!'

तिसरी फेरी : अशा प्रकारच्या मानसशास्त्राच्या प्रयोगात भाग घ्यायचा या कल्पनेने तुमच्या मनात सुरुवातीला झालेली चलबिचल, निर्माण झालेली अस्वस्थता एव्हाना शमलेली असते. मनावरचे दडपण नाहीसे होऊन तुम्ही जरा सैलावलेले असता. या वेळी फलकांची जोडी समोर येते. तुमची दृष्टी तुम्हाला हमी देते की, क्रमांक १ची रेघ जुळणारी आहे. तेवढ्यात पहिला विद्यार्थी उत्तर देतो – 'क्रमांक २.' तुम्ही चमकून त्या विद्यार्थ्याकडे पाहता; तेवढ्यात दुसऱ्याचे उत्तर येते – 'क्रमांक २', आणि तिसऱ्याचेही! तुम्ही परत एकदा दृष्टी फलकांवर केंद्रित करता. चूक होऊ नये म्हणून नीट अंदाज घेऊन, डोळे ताणून, थोडे बारीक करून दोन्ही फलकांवरील रेघांकडे परत-परत पाहता. आधी वाटलेली खातरी जरा डळमळीत होऊ लागते. १ की २? संभ्रम निर्माण होतो.

उत्तर सांगायची तुमची पाळी येईपर्यंत तुम्ही चांगलेच गोंधळलेले असता. कारण एकामागे एक सहा जणांनी 'क्रमांक २' हेच उत्तर दिलेले असते. आधीच्या दोन फेऱ्यांतील सर्वांची उत्तरे सारखी असतात. काय करावे? आपल्या दृष्टीवर विश्वास ठेवावा, आपल्या निर्णयावर विसंबावे का बहुमताबरोबर जावे? स्वत:ची बुद्धी की 'बहुसंख्यांकांचे शहाणपण'? रेघ क्रमांक १ की २?

आपल्या डोळ्यांवरील विश्वास उडवायला लावणाऱ्या सॉलोमन ॲश याच्या संशोधनातील अभ्यासाच्या या धूर्त अशा प्राथमिक प्रयोगासाठी निवडल्या जाणाऱ्या तुमच्यासारख्या कोणत्याही उमेदवाराला ही खास 'अंदरकी बात' माहीत नसायची

की, तो प्रयोग फक्त तुमच्यावरच म्हणजे सर्वांत डावीकडे बसवल्या जाणाऱ्या म्हणजेच सर्वांत शेवटी उत्तर देणाऱ्या व्यक्तीवरच केला जात असायचा. प्रयोगात भाग घेण्यासाठी वर्गात बसवलेले इतर सहा विद्यार्थी हे संशोधकाचे साथीदार असायचे. त्यांना कोणत्या फेरीत कोणते उत्तर एकसारखे द्यायचे, कोणत्या फेरीत ते चुकीचे द्यायचे हे सगळे पढवूनच ठेवलेले असायचे.

आता अलीकडच्या काळात या गोष्टीचे अप्रूप राहिलेले नाही. अशा प्रकारचा अभ्यास करणारे संशोधक – माझ्यासारखे चिवट, चिकट, खनपटीला बसणारे मानसशास्त्रज्ञ – प्रयोग नीट यशस्वी व्हावा, खरीच माहिती मिळावी, शास्त्रीय ज्ञानात भर पडावी, हे सद्हेतू साध्य व्हावे म्हणूनच ज्यांच्यावर प्रयोग करायचे त्यांना, म्हणजे 'प्रयुक्तां'ना, अशा गोष्टींबद्दल अज्ञानात ठेवतात, हे सर्वांनाच माहीत असते. सध्याच्या काळात, एकविसाव्या शतकातील सुविद्य नागरिक म्हणून वरील प्रयोगासारखा अनुभव घेताना आपण अशी शंका नक्कीच घेऊ की, आपल्याला फसवले जात आहे, यात काहीतरी मखलाशी केली जात आहे. पण ५०-६० वर्षांपूर्वी क्वचितच एखाद्या प्रयुक्ताला त्याच्याबरोबरचे सहभागी 'पढवलेले' आहेत, संगनमताने काम करत आहेत असा संशय येत असेल!

असे मोजके चलाख शंकासूर बरोबर हेरून, त्यांची उत्तरे वगळून, बाकीच्या सर्वसामान्य प्रयुक्तांची उत्तरेच ग्राह्य धरून, त्यातील शास्त्रशुद्ध निष्कर्षांसाठी आवश्यक इतक्या उत्तरांच्या बळावर सॉलोमन ॲश याने असे निरीक्षण नोंदवले की, ७५ टक्के लोकांनी स्वत:च्या बुद्धीच्या निर्णयाला धुडकावून, आपल्या डोळ्यांवर अविश्वास दाखवला. प्रयोगातील एका तरी फेरीत इतरांची री ओढून बहुमताच्या मार्गाने जाण्याचा पर्याय स्वीकारला व चुकीचे उत्तर दिले. त्यानंतर ॲश याने काही प्रयोग त्याच्या पढवलेल्या साथीदारांचा समावेश न करता एकट्या प्रयुक्तांच्याच उपस्थितीत केले. त्या प्रयोगात प्रयुक्तांना रेघांचे दोन्ही फलक दाखवल्यावर मात्र, प्रयुक्तांनी दिलेल्या उत्तरांतील फक्त एकच टक्का उत्तरे चुकीची निघाली.

अनेक भाष्यकारांनी सॉलोमन ॲश याच्या या निरीक्षणांचा असा अर्थ लावला की, सर्वसाधारण माणसाची इच्छाशक्ती दुबळी असते. तो सामाजिक दबावाखाली, बहुमताच्या विरोधात जाण्याचे धैर्य दाखवत नाही. सत्याचा उच्चार करायला कचरतो, प्रसंगी सत्य नाकारून इतरांच्या होमध्ये हो मिसळतो. दुसऱ्या महायुद्धाच्या संदर्भात तज्ज्ञांनी असे मत व्यक्त केले की, नाझीवादाचा चौफेर प्रसार होण्यामागे जर्मनीतील जनतेचा तसा उल्लेखनीय वाटा नव्हता. त्या तत्त्वप्रणालीमागच्या बहुमताचा जोर विलक्षण झंझावाती होता. त्या सार्वमताच्या प्रलयंकारी लाटेला कुठल्याच देशातील, अगदी नीतिमान, बुद्धिनिष्ठ अशा लोकांचा विरोधही रोखू शकला नाही.

आपल्या सगळ्यांच्या आयुष्यात आपण असे प्रसंग अनुभवले असतील जेव्हा आपल्या सच्च्या मताला घट्ट धरून एकटे पडण्यापेक्षा भोवतालच्या लोकांच्या मतासमोर मान तुकवून त्या मार्गाने जाणे आपल्याला सोयीचे वाटले असेल. समजा, तुमच्या सहा मित्रांच्या गटातल्या तुमच्याखेरीज पाचही जणांनी एके रात्री शहरातल्या एखाद्या इटालियन रेस्टॉरंटमध्ये जेवायला जाण्याची योजना ठरवली तर 'मी परवाच तिथे जेवून आलो आहे. मला ना आज मेक्सिकन खावेसे वाटते आहे.' अशी तुमची मनापासूनची इच्छा प्रकट करणे हेसुद्धा तुम्हाला निश्चितच अवघड आणि बाकीच्यांना तुटकपणाचे वाटेल. किंवा तुम्ही काम करत असलेल्या कंपनीत, तुमचे वरिष्ठ आणि सात-आठ सहकारी यांचे जर कंपनीने नवे ऑफिस शहराच्या विशिष्ट भागातच उघडावे असे खणखणीत एकमत असेल, तर तुमच्या मनात त्या जागेविषयी उद्भवलेल्या काही रास्त हरकतीही तुम्ही व्यक्त न करता मनातच ठेवून 'खोडा घालण्याचा' दोष बाकीच्या सगळ्यांकडून स्वत:वर ओढवून घेण्याचे टाळणेच पसंत कराल आणि त्या जागेला तुमचीही मान्यता देऊन रिकामे व्हाल.

आपल्याला वैयक्तिकरीत्या कोणी आपले मत विचारल्यास आपण आपले प्रामाणिक, मनापासूनचे मत व्यक्त करू. पण तेच इतर अनेकांच्या उपस्थितीत, त्यांच्या बरोबरीने आपल्याला विचारल्यास आणि त्यांचे मत आपल्या मताहून भिन्न असल्यास, आपल्याच मूळ मताला चिकटून राहणे, त्याचा उच्चार करणे आपल्याला श्रेयस्कर वाटत नाही. त्या प्रसंगात आपण आपल्या भिन्न मतामुळे इतरांच्या रोषाला पात्र होण्यापेक्षा आपल्या मताला आणि मनाला मुरड घालून, 'बहुमता'बरोबर वाहत जाऊन सर्वांची मर्जी संपादन करणेच अधिक पसंत करतो.

काहीवेळा तर बहुमताने स्वीकारलेला मार्ग चुकीचा आहे, अनिष्ट आहे असा आपल्याला पक्का विश्वास असूनही, ते बहुमत आहे म्हणून, बाकी सगळे म्हणतात म्हणून आपण त्या मार्गाने जाण्याचीच शक्यता दाट असते. पण अगदी अलीकडे याबाबतीत झालेल्या संशोधनातून काही वेगळेच मुद्दे पुढे आले आहेत. उगीच लोकांच्यात आपल्या विरोधी मताचा नसता बाऊ व्हायला नको, आपण 'एकटे' पडायला नको म्हणूनच केवळ आपण आपले मत दडपून ठेवतो, मन मारतो असे नव्हे, तर त्या वेळी आपल्या मनाच्या आंत त्याहून काहीतरी जास्त गुंतागुंतीचे घडत असते. बहुमताचा, सर्वमान्यतेच्या सामाजिक दबावाचा परिणाम फक्त आपल्या सार्वजनिक अभिव्यक्तीवरच होऊ शकतो असे नाही, तर तो आपली वृत्ती, प्रवृत्ती, आपला विश्वास, आपल्या श्रद्धा यांवर; अगदी खाजगी व वैयक्तिक गोष्टींवर होण्याचाही शक्यता असते.

लोकप्रियतेतील बदल आणि वैयक्तिक आवडीनिवडी :

तुम्हाला कोणत्या प्रकारचे संगीत आवडते? 'द बीट्ल्स', 'एल्व्हिस प्रिस्ले', 'यू टू' की 'मॅडोना'? कदाचित 'ब्लॅक आइड पीज', 'कोल्डप्ले' अथवा 'लेडी गागा'? तुमची आवड कोणतीही असो, तुमचे या कलाकारांविषयी काहीही मत असो, ही गोष्ट निर्विवाद आहे की त्यांचे गीत-संगीत आज लाखोंच्या संख्येत खपते आहे. पण या त्यांच्या अटळ यशाला त्या कलाकारांचे असाधारण गुण, त्यांची असामान्य प्रतिभा कारणीभूत आहे की त्यांचे नशीब?

या प्रश्नाचे उत्तर शोधताना संगीताच्या उद्योगजगतात काम करण्यातील धोके, नव्या, होतकरू, गुणी कलाकारांना लोकप्रियतेच्या शिखरावर पोहोचवण्याच्या मार्गातल्या अडचणी व अडथळे यांचीही चांगलीच कल्पना येते. त्याबरोबरच त्यात समाविष्ट असणाऱ्या आणखी एका मानसिक प्रक्रियेची, एका महत्त्वाच्या पायाभूत सिद्धान्ताशीही आपली ओळख होते – 'लोक आपल्या आवडीनिवडींबाबतच्या निर्णयाप्रत कसे पोहोचतात?'

मॅथ्यू सॅल्गनिक हा तरुण समाजशास्त्रज्ञ संगणकाच्या विश्वात जगणाऱ्या समाजाच्या मानसिकतेविषयीच्या संशोधनक्षेत्रातील तज्ज्ञ मानला जातो. गोल चेहऱ्याच्या आणि तशाच गोलमटोल शरीरयष्टीच्या, गोल काचांचाच चश्मा वापरणाऱ्या या अभ्यासकाच्या स्वतःच्या आवडत्या कलाकारांच्या यादीत न्यू यॉर्कस्थित रॅपर जे झेड याचे नाव अग्रस्थानी आहे. हा मॅथ्यू कोलंबिया विद्यापीठात पदवी परीक्षेचा अभ्यास करत होता त्या काळात त्याने एक अतिशय कल्पक असा प्रयोग केला होता. तरुणाईला आकर्षित करणाऱ्या 'तरुणप्रिय' संकेतस्थळांना नियमित भेट देणाऱ्या १४,००० श्रोत्यांना त्याने अगदी नव्याकोऱ्या, तोपर्यंत कोणीही ऐकल्या नव्हत्या अशा गायकांची ४८ गाणी ऐकवण्याची व्यवस्था केली. (५) श्रोत्यांना त्याने त्या गाण्यांना, त्यांच्या पसंतीनुसार १ ते ५ तारका देऊन त्यांची वर्गवारी करण्याचे आवाहन केले. १ तारका म्हणजे 'अजिबात आवडले नाही' आणि ५ तारका म्हणजे 'खूप आवडले.' श्रोत्यांनी कोणती गाणी ऐकावीत, हे ठरवायला त्यांना मदत व्हावी म्हणून इतर श्रोत्यांनी केलेली गाण्यांची वर्गवारी संकेतस्थळांवर लगेच प्रसिद्ध केली जात असे. जास्तीत जास्त श्रोत्यांना गाण्यांची वर्गवारी करण्यास उद्युक्त करण्यासाठी, त्या कामाच्या बदल्यात प्रयोगकाळात, श्रोत्यांची आवडती गाणी पैसे खर्च न करता संकेतस्थळावरून त्यांच्या संगणकावर उतरवून घेण्याच्या सवलतीचे आमिषही दाखवण्यात आले होते.

या प्रयोगातील एक मेख अशी होती की, त्यात भाग घेणाऱ्या तरुणांना हे माहीत नव्हते की, ते सर्व जण एकाच संकेतस्थळाला भेट देत नसून तशी आठ

समान धाटणीची, पण वेगवेगळी, स्वतंत्र अशी संकेतस्थळे होती. त्यातील प्रत्येक संकेतस्थळावर खाजगीरीत्या, त्यांच्या-त्यांच्या सुसज्ज 'कोषा'त काम चालू होते – श्रोत्यांना गाणी ऐकवली जात होती, श्रोते ती ऐकत होते. त्यांची आवडीनुसार प्रतवारी करत होते. ती संकेतस्थळावर प्रसिद्ध केली जात होती. श्रोते त्यांच्या आवडीची गाणी मोफत उतरवून घेण्याच्या सवलतीचा वाढत्या संख्येने फायदा उठवत होते; गाण्यांच्या लोकप्रियतेचे क्रम लावले जात होते. गाणी त्या आलेखात खाली-वर, चढत-उतरत होती; 'चलती नाणी' खणखणत होती.

दोनएक महिन्यांच्या निरीक्षणावरून संशोधकांच्या असे लक्षात आले की, आठ वेगवेगळ्या संकेतस्थळावर वेगवेगळी गाणी लोकप्रियतेच्या शिखरावर विराजमान होत होती. त्यात सतत अनपेक्षित असे चढउतार घडत होते. 'शिपरेक युनियन' या बँडचे 'आउट ऑफ द वुड्स' हे रॉक/मोटाउन शैलीतील गाणे एका संकेतस्थळावर सर्वांत जास्त गाजत होते. ते पहिल्या क्रमांकावर विराजमान होते आणि सर्वाधिक श्रोत्यांनी संकेतस्थळावरून त्यांच्या-त्यांच्या संगणकावर उतरवून घेतले होते. पण त्याच गाण्याच्या लोकप्रियतेची क्रमवारी दुसऱ्या एका संकेतस्थळावर एकूण ४८ गाण्यांत ३७ इतक्या खालच्या स्थानावर केली गेली होती! 'मिझरीज अँड मिरॅकल्स' ही 'अ ब्लाइंडिंग सायलेन्स' या गिटारसमूहाने वाजवलेली, एका संकेतस्थळावर अव्वल स्थानावर झळकत असलेली ध्वनिफीत, अन्य एका संकेतस्थळावर ४३व्या क्रमांकावर डळमळत होती.

ही निरीक्षणे नोंदवत असलेल्या सॅल्गनिक आणि त्याच्या सहकाऱ्यांना असे लक्षात येत होते की, प्रत्येक संकेतस्थळावरील श्रोत्यांची पसंती ही त्या संकेतस्थळावर जाहीर होणाऱ्या आधीच्या श्रोत्यांनी त्यांच्या आवडीनुसार केलेल्या गाण्यांच्या गुणानुक्रमांच्या निकालाने विशेष प्रभावित होत होती. नवीन श्रोते त्यांच्या स्वतःच्या आवडीकडे पुरेशा बारकाईने लक्ष देताना दिसत नव्हते. आपले स्वतःचे, स्वतंत्र असे मत बनवण्यापेक्षा किंवा आपल्या मताला चिकटून राहून गाण्याचे मूल्यांकन करण्यापेक्षा त्यांचा कल बहुमताबरोबर वाहत जाण्याचा दिसत होता. गाण्यांना बहुसंख्यांकांनी आधी दिलेलीच क्रमवारी देऊन टाकायची, तीच गाणी तितकीच छान आहेत असे मत जाहीर करायचे; जी गाणी मोठ्या संख्येने उतरवून घेतली जात आहेत तीच आपणही उतरवून घ्यायची असेच सामान्यपणे घडत होते.

काही कलाकारांच्या संगीताच्या क्षितिजावर दिमाखाने चमकण्यामागची, त्यांना लाभणाऱ्या कीर्तीमागची ही आगळी कारणमीमांसा थक्क करणारी आहे. 'द बीट्ल्स' काय किंवा 'लेडी गागा' काय, अशा कलाकारांनी त्यांचे लखलखीत यश खरोखरच नम्रपणाने व कृतज्ञपणानेच स्वीकारायला हवे. सॅल्गनिक याचे संशोधन असे स्पष्ट निर्देश देते की, त्यांच्या लक्षणीय यशात, त्यांच्यावर झालेल्या

लोकप्रियतेच्या वर्षावात त्यांच्या प्रतिभेचा, कौशल्याचा किंवा नशिबाचा वाटा अगदीच कमी होता. त्याहून जास्त काहीतरी त्यासाठी कारणीभूत झाले होते. सुरुवातीला त्यांना मिळालेल्या लोकप्रियतेमध्ये समाजातील बहुसंख्यांकांचे शहाणपण शिरोधार्य मानणाऱ्यांच्या आंधळ्या अनुकरणाची, अभावित पसंतीची भर पडत गेली. बहुमताच्या रेट्याने यशाच्या लाटेमागे लाटा फुगत, फुटत गेल्या आणि मग विजयाचे एकएक शिखर हस्तगत व्हायला वेळ लागला नाही. त्यातूनच संगीत क्षेत्रात त्यांचे डोळे दिपवणाऱ्या लोकप्रियतेचे 'आश्चर्य' घडू शकले. यातून दुसरा एक निष्कर्ष निघू शकतो. हा निष्कर्ष आपला ठसा उमटवायची शर्थ करत असणाऱ्या, यशासाठी झगडणाऱ्या, संघर्ष करत असणाऱ्या संगीतकारांना व गायकांना, तसेच त्यांच्या गाण्यांच्या किंवा संगीताच्या ध्वनिफिती, ध्वनिचित्रफिती काढणाऱ्या कंपन्यांना चांगलाच दिलासा देणारा ठरू शकतो. तो असा की, त्यांची गायनकला कनिष्ठ दर्जाची आहे किंवा संगीतात ते कमी पडतात, त्यामुळे त्यांचा प्रगतीचा मार्ग अडतो किंवा गतीला खीळ बसते, असे नाही. तर पुरेशा लोकांसमोर योग्य वेळेला, अनुकूल परिस्थितीत यायची संधी त्यांना मिळत नाही अथवा ती हुकते, हे त्याचे प्रमुख व सबळ कारण असू शकते.

रोजच्या जीवनात, प्रत्यक्ष व्यवहारात लोकांवर प्रभाव पडण्याच्या, सहेतुकपणे त्यांच्यावर अपेक्षित परिणाम घडवण्याच्या प्रक्रियेबद्दल हा प्रयोग काय सांगतो? सॅल्गनिकच्या संशोधनातून असे सिद्ध होते की, आपली स्वत:ची पसंती, आपल्या वैयक्तिक आवडीनिवडींची जडणघडण यावर आपल्या सभोवतालच्या गर्दीच्या मतांचा, 'बहुसंख्यांकांच्या शहाणपणा'चा जबदरस्त प्रभाव असतो. हा प्रभाव विश्वास बसणार नाही व पटणार नाही इतका मोठा असतो. सॉलोमन ॲश याने त्याच्या प्रयोगातील प्रयुक्तांना, इतर सहा लोकांच्या उपस्थितीत, त्यांच्या मतांच्या मागोमाग त्यांची मते जाहीर करायला लावली होती. सॅल्गनिक याने मात्र त्याच्या प्रयोगात सहभागी होऊन संकेतस्थळांना भेटी देणाऱ्यांची ओळख एकमेकांपासून सदैव गुप्त राखली होती. त्यांना गाण्यांची निवड करण्याचे संपूर्ण स्वातंत्र्य दिले होते, पण वास्तवात त्यांनी तसे केले नाही. गाण्यांच्या मूळ दर्जाकडे दुर्लक्ष केले; गाण्यांच्या गुणांपेक्षा, इतर अनेकांनी गाण्यांच्या केलेल्या मूल्यमापनाने ते जास्त प्रभावित झाले. त्यांच्या पसंतीवर बहुमताचा, लोकप्रियतेचा ठसा अधिक खोल उमटला.

अर्थात आपल्याला वैयक्तिकरीत्या विचारले तर आपण छातीठोकपणे सांगू की, आपण 'त्यातले' नाही, आपण स्वतंत्र बुद्धीने काम करतो, निर्णय घेतो. आपल्याला विशिष्ट गाणी आवडतात; काहीच संगीतकार पसंत पडतात, कारण त्यांचा दर्जा उच्च असतो. आपल्या आवडीचे समर्थन करण्यासाठी आपण गाण्यातील सुंदर शब्द, संगीतातील मनमोहक सूर-ताल, गायकाने कुशलतेने घेतलेल्या काही

अप्रतिम जागा, उत्तम सादरीकरणाचे नमुने असे कितीतरी पुरावेही समोर टाकू. हे केवळ गीत-संगीतापुरते मर्यादित नाही, आपल्या खाण्यापिण्याच्या आवडी, मनपसंत चविष्ट खाद्यपदार्थ, हॉटेल्सची निवड, आपण हमखास बघतो असे चित्रपट, आपल्याला मोह पाडणाऱ्या गाड्यांची मॉडेल्स या सर्व बाबतीत आपण असाच पवित्रा घेऊ. 'आम्ही नाही लोकांच्या मागोमाग आंधळ्यासारखे जात' असेच आपण जोरजोरात सांगत राहू. तसे कोणी आपल्याबद्दल म्हणाले तर आपण त्याच्याशी कधीच सहमत होणार नाही. परंतु, सत्य हे आहे की, आपले स्वत:विषयीचे हे ठाम मत चुकीचे असू शकते. तेच सत्य सॅल्गनिकसारख्या शास्त्रज्ञांनी त्यांच्या शास्त्रसिद्ध संशोधनातून आपल्यापुढे मांडून दाखवलेले आहे.

अमेरिकेपासून अर्धे जग लांब असणाऱ्या चीनमध्येही, हॅंगबिन कै नावाच्या उपयोजित अर्थशास्त्रज्ञाने बीजिंग या चीनच्या राजधानीतल्या एका हॉटेलक्षेत्रातल्या बड्या उद्योगसंस्थेला त्याच्या एका प्रयोगात भाग घेण्यासाठी राजी केले. प्रयोगाचा उद्देश होता रेस्टॉरंटमधील खाद्यपदार्थांच्या लोकप्रियतेबद्दलच्या माहितीचा ग्राहकांच्या मागणीवर होणारा परिणाम अजमावणे; नुसता अजमावणे नव्हे, तर तो मोजणे. त्या उद्योगसंस्थेची बीजिंगमध्ये १३ हॉटेल्स होती. त्या सगळ्या हॉटेल्समध्ये एकाच वेळी तो प्रयोग करण्यात आला. हॉटेल्समधील टेबले तीन प्रकारांत विभागली गेली. एक – प्रत्येक हॉटेलमधील एका विशिष्ट टेबलावर ग्राहकांचे लक्ष हमखास वेधून घेईल, अशी एक छोटीशी, पण आकर्षक पाटी ठेवली होती. त्या पाटीवर त्या हॉटेलमधील पाच पदार्थांची यादी होती आणि त्यावर ठळक शीर्षक होते – 'ग्राहकांच्या पसंतीनुसार सर्वाधिक खपाचे पाच पदार्थ'. दोन – काही निवडक टेबलांवर वेगळ्याच पाच पदार्थांची यादी असलेली पाटी ठेवली होती. त्यावर शीर्षक होते – 'हॉटेलची खास शिफारस'. तीन – उरलेल्या टेबलांवर कुठलीही पाटी ठेवली नव्हती. त्या हॉटेलमध्ये मिळणाऱ्या सर्वच्या सर्व पदार्थांची भलीमोठी यादी असणारे त्या हॉटेलचे छापील पत्रक – मेनूकार्ड, मात्र सर्व टेबलांवरील सर्व ग्राहकांना नेहमीप्रमाणेच दिले जाईल अशी व्यवस्था केली होती.

सर्व १३ हॉटेल्समधील, थोड्याथोडक्या नाही, तर १२,८९५ बिलांची हॅंगबिन आणि त्याचा एक साहाय्यक या दोघांनी तपासणी केली. त्यातून अशी माहिती बाहेर आली की, प्रयोगाच्या काळात १३ हॉटेल्समध्ये सर्वांत अधिक खप झालेला पदार्थ 'बहुसंख्य ग्राहकांच्या पसंतीनुसार सर्वाधिक खप होणाऱ्या पदार्थांच्या यादी'तील होता. त्याचा खप सरासरी १३ ते २० टक्के एवढा वाढला होता. 'हॉटेलच्या शिफारसीं'ची यादी ठेवलेल्या टेबलांवर त्या पाच पदार्थांचा जितका खप झाला, तो 'कोणतीही पाटी न ठेवलेल्या टेबलां'वरील त्याच पदार्थांच्या सरासरी खपाच्या तुलनेत फारसा वाढलेला नव्हता.

टेबलावर ग्राहकांचे लक्ष वेधून घेणारी पाटी ठेवली गेली म्हणून पदार्थाचा खप वाढला, असा निष्कर्ष या निरीक्षणावरून काढणे चुकीचे ठरेल. कारण हॉटेलच्या शिफारसीच्या पदार्थाची पाटी ठेवलेल्या टेबलांवर, त्या पाटीवर उल्लेख केलेल्या पदार्थांचा खप वाढलेला नव्हता. त्या पाटीकडे ग्राहकांनी कानाडोळाच केला होता. ग्राहकांची पसंती निर्विवादपणे इतर ग्राहकांनी अग्रक्रम दिलेल्या, सर्वाधिक खपाच्या पदार्थांकडेच झुकलेली होती. 'जे जास्तीत जास्त लोकांनी खाल्ले, पसंत केले तेच आपणही खावे' अशीच बहुतेक ग्राहकांची प्रवृत्ती दिसली. हॉटेलमध्ये मिळणाऱ्या सगळ्या पदार्थांची यादी सर्वच ग्राहकांच्या हातात देण्यात आली होती. त्यावरून पदार्थांची निवड करण्याचे त्या सर्वांना पूर्ण स्वातंत्र्य होते, तरीही हे स्पष्टपणे सिद्ध झाले की, ग्राहकांची पसंती, त्यांची वैयक्तिक आवडनिवड बहुमताच्या, लोकप्रियतेच्या (बहुसंख्यांकांच्या शहाणपणाच्या ज्ञानाने) जाणिवेने प्रकर्षाने प्रभावित झालेली होती.

या प्रयोगातून ग्राहकांच्या मानसिकतेचा आणखी एक पैलू समोर आला. संख्याशास्त्राच्या निकषांनुसार असे दिसून आले की, ज्या ग्राहकांनी 'हॉटेलमधील जेवणाचा अनुभव मनाला संपूर्ण समाधान देणारा होता' असा अभिप्राय दिला, त्या ग्राहकांत इतर दोन प्रकारच्या टेबलांवर बसलेल्या ग्राहकांपेक्षा, 'ग्राहकांच्या पसंतीनुसार सर्वाधिक खपाचे पाच पदार्थ' अशी पाटी ठेवलेल्या टेबलांवर बसलेल्या ग्राहकांची संख्या आधिक होती. म्हणजेच, कोणत्यातरी अनोळखी अशा लोकांनी बहुसंख्येने पसंत केलेल्या, आवडीने खाल्लेल्या, सर्वांत जास्त मागणी केलेल्या पदार्थांनीच ग्राहकांना सर्वाधिक आनंद आणि समाधानही दिले.

अशा प्रकारच्या अभ्यासातून, प्रयोगातून वारंवार एकच निरीक्षण समोर येते. ज्या गोष्टी लोकप्रिय असतात, जी 'चलती नाणी' असतात त्याकडेच लोक साहजिकपणे झुकतात. स्वतःचे आरोग्य, स्वतःची संपत्ती यांसारख्या पूर्णपणे वैयक्तिक बाबींबद्दल निर्णय घेतानासुद्धा लोक आजूबाजूच्या समाजाकडे पाहतात. जे मार्ग इतरेजन जास्त प्रमाणात चोखाळताना दिसतात, त्याच मार्गावरून वाटचाल करण्याकडेच त्यांचा कल असतो. आरोग्यविमा कुठला निवडायचा, सेवानिवृत्तीची कोणती योजना स्वीकारायची किंवा कोणत्या शेअर्समध्ये गुंतवणूक करायची यासाठीदेखील लोकांचा लोंढा कोणत्या बाजूला जातो आहे, हे पाहून त्यातच सामील होणे ते पसंत करतात. अशा बहुविध संशोधनातून आपण एकाच निष्कर्षाप्रत पोहोचतो : सहजासहजी पटायला जरा अवघड वाटत असले, तरी सत्य हेच आहे की, आपल्या सार्वजनिक जीवनातील आवडीनिवडी आणि आपले वैयक्तिक आयुष्यातले निर्णय या दोन्ही गोष्टींना घडवण्याचे काम, आपल्या नकळत, सामाजिक दबाव, सभोवतालच्या लोकांचे विचार, त्यांची मते व त्यांच्या शिफारसी, तसेच सूचना करत असतात. लोकप्रियता आपल्याला, क्वचित आपल्या मनाविरुद्धही, तिच्याच

दिशेला घेऊन जाते.

आपलेसे करून घेणाऱ्या, लाघवी भाषेचा वापर

तुम्ही जर कधी लोकांच्या आवडीनिवडी, त्यांचे वर्तन बदलण्याच्या प्रयत्नात असाल, तर त्यासाठी सामाजिक, सामूहिक म्हणजेच 'बहुमताच्या प्रभावा'च्या (लोकप्रियतेच्या) अमोघ शक्तीचा वापर करणे हा सर्वांत हुशारीचा आणि चतुराईचा मार्ग ठरेल. कधी तुम्ही लोकांच्या मनात पर्यावरणाबद्दलची जाणीव निर्माण करून त्यांच्या विचारात, मुख्य म्हणजे आचरणात बदल घडवून आणण्याचा; कधी एखाद्या लोकांच्या गटाला अथवा तुमच्या जवळच्या एखाद्या व्यक्तीला दारू पिण्याच्या किंवा अपायकारक अतिस्निग्ध पदार्थांचे अतिसेवन करण्याच्या धोकादायक सवयींपासून परावृत्त करण्याचा प्रयत्न करत असाल, तर कधी मित्र-मैत्रिणींना उन्हात बाहेर पडताना अंगाला कडक सूर्यप्रकाशामुळे होणाऱ्या दुष्परिणामांपासून बचाव करणारे लोशन भरपूर प्रमाणात लावून जाणेच श्रेयस्कर असल्याचे पटवत असाल. थोडक्यात म्हणजे तुम्ही तुमच्या 'ग्राहकां'ना एखादी वस्तू, एखादी विशिष्ट सेवा, एखादी नवी कल्पना 'विकायचा', त्यांच्या गळी उतरवायचा खटाटोप करत असाल आणि जर त्याविषयीच्या लोकप्रियतेचे पुरावे तुमच्याकडे उपलब्ध असतील, तर ते तुमच्या भावी ग्राहकांच्या नजरेत भरतील, त्यांच्या मनावर बिंबतील असे सादर करणे व त्या पुराव्यांचा त्यांच्यावर सर्वांत जास्त आणि सातत्याने मारा करणे हा तुमच्या यशाचा राजमार्ग ठरेल.

जाहिरातीत बहुतांशी वापरल्या जाणाऱ्या भाषेकडे जरा बारकाईने लक्ष दिलेत तर असे लक्षात येईल की, त्यात 'सर्वाधिक खपाचा', 'विक्रीचा उच्चांक गाठलेला' असे वाक्यप्रयोग वापरलेले असतात. 'अगणित लोकांची एकच निवड', 'याखेरीज अन्य नाहीच' यांसारख्या घोषणा निश्चितच ग्राहकांना तुम्हाला हव्या त्या निवडीला, खरेदीला हमखास प्रवृत्त करतील. अलीकडेच मी एका जाहिरातीत असे लिहिलेले वाचले की, 'आपली आवड जाहीरपणे व्यक्त करणाऱ्या जास्तीत जास्त ग्राहकांनी आमच्या या उत्पादनालाच पसंती दिली आहे.' त्या उत्पादनाची विक्री नक्कीच वाढली असणार!

समाजातील 'बहुसंख्यांकांचे शहाणपण', बहुमत व लोकप्रियता यांच्या प्रभावाचे हे अस्त्र, अशा आकर्षक घोषणांचा वापर करण्यासाठी

तुम्ही एखादे मोठे जाहिरातदारच असावे लागता असे मुळीच नाही. समजा तुम्ही गुडघ्यांच्या वेदनांवरील भौतिकचिकित्सेचे उपचार करण्यात वाकबगार असलेले भौतिकचिकित्सातज्ज्ञ (फिजिओथेरपिस्ट) म्हणून काम करत आहात आणि त्या विषयातील एका संशोधनातून असे निरीक्षण पुढे आले आहे की, तशा प्रकारच्या पेशंटमधली जास्त टक्के पेशंट शल्यचिकित्सेपेक्षा भौतिकचिकित्सेवर अधिक विश्वास ठेवतात, तिचाच जास्त वापर करतात. तुम्हाला तुमच्या या उपाययोजनेकडे जास्तीत जास्त पेशंटांना आकर्षित करून घेऊन तुमचा व्यवसाय वाढवायचा असेल, तर ते शास्त्रसिद्ध निरीक्षण, ते बहुसंख्यांकांचे शहाणपण, ते लोकांचे प्रामाणिक बहुमत पेशंटांच्या वारंवार कानावर पडेल; त्यांच्या मनावर ठसेल याची तुम्ही खातरी करून घेतली पाहिजे.

वर्गात हरतऱ्हेने त्रास देऊन शिकवण्यात अडथळा आणणाऱ्या खोडसाळ विद्यार्थ्यांना गप्प कसे करायचे, याचा एक उत्तम मार्ग एका शिक्षकांना अगदी योगायोगाने कसा सापडला, याविषयीची मी ऐकलेली एक गोष्ट अशी आहे. त्या मुलाच्या चुकीच्या वागण्याकडे सतत बोटे दाखवून त्याला ओरडत राहण्याऐवजी ते शिक्षक त्या दुर्वर्तनी मुलाला हे प्रकर्षाने, वारंवार लक्षात आणून देत राहिले की, वर्गातील बाकी कोणीही त्याच्या खोड्यांमध्ये भाग घेत नाही. ते त्या त्रासदायक विद्यार्थ्याला म्हणत, 'हे बघ, एका बाजूला तू एकटा शिकवण्यात व्यत्यय आणतो आहेस आणि दुसऱ्या बाजूला वर्गातली इतर सगळीच्या सगळी मुलं शांत बसली आहेत. नवीन शिकण्यासाठी आतुर आहेत. मला सांग, तू तुझ्या या बाकी सगळ्या मित्रांच्या शिकण्यात असा अडथळा आणत राहणार आहेस, का हे वेडे चाळे थांबवून संपूर्ण वर्गाबरोबर शिकण्यात सहभागी होणार आहेस?'

आपल्या घरातले वयोवृद्ध बऱ्याच वेळा त्यांची औषधे नियमितपणे वेळेवर घेत नाहीत. काही जण त्यांना म्हणत असतील, 'अहो, औषधं वेळेवर घेतली पाहिजेत!' तरी ते ऐकत नसतील. त्यांच्या वागणुकीत बदल घडवून आणण्याचा परिणामकारक मार्ग म्हणजे त्यांना असे सांगणे –'पहा, तुमच्यासारखा त्रास होणारे बाकी सर्व जण हीच औषधं अगदी वेळेवर आणि नियमितपणे घेतात. त्यामुळे त्यांना चांगलाच उतार पडतो. तुम्हीही त्यांच्यासारखेच वागलात तर तुम्हालाही बरं वाटेल.'

रोजच्या जीवनावरील बहुमताचा दबाव

अगदी अलीकडे लंडनमधील भुयारी रेल्वे स्टेशनांवर जागोजागी लावण्यात आलेल्या एका वैशिष्ट्यपूर्ण भित्तीचित्राने माझ्याप्रमाणेच सगळ्यांचेच लक्ष वेधून घेतले. लंडनचे महापौर आणि सर्व वाहतूक-व्यवस्थेचे नियंत्रण करणारी यंत्रणा 'ट्रान्सपोर्ट फॉर लंडन' यांनी एकत्र येऊन या भित्तीपत्रकांची मोहीमच उघडली होते.

हे पत्रक इतके परिणामकारक होण्याचे कारण म्हणजे त्यावरील मजकुराच्या निवडीमागील शास्त्रीय सिद्धान्त. 'लंडनमधील ९९ टक्के युवक हिंसाचाराच्या

गुन्ह्यांपासून दूर आहेत' या विधानातून हे सत्य ठसवले गेले आहे की, जवळ-जवळ सगळाच तरुण वर्ग सामंजस्याने, गुण्यागोविंदाने समाजातील जबाबदार नागरिकांची

भूमिका पार पाडत आहे. हिंसाचाराचे वावडे नसलेल्या, एक टक्क्यातील मोजक्या तरुणांना यातून स्पष्ट संदेश दिला गेला की, 'बाबांनो, विचार करा, तुम्ही अगदी अल्पसंख्य आहात. तुम्ही समाजाच्या मुख्य प्रवाहात समाविष्ट नाही. बाजूला पडलेले, समाजाने बाहेर फेकलेले आहात. बहुसंख्य तुम्हाला टाळत आहेत, नाकारत आहेत, झिडकारत आहेत. तुम्ही स्वत:ला धाडसी, शूरवीर समजत असाल, पण वास्तवात तुम्ही भेकड आहात, पराभूत आहात. जागे व्हा आणि मार्ग बदला.'

कळपात फटकून वागण्याची साहजिक भीती, बहुमताबरोबर वाहत जाण्याची सहज प्रवृत्ती बाळगणाऱ्या सामान्य माणसाच्या सदसद्विवेकबुद्धीला आवाहन करणारा हा अत्यंत शक्तिशाली सामाजिक संदेश आहे. या समाजसुधारणेच्या कल्पक, धक्कादायक मोहिमेचा हेतू पूर्ण होईल, त्याचा योग्य तो परिणाम घडेल, याविषयी माझी खातरी आहे.

लोकांची ही बहुसंख्यांकांच्या अनुकरणाची, सर्वस्वी अपरिचित अशांच्याही घोळक्यामागे जाण्याची प्रवृत्ती पणनक्षेत्राची (मार्केटिंग) उत्तम समज असणाऱ्यांनी, त्या क्षेत्रात काम करणाऱ्यांनी पूर्णपणे ओळखलेली असते. 'टॉपशॉप' या फॅशनच्या प्रांतातील अग्रगण्य कंपनीच्या लंडनमधील प्रमुख दुकानात सुप्रसिद्ध डिझायनर केट मॉस याने बनवलेल्या खास कपड्यांची खरेदी करण्यासाठी ग्राहकांनी नुकतीच गर्दी केली होती. आपल्याला उशीर झाला तर कपडे मिळणार नाहीत, या भीतीने त्यांनी दुकानाची दारे उघडण्याच्या आधीपासूनच बाहेर रांग लावली होती. कंपनीने प्रसारमाध्यमांच्या वार्ताविभागांना तेथे पाचारण केले. लांबलचक रांगेतून स्पष्ट होणारे समाजातील 'बहुसंख्यांकांचे शहाणपण', गर्दीच्या चित्रफिती किंवा ग्राहकांच्या मुलाखतींच्या ध्वनिफिती यांद्वारे रेडिओ, टीव्ही या माध्यमांतून घरी बसलेल्या संभाव्य ग्राहकांपर्यंत पोहोचवण्याची व्यवस्था केली. पाहता-पाहता अनुकरणप्रिय लोकांची गर्दी दिवसभर वाढत गेली, वाढतच राहिली.

ख्रिसमस जवळ आल्यावर लहान मुलांच्या खेळण्यांचे विक्रेते आवर्जून पालकांना या गोष्टीचे वारंवार स्मरण करून देत राहतात की, या सणासुदीच्या काळात मुलांना हव्या-हव्याशा वाटणाऱ्या, अत्यंत लोकप्रिय अशा खेळण्यांचा पुरवठा त्यांच्या प्रचंड मागणीला कदाचित पुरा पडणार नाही. मला अनेक वर्षे हा प्रश्न त्रास द्यायचा की, मागणी आधीच माहीत असते, तर या खेळण्यांचे उत्पादक 'निटेंडो विस', 'सोनी प्ले स्टेशन्स' यांसारखी मुलांना अतिप्रिय असणारी खेळणी आधीच मागणीपेक्षा जास्त का बनवत नाहीत? मग माझ्या लक्षात आले की, तसे काही नसते, त्यांचा तुटवडा मुळीच नसतो. 'इतर सगळे जण खरेदी करून टाकतील' हे आपल्याला सांगून आपल्यालाही खरेदीच्या मोहात पाडण्याचा, समाजाच्या

शहाणपणाचे अनुकरण करायला भाग पाडण्याचा तो त्यांचा डाव असतो. त्यांची विक्री दामदुपटीने वाढवण्याचा एक हमखास, नामी उपाय असतो.

या मोहाला बळी पडणारे, या सापळ्यात अडकणारे केवळ सर्वसामान्य ग्राहकच असतात असे नाही. अगदी उच्चभ्रूही असतात. १९९५ साली मिचेल ट्रेसी आणि फ्रेड वीर्सेमा या दोन औद्योगिक क्षेत्रातील सल्लागारांनी 'द डिसिप्लिन ऑफ मार्केट लीडर्स' नावाचे, उद्योगधंद्यांच्या वृद्धीची यशस्वी धोरणे सांगणारे एक पुस्तक प्रसिद्ध केले. त्यावर चांगले अभिप्रायही छापून आले. अमेरिकेतल्या काही ठरावीक पुस्तक विक्रेत्यांकडील विक्रीच्या आकड्यांवरून 'न्यू यॉर्क टाइम्स' या वृत्तपत्रातर्फे जास्तीत जास्त विक्री होत असलेल्या पुस्तकांची एक यादी 'न्यू यॉर्क टाइम्स बेस्ट सेलर लिस्ट' या नावाने नियमितपणे प्रसिद्ध केली जाते. नेमक्या त्याच विक्रेत्यांच्या दुकानातून या अतिसधन लेखकद्वयीने, स्वतःच अगदी गुप्तपणे, आपल्याच पुस्तकांच्या ५०,००० प्रतींची खरेदी केली जाईल अशी व्यवस्था केली. त्यामुळे साहजिकच ते पुस्तक वर उल्लेख केलेल्या, जास्तीत जास्त विक्री होत असणाऱ्या, अतिलोकप्रिय पुस्तकांच्या यादीत झळकवण्याचा त्यांचा उद्देश सफल झाला. जगभरात अतिशय प्रतिष्ठेच्या समजल्या जाणाऱ्या त्या 'लिस्ट'मध्ये ते पुस्तक अशा रितीने एकदा समाविष्ट झाल्यावर ते बहुमताच्या, सामाजिक शहाणपणाच्या अबलख वारूवर स्वार झाले. त्याच्या विक्रीचा जोर असा काही जबरदस्त वाढत गेला की, सतत पंधरा आठवडे ते त्या यादीत वर-वर चढत राहिले. ज्याअर्थी जास्तीत जास्त विक्रीच्या यादीत पुस्तक समाविष्ट झाले आहे, त्याअर्थी ते उत्तम असले पाहिजे, असे गृहीत धरून औद्योगिक क्षेत्रात रस घेणारे सुशिक्षित, प्रशिक्षित वाचकही, बहुमताचे अनुकरण करत, मोठ्या संख्येने ते पुस्तक विकत घेऊ लागले. त्यामुळे अधिकाधिक वाचकांच्या अनुकरणप्रिय नजरेत ते भरत गेले व त्याची विक्री कित्येक पटीने वाढत राहिली.

आपल्या मेंदूच्या कामाच्या पद्धतीवर आपले कोणतेही नियंत्रण नसते. आपल्या सभोवतालच्या लोकांपैकी जास्त लोक जसे वागताना आपण पाहतो, आपण आपल्या नकळत, कधी-कधी तर ते वागणे अयोग्य, चुकीचे, वेडेपणाचे, क्वचित बेकायदेशीर आहे हे कळूनसुद्धा तसेच वागतो. आपल्या डोक्यात त्या वेळी हा विचार असतो की, 'हे एवढे सगळे लोक ज्याअर्थी या पद्धतीने वागत आहेत, त्याअर्थी मीही तसेच वागले पाहिजे.' एखाद्या गोष्टीत आपली वागणूक कशी असावी याबद्दल आपल्या मनात संदेह असल्यास त्या प्रकारच्या गोष्टीत इतर लोक कसे वागतात याबद्दलचे ज्ञान आपले वागणे ठरवण्यासाठी, त्यात आवश्यक तो बदल करण्यासाठी पुरेसे होते.

सामाजिक प्रभाव अदृश्य असतो

'आपल्यापैकी बहुतेक जण त्यांचे वर्तन, त्यांचे निर्णय, त्यांच्या आवडीनिवडी या इतरांवरून ठरवतात' या विधानाचा तुम्ही कदाचित स्वीकार कराल, पण तेच विधान तुम्हा स्वत:च्या बाबतीतही लागू आहे हे मात्र तुम्हाला सहसा मान्य होणार नाही. कारण तुम्ही स्वत:ला सामान्यांहून वेगळे, खंबीर मनाचे समजता. इतर काय करतात, काय म्हणतात यावरून तुमचे मत, वागण्याची पद्धत, निवड ठरवण्याइतके तुम्ही दुबळे, लेचेपेचे, परावलंबी असाल यावर तुमचा विश्वास बसत नाही. ते बरोबरच आहे, कारण आपण दुसऱ्यांच्या प्रभावाखाली वागतो, कुणाच्यातरी दडपणाखाली आपले निर्णय घेतो हे क्वचितच कुणी मान्य करू शकते!

या सामुदायिक वर्तनाच्या प्रभावाच्या मानसशास्त्राचा फार चांगला उपयोग अनेक बाबतीत, विविध क्षेत्रांत केला जातो. त्यातील एक क्षेत्र आहे पर्यावरणाच्या संरक्षणाची जाणीव लोकांच्या मनात जागवण्याचे, त्यानुसार त्यांच्या आचार-विचारांत बदल घडवून आणण्याचे. २००८मध्ये या विषयावरील एका विशेष संशोधनाचा अहवाल प्रसिद्ध झाला आहे. युनिव्हर्सिटी ऑफ अर्कान्ससमधील समाजशास्त्राची अभ्यासिक जेसिका नोलान हिने तिच्या सहकाऱ्यांच्या मदतीने या गोष्टीचा अभ्यास केला की, लोक पर्यावरणाच्या बाबतीतल्या त्यांच्या वागणुकीबद्दल विचारल्यावर जे सांगतात, जी नेमकी विधाने करतात, त्यात आणि त्यांच्या प्रत्यक्ष व्यवहारातील वागणुकीत साम्य असते का? आणि नसले तर त्यात असणारी तफावत कुठली आणि किती प्रमाणात असते? कॅलिफोर्नियातील काही विशिष्ट भागातील नागरिकांनी ऊर्जा बचतीचा निर्धार केला होता. त्यांना या निर्णयापर्यंत पोहोचायला कुठली कारणे घडली असावीत, हे जाणून घेण्याच्या उद्देशाने नोलान हिने एक सर्वेक्षण केले. तिने त्या मोहिमेत सामील झालेल्या काही जणांना खालील चार प्रश्न विचारले :

अ) ऊर्जेची बचत करण्याच्या तुमच्या निर्णयात 'ऊर्जेची बचत म्हणजे पैशाची बचत' याचे महत्त्व किती आहे?

ब) ऊर्जेची बचत करण्याच्या तुमच्या निर्णयात 'ऊर्जेच्या बचतीमुळे पर्यावरणाचे रक्षण होते' याचे महत्त्व किती आहे?

क) ऊर्जेची बचत करण्याच्या तुमच्या निर्णयात 'ऊर्जेच्या बचतीत समाजाचे फार मोठे हित आहे' याचे महत्त्व किती आहे?

ड) ऊर्जेची बचत करण्याच्या तुमच्या निर्णयात 'इतर बहुसंख्य लोक ऊर्जाबचत करत आहेत' याचे महत्त्व किती आहे?

सर्वेक्षणात सहभागी झालेल्या नागरिकांनी त्यांच्या लिखित उत्तरातून असे दाखवून दिले होते की, ऊर्जेच्या बचतीच्या त्यांच्या निर्धारामागे सर्वांत जास्त महत्त्व असलेला मुद्दा 'ब' या प्रश्नातला – 'पर्यावरणाचे रक्षण' हा होता. त्याच्या खालोखाल 'समाजाचे हित', त्यानंतर 'पैशाची बचत' आणि सर्वांत कमी महत्त्वाचा होता तो 'ड' या प्रश्नातील 'बहुसंख्यांकांच्या त्याच कृतीबद्दलची माहिती'.

सर्वेक्षणात सहभाग घेतलेल्या लोकांनी मुद्द्यांची महत्त्वाची क्रमवारी तर केली होती. आता प्रश्न हा होता की, ते मुद्दे जर त्याच क्रमाने सर्वसामान्य लोकांपुढे सादर केले गेले, तर त्यांना ऊर्जा बचतीचे महत्त्व पटून ते मुद्दे त्यांच्या रोजच्या व्यवहारातील निरनिराळ्या गोष्टीत सुयोग्य असे बदल करायला भाग पाडू शकतील का? या प्रश्नाचे शास्त्रशुद्ध उत्तर शोधण्यासाठी नोलान हिच्या अभ्यासगटाने आणखी एक प्रयोग करायचे ठरवले. त्यांनी सर्वेक्षणातील वरील चार महत्त्वांच्या मुद्द्यांवर आधारित मजकूर असलेली चार प्रकारची पत्रे लिहिली. त्यातले एक पत्र एका घरी अशी शेकडो पत्रे कॅलिफोर्नियाच्या दक्षिण भागातील सॅनमार्कोस येथील रहिवाशांच्या घरी पाठवली.

पहिल्या प्रकारच्या पत्रात सर्वेक्षणात सर्वांत जास्त महत्त्व दिलेला 'पर्यावरणाचे रक्षण' हा 'ब' या प्रश्नातील मुद्दा लोकांच्या मनावर ठसवला होता. पत्रात लिहिले होते :

ऊर्जेची बचत करा आणि पर्यावरणाचे रक्षण करा. उन्हाळा तोंडावर आहे. आपल्या पृथ्वीचे तापमान वाढू न देण्यासाठी हवेतील कार्बन डाय ऑक्साइड वायूचे प्रमाण कमी करण्याची हीच वेळ आहे. कसे साध्य करता येईल हे तुम्हाला? वातानुकूलित यंत्रणेच्याऐवजी पंख्यांचा वापर करा. कॅल स्टेट सॅनमार्कोस येथे केलेल्या एका संशोधनात असे सिद्ध झाले आहे की, असे केल्याने एका महिन्याच्या अवधीत तुम्ही २६२ पौंड इतक्या वजनाच्या कार्बन डाय ऑक्साइड वायूची निर्मिती वाचवू शकता. वातानुकूलित यंत्रणा बंद ठेवा, पंखे वापरा – पर्यावरणाच्या रक्षणाचा चोख उपाय करा!

नोलानने दुसऱ्या आणि तिसऱ्या प्रकारची पत्रे सर्वेक्षणातील महत्त्वाच्या दृष्टीने लोकांनी दुसरा ('क' प्रश्नातील) आणि तिसरा ('अ' प्रश्नातील) क्रमांक दिलेल्या मुद्द्यांवर आधारित लिहिली आणि ती सॅनमार्कोसमधील काही नागरिकांना पाठवली. चौथ्या प्रकारच्या पत्रात सर्वांत कमी महत्त्व दिलेला ('ड' प्रश्नातील मुद्दा) 'बहुसंख्यांचे अनुकरण' याचा उल्लेख केला. त्यात लिहिले :

तुमच्या शेजारपाजाऱ्यांच्या पर्यावरण संरक्षणाच्या प्रयत्नात सहभागी व्हा. ते सगळे जण लवकरच येणाऱ्या उन्हाळ्यात ऊर्जेची बचत आपल्या घरापासूनच कशी सुरू करता येईल याचा शोध घेत आहेत, वेगवेगळे मार्ग धुंडाळत आहेत. त्यातला एक मार्ग त्यांनी स्वीकारला आहे – वातानुकूलित यंत्रणेऐवजी पंखे वापरणे. कॅल स्टेट सॅनमार्कोस येथे नुकत्याच केलेल्या संशोधनात असे दिसून आले आहे की, सॅनमार्कोसच्या रहिवाशांपैकी ७७ टक्के लोक उन्हाळ्यातील गरमीत घरे थंड ठेवण्यासाठी वातानुकूलित यंत्रणा न वापरता पंख्यांचाच वापर करतात. तेव्हा तुम्हीही वातानुकूलित यंत्रणेऐवजी पंखे वापरा – तुमच्या सभोवतालच्यांनी अवलंबलेला, लोकप्रिय उपाय!

कोणत्या प्रकारचे आवाहन सर्वांत जास्त परिणामकारक ठरते, म्हणजेच कोणत्या मुद्द्याने लोक अधिक प्रभावित होऊन वीज वापरात बचत करतात याचे मोजमापन करण्यासाठी, संशोधकांच्या गटांनी, पत्र पाठवलेल्या सर्व घरांच्या इलेक्ट्रिसिटी मीटर्सवरील वीज-वापराच्या नोंदी वाचण्याची आणि त्या घरातील यापूर्वीच्या काही उन्हाळ्यातला विजेचा सरासरी वापर आणि त्यांचे पत्र मिळाल्या नंतरचा वापर यांतील फरक ताडून पाहण्याची विशेष परवानगी संबंधित खात्याकडून मिळवली. नोलानने कॅलिफोर्नियातील नागरिकांच्या केलेल्या सर्वेक्षणातून लोकांनी ऊर्जेची बचत करण्याच्या निर्णयामागील कारणात 'इतर बहुसंख्य लोकही तोच उपाय वापरत आहेत' या मुद्द्याला सर्वांत कमी महत्त्व दिले होते. परंतु विजेच्या वापरात जी घट दिसली, तिच्या आकड्यांनी त्याच्या अगदी उलट म्हणजे त्या मुद्द्यानेच सर्वांत जास्त परिणाम घडवल्याचे, दाखवून दिले! ज्या लोकांना चौथ्या 'बहुसंख्यांकांचा शहाणपणा' अधोरेखित करणारे पत्र पाठवले गेले होते त्याच नागरिकांच्या घरातील विजेच्या वापरात सर्वांत जास्त, लक्षणीय अशी घट दिसून आली. लोकांच्या उक्ती आणि प्रत्यक्ष कृती यांतील तफावत उघड झाली!

या आणि अशा अनेक प्रयोगांतून हेच सिद्ध झाले की, लोकांचे विचार, वर्तणूक, सवयी यांत प्रत्यक्ष बदल घडवून आणायला 'बहुसंख्यांकांच्या शहाणपणाचे अनुकरण' ही गोष्ट पुरेशी ठरते, नव्हे तीच सर्वांत प्रभावशाली ठरते!! आणखी एक गोष्ट या संशोधनातून पुढे आली. ती म्हणजे लोकांच्या मतांवर, वागणुकीवर सामाजिक शहाणपणाच्या अनुकरणाचा परिणाम घडत असतो याविषयी ते अनभिज्ञ असतात; त्यांना त्याची जाणीव नसते. सभोवलतालचे बहुतांशी लोक काय करतात, कसे वागतात यावरून आपल्या वागणुकीत बदल घडतात, आपले निर्णय, आपल्या आवडीनिवडी ठरतात हे त्यांना दाखवून दिले, तरीही ते त्यांना खरे वाटत नाही!

धोका – धोका!!

इतर लोकांच्या वागणुकीबद्दलचे ज्ञान लोकांना वाईट मार्गाकडेही वळवू शकते. ॲरिझोना राज्यातील 'पेट्रिफाइड फॉरेस्ट नॅशनल पार्क'च्या व्यवस्थापनापुढे यामुळेच एक विचित्र समस्या उभी राहिली होती. या अरण्याचे असाधारण वैशिष्ट्य म्हणजे त्यात कोट्यवधी वर्षांच्या कालावधीत दगडी जीवाश्मात रूपांतर झालेल्या मोठमोठ्या वृक्षांच्या फांद्यांचे ओंडके, छोटे-मोठे तुकडे प्रचंड संख्येने आहेत. त्या ऐतिहासिक पार्कला भेट देणारे त्या जगावेगळ्या आश्चर्याचे, निसर्गाच्या चमत्काराचे स्मरणचिन्ह म्हणून स्वत:बरोबर त्या लाकडाचे छोटे तुकडे, तशी परवानगी नसूनही, आपल्याबरोबर चोरून घेऊन जायला लालसावतात. लालसेपोटी त्या ओंडक्यांच्या छोट्या-छोट्या तुकड्यांची मोठ्या प्रमाणावर चोरी होत राहते. व्यवस्थापनाने या चोरीला आळा घालण्यासाठी योजलेल्या विविध उपायांत एक होता अरण्यात अनेक मोक्याच्या जागी लावलेले ठळक सूचना फलक. त्यावरील मजकूर असा होता :

लोकहो, या अरण्यातील दगडी जीवाश्मात रूपांतर झालेल्या एकेका लाकडाच्या तुकड्याच्या चोरीमुळे प्रतिवर्षी एकूण १४ टन इतक्या वजनाची लाकडे या अरण्यातून बाहेर जात आहेत. त्यांच्या रूपाने आपल्या देशातील निसर्गाचा अमोल ठेवा नाश पावत आहे.

या अशा फलकांनी चोरी का आटोक्यात येत नव्हती, हे लक्षात आले का तुमच्या? व्यवस्थापनाच्या नोंदीनुसार पार्कला भेट देणाऱ्यांच्यातील तीन लोक त्या मौल्यवान लाकडाचे तुकडे त्यांच्यासमवेत अवैध मार्गाने बाहेर घेऊन जात असत. प्रत्येक जण लहानसाच तुकडा नेत असे; पण पार्कला भेट देणाऱ्यांची काही दशसहस्र इतकी प्रचंड संख्या विचारात घेता, ते नुकसान महिन्याला एक टनाहून जास्त भरत असे.

या गहन प्रश्नावर तोडगा काढण्यासाठी जवळच्या ॲरिझोना स्टेट युनिव्हर्सिटीतील रॉबर्ट सियाल्डिनी नावाचा एक मुरलेला, कल्पक संशोधक पुढे सरसावला. तो त्यासाठी 'बहुसंख्यांकाचे शहाणपण', 'बहुमताचा कौल' यांचा लोकांवर होणारा परिणाम या मानसशास्त्राच्या सिद्धान्ताचा वापर करणार होता. त्या धूर्त समाजशास्त्रज्ञाने प्रथम पार्कमधील लाकडांच्या काही तुकड्यांवर व्यवस्थापनाच्यामार्फत एक विशिष्ट खूण करून घेतली. ते खुणेचे तुकडे मोजले आणि पार्कमधील पाहुण्यांकडून जास्तीत जास्त वापरल्या जाणाऱ्या मार्गांच्या दोन्ही बाजूंना पसरून ठेवले. त्यातील किती तुकडे पाहुण्यांच्या खिशांतून किंवा पिशव्यांतून पार्कबाहेर जातात, याची नोंद

ठेवून चोरी किती होत होती याचे मोजमाप घेतले. नंतर त्याने दोन अगदी भिन्न असे फलक तयार करून घेतले.

पहिल्या फलकावर तीन व्यक्ती लाकडे चोरून नेत आहेत असे चित्र काढले होते आणि त्या चित्राखाली असा मजकूर होता :

पार्कला भेट देणाऱ्यांपैकी कित्येकांनी दगडी जीवाश्मात रूपांतरित झालेले लाकडाचे तुकडे येथून बाहेर नेऊन या पार्कच्या नैसर्गिक अवस्थेला धक्का पोहोचवला आहे.

दुसऱ्या फलकावर लाकडाचा तुकडा चोरणाऱ्या एका माणसाचे चित्र काढले होते. चोरी केलेले लाकूड धरलेल्या त्याच्या हातावर काढलेले लाल रंगाचे वर्तुळ आणि त्याला छेदणारे लाल रंगातलेच गुणाकाराचे चिन्ह ही 'मनाई' जाहीर करणारी खूण लांबूनही स्पष्ट दिसत होती. या फलकावर धोक्याची सूचना लिहिलेली होती :

दगडी जीवाश्मात रूपांतरित झालेल्या लाकडाचे तुकडे कृपया येथून बाहेर नेऊ नका, या पार्कच्या नैसर्गिक अवस्थेला धक्का पोहोचवू नका.

लाकडाची चोरी कमी करायला या दोन्ही फलकातील कोणता फलक जास्त परिणामकारक ठरला असेल असे तुम्हाला वाटते?

'कित्येकांनी लाकडाचे तुकडे येथून बाहेर नेले आहेत' असा संदेश वाचकांना देणाऱ्या पहिल्या फलकामुळे चोरी कमी तर झाली नाहीच, उलट तिच्यात ७.९२ टक्क्यांनी वाढ झाली. लाकूड नेणाऱ्या बऱ्याच लोकांचे चित्र आणि 'बरेच लोक तेच करत आहेत' असे सांगणारे फलकावरील शब्द, यांनी काही लोकांच्या अनुकरणप्रियतेच्या सहजप्रवृत्तीने उचल खाल्ली. त्यांच्या हानिकारक प्रवृत्तीत वाढ झाली. दुसऱ्या फलकावरील शब्दातून 'लाकडाचे तुकडे बाहेर न नेण्याची' स्पष्ट ताकीद आणि तीच डोळ्यात भरवणारी, चूक करणाऱ्याच्या हातावरील धोकादर्शक लाल रंगातील परिचित खूण यांनी मात्र योग्य तो परिणाम साधला. चोरीचे प्रमाण १.६७ टक्के इतके खाली आले.

व्यवस्थापनाने रॉबर्टच्या हस्तक्षेपाआधी जे फलक लावले होते त्यावरील मजकुरातूनही लोकांना सरळच कित्येक जण चोरी करीत असल्याची माहिती मिळत होती. त्यातून नकळतपणे काहींना तसेच करण्याचे उत्तेजन मिळत होते. तो फलक वाचून काही लोकांची अशी पक्की समजूत होत असे की, लाकडाचे तुकडे नेणाऱ्या इतक्या लोकांप्रमाणेच त्यांनीही एक तुकडा स्मरणचिन्ह म्हणून बरोबर नेला तर काही बिघडणार नाही.

लक्षात ठेवा, सामाजिक प्रभावाचा परिणाम बऱ्यावाईट दोन्ही बाजूंनी होऊ शकतो.

जर समाजातील बरेच लोक एखादे चुकीचे वर्तन करत असतील, तर अशा वेळी ते मुद्दाम इतरांच्या लक्षात आणून देणे अयोग्य ठरते. जर तुमच्या ऑफिसमधील खूप लोक त्यांनी ऑफिसच्या कामासाठी केलेल्या खर्चाचा हिशेब द्यायला नेहमीच अक्षम्य उशीर करत असतील आणि ते चुकीचे आहे, तसे कुणीही करायला नको अशी ताकीद तुम्हाला सर्वांना द्यायची असेल, तर 'खूप लोक सध्या हिशेब फार उशिरा देतात' असे विधान त्याविषयीच्या संदेशात कधीही करू नका. त्यामुळे जे मोजके लोक हिशेब वेळेवर देत असतील त्यांचीही अशी समजूत होईल की, उशिरा हिशेब देणे हाच बहुमताचा मार्ग आहे. लोकप्रियतेच्या अनुकरणाच्या सहज प्रवृत्तीने त्यांची तत्परताही कमी होऊ लागेल. तुमच्या पाल्याच्या शाळेतील बरेच विद्यार्थी गृहपाठ करण्यात फसवाफसवी करतात, असे तुमच्या लक्षात आल्यास त्याविषयी कधीही उघडपणे बोलू नका, त्याची चर्चा करू नका.

रॉबर्ट सियाल्डिनी याने लावलेल्या ज्या फलकामुळे ॲरिझोनातील 'पेट्रिफाइड फॉरेस्ट नॅशनल पार्क'मधील चोऱ्यांच्या प्रमाणात लक्षणीय घट झाली, त्या फलकावरील फक्त एकाच चोराचे – आणि तेही हातावर शिक्का बसलेल्या चोराचे – चित्र पाहताना लोकांना त्यातला गर्भितार्थ स्पष्ट लक्षात येत होता – 'येथे बहुतेक कुणीच चोरी करत नाही, तुम्ही केलीत तर तो अस्वीकारार्ह अपवाद ठरेल.'

तात्पर्य हे की, जर तुम्ही लोकांना एखादी गोष्ट करण्याच्या त्यांच्या विचारापासून परावृत्त करण्याचा प्रयत्न करत असाल, तर त्यांच्या मनावर असे बिंबवा की, तसे करण्याने ते भोवतालच्या समाजात एक 'अपवाद' ठरतील. तशी निंद्य गोष्ट केली म्हणून समाज त्यांना वेगळे पाडेल, टाळू लागेल.

सामाजिक प्रभाव आणि न्यूरोसायन्स – मज्जातंतूविज्ञान

आपण सहजपणे आपल्या सभोवतालच्या समाजाच्या जीवनशैलीने प्रभावित का होतो? बऱ्यावाईटाची पारख, त्यातील योग्य गोष्टींची निवड आपण स्वतःची स्वतः

करण्याऐवजी, त्यासाठी अभावितपणे इतरांवर अवलंबून का राहतो? त्यांचे अनुकरण का करतो?

या प्रश्नांची उत्तरे शोधायला एमरी युनिव्हर्सिटीतील प्राध्यापक ग्रेगरी बर्न्स आणि त्याच्या सहकाऱ्यांनी केलेल्या संशोधनाचा संदर्भ उपयोगी पडेल. हसायला उत्सुक असलेला चेहरा, त्या चेहऱ्याभोवती तपकिरी रंगांच्या कुरळ्या केसांची महिरप असा ग्रेगरी बर्न्स त्याच्या विद्यार्थ्यांच्याच वयाचा असल्यासारखा छोटासा दिसत असे, पण त्याच्या नावापुढील भौतिकविज्ञान, वैद्यकशास्त्र आणि जीववैद्यक अभियांत्रिकी (बायोमेडिकल इंजिनिअरिंग) या तीन भिन्न क्षेत्रांतील पदव्यांची बिरुदावली त्याच्या मोठेपणाची ग्वाही देत असे. जेव्हा माणसावर सामाजिक दबाव किंवा बहुसंख्यांकांचा प्रभाव पडतो तेव्हा त्याचा मेंदू नेमके कसे काम करतो, त्याची प्रतिक्रिया काय आणि कशी असते याचे 'फंक्शनल मॅग्नेटिक रेझोनन्स इमेजिंग' (एफएमआरआय) हे प्रतिमाचित्रणाचे अत्याधुनिक तंत्र वापरून, मेंदूच्या आतल्या हालचालींचे निरीक्षण करणाऱ्या जगभरातील अनेक संशोधकांच्यात ग्रेगरी बर्न्स हे नाव अग्रस्थानी आहे.

१९५१ साली सॉलोमन ॲश याने समान लांबीच्या रेषा ओळखण्यासारखे जे प्रयोग केले, त्या संशोधनाला बर्न्स याने एकविसाव्या शतकातील अत्याधुनिक वैज्ञानिक तंत्रज्ञानाची जोड दिली. त्यानेही काही लोकांना, फलकांऐवजी संगणकाच्या पडद्यावर विशिष्ट आकृतींच्यातील साम्य व फरक ओळखायला लावले. प्रयोगात सहभागी झालेले प्रयुक्त मेंदूला चालना देणाऱ्या त्या कृती करत असताना त्यांच्या मेंदूच्या आत होणारे बदल, घडणाऱ्या हालचाली यांची 'एफएमआरआय' हे तंत्र वापरणाऱ्या उपकरणांच्या साहाय्याने बारकाईने तपासणी केली. उदाहरणादाखल हे प्रयोग पाहा :

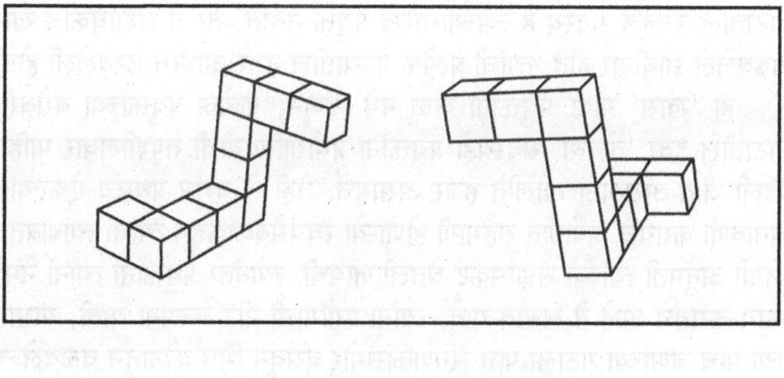

संगणकाच्या पडद्यावर त्रिमितीतील दोन वस्तू प्रयुक्तांना दिसतात. (खालील दोन आकृत्या पाहा.) त्यांना हे ओळखायचे असते की, त्या दोन आकृत्या म्हणजे एकच वस्तू दोन भिन्न कोनात वळवून ठेवलेली आहे की त्या दोन सर्वस्वी भिन्न वस्तू आहेत. तुम्हीही प्रयत्न करा आणि सांगा त्या एकच आहेत की भिन्न.

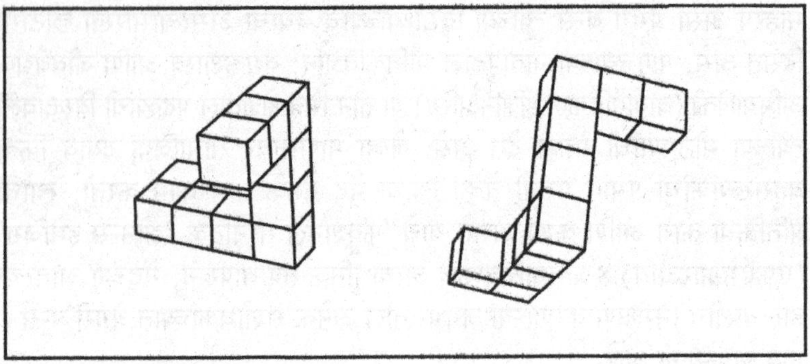

(पुस्तकाच्या शेवटी उत्तरे दिली आहेत, पाहा क्रमांक १)

या आकृत्या पाहिल्यावर तुमच्या हे लक्षात आले असेलच की, बर्न्सचा प्रयोग ॲशच्या प्रयोगाहून अधिक अवघड होता. शिवाय बर्न्सने उत्तर देण्यासाठी फक्त १२ सेकंदांचा अवधी दिला होता. त्यामुळे तर तो जास्तच आव्हानात्मक ठरला.

ॲशच्या प्रयोगाच्या वेळेसारखेच या प्रयोगांचे वेळीही प्रयुक्तांना या गोष्टीची जाणीव करून देण्यात आली होती की, ते 'समूहाची निर्णयपद्धती' या प्रक्रियेचा अभ्यास करण्यासाठी आयोजित करण्यात आलेल्या प्रयोगात भाग घेत आहेत. पाच जणांचा एकेक गट करण्यात आला होता. काही फेऱ्यांत सर्वांची उत्तरे एकमेकांना कळणार होती. अर्थात या वेळीही कुठल्याच प्रयुक्ताला हे माहीत नव्हते की, त्याच्या गटातील उरलेले सदस्य हे त्याच्यासारखे प्रयुक्त नव्हते, तर ते संशोधकांचे खास पढवलेले साथीदार होते. त्यांची प्रत्येक फेऱ्यातील उत्तरे आधीच ठरवलेली होती.

ही 'खास' गोष्ट प्रयुक्तांना कळू नये म्हणून, प्रत्येक प्रयुक्ताच्या बरोबरीने गटातील इतर 'तोतया' सदस्यही प्रयुक्तांना प्रयोगाविषयीची तपशीलवार माहिती दिली जात असताना खोलीत हजर असायचे. तेही ते वर्णन प्रथमच ऐकल्याची बतावणी करायचे. प्रयोगात सहभागी होणाऱ्या स्वयंसेवकांकडून त्यांची त्याबाबतची लेखी अनुमती त्यांच्या सह्यांसकट घेतली जायची. त्यानंतर प्रयुक्तांना त्यांनी नेमके काय करायचे आहे ते लक्षात यावे, त्यांना प्रयोगाची नीट कल्पना यावी, यासाठी त्या पाच जणांच्या गटाला पाच संगणकांसमोर बसवून भिन्न कोनातून वळवलेल्या दोन-दोन आकृत्यांचे एकामागे एक असे २० संच दाखवून त्यांना निर्णय घेण्याचा

सराव करू दिला जायचा. त्या चाचण्या संपल्यानंतर गटातील एकमेव खऱ्या प्रयुक्ताला एफएमआरआय तंत्राने मेंदूच्या आतील हालचालींचा वेध घेणारे उपकरण ठेवलेल्या खोलीत नेले जाऊन तिथल्या संगणकासमोर बसवले जायचे.

पहिल्या काही फेऱ्यांत प्रयुक्ताला पडद्यावरील दोन्ही आकृत्या या भिन्न कोनात फिरवून ठेवलेली एकच वस्तू आहे की त्या दोन वेगवेगळ्या वस्तू आहेत, हे आपले आपण, स्वतंत्रपणे ओळखायला सांगितले जायचे. नंतरच्या फेऱ्यांत मात्र त्याला त्याच्या गटातील इतर चार 'पढवलेल्या' सदस्यांची उत्तरे त्याच्या संगणकांच्या पडद्यावर दाखवली जायची. ते चारही तोतया सदस्य त्यांना पढवल्याप्रमाणे त्यापैकी निम्म्या फेऱ्यांत एकमताने बरोबर उत्तरे द्यायचे आणि उरलेल्या निम्म्या फेऱ्यांत मुद्दामच चुकीची उत्तरे द्यायचे.

मला नाही वाटत प्रयुक्तांच्या उत्तरांच्या निवडीने तुम्हाला आश्चर्य वाटेल! संशोधकांच्या सहकाऱ्यांनी मुद्दाम दिलेली चुकीची उत्तरे, प्रयुक्तांना त्यांच्या संगणकाच्या पडद्यावर दिसली होती, त्या फेऱ्यात त्यांनी इतर फेऱ्यांतील त्यांच्या चुकीच्या उत्तरांच्या तिप्पट उत्तरे चुकीची दिली! आपल्या बरोबरच्यांनी, आपल्या गटातील इतरांनी दिलेली उत्तरे समोर दिसताच तेच उत्तर निवडण्याची प्रयुक्तांची प्रवृत्ती स्पष्ट दिसून आली. त्याचमुळे त्यांनी सरासरी एकूण उत्तरांच्या ४१ टक्के उत्तरे चुकीची दिली. प्रयुक्तांना ज्या पहिल्या काही फेऱ्यांत इतर सदस्यांची उत्तरे दाखवली गेली नव्हती, त्या फेऱ्यांतील त्यांच्या चुकीच्या उत्तरांची टक्केवारी केवळ १४ टक्के होती! अर्थात प्रयुक्तांच्या उत्तरांतील चुकांची टक्केवारी मोजणे हा बर्न्स यांच्या प्रयोगांचा एकमेव किंवा प्रमुख उद्देश नव्हता.

प्रयुक्तांच्या मेंदूला जोडलेल्या एफएमआरआय तंत्राच्या उपकरणाद्वारे बर्न्स आणि त्याचे सहकारी निरनिराळ्या फेऱ्यांतील भिन्न परिस्थितीत प्रयुक्त त्यांच्या उत्तरांची निवड करत असताना त्यांचा मेंदू कसा 'चालत' होता, त्याचा कोणता भाग कोणत्या वेळी उद्दीपित होत होता, त्यात काय हालचाली घडत होत्या यांच्या प्रतिमांचे निरीक्षण करत होते; नोंदी घेत होते. आपला मेंदू जेव्हा आपल्या सभोवतालच्या परिस्थितीविषयी विचारपूर्वक, सहेतुकपणे एखादा विशिष्ट निर्णय घेतो, तेव्हा त्याचा 'प्रीफ्रंटल कॉर्टेक्स' नावाचा भाग उत्तेजित होतो ही गोष्ट यापूर्वीच्या संशोधनातून कळलेलीच होती. समोरचा पदार्थ काळ्या रंगाचा असल्याचे डोळ्यांनी पाहूनही, जर आपण तो पांढराच आहे असा दावा करू लागलो, तर मेंदूच्या प्रीफ्रंटल कॉर्टेक्समध्ये एकदम क्षणिक उलथापालथ होते. तसेच, दोन वस्तू एकाच आकाराच्या आहेत, अशी आपली खातरी असतानासुद्धा, केवळ आपले इतर सहयोगी त्या भिन्न आकाराच्या आहेत असे म्हणतात, हे आपल्याला माहीत झाल्याबरोबर आपणही तसेच उत्तर दिले पाहिजे असा निर्णय घेतो, त्याही वेळी

मेंदूच्या प्रीफ्रंटल कॉर्टेक्समध्ये गडबड उडालेली लक्षात येते; हेही यापूर्वी सिद्ध झाले होते.

बर्न्सच्या प्रयोगात ज्या फेऱ्यांत प्रयुक्तांना गटातील इतर सदस्यांनी काय उत्तरे दिली आहेत, याबद्दलची माहिती त्यांच्या संगणकांच्या पडद्यावर दाखवली गेली; ती पाहताना मात्र प्रयुक्तांच्या मेंदूतील प्रीफ्रंटल कॉर्टेक्स थंड आणि शांत दिसला. म्हणजे ती माहिती त्यांच्या डोळ्यांना दिसत होती, पण ती पाहताना प्रयुक्त, तेच उत्तर आपणही द्यावे असा जाणीवपूर्वक विचार करत नव्हते. त्या वेळी फक्त मेंदूतील 'व्हिज्युअल कॉर्टेक्स' म्हणजे डोळ्यांकडून पाठवले जाणारे संदेश ग्रहण करून पाहिलेल्याची जाणीव करून देण्याचे कार्य करणारा मेंदूचा भाग उद्दीपित झालेला लक्षात आला. हे शास्त्रीय भाषेचे अवडंबर बाजूला ठेवून साध्या-सोप्या भाषेत सांगायचे म्हणजे, जेव्हा दोन आकृत्यांमध्ये एकच वस्तू आहे की दोन भिन्न वस्तू आहेत, यांविषयीची चुकीची माहिती प्रयुक्तांना दिली जात होती, त्या वेळी त्यांनाही अशी खातरीच वाटत होती की, जे इतर सर्वांनी एकमताने पाहिले होते तेच तेही पाहात होते! इतर सर्वांशी सहमत होण्याचा निर्णय ते जाणीवपूर्वक घेत नव्हते आणि त्यांनी वास्तवात काय पाहिले होते, काही पाहिले होते की नाही, याबद्दलही ते काही विचार करत नव्हते. त्यांच्या मेंदूच्या तळातील कोणतातरी भाग जे पाहिले जात होते त्या सत्याला, त्या वास्तवाला डावलून, केवळ गटातील इतरांच्या निर्णयाशी जुळणारा, उलटा तसेच चुकीचा अर्थ लावून तसाच निर्णय घेत होता.

ग्रेगरी बर्न्स आणि त्याच्या सहकाऱ्यांनी या प्रयोगात आणखी एक महत्त्वपूर्ण निरीक्षण नोंदवले. प्रयोगादरम्यान काही अपवादात्मक, ठाम प्रवृत्तीच्या प्रयुक्तांनी त्यांचे मत बहुमताच्या विरुद्ध असूनही ते नोंदवण्याचे 'धाडस' दाखवले होते. तो 'कठीण' निर्णय घेताना त्यांच्या मेंदूतील 'ॲमिग्डाला' नावाच्या भागात विशेष स्पंदने होत असल्याचे एफएमआरआय उपकरणाच्या प्रतिमांतून स्पष्ट दिसले. हा मेंदूचा भाग सहसा चिंता, काळजी यांसारख्या भावनांनी मन:स्थिती बिघडलेली असताना उत्तेजित होतो. संशोधकांच्या या निरीक्षणावरून असे लक्षात येते की, प्रवाहाविरुद्ध जाण्याचा निर्णय घेताना मेंदूकडे अस्वस्थतेचा, हलक्याशा वेदनेचा, किंचित क्लेशाचा किंवा संकटाचा संदेश धाडला जातो. आपला मेंदू आपल्या सभोवतालच्यांच्या मार्गाने जाण्याला सरावलेला असतो. तसे करणे योग्य; अशीच त्याची साहजिक प्रवृत्ती बनलेली असते, आणि तसे न करण्याचा प्रसंग घडला तर त्याला म्हणजेच पर्यायाने आपल्याला त्रास होतो, दु:ख होते.

मॅसेच्युसेट्स इन्स्टिट्यूट ऑफ टेक्नॉलॉजीमधील एक नामवंत अर्थशास्त्रज्ञ अभिजित बॅनर्जी याने त्याच्या अर्थशास्त्राच्या रूक्ष भाषेत असे लिहून ठेवले आहे की, 'बहुसंख्यांकांची मते, त्यांचे विचार, त्यांच्या उक्ती आणि कृती यांनी प्रभावित

होऊन त्याच दिशेला झुकणे ही आपणा सामान्यांच्यात दिसणारी सहज प्रवृत्ती अकार्यक्षम आणि परिणामशून्य असते'. त्याचे म्हणणे बरोबर आहे. एका अर्थशास्त्रज्ञाच्या भावनारहित, विश्लेषक दृष्टिकोनातून माणूस हा निश्चितच आपल्या क्षमतेचा पुरेपूर उपयोग न करून घेणारा, ती वाया घालवणारा प्राणी आहे. दुर्दैवाने वस्तुस्थिती अशी आहे की, माणसापाशी तसे करण्याच्या डोळस प्रयत्नांसाठी वेळ नसतो, शक्ती नसते आणि तेवढे त्याच्या मेंदूचे कर्तृत्वही नसते.

आपला मेंदू हे जीवशास्त्रीय अभियांत्रिकीने घडवलेले एक थक्क करून टाकणारे, अविश्वसनीय असे आश्चर्य आहे. लाखो वर्षांच्या सततच्या उत्क्रांतीच्या प्रक्रियेचा अद्‌भुत परिपाक आहे. दररोजच्या जीवनात पदोपदी आपल्या समोरच्या असंख्य पर्यायांची छाननी करण्याचे अवघड आणि अमर्याद असे काम करताना आपला मेंदू अगदी थकून जातो. प्रत्येक गोष्ट खोलात जाऊन तपासून, त्याचे मोजमाप करून, पृथक्करण करून त्यावरून कृती ठरवणे ही प्रक्रिया सतत करण्याला त्याची ताकद अपुरी पडते. प्रत्येक बाबतीत जर सखोल अभ्यासाचा आग्रह धरला, तर थकलेला मेंदू वेळेवर निर्णय घेऊ शकणार नाही, आपण सतत 'अनिर्णयित' अवस्थेत राहू आणि ती अवस्था आपल्या नाड्याच आखडून टाकेल!

माणसाचा मेंदू हा खरोखरच अजब असा अवयव आहे. तो अविरतपणे कार्यरत असतो. विश्रांती घेत असतानाही आतून प्रचंड हालचालींनी गजबजलेला असतो. त्याची मूर्ती छोटी, पण भूक मोठी आहे. संपूर्ण शरीराच्या वजनाच्या फक्त दोन टक्के वजन असलेला हा 'बटू' शरीराला जिवंत ठेवायला लागणाऱ्या प्राणवायू आणि नैसर्गिक साखर यांच्या दररोजच्या एकूण इंधनाच्या आवश्यकतेपैकी २० ते २५ टक्के इतके प्रचंड इंधन स्वत:साठी खर्च करतो.

प्राचीन काळी अन्नाचे दुर्भिक्ष असल्यामुळे त्यातून मिळणारा प्रत्येक उष्मांक महत्त्वाचा होता. त्यामुळे उत्क्रांतीवादाच्या सिद्धान्तांप्रमाणे मेंदूत असे बदल होणे आवश्यक ठरले की, ज्यामुळे त्याची इंधनाची गरज कमी होईल, म्हणजेच तो त्याचे विहित कार्य कमीत कमी ऊर्जा वापरून करू शकेल. परिणामी इंधनाच्या कमतरतेमुळे त्याचे कार्य थांबून जाण्याचा, तो मृतावस्थेला पोहोचण्याचा धोका टाळण्यासाठी त्याची जास्तीत जास्त कामे 'स्वयं' पद्धतीने म्हणजे त्याच्या फक्त देखरेखीखाली; पण प्रत्यक्ष सहभागाविना, ऊर्जेच्या अत्यल्प वापराने, केली जातील असे बदल त्यात हळूहळू घडू लागले. त्यासाठी मेंदूला सहेतुकपणे जरासा मंद, संथ, काहीसा आळशी गोळाच म्हणा ना, बनवण्यात आले! प्रत्येक बाबतीत सखोल विश्लेषण करणे, पर्यायांना पारड्यात घालून त्यातील योग्य पर्यायाची अचूक निवड करणे या मानसिक हिशेबात त्याची शक्ती खर्च होण्याचे टाळण्यासाठी उत्क्रांतीच्या प्रक्रियेत जेथे-जेथे शक्य आहे तेथे-तेथे कमी श्रमाचा, जवळचा मार्ग

शोधण्याचे शिक्षण त्याला देण्यात आले.

त्यातील ऊर्जा बचतीचा त्याने शोधलेला एक जवळचा मार्ग होता – बहुसंख्यांकांच्या कृतींतून मार्गदर्शन घेणे, त्यांचे अनुकरण करणे. प्राचीन काळापासूनच माणूस हा 'कळपाने राहणारा प्राणी' आहे. सुरुवातीला तो 'टोळ्या' करून राहात असे, आजही आपण आपल्याभोवती एक मर्यादित समाज एकत्रित करून, समूहानेच राहतो. आपल्या पूर्वजांनीही त्यांना त्यांच्या सभोवतालचे बरेचसे लोक एका दिशेने पळताना दिसले, तर जास्त प्रश्न न विचारता, मेंदूला उगीचच ताण न देता त्या जागी थांबून न राहता त्याच दिशेने पळत सुटण्याचाच मार्ग स्वीकारला होता. आजूबाजूच्या टोळ्यातील लोक झाडांच्या फांद्या तोडून त्यांच्या अग्रभागी धारदार दगड बांधून भाल्यांसारखी शस्त्रे बनवताना पाहिल्यावर, त्यांनीही त्याच पद्धतीचे अनुकरण करण्यात शहाणपणा मानला होता. इतिहास या गोष्टीचे कितीतरी पुरावे देतो की, समाजाच्या म्हणजेच बहुसंख्यांकांच्या वर्तनाचे अनुकरण हा जिवंत राहण्याचा, टिकून राहण्याचा खातरीचा मार्ग आहे. एखाद्या गोष्टीबाबतीतल्या पर्यायांचे मूल्यमापन करून त्याविषयीची तपशीलवार माहिती एकत्र करून त्यातील योग्य पर्यायाच्या निवडीचे कष्टप्रद काम आधीच बऱ्याच जणांच्या मेंदूंनी केलेले असेल, आणि त्यातून काढलेल्या निष्कर्षांवरून जर त्यांनी काही कृती, पद्धती, तसेच रिती ठरवल्या असतील, तर आपणही त्या सर्व प्रयत्नांची पुनरावृत्ती न करता, त्यांनुसार वागलो तर ते सहसा चुकीचे ठरत नाही.

उत्क्रांतीने केलेल्या बदलातील फारच मोजके बदल आज आपल्याला ज्ञात आहेत. विचार करा, लहान मुलांना जगाचे ज्ञान कसे होते? ती जे ऐकतात, पाहतात, अनुभवतात त्या प्रत्येक गोष्टीविषयी कधी भाराभर प्रश्नही विचारत नाहीत किंवा त्यांच्या मुळाशी जाऊन त्यांबद्दलचे कायदे-नियमही शोधत बसत नाहीत. मुले प्रामुख्याने अनुकरणानेच शिकतात. त्यांची आई जे करते, बोलते तेच ते पाहतात, ऐकतात, शिकतात, बोलतात आणि करतात. त्यांची 'आई' अथवा 'ममी' काही म्हणाली की, ते पाहून, ऐकून आपण तसेच म्हटले पाहिजे याविषयी त्यांच्या मनात जराही शंका उभी राहत नाही. त्यांच्या आजूबाजूला मोठी माणसे दोन पायांवर चालताना ती पाहतात. त्या वेळी पायांऐवजी दोन हातांवर चालण्यातले फायदे, सोयी-गैरसोयी तपासून पाहाव्यात, असा विचार त्यांच्या मनात डोकावत नाही. मुले नि:शंकपणे नक्कल; अनुकरण करतात, कारण तो नवीन गोष्टी शिकण्याचा जवळचा आणि सर्वांत शीघ्रगती मार्ग असतो.

माणूस उपजतच समूहात रमणारा, समाजप्रिय प्राणी आहे. इतरांच्या मतांवर विश्वास ठेवण्याकडे त्याचा नैसर्गिक कल असतो. आपण जे पाहतो, अनुभवतो केवळ त्याचाच, केवळ स्वानुभवाचाच प्रभाव आपल्या मेंदूवर पडतो असे नाही.

आपल्या आसपास कोण लोक आहेत, त्यांचे आचारविचार काय आहेत याचाही बराच परिणाम त्याच्यावर होत असतो.

लैंगिक आवडीनिवडींवरील समाजाचा प्रभाव

आपल्या आचारांची पद्धती आणि विचारांची प्रवृत्ती यांची दिशा ठरवण्यावरच केवळ समाजाचा प्रभाव असतो असे नाही, तर आपल्या लैंगिक आकर्षणाबद्दलच्या संकल्पनांवरही त्याचाच पगडा असतो. तो विषय उघड चर्चेचा नसल्यामुळे मूकपणेच तो प्रभाव आपल्या मनाला समाजमान्य दिशेला वाकवत, वळवत असतो. युनिव्हर्सिटी ऑफ टेक्सासमधील संशोधकांच्या एका गटाने काही तरुणींना पुरुषांचे आणि काही तरुणांना स्त्रियांचे फोटो दाखवून त्यांच्या आवडीनुसार त्यांची क्रमवारी लावण्यास सांगितले.

तरुणींपासून सुरुवात करू. त्यांना तीन प्रकारचे फोटो दाखवले गेले. पहिल्या प्रकारातल्या फोटोत एकट्या तरुणाची हसरी छबी होती. दुसऱ्यातला तरुण काही आकर्षक स्त्रियांनी वेढलेला होता आणि तिसऱ्या प्रकारातल्या फोटोतील तरुणाभोवती पुरुषांची गर्दी होती.

सर्वेक्षणात सहभागी झालेल्या तरुणींनी एकट्या आणि पुरुषांच्या गर्दीतल्या तरुणापेक्षा, जो तरुण आकर्षक स्त्रियांनी वेढलेला होता तो जास्त आवडल्याचे बहुमताने सांगितले. त्याच्या भोवतालच्या तरुणींच्या गराड्याने असा संदेश तरुणींच्या मेंदूपर्यंत पोहोचवला की, 'हा पुरुष आपल्यासारख्या बऱ्याच तरुणींना आवडतो असे दिसते आहे, तेव्हा मलाही त्याचेच आकर्षण वाटायला हवे!'

तरुणांनाही असेच तीन प्रकारचे फोटो दाखवले गेले. एकटी तरुणी, दुसरी तरुण पुरुषांनी वेढलेली आणि तिसरी स्त्रियांमध्ये रमलेली. तरुणांची आवड तरुणींहून अगदी वेगळी असल्याचे लक्षात आले. तरुणांनी वेढलेल्या तरुणीच्या फोटोला त्यांनी एकटीच्या आणि स्त्रियांसमवेतच्या फोटोंच्या तुलनेत कमी लेखले. तिच्या भोवतीच्या पुरुषांची उपस्थिती त्या तरुणांना असे सांगत होती की, 'या मुलीभोवती इतके पुरुष रुंजी घालताना दिसत आहेत, तेव्हा आपल्याला 'चान्स' कमीच आहे. तेव्हा आपण उरलेल्या दोनपैकी कुणालातरी निवडणे बरे!!'

अशाच पद्धतीच्या आणखी एका अभ्यासात युनिव्हर्सिटी ऑफ ॲबर्डीनमधील मानसशास्त्रज्ञ बेनेडिक्ट जोन्स यानेही काही तरुण मुलींना फोटो दाखवून त्यातून त्यांना सर्वांत आवडलेला, 'आपल्याला मिळावा' असे वाटलेला पुरुष निवडायला सांगितले होते. बेनेडिक्टने दाखवलेल्या फोटोतील सर्व पुरुषांच्याभोवती स्त्रिया होत्याच, पण निम्म्या फोटोत त्यांचे चेहरे हसरे, प्रफुल्लित होते, तर उरलेल्या निम्म्यात ते भावनारहित होते.

तुम्हाला कळले असेलच की, ज्या पुरुषाच्या सहवासात स्त्रियांच्या चेहऱ्यावर

हसू फुटलेले दिसत होते त्याच पुरुषाला तरुणींनी जास्त पसंत केले. त्या स्त्रियांच्या प्रफुल्लित चेहऱ्यांनी हा संदेश सर्वेक्षणातील तरुणींना दिला की, 'हा पुरुष नक्कीच जास्त उमदा आणि आकर्षक आहे.'

इंटरनेटवरील संकेतस्थळांवर घडणाऱ्या भेटीगाठींसंबंधी काही सल्ले

अलीकडे इंटरनेटवरील अनेक संकेतस्थळावर इच्छुक तरुण-तरुणींच्या आपापसात ओळखी करून देणे, त्यांच्या भेटी घडवणे, जोड्या जमवणे यांसारख्या सोयी उपलब्ध असतात. माझे खूपसे मित्र-मैत्रिणी त्यांचा फायदा घेत असतात. अशा लोकांना मला काही गोष्टी सांगायच्या आहेत. जास्तीत जास्त तरुणी आपल्याकडे आकर्षित व्हाव्यात अशी इच्छा बाळगणारे तुम्ही एक तरुण असाल, तर तरुणींसमवेतचे तुमचे फोटो संकेतस्थळांवर ठेवा. त्या टवटवीत चेहऱ्यांच्या हसऱ्या तरुणी असतील, तुमच्या सहवासात त्या अगदी रमून गेल्या आहेत असे पाहणाऱ्याला किंवा पाहणारीला सहजी लक्षात येत असेल, तर फारच चांगले; त्यामुळे तुमचे फोटो पाहणाऱ्या तरुणींना तुम्ही अधिकच हवेहवेसे, मनोवेधक वाटाल.

तुम्ही जर पुरुष जोडीदाराच्या शोधात असलेल्या युवतींपैकी असाल आणि तुम्हाला जास्तीत जास्त तरुणांचे लक्ष तुमच्याकडे जावे असे वाटत असेल, तर मात्र तुम्ही तुमचे एकटीचे किंवा तुमच्या मैत्रिणींबरोबरचेच फोटो संकेतस्थळावर ठेवा. तुमचे फोटो पाहणाऱ्या होतकरू तरुणांना तुमच्या समवेत इतर पुरुष असलेले भावणार नाही. त्यांच्या कपाळावर आठ्या चढतील, तुम्ही त्यांना निष्कारण जरा डाव्या दिसाल, कमी आकर्षक वाटाल.

हे निरीक्षण अशा फोटोंच्या बाबतीतच मर्यादित नाही. माझा एक दोस्त मला सांगत होता की, त्याच्या स्त्री-चाहत्यांची संख्या त्याच्या विवाहानंतर वाढली! 'विवाहित' या त्याच्या 'गुणा'ने इतर जणींना असा दिलासा लाभला की, एका बाईला हा पुरुष नक्कीच आवडलेला आहे!

तेव्हा, जर तुम्ही एखादी मैत्रीण मिळवण्याच्या खटपटीत असलेले तरुण असाल, तर तिची भेट होण्याचा संभव असलेल्या स्थळी जाताना, तेथे चारचौघांत वावरताना, तुमच्या परिचितांपैकी कुणीतरी स्त्री तुमच्या समवेत असेल असे पाहा. त्यामुळे उपवर तरुणींच्यात तुमचा 'भाव वधारेल.' तेच

जर तुम्ही मित्र शोधत असलेली तरुणी असाल तर तुम्ही मात्र तशा ठिकाणी एकट्या तरी जा किंवा फक्त तुमच्या मैत्रिणींपैकीच कुणालातरी न्या.

प्रशंसा आणि प्रशस्ती

वेष्टणावरील अभिप्राय वाचून तुम्ही हे माझे पुस्तक विकत घेण्याचे ठरवलेत का? मी एवढीच अपेक्षा करतो की, हे पुस्तक तुम्ही विकतच घेतलेले आहे, फार तर कुणाकडूनतरी उसने, वाचायला आणलेले आहे, चोरलेले नक्की नाही!

जरा विषयांतरच झाले.

व्हेनेशिया थॉम्पसन या यशस्वी पत्रकार लेखिकेने या पुस्तकाबद्दल असे म्हटले आहे की, 'दारू न पाजता, लाडीगोडी न लावता स्वत:चा प्रभाव कसा पाडायचा, दुसऱ्याचे मन कसे वळवायचे हे सांगणारे पुस्तक – खरोखरच अप्रतिम!' आता माझ्या या पुस्तकाबाबतचे हेच मत जर मी स्वत:च, माझ्याच तोंडाने व्यक्त केले असते, माझे पुस्तक 'अत्युत्तम' असल्याची बढाई मारली असती, तर मला 'गर्विष्ठ' ठरवले गेले असते. दुसऱ्या कोणीतरी आणि त्यातून योग्य व्यक्तीने तसे म्हटले तर त्याची ग्राह्यता वाढते, त्याला जास्त किंमत प्राप्त होते, नाही?

स्टॅन्फोर्ड युनिव्हर्सिटीतील जेफ्री फीफर आणि त्याच्या सहकाऱ्यांनी याच प्रश्नाचा छडा लावायचे ठरवले. जेफ्री फीफर हा हार्वर्ड बिझनेस स्कूल, सिंगापूर मॅनेजमेंट युनिव्हर्सिटी आणि लंडन बिझनेस स्कूल अशा जगातील प्रख्यात शैक्षणिक संस्थांमधून अध्यापनाचे काम करणारा, एक अतिशय नावाजलेला प्राध्यापक आहे. त्याला हेच जाणून घ्यायचे होते की, एखाद्या व्यक्तीबद्दल, त्याच्याशी प्रत्यक्ष संबंधित नसलेले, त्रयस्थ लोक काय बोलतात, लिहितात याचा लोकांवर जास्त प्रभाव पडतो, का त्या व्यक्तीने स्वत:च स्वत:विषयी बोलल्या-लिहिल्याचा पडतो?

त्यासाठी त्याने युनिव्हर्सिटीमधील काही विद्यार्थ्यांना एका प्रकाशकाची भूमिका वठवायला तयार केले. त्यांना असे सांगण्यात आले की, मिचेल ग्रीन नावाच्या प्राध्यापकाने तो निपुण असलेल्या एका विषयावर, तांत्रिक ज्ञानाने समृद्ध असलेले पुस्तक लिहिले आहे. आता त्याला एखाद्या हलक्याफुलक्या विषयावर, सामान्यांच्यातही लोकप्रिय होईल असे पुस्तक लिहायचे आहे. प्रकाशकांच्या भूमिकेतील विद्यार्थ्यांना एक चित्रफीत दाखवण्यात येणार होती. ती बघून त्यांना मिचेल ग्रीन याच्याविषयी त्यांचे काय मत झाले, आणि त्यानुसार ते त्याच्या दुसऱ्या पुस्तकाच्या प्रकाशनात कितपत साहाय्यभूत होऊ इच्छितात, हे संशोधकांना सांगायचे होते.

चित्रफिती चार प्रकारच्या तयार करण्यात आल्या. विद्यार्थ्यांचेही चार गट करण्यात आले आणि प्रत्येक गटाला एकेका प्रकारची चित्रफीत दाखवली गेली.

चित्रफिती अशा होत्या :

१) लेखक एकटाच पडद्यावर दिसतो. स्वतःची उच्च गुणवत्ता, विचारांची उंची, लेखनातील कौशल्य, त्याची अजोड विश्वासार्हता याचे वर्णन करत तो स्वतःच स्वतःबद्दल भरभरून बोलतो. शेवटी त्याच्या पुस्तकासाठी तो प्रकाशकांचे नुसते सहकार्यच मागून थांबत नाही, तर काही आगाऊ रकमेचीही मागणी करतो.
२) एक वेगळाच माणूस पडद्यावर दिसतो. लेखकाचा प्रतिनिधी अशी त्याची ओळख करून दिली जाते. लेखक स्वतः पडद्यावर येतच नाही. पहिल्या चित्रफितीतील लेखकाच्या तोंडचेच भाषण तसेच्या तसे, आगाऊ रकमेच्या मागणीसकट; परंतु त्या प्रतिनिधीच्या तोंडून ऐकायला मिळते.
३) यात लेखक आणि त्याचा प्रतिनिधी दोघेही पडद्यावर दिसतात. पण प्रतिनिधी सर्व काळ गप्प उभा असतो. लेखकच स्वतः, परत पहिल्याच चित्रफितीतील त्याचे भाषण तसेच्या तसे, त्याच्या प्रतिनिधिच्या उपस्थितीत ऐकवतो.
४) यातही लेखक आणि त्याचा प्रतिनिधी दोघेही पडद्यावर दिसतात. पण यात लेखक मौन पाळतो. तो प्रतिनिधी लेखकाबद्दलचे पहिल्या चित्रफितीतील भाषणच ऐकवतो.

ज्यांनी दुसऱ्या क्रमांकाची म्हणजे ज्यांनी लेखकाच्या प्रतिनिधीच्या तोंडून लेखकाचे गुणगान पाहिले, ऐकले होते त्यांच्यावर, ज्यांनी पहिल्या चित्रफितीत लेखकाची आत्मस्तुती पाहिली, ऐकली होती त्यांच्यापेक्षा आणि प्रयोगात प्रकाशक बनून सहभागी झालेल्या सर्व सहयोग्यांच्यात, सर्वांत जास्त प्रभाव पडल्याचे दिसून आले. तिसऱ्या आणि चौथ्या चित्रफिती पाहिलेल्यांनीही, कदाचित प्रतिनिधीच्या म्हणजे एका अन्य व्यक्तीच्या उपस्थितीमुळे असेल, पण लेखकाविषयी त्यांचे मत अनुकूल झाल्याचे सांगितले. (एक गोष्ट ध्यानात घेणे गरजेचे आहे की, लेखकाचे गुणगान करण्यात, त्याची उज्ज्वल प्रतिमा प्रकाशकांसमोर उभी करण्यात प्रतिनिधीचा आर्थिक फायदा होता. म्हणजेच तो प्रतिनिधी या प्रक्रियेत व्यक्तिशः गुंतलेला होता, तो केवळ तटस्थ निरीक्षक नव्हता.)

इतरांनी आपल्याबद्दल चांगले बोलावे यासाठी काय करावे?

आत्मस्तुतीला आपल्याकडे 'स्वतःची टिमकी बडवणे' असा वाक्प्रचार वापरला जातो. त्यातूनच लोकांची आत्मप्रशंसेविषयीची प्रतिकूल प्रतिक्रिया स्पष्ट होते. त्याकडे नेहमीच अस्वीकाराच्या दृष्टीने पाहिले जाते. परंतु अन्य कोणी तुमचे केलेले गुणगान, केलेले कौतुक जर लोकांच्या कानी पडले, तर मात्र लोक तुम्हाला आश्चर्यकारकरीत्या वरचा दर्जा देतात. तुमच्या क्षमतेविषयी जरा साशंक असणारा तुमच्याच ऑफिसमधील अधिकारी वर्ग किंवा तुमच्या धंद्यात पैसे घालणारे संभाव्य गुंतवणूकदार किंवा तुमच्या उत्पादनाचे भावी ग्राहक यांच्या समोर जर तुम्हाला कधी भाषण द्यायची वेळ आला, तर त्या वेळी तुम्ही स्वतःची ओळख स्वतः करून देण्याची चूक करू नका. कोणातरी अन्य व्यक्तीला तुमचे गुण, तुमची कर्तबगारी यांविषयी बोलायला सांगा. फीफरच्या प्रयोगातून हे सिद्ध झालेलेच आहे की, तुमची ओळख करून देणारा अथवा देणारी व्यक्ती जरी तुमच्याशी संलग्न असली, त्रयस्थ किंवा पूर्णपणे निःपक्षपाती नसली, तरीही तुमच्याविषयी तुम्हीच बोललात तर श्रोत्यांचे तुमच्याबद्दलचे जे मत बनेल त्यापेक्षा त्या व्यक्तीकडून तुमचे गुणवर्णन ऐकून त्यांचे निश्चितच जास्त चांगले, अनुकूल मत बनेल, ते तुमच्या बाजूचे होतील. समजा, तुम्ही तुमचा जीवनसाथी शोधण्याच्या उद्देशाने स्वतःची माहिती संबंधित संकेतस्थळावर किंवा तसे काम करणाऱ्या एखाद्या मंडळात नोंदवत असाल, तर स्वतःच तुमच्याविषयी लिहिण्यापेक्षा तुमच्या कोणातरी जिवलगाला, जवळच्या परिचिताला तुमच्याविषयी त्याला काय वाटते, त्याच्या नजरेत तुम्ही कोण आहात, काय आहात त्याबद्दल लिहायला सांगा. अमुक एका नावाचा तुमचा परिचित, मित्र अथवा मैत्रीण, तुम्ही 'हुशार, आकर्षक व्यक्तिमत्त्वाचे, विनोदी स्वभावाचे, मनाने प्रेमळ, दयाळू आहात' असे सांगत असेल तर तुमचे काम सोपे होईल.

जर कधी तुमच्याविषयी बोलणारा हव्या त्या ठिकाणी प्रत्यक्ष हजर राहू शकत नसेल, तर त्याचे मत लिहून किंवा छापून घ्या. तुमच्या कंपनीचे माहितीपत्रक बनवताना त्यात तुमच्या उत्पादनाचा उच्चतम दर्जा, त्याची उपयुक्तता, तुम्ही पुरवत असलेल्या सेवेतील तत्परता यांविषयी स्वतःच फुशारकी मारून लोकांचा संताप, निर्लज्जपणाचा दोष ओढवून घेण्यापेक्षा

तुमच्या उत्पादनाचे संतुष्ट ग्राहक, तुमच्या सेवेने समाधान पावलेले उपभोक्ते यांनी काढलेले आनंदाचे, समाधानाचे आणि प्रशंसेचे उद्‌गार त्यात न चुकता समाविष्ट करा.

सॉलोमन ॲश याने केलेल्या समान लांबीच्या रेषा ओळखण्याच्या प्रयोगातून लोकांच्या निर्णयावर सहयोग्यांच्या मताचा होणारा परिणाम स्पष्टच दिसतो. त्या प्रयोगातून उचित प्रभाव पडण्यासाठी साधारण किती मतांची आवश्यकता भासते हेही सूचित झालेले आहे. त्याने प्रयुक्तांबरोबर प्रयोगात सहभागी केलेल्या त्याच्या 'पढवलेल्या' साथीदारांची संख्या एकपासून पंधरापर्यंत वाढवत नेली होती.

जेव्हा प्रयुक्तांना असे दिसले की, फक्त एकच निर्णय त्यांच्या निर्णयाविरुद्ध आहे, तेव्हा त्यांनी त्यांचा निर्णय बदलला नाही, ते त्याच्याशी ठाम राहिले. त्यांनी १०० टक्के उत्तरे बरोबर दिली. दोन विरोधी मते दिसल्यावर १३.६ टक्के प्रयुक्त त्यांच्या निर्णयापासून ढळले. तीच तीन इतकी वाढल्यावर चुकीच्या उत्तरांची टक्केवारी ३१.८ झाली. त्यापुढे जेव्हा विरोधी मते सहा ते आठ करण्यात आली तेव्हा मात्र प्रयुक्तांच्या उत्तरात बदल होणे केवळ पाच टक्क्यांनी वाढून ३६.८ टक्के झाले.

ॲशच्या प्रयोगावरून असा निष्कर्ष निघतो की, एक विरोधी मत परिणाम घडवू शकत नाही. दोन म्हणजे 'बहुसंख्यांक' होत नाहीत. सहा, आठ मतांनीही परिणामकारकतेत फारसा फरक पडत नाही. तीन मते पुरेशी असल्याचे सिद्ध होते. या बाबतीत 'तीन तिघाडा काम बिघाडा' हे लागू होत नाही, तीन मते मनपरिवर्तनाला पुरेशी ठरतात.

प्रकरण २
देहबोलीचे छुपे संकेत

एका प्रसन्न हास्याने तुम्ही खूप काही मिळवू शकता.
– अल कपोन

अशी कल्पना करा की, पुढच्या आठवड्यात तुमच्या व्यवसायाच्या संदर्भातील एक महत्त्वाची मीटिंग आहे, खरोखरच फारच महत्त्वाची आणि फारच मोठी. तुम्ही उभारू इच्छित असलेल्या एका नव्या, महत्त्वाकांक्षी उद्योग-प्रकल्पाविषयीच्या तुमच्या योजना एका तज्ज्ञमंडळासमोर सादर करण्यासाठी तुम्हाला आमंत्रित केले गेले आहे. पण तिथे तुम्ही एकटेच नसणार आहात, तुमच्यासारखेच १५-२० इतर उद्योजकही त्यांच्या योजना घेऊन तेथे येणार आहेत. तुमचा प्रकल्प त्या मंडळाने स्वीकारला, तर तुमच्या त्या प्रकल्पासाठी लागणाऱ्या भांडवलाची खातरीलायक सोय होणार आहे. त्या प्रकल्पामुळे तुम्ही नुसते फार मोठे उद्योजकच नाही तर 'उद्योगसम्राट' बनणार आहात, कोट्यवधी रुपये तुमच्या हातात खेळणार आहेत. बाकीच्यांना मागे टाकून, मंडळासमोर तुम्हाला बाजी मारायचीच आहे.

त्या मीटिंगला अजून तब्बल पाच दिवस अवकाश आहेत. त्याआधी आज रात्रीच तुम्हाला एका पार्टीला जायचे आहे. तिथे तुमच्या उद्योगाशी संबंधित असणाऱ्यांपैकी तुमचे भावी ग्राहक, तुम्हाला मालाचा पुरवठा करणारे आणि विशेषत: काही संभाव्य गुंतवणूकदार असे बरेच लोक जमलेले आहेत. त्या संमिश्र गटातील लोकांवर तुम्हाला तुमची छाप उठवायची आहे, त्यांचे तुमच्याविषयीचे मत उत्तमच होईल याची खबरदारी घ्यायची आहे. त्यासाठी अर्थातच तुम्ही तुमचे व्यक्तिमत्त्व खुलवणारा खास पेहराव परिधान केला आहे. मोठ्या रुबाबात, आत्मविश्वासपूर्वक, हसऱ्या चेहऱ्याने तुम्ही पार्टीत वावरत आहात; लोकांशी कमावलेल्या आवाजात, त्यांना रुचतील अशा लक्षवेधी विषयांवर बोलत आहात; तुमचे ज्ञान सहजी प्रकट होईल, त्याने श्रोते प्रभावित होतील अशी काळजी घेत सर्वांशी संवाद साधता आहात; गप्पा मारत आहात. लोकांच्या बोलण्यात तुम्हाला रस असल्याचे दर्शवत आहात, त्यांना चांगला प्रतिसाद देत आहात. कोणी काही वैयक्तिक प्रश्न विचारला तरच तुम्ही स्वत:विषयी, तेही आवश्यक तेवढेच, बोलण्याची खबरदारी घेत आहात. तुमची विनोदबुद्धी लोकांना जाणवेल अशा

हलक्याफुलक्या; पण दर्जेदार विनोदांची पखरण करून तुम्ही लोकांना हसवत आहात, त्यांच्या विनोदांनाही हसून दाद देत आहात.

तुम्ही निघायच्या तयारीत दारात पोहोचता, तेवढ्यात एक माणूस तुम्हाला थांबवतो. नाकावर ओघळलेला चश्मा बोटाने वर सरकवत 'मानसशास्त्रातील तज्ज्ञ' अशी त्याची ओळख तो तुम्हाला करून देतो. तो सांगू लागतो की, पार्टीत तुमचा वावर त्याने काळजीपूर्वक पाहिला आहे. तुमची उभे राहण्याची लकब, तुमची देहबोली – हातवारे, हावभाव, संवाद साधताना तुम्ही इतरांपासून राखत असलेले अंतर यांसारख्या बारीकसारीक गोष्टी – यांचे संपूर्ण वेळ बारकाईने त्याने निरीक्षण केले आहे. तुमचा आवाजही त्याने लक्षपूर्वक ऐकला असून, तुम्ही काय बोलत होतात, हे जरी त्याला कान देऊन ऐकता आले नसले, तरी तुमच्या बोलण्याचा स्वर, संवादातील लयबद्धता यांकडे त्याने नीट लक्ष दिले आहे. या त्याच्या निरीक्षणानंतर, त्यावर एकत्रितपणे विचार करून त्याने असा निर्णय घेतला की, पाच दिवसांनंतरच्या मीटिंगमध्ये तुम्हाला तज्ज्ञमंडळासमोर तुमच्या नव्या प्रकल्पाच्या सादरीकरणाची संधी द्यायची नाही! पार्टीतील तुमचे वागणे, तुमच्या हालचाली, तुमचे बोलणे – तुमचा आवाज, स्वर याच्या आधारे त्याने तुमच्या प्रकल्पाला भांडवलही पुरवायचे नाही असे ठरवले आहे!!

तुम्ही संतापाल. बरोबर? आयुष्यात आलेल्या अशा सुवर्णसंधीला अशा रितीने मुकायला लागणार या कल्पनेने तुमचा जळफळाट होईल. एकेक शब्द, वाक्यरचना निवडताना प्रचंड कष्ट घेऊन अतिशय काळजीपूर्वक तयार केलेला प्रकल्पाचा अहवाल तज्ज्ञांपर्यंत पोहोचणारच नाही, हे ऐकून तुमचा राग मस्तकात जाईल. आणि हे सगळे का? तर तो तज्ज्ञ म्हणतो की, तो पार्टीतील तुमच्या कायिक अभिनयावर, तुमच्या देहबोलीवर नजर ठेवून होता!

ॲलेक्स पेंटलँड – आडदांड शरीरयष्टी, सिंहाच्या आयाळीसारखे मानेवर रुळणारे भरघोस पांढरे केस, अस्ताव्यस्त दाढी, बोलताना दोन्ही हात पक्ष्यांच्या पंखांसारखे फडफडवण्याची लकब असा हा वैशिष्ट्यपूर्ण माणूस देहबोलीसंबंधी अभ्यास करणाऱ्या जगभरातल्या संशोधकांच्यातील एक बिनीचा शिलेदार गणला जातो. पण तो मानसशास्त्रज्ञ नाही, समाजशास्त्रज्ञ नाही किंवा मानववंशशास्त्रज्ञही नाही. तो संगणकतज्ज्ञ आहे, मॅसाच्युसेट्स इन्स्टिट्यूट ऑफ टेक्नॉलॉजीच्या ह्यूमन डायनॅमिक्स लॅबोरेटरीमध्ये मानवी स्वभाव, व्यक्तिमत्त्व, प्रवृत्ती यांचा, त्यातील बदलांचा आणि त्याला कारणीभूत होणाऱ्या प्रेरकांचा अभ्यास करणाऱ्या प्रयोगशाळेत तो प्राध्यापक म्हणून काम करतो. ॲलेक्सने एक आगळावेगळा प्रयोग केला. एका संध्याकाळी उद्योगजगतातील बडी-बडी धेंडे उपस्थित असलेल्या एका पार्टीतील १०-१२ निवडक उद्योजकांच्या, उच्चपदस्थ अधिकाऱ्यांच्या शरीराला त्याने अंकीय

मोजमाप करणारी उपकरणे जोडली. त्या उपकरणांनी त्याने त्या व्यक्तींच्या कायिक अभिनयाची म्हणजेच लकबी, हालचाली, हातवारे यांची आणि आवाजाच्या काही गुणधर्मांची मापने केली. ते उद्योगपती, अधिकारी दहा दिवसांनी त्यांच्या उद्योगाविषयी एका तज्ज्ञमंडळासमोर एक योजना मांडणार होते. पार्टीनंतर एका आठवड्याने, जमवलेल्या मापनांचा सखोल अभ्यास करून, ॲलेक्सने त्यातील प्रत्येक व्यक्ती सादर करणार असलेल्या तिच्या भावी योजनेच्या गुणवत्तेचे मूल्यमापन तज्ज्ञ कसे करतील, त्यांची प्रतवारी कशी लावतील याविषयीचे अंदाज मांडले. आश्चर्य असे की, दहा दिवसांनंतर त्या उद्योजकांच्या सादरीकरणानंतर तज्ज्ञांनी दिलेल्या निर्णयांशी ॲलेक्सचे अंदाज ८७ टक्के इतके जुळले! लक्षात घ्या, ॲलेक्सने त्यांपैकी कोणाच्याही सादरीकरणातील एकही शब्द ऐकलेला नव्हता!!

जरा विचार करा की, यावरून काय सिद्ध होते? तज्ज्ञमंडळासमोर केल्या गेलेल्या भाषणांचा मंडळातील सदस्यांवर जो काही कमी-जास्त, बरावाईट प्रभाव पडला होता त्यातील जवळ-जवळ ९० टक्के योगदानात त्या भाषणातील शब्दांचा, वाक्यांचा, त्यात अंतर्भूत असणाऱ्या विषयांचा किंवा तज्ज्ञांच्या कानांनी जे ऐकले होते त्याचा समावेश नव्हता!!

असे कसे घडले?

सर्वांनी साहजिकच असे गृहीत धरले होते की, तज्ज्ञांचे परीक्षण तर्कसुसंगत अशा पद्धतींवर व प्रमाणभूत मानकांवर आधारित असणार. म्हणजे योजनेमागची कल्पना किती नावीन्यपूर्ण आहे, योजनेची आर्थिक गणिते पुरेशी सुदृढ आहेत की नाहीत, योजना व्यवहार्य आहे ना इत्यादी. परंतु तज्ज्ञांनी सादरकर्त्यांची पारख, खुद्द त्यांच्याही नकळत, अगदी भिन्न परिमाणांच्या कसोटीवर केली. उद्योजकांच्या योजनांतील 'ऐकीव' संदर्भापेक्षा त्यांनी स्वत:ला कसे सादर केले, त्यांची उभे राहण्याची ढब कशी होती, त्यांच्या हालचाली, हातवारे, हावभाव किती रुबाबदार, शैलीदार, सफाईदार होते, त्यातून त्यांचा आत्मविश्वास कसा आणि किती प्रकट होत होता, त्यांच्या मनाचा निर्धार, उत्कटता आणि योजनेशी त्यांची बांधिलकी यांचे दर्शन होत होते की नाही, त्यांच्या सादरीकरणात त्यांची व्यावसायिकता आणि विश्वासार्हता प्रतीत होत होती का, यांसारख्या 'दृश्य' गोष्टींच्या परीक्षणातून त्यांचे मूल्यमापन घडले होते.

असे 'पाहून' मत बनवण्याच्या प्रक्रियेचे आणखी एक वैशिष्ट्य असे असते की, तो निर्णय मेंदू ज्या वेगाने घेतो तो वेग तर काळजीत पाडणाराच असतो. हार्वर्ड युनिव्हर्सिटीतील नलिनी अंबाडी नावाची एक मानसशास्त्राची विद्यार्थिनी तिच्या डॉक्टरेटच्या प्रबंधासाठी संशोधन करत होती. शिक्षणसत्राच्या अगदी सुरुवातीला केलेल्या एका प्रयोगात तिने काही विद्यार्थी प्रयुक्तांना एक अगदी छोटीशी चित्रफीत

दाखवली. त्यात युनिव्हर्सिटीतील १०-१२ प्राध्यापक वर्गात व्याख्यान देताना दाखवले होते. चित्रफीत बघून झाल्यानंतर विद्यार्थ्यांनी त्यांना त्या चित्रफितीतील प्राध्यापक कसे वाटले, ते सांगायचे होते. त्यांचे मत विद्यार्थ्यांनी प्राध्यापकांची शिकवण्याची क्षमता, त्यांची शिकवण्यातील एकाग्रता, त्यांच्यावर सोपवलेल्या अध्यापनाच्या कार्याबाबतचा त्यांचा प्रामाणिकपणा व उत्साह आणि त्यांच्या स्वभावातील प्रेमळपणा व जिव्हाळा या गुणांच्या चित्रफितीतील घडलेल्या दर्शनावरून बनवायचे होते. प्रयोगातील मेख अशी होती की, चित्रफीत फक्त ३० सेकंदांची होती, आणि त्यातील आवाज बंद केलेला होता, ती मूक होती!!

सोपवलेले काम खरेच खूप अवघड आहे अशी तक्रार मुळीच न करता प्रयुक्तांनी ते समरसतेने, गांभीर्याने आणि वेगाने केले. त्यांनी प्राध्यापकांचे मूल्यमापन नलिनीला हवे त्या पद्धतीने करून निकाल तिच्या हाती दिला. नलिनीने ते 'निकालपत्र' तिच्याकडे ठेवून घेतले. तिने ते शिक्षणसत्र संपायची वाट पाहिली. त्या १०-१२ प्राध्यापकांच्या हाताखाली ते पूर्ण शिक्षणसत्र जे विद्यार्थी नियमितपणे शिकत होते, अशा काही विद्यार्थ्यांना तिने शिक्षणसत्राच्या अखेरीस त्यांच्या सत्रभराच्या अनुभवावरून त्या प्राध्यापकांविषयीचे मत नोंदवण्यास सांगितले. प्राध्यापकांच्या त्या 'खऱ्या' विद्यार्थ्यांनीही त्यांचे तेच गुण विचारात घ्यायचे होते जे आधीच्या प्रयुक्तांनी घेतले होते. अशा रितीने प्रत्येक प्राध्यापकाविषयीच्या प्रत्येक गुणविशेषाबद्दलची दोन-दोन मते नलिनीकडे जमा झाली आणि त्यात आश्चर्यजनकरीत्या खूपच साम्य दिसून आले. जे ३० सेकंदांच्या अत्यल्प वेळात प्रयुक्तांना 'दिसले' होते, बहुतांशी तेच शिक्षणसत्राच्या सहा महिन्यांच्या कालावधीत विद्यार्थ्यांनी 'अनुभवले' होते. म्हणजेच प्राध्यापकांविषयीचे अचूक मत बनवायला ३० सेकंदांची चित्रफीत पुरेशी ठरली होती! हेही लक्षात घेतले पाहिजे की, ॲलेक्स पेंटलँडच्या उद्योजकांवरील प्रयोगाप्रमाणेच नलिनीच्या प्रयुक्तांनाही, त्यांचे मत बनवायला प्राध्यापक 'काय' बोलत होते हे जाणून घेण्याची गरज भासली नव्हती, ते 'कसे' बोलत होते ते त्यांना पुरेसे वाटले होते!!

नलिनी तिच्या निरीक्षणातून निघालेल्या निष्कर्षांनी स्वत:च थक्क झाली. तिला अचंबा तर वाटलाच; पण तिच्यातल्या संशोधकाला या गोष्टीचे कुतूहल वाटू लागले. हा प्रश्न तिला त्रास देऊ लागला की, लोकांना एखाद्याविषयीचे मत बनवायला खरेच किती वेळ पुरेसा होतो? तिने लगेच त्या दिशेने तिचे प्रयोग करायला सुरुवात केली. चित्रफितींचा कालावधी तिने प्रथम १५ सेकंदांनी कमी केला. नंतर तो केवळ सहा सेकंद इतका अल्प ठेवला. निष्कर्षात फरक पडला नाही! सहा सेकंद!! त्यांच्या प्राध्यापकांच्या स्वभावाचे असंभाव्य वाटतील इतके अचूक अंदाज बांधायला विद्यार्थ्यांना सहा क्षण पुरले होते!!!

माणसाच्या या क्षमतेचा विचार करायला लागलो की, मला तर भीतीच वाटू लागते. महिनोन्महिने सहवासात घालवल्यावर एकमेकांची जेवढी ओळख होते जवळ-जवळ तेवढीच, तितकीच तंतोतंत, ती काही सेकंदातच होऊ शकते, आणि तीही बोलण्याकडे, शब्दांकडे लक्ष न देता, आवाजही न ऐकता!! फक्त शरीराची भाषा, मुद्राभिनय म्हणजे चेहऱ्यावरील भावदर्शन, हातवारे, अवयवांच्या अर्थपूर्ण हालचाली आणि या सर्वांतून अभावितपणे प्रक्षेपित होणारे, अतिशय लक्षपूर्वक पाहत असणाऱ्यापर्यंत पोहोचणारे व त्याला जाणवणारे संकेत!!

'काय'पेक्षा 'कसे' सांगता हे महत्त्वाचे!

मागे वळून पाहताना आपल्यापैकी प्रत्येकाला गतायुष्यातील काही गोष्टींबद्दल खेद, क्वचित पश्चात्तापही वाटत असतो. काहींच्या बाबतीत त्या गोष्टी खूपच मोठ्या आणि गंभीर असतात, तर काही भाग्यवान छोट्या गोष्टींवर सुटून गेलेले असतात. काही जणांच्या चुका अगदी क्षुल्लक वाटाव्या अशा, अगदी लहान भासणाऱ्या असतात; पण त्यांचे परिणाम मात्र दुर्दैवाने फार दूरगामी, खोलवर झालेले असतात.

१९६० साली एका व्यक्तीच्या बाबतीत असेच झाले होते. त्याला आयुष्यभर या गोष्टीचा राहून-राहून पश्चात्ताप वाटत राहिला असेल की, त्याने चेहऱ्यावर आणखी थोडे हसू आणले असते, थोडे हातवारे आत्मविश्वासपूर्वक केले असते, तर आपल्याला सर्वांनाच माहीत असलेला पाश्चिमात्य राष्ट्रांचा इतिहासच बदलला असता!

कोण होती ती व्यक्ती? रिचर्ड निक्सन, जगातील महासत्ता म्हणून ओळखल्या जाणाऱ्या अमेरिकेचे त्या वेळचे उपराष्ट्राध्यक्ष.

थोडी पार्श्वभूमी सांगतो : १९५३ ते १९६० या कालावधीत, ड्वाइट डी. आयसेनहॉवर हे राष्ट्राध्यक्ष असताना, निक्सन यांनी दोनदा उपराष्ट्राध्यक्षपद भूषवले होते. इतिहासकारांच्या मते आयसेनहॉवर हे अमेरिकेच्या १० अत्युत्तम राष्ट्राध्यक्षांपैकी एक होते. १९५०च्या दशकाच्या उत्तरार्धात अमेरिकेत शांतता आणि सुबत्ता नांदत होती. निक्सन यांच्यासाठीही हा सुवर्णकाळ होता, त्यांची उपराष्ट्राध्यक्षपदाची कारकिर्द उत्तम पार पडली होती. ते लोकांच्या नजरेत इतके भरले होते की, रिपब्लिकन पक्षाने जगातील सर्वोच्चपदासाठी म्हणजेच अमेरिकेच्या राष्ट्राध्यक्षपदासाठी जेव्हा त्यांना निवडणुकीत उमेदवारी देऊ केली, तेव्हा कुणालाच आश्चर्य वाटले नाही.

त्या निवडणुकीच्या प्रचारमोहिमेत, अमेरिकेच्या इतिहासात प्रथमच, राष्ट्राध्यक्षपदासाठीच्या दोन प्रतिस्पर्धी उमेदवारांची भाषणे, वादविवाद किंवा खडाजंगी

म्हणा हवे तर, ते मंचावर बोलत असतानाच, दूरदर्शनच्या राष्ट्रीय वाहिनीवरून देशभरात प्रसारित केली गेली होती. तो १९६० सालचा सप्टेंबर महिना होता. त्या काळात दूरदर्शन संच हे 'नवे फॅड' होते, चैनीची वस्तू होती. साहजिकच प्रत्येक घरात नव्हती. त्यामुळे काही लोक वक्त्यांची कृष्णधवल चालती-बोलती चित्रे (बऱ्याच वेळा ठिपक्या-ठिपक्यांनी बनवल्यासारखी दिसणारी) पडद्यावर पाहू शकायचे आणि बाकीच्यांना त्यांच्या रेडिओजवळ बसून भाषणे ऐकण्यावर समाधान मानायला लागायचे.

तशा भाषणांच्या थेट प्रसारणानंतर, राष्ट्राध्यक्षपदाच्या दोन प्रतिस्पर्ध्यांची भाषणे 'पाहाणाऱ्यां'नी आणि 'ऐकणाऱ्यां'नी त्या उमेदवारांच्या जय-पराजयाबद्दलच्या ज्या प्रतिक्रिया नोंदवल्या त्यात महदांतर होते. ज्यांनी 'ऐकले' होते त्यातील बहुसंख्य लोकांनी असे मत व्यक्त केले की, एक तर दोघा तुल्यबळ योद्ध्यांमधील लढा अनिर्णीत राहील, किंवा यदाकदाचित जर तो निकाली झालाच, तर निक्सनच जिंकतील. परंतु ज्यांनी दोघा उमेदवारांना भाषणे देताना दूरदर्शनच्या पडद्यावर प्रत्यक्ष 'पाहिले' होते, त्यांनी निक्सन यांचे प्रतिस्पर्धी, राजकारणाच्या क्षितिजावरील उगवता तारा, तरुण उमेदवार जॉन एफ. केनेडी यांचा भरपूर मताधिक्याने निर्विवाद विजय आहे, असे जाहीर केले.

या परस्परविरोधी प्रतिक्रियांनी राजकीय समालोचक, समीक्षक, वार्ताहर आणि सामान्य जनताही कोड्यात पडली. निक्सन यांचे वक्तृत्व प्रभावशाली होते, त्यांनी त्यांची बाजू कोणालाही पटेल अशा शब्दात मांडली होती. त्यांचा वाचिक अभिनय उत्तम वठला, 'श्रोत्यां'ना आवडला आणि भावला. पण त्यांच्या देहबोलीने (त्यांचे उभे राहणे, त्यांची ढब, त्यांच्या लकबी, त्यांच्या चेहऱ्यावरील भाव, त्यांचे हातवारे यांनी) ते 'प्रेक्षकां'च्या मनातून उतरले. भाषणभर त्यांनी त्यांच्या समोरच्या उतरत्या टेबलाची कड दोन्ही हातांनी घट्ट धरून ठेवली होती. त्यांचा चेहरा त्यांच्या मनावरील प्रचंड ताण आणि त्यांचे हातवारे त्यांची अस्वस्थता स्पष्ट दर्शवत होते. त्याच्या उलट केनेडी अत्यंत शांत, स्थिर, धीरगंभीर दिसत होते, त्यांचा चेहरा, त्यांचे हावभाव त्यांचा आत्मविश्वास स्पष्ट दर्शवत होते.

मोहिमेतील ते प्रमुख भाषण निर्णायक ठरले. केनेडी यांच्या प्रचारमोहिमेला त्याने जबरदस्त चालना दिली. निवडणूकपूर्व लोकमतात देशभरात त्यांचे पारडे सतत जडच होत राहिले. निक्सनना मागे टाकून ते पुढे जात आहेत असेच चित्र दिसू लागले. पण ८ नोव्हेंबरच्या मंगळवारी, प्रत्यक्ष निवडणुकीत जे मतदान झाले त्यात मात्र दोघांच्या मतातील फरक अत्यल्प होता. केनेडींचा विजय निसटताच ठरला; निक्सन यांना ४९.५ टक्के मते मिळाली, तर केनेडींना ४९.७ टक्के. केवळ ०.२ टक्के इतक्या फरकाने निक्सन पराभूत झाले. विसाव्या शतकातील

सर्व राष्ट्राध्यक्ष निवडणुकींतील हा निकाल म्हणजे सर्वांत कमी मताधिक्याने मिळालेला विजय ठरला.

कॅमेऱ्याने टिपलेल्या या प्रमादांमुळे सोसाव्या लागलेल्या भयंकर परिणामांनी निक्सन खूपच व्यथित झाले. 'माझ्या प्रचार माहिमेत मी लोकांना काय सांगायचे याकडेच फार लक्ष दिले, ते कसे सांगायचे याकडे मात्र माझे संपूर्ण दुर्लक्ष झाले' या त्यांच्या विधानात त्यांचा पश्चात्ताप, त्यांना झालेली चुकीची जाणीव आणि त्याबद्दलची मनात राहिलेली सल स्पष्ट दिसते.

अर्थात निक्सन आणि त्यांचे सल्लागार यांनी यावरून योग्य तो धडा नक्कीच घेतला. १९६८ सालच्या निवडणुकीत मतदारांसमोर आलेले निक्सन आधीच्या निवडणुकीपेक्षा पूर्णपणे वेगळे होते, आणि तो योग्य फरक कॅमेऱ्यांनी चांगलाच टिपला. त्यांचे सलामीचे हास्यच हुकमी एक्का ठरले. समालोचक, वार्ताहर आणि जनता यांच्यावर निक्सन यांची जणू मोहिनीच पडली. ते आले, जनतेने त्यांना 'पाहिले' आणि त्यांनी जनतेला 'जिंकले'! त्यांना जगातील सर्वोच्च सत्तास्थानाचा लाभ झाला.

राजकारणी नेतेही या पराजयातून आणि विजयातून शिकले! देहबोलीविषयी जागरूक बनले. त्यांचे 'दिसणे' लोकांना काय 'सांगते', त्यांचे दर्शन, त्यांची देहबोली कोणते 'छुपे संदेश' प्रेक्षकांपर्यंत पोहोचवते याचा काळजीपूर्वक विचार करू लागले. संबंधित तज्ज्ञ सल्लागार वक्त्यांना कॅमेऱ्यासमोर काय आणि कसे करायचे, काय आणि कसे करायचे नाही, याबद्दल तासन्तास सूचना देऊ लागले. भाषण कानांना कसे वाटते याच्याइतकेच, कांकणभर जास्तच, ते डोळ्यांना कसे दिसते यावर लक्ष पुरवू लागले.

सुखद दर्शन, परिणामकारक देहबोली यावर लक्ष केंद्रित करून 'मत बनवण्याचा' आणि त्यावरून 'मत देण्याच्या' प्रक्रियेचा परिपाक, एका दशकानंतर, अमेरिकन जनतेने रोनाल्ड रेगन यांना 'व्हाइट हाउस'मध्ये पाठवून घडवला. विसाव्या शतकातील अतिशय सरळ मनाचा आणि अत्यंत मनमिळावू राष्ट्राध्यक्ष असे रेगन यांचे वर्णन केले जाते. त्यांना लाभलेली ही सुकीर्ती आणि राजकारणात येण्याआधी हॉलिवूडच्या अनेक चित्रपटांमधील भूमिकांमधून तशी सभ्यता, तसा दिलखुलासपणा पडद्यावर साकार करण्याचे दीर्घकाळ शास्त्रशुद्ध शिक्षण घेतलेले ते एक मुरलेले उत्तम अभिनेते असणे, या दोन गोष्टी म्हणजे केवळ योगायोग नाही हे नक्की!

ब्रिटनचे पंतप्रधान डेव्हिड कॅमेरॉन हे राजकारणात प्रवेश करण्यापूर्वी सात वर्षे एका टीव्ही कंपनीच्या जनसंपर्क विभागाचे तज्ज्ञ, मार्गदर्शक म्हणून काम करत होते. ही सगळी नेमकी राजकारणातील उदाहरणे देऊन मला काही कोणते राजकीय विधान करायचे नाही. पण मला एवढाच मुद्दा ठामपणे मांडायचा आहे की, १९६०

सालामधील निक्सन-केनेडी यांच्यातील निवडणुकीच्या लढाईत, दूरदर्शन हे साधन लोकांना नव्याने उपलब्ध झालेल्या काळात, दोघा प्रतिस्पर्ध्यांची भाषणे 'पाहिलेल्या' प्रेक्षकांच्या आणि 'ऐकलेल्या' श्रोत्यांच्या प्रतिक्रियांतील लक्षणीय तफावत ही खरोखरच 'साक्षात्कारी' होती!!

अर्धशतकापूर्वीच्या राष्ट्राध्यक्षपदासाठीच्या दोन उमेदवारांच्या एका 'नशीब पालटणाऱ्या' भाषणाने 'शरीरभाषा', 'देहबोली' या विषयाची एक लाटच आली. त्या 'कले'कडे सर्वांचे लक्ष वेधले गेले. त्यासंबंधी अभ्यास करणारी मानसशास्त्राची जी शाखा आहे त्याकडे त्या वेळेप्रमाणेच, आजही खूप लोक आकर्षित होत असतात.

मानसशास्त्रज्ञ या शाखेचे वर्णन 'शब्दांविना संवाद' (नॉनव्हर्बल कम्युनिकेशन) असे करणे जास्त पसंत करतात. पण ही संज्ञा जरा संदिग्ध, खरेतर चुकीचीच आहे. या मानसशास्त्राच्या शाखेचा अभ्यास केवळ व्यक्तीची उभे राहण्याची-बसण्याची लकब, वावरण्याची पद्धत, त्याच्या हालचाली, हातवारे, हावभाव, मुद्राभिनय यांच्यापुरताच मर्यादित नसतो. त्यात त्या व्यक्तीच्या आवाजातील (सूर, स्वर) चढउतार, बोलण्याचा वेग, शब्दा-शब्दातील अंतर अशांसारख्या इतर अनेक गुणधर्मांचाही समावेश असतो. म्हणजे प्रत्यक्ष शब्द आणि शब्दार्थ या दोन गोष्टी वगळल्या, तर बाकी सगळ्या गोष्टींचा अभ्यास त्यात केला जातो.

(जरा अधिक काटेकारपणे बोलायचे तर काही संशोधक मानवी आवाजाच्या अभ्यासाला 'भाषेपलीकडील शास्त्र' (पॅरालिंग्विस्टिक्स) किंवा 'आवाजाचे शास्त्र' (व्होकॅलिक्स) असे संबोधतात. पण आपल्याला एवढ्या तांत्रिक बाबीत जाण्याची गरज नाही.)

मानसशास्त्राच्या या शाखेला सर्वत्रच, विशेषत: सर्व प्रकारच्या लोकाभिमुख माध्यमात, अतिशय महत्त्व प्राप्त झाले आहे. एखादे मासिक दोन लोकप्रिय व्यक्तींचा फोटो छापेल आणि त्याखाली लिहील, 'पाहिलेत, या दोघांनी हात कसे ठेवलेत आरशातल्या प्रतिबिंबासारखे? नक्कीच दोघे जण एकमेकांच्या प्रेमात पडले आहेत!' एखाद्या दूरदर्शनवाहिनीवर दोन राष्ट्रांचे प्रमुख एकमेकांच्या विरुद्ध दिशांना पाहत असलेले दाखवले जातील; बातम्या देणारा त्या दोन राष्ट्रांतील मतभेद वाढत जात असल्याचा इशारा देईल. स्वत:ला शरीराच्या भाषेच्या मानसशास्त्रातील अधिकारी समजणारा कोणी महाभाग, या क्षेत्रातील एखाद्या तज्ज्ञाच्या इतिहासजमा झालेल्या आणि यापूर्वीच खोडून काढल्या गेलेल्या सिद्धान्ताचा हवाला देऊन लोकांना अशीही चुकीची माहिती देईल की, प्रेक्षकांवर होणाऱ्या परिणामातील ५५ टक्केच योगदान देहबोलीचे असते, ३८ टक्के योगदान आवाजाच्या स्वराचे आणि त्यातील चढउतारांचे असते. उरलेले फक्त सात टक्के वापरलेल्या

शब्दांचे असते.

'शब्दांविना' जो संवाद घडतो त्याबद्दल बरेच गैरसमज आहेत, पण त्यासंबंधातील सत्येही अगदी पटण्यासारखी आहेत. सभोवतालच्या लोकांवर आपला प्रभाव पाडायची वेळ आल्यावर शरीराच्या या भाषेचा, 'देहबोलीच्या छुप्या संकेता'तील असामान्य शक्तीचा आपण निश्चितच परिणामकारक वापर करू शकतो. लोकांना आपल्या बाजूला वळवू शकतो, त्यांचे मनपरिवर्तन घडवू शकतो.

मुलाखतीतील यश

तुमचे काय आहे ते मला माहीत नाही, पण माझ्या ओळखीतल्या बऱ्याच लोकांना 'मुलाखत देणे' या प्रकाराविषयी तिटकारा तरी वाटतो किंवा मग स्वत:बद्दल बोलायची, 'अहं' गोंजारायची नामी संधी; म्हणून तो आवडतो तरी. प्रस्तुत विषयाच्या संदर्भात विचार केला, तर मुलाखत ही आपल्यातल्या 'समोरच्याला प्रभावित करणे आणि त्याचे मन वळवणे' या कलेतील कौशल्याची कसोटीच असते. दार उघडून आत शिरून मुलाखतकाराला अभिवादन करण्यापासूनच आपण आपली प्रत्येक कृती (हालचाली, हातवारे, हावभाव, मुद्राभिनय) आणि आपली प्रत्येक उक्ती (आवाज, स्वर, शब्द) यांचा सुसंयोग अत्यंत विचारपूर्वक वापरला पाहिजे, ज्यायोगे मुलाखतकारावर आपला चांगला ठसा उमटेल, त्याचे मत अनुकूल होईल. आणि त्याच्या मनात असा विश्वास उत्पन्न होईल की, आपण त्या जागेसाठी सर्वांत योग्य उमेदवार आहोत.

युनिव्हर्सिटी ऑफ फ्लोरिडातील पीएचडीची एक विद्यार्थिनी जेनिफर बर्नेट आणि तिचे पर्यवेक्षक स्टीफन मॉटोविड्लो या दोघांनी मुलाखतीत शब्दांव्यतिरिक्त इतर सर्व दृक्श्राव्य संकेतांचा मुलाखतीतील यशस्वितेवर होणाऱ्या परिणामांचा अभ्यास करायचे ठरवले. त्यांनी असा प्रश्न मांडला की, 'मुलाखतकारांच्या मतावर उमेदवाराच्या देहबोलीचा प्रभाव किती पडतो?'

त्यांच्या प्रयोगासाठी त्यांनी चार वेगवेगळ्या कंपन्यातील विद्यमान अशा ६० मॅनेजरच्या मुलाखती चित्रित केल्या. त्यांनी प्रयोगात सहभागी झालेल्या मॅनेजरना सांगितले की, ज्या जागेवर ते सध्या काम करत आहेत, त्याच जागेकरता ते मुलाखत देत आहेत अशी कल्पना करून त्यांनी मुलाखतीला सामोरे जायचे आहे. अर्थातच जे काम ते काही काळ प्रत्यक्ष करतच होते, ज्याच्याशी ते चांगलेच सुपरिचित होते त्याविषयीच प्रश्न विचारले जाणार असल्याने प्रश्न अवघड असणार होते. त्यातील एक प्रश्न असा होता की, 'अशी कल्पना करा की, तुम्ही विशेष प्रकल्पासाठी काम करत असलेल्या एका गटाचे सदस्य आहात. तुमच्या गटासमोर असा पेचप्रसंग उभा राहिला आहे की, कुणीतरी तातडीने प्रकल्पाची सूत्रे हातात

घेऊन त्याचे नेतृत्व करणे आत्यंतिक गरजेचे झाले आहे. अशा वेळी तुमची भूमिका काय असेल?'

दुसरा एक प्रश्न हा होता की, 'तुमच्यावर प्रत्यक्षात ओढवलेल्या अशा प्रसंगाचे वर्णन करा, ज्यात तुमच्यावर सोपवलेल्या एका अतिशय महत्त्वाच्या कामात दुर्दैवाने एक अशी मोठी अडचण उद्‌भवली आहे. त्यामुळे तुम्ही काटेकोरपणे आखलेल्या योजनेप्रमाणे काम चालू ठेवायचे की नाही, असा यक्षप्रश्न तुमच्यासमोर उभा राहिला आहे.'

तुम्हाला हे प्रश्न विचारले गेले तर तुमची प्रतिक्रिया काय असेल? प्रश्न सोपे नाहीत, नाही का? पुष्कळांना योग्य उत्तरासाठी जरा वेळ विचारच करावा लागेल. पण हे असे प्रश्न सामान्यांतून असामान्य निवडून काढायच्या उद्देशानेच निवडले होते.

त्यानंतर जेनिफर आणि स्टीफनने मुलाखतकारांची, परीक्षकांची निवड केली आणि त्यांचे तीन गट बनवले. पहिल्या गटाला वरील दोन प्रश्नांची मॅनेजर उमेदवारांनी दिलेली लिखित उत्तरेच फक्त वाचायला दिली गेली. त्या गटाला मुलाखतीचे वेळी काय घडले, मॅनेजर कसे 'दिसले' हे पाहायलाही मिळाले नाही, ते काय बोलले हे ऐकायलाही मिळाले नाही. या गटाला मुलाखतीत विचारलेल्या प्रश्नांची उत्तरे लिहिताना मॅनेजरनी जे शब्द वापरले होते ते वाचून, फक्त त्यांच्याच आधारे मूल्यमापन करायचे होते.

दुसऱ्या गटाला मुलाखतीच्या चित्रफिती, नलिनी अंबाडीने तिच्या प्रयोगात प्रयुक्तांना जशा आवाज बंद करून दाखवल्या होत्या, तशा दाखवण्यात आल्या. म्हणजे हा गट मॅनेजरचे परीक्षण फक्त त्यांच्या 'दर्शना'वरून करणार होता.

तिसऱ्या गटाने मुलाखतीच्या चित्रफिती आवाजासकट पाहिल्या. म्हणजे या गटाला मुलाखतीच्या वेळी मॅनेजर कसे वागले, काय आणि कसे बोलले याबद्दलची सर्व माहिती उपलब्ध करून दिली गेली होती.

गट एक – फक्त वाचलेले लिखित शब्द, गट दोन – पाहिलेला मूक कायिक अभिनय आणि गट तीन – पाहिलेली देहबोली, ऐकलेला आवाज आणि शब्द, अशा तीन गटांनी त्यांना पुरवलेल्या तीन माध्यमांच्या आधारे उमेदवारांबद्दलची बनवलेली मते केनेडी व निक्सन यांच्या भाषणांच्या वेळेसारखीच, दोन टोकांची, अगदी भिन्न-भिन्न असल्याची कळल्यास तुम्हाला नक्कीच आश्चर्य वाटणार नाही. केवळ लिखित शब्द वाचलेल्या एका गटाने उत्तम ठरवेलेले मॅनेजर आणि चित्रफिती पाहिलेल्या दोन गटांनी उत्तम ठरवलेले मॅनेजर हे अगदी वेगवेगळे होते.

संशोधकांना हेही जाणून घ्यायचे होते की, मुलाखतीच्या दरम्यान उमेदवाराची कोणती गोष्ट त्याच्या मुलाखतीतील यशावर सर्वांत जास्त परिणाम करते?

त्यासाठी त्यांनी सहा तज्ज्ञांना चित्रफितींचे अगदी तपशीलवार परीक्षण आणि विश्लेषण करायला सांगितले. त्या तज्ज्ञांनी मॅनेजरच्या हालचाली, हातवारे यांचे हातात स्टॉपवॉच घेऊन निरीक्षण केले. उमेदवार किती वेळा हसतो, किती वेळा हातांची एखादी विशिष्ट हालचाल करतो, किती वेळा कंबरेच्या वरचा भाग मुलाखतकाराच्या दिशेकडून डावी-उजवीकडे वळवतो आणि किती वेळा मुलाखतकाराच्या नजरेला नजर भिडवून बोलतो, या चार गोष्टींवर त्यांनी त्यांचे लक्ष केंद्रित केले. या चार गोष्ट त्यांनी अगदी काळजीपूर्वक तपासल्या.

या चारपैकी दोन गोष्टींवर मुलाखतीचे यश खूपसे अवलंबून होते असा निष्कर्ष निघाला. तुमचा काय अंदाज आहे? त्या कोणत्या दोन असतील?

बऱ्याच जणांना वाटते की, छान हसणे जवळीक निर्माण करते. पण मुलाखतीत तुमच्यातील व्यावसायिकता प्रतीत होणे हेही जवळिकीइतकेच, किंबहुना जास्तच जरुरीचे असते, जी हसण्याने होत नाही. वरील प्रयोगातील निष्कर्षांवरून असे दिसले की, उमेदवाराचे फक्त हास्य मुलाखतकाराच्या मतावर परिणाम घडवू शकत नाही.

शरीराची स्थितीही परिणाम घडवू शकत नाही. उमेदवार डाव्या-उजव्या बाजूंना वळत राहिला, तरी त्याने मुलाखतकारांना फार फरक पडलेला दिसला नाही.

जेनिफर आणि स्टीफन यांच्या अभ्यासातून उमेदवारांचे हातवारे, त्यांच्या हातांची हालचाल या गोष्टी मात्र मुलाखतकारांचे मत बनवण्यात काही प्रमाणात निश्चितच कारणीभूत ठरतात असे प्रत्ययाला आले. ज्यांनी त्यांच्या अभिव्यक्तीची परिणामकारकता वाढवण्यासाठी हातांच्या हालचालींचा, हावभावांचा उपयोग करून घेतला, त्यांना मुलाखतकारांनी जरा वरचा दर्जा दिल्याचे आढळले. तुमच्या हितचिंतकांनी तुम्हालाही हा सल्ला दिलेला आठवत असेल की, मुलाखतीदरम्यान हात बांधून, हातांची घडी घालून, हातांची मुळीच हालचाल न करता कधीही बसू नका; कारण बांधलेले हात तुम्ही तुमच्याभोवती संरक्षक तट उभा केला आहे, तुम्ही बचावात्मक पवित्रा घेतला आहे असा संदेश प्रक्षेपित करतात. कारणमीमांसा जराशी दुबळी वाटली, तरी सल्ला मात्र नक्कीच मोलाचा आणि उपयुक्त आहे. निक्सन यांनी राष्ट्राध्यक्षपदाच्या निवडणुकीच्या प्रचारमोहिमेतील त्या निर्णायक भाषणात त्यांच्या समोरच्या उतरत्या टेबलावर शरीराचा भार टाकून दोन्ही हातांनी त्याची कड घट्ट धरून ठेवण्यानेच त्यांच्यावर टीका झाली होती. त्यांना पराजयाकडे ढकलून देण्यात त्या चुकीचा मोठा 'हातभार' लागला होता, हे तुमच्या लक्षात असेलच. तेव्हा हातांच्या हालचालींविषयीच्या या निरीक्षणाला नक्कीच अर्थ आहे.

मुलाखतीचा निकाल ठरवण्यात सर्वांत परिणामकारक ठरले – मुलाखतकाराच्या डोळ्यात पाहून बोलणे. ज्यांनी मुलाखतीच्या वेळी जास्त वेळ मुलाखतकारांकडे

थेट पाहत उत्तरे दिली, त्यांना वरचा क्रमांक मिळाला.

नजरेला नजर भिडवणे याला फार महत्त्व आहे. नजरा मिळाल्या की, लोक मत बनवण्याची प्रक्रिया थोपवू शकतच नाहीत. आणखी एक उदाहरण बघू या. युनिव्हर्सिटी ऑफ टोरांटो येथे केलेल्या एका संशोधनात सामान्य लोकांमधून प्रयोगात सामील होण्यास तयार असलेले स्वयंसेवक – प्रयुक्त निवडले होते. त्यांना फौजदारी कोर्टातील एका चोरीच्या खटल्यातील पंचांचे काम करून निकाल द्यायचा होता. चोरीचा आरोप ठेवण्यात आलेल्या प्रतिवादीच्या बचावाच्या बाजूने एका साक्षीदाराने कोर्टापुढे दिलेली साक्ष त्यांना पाहायची आणि ऐकायची होती. गुन्हा घडला त्या वेळी प्रतिवादी घटनास्थळी नव्हता, यासंबंधीचे पुरावे तो साक्षीदार त्याच्या साक्षीत कोर्टासमोर सादर करणार होता. एक कसलेला नट त्या साक्षीदाराची भूमिका वठवणार होता. त्या साक्षीत दिले जाणारे पुरावे संशोधकांनी मुद्दामच जरा दुबळे, शंका उत्पन्न करणारे ठेवून प्रतिवादी अपराधी का निरपराधी; याबद्दल संदिग्धता निर्माण केली होती. साक्षीदाराच्या साक्षीवर पंचांचा किती विश्वास बसतो यावरच प्रतिवादीचे भवितव्य – तुरुंगात की बाहेर; हे ठरणार होते.

एक गोष्ट प्रयुक्तांपासून लपवली गेली होती की, त्यांच्यापैकी काहींना एक आणि बाकीच्यांना दुसरी चित्रफीत दाखवली गेली होती. दोन्हीतील इतर सगळे – साक्षीदार, त्याचे बोलणे अगदी सारखे होते. फरक एकच होता, पहिल्या चित्रफितीत साक्षीदार प्रश्न विचारणाऱ्या वकिलाच्या नजरेला चांगली नजर भिडवून बोलत होता आणि दुसरीत तो मधून-मधून, बऱ्याच वेळा नजर चुकवत बोलत होता.

संशोधकांच्या अपेक्षेप्रमाणे पंचांना नजर चुकवणारा साक्षीदार, डोळ्यात डोळा घालून बोलणाऱ्यापेक्षा कमी विश्वासार्ह वाटला आणि त्यामुळेच वकिलाकडे पाहणे टाळणाऱ्या साक्षीदाराची चित्रफीत पाहिलेल्या पंच प्रयुक्तांपैकी प्रतिवादीला गुन्हेगार ठरवणाऱ्यांची संख्या जास्त होती.

एकमेकांशीं जुळलेल्या नजरांमध्ये चुंबकीय शक्ती असते. ती शक्ती मेंदूतील 'आकर्षणा'ची भावना जागवणाऱ्या भागाला उत्तेजित करते. ज्या दोन व्यक्तींच्या, मग त्या समलिंगी असोत वा भिन्नलिंगी, नजरा जुळतात त्यांच्या मेंदूमध्ये एक दुवा निर्माण होतो, तो त्यांना एकमेकांकडे आकर्षित करतो. नवजात बालकांनासुद्धा कोणी त्यांच्या डोळ्यांत पाहण्याचा प्रयत्न करत असले तर कळते. याचा अर्थ असा की, नजरेला नजर भिडवण्याची इच्छा माणसात उपजतच असते, ती शिकायला अथवा शिकवायला लागत नाही. तेव्हा लोक एकमेकांविषयी जे मत बनवतात, त्यावर या गोष्टीचा फार मोठा परिणाम होत असतो, या निष्कर्षातून एखादे रहस्य उघडकीला आहे आहे असे मुळीच नाही. कोणालाही हा निष्कर्ष आश्चर्यजनक तर वाटणार नाहीच, उलट त्यात एवढे शोधून काढण्यासारखे काय आहे, असेच

कोणीही म्हणेल. आपण एकमेकांशी सहज बोलत असतानासुद्धा एकमेकांच्या डोळ्यात पाहून बोलले पाहिजे की नाही, असे कुणालाही विचारल्यास उत्तर 'हो' असेच येईल. हे उघड सत्य जर आहे, तर मग मी त्याविषयी एवढे का बोलतो आहे?

परत एकदा क्षणभर जेनिफर आणि स्टीफनने कंपनीतल्या चार मॅनेजरच्या मुलाखतींचा जो अभ्यास केला त्याकडे वळू या. ज्या मॅनेजरनी मुलाखतकारांकडे थेट पाहून, त्यांची नजर न टाळता उत्तरे दिली त्यांचा क्रम वरचा लागला. मुलाखतीत यशस्वी होणे, आपल्याबद्दल समोरच्याचे मत अनुकूल बनवणे यासाठी ही गोष्ट परिणामकारक ठरते आणि म्हणून तसे करणे अत्यंत आवश्यक आहे, हे जर सूर्यप्रकाशाइतके सत्य आहे, तर मग सगळ्याच मॅनेजरनी तसे का केले नाही?

या संशोधकद्वयीने प्रसिद्ध केलेल्या संशोधनाच्या अहवालात स्पष्ट उल्लेख आहे की, प्रयोगाकरिता निवडलेले मॅनेजर अनुभवी होते, त्या सर्वांच्या हाताखाली काही लोक काम करत होते. कामातील त्यांचे कौशल्य, काम उत्तम करण्याची क्षमता या गोष्टी त्यांनी सिद्ध केल्या होत्या, आणि म्हणूनच व्यवस्थापनाने त्यांना पदोन्नती देऊन मॅनेजर या पदाची जबाबदारी त्यांच्यावर सोपवलेली होती. ती सगळी हुशार, बुद्धिमान मंडळी होती. तेव्हा अशा लोकांना वर वर्णन केलेले सत्य माहीत नसेल असे वाटते तुम्हाला? मुळीच नाही. यातून या 'शब्दरहित संवादकले'च्या अभ्यासात सतत लक्षात येणाऱ्या गोष्टीवर परत एकदा प्रकाश पडतो : जे केले पाहिजे, नव्हे केलेच पाहिजे हे लोकांना पक्के माहीत असते तेसुद्धा प्रत्यक्ष वेळ आल्यावर लोक करत नाहीत. जी आपल्यापाशी आहे याविषयी आपली शंभर टक्के खातरी असते, त्या आपल्या बुद्धीचाही वापर करणे आपण कित्येक वेळा विसरतो, तो करायचा आपल्याकडून राहून जातो! कळते पण वळत नाही!!

तेव्हा एका बाजूला आपण असे म्हणतो की, नजरेशी नजर भिडवून बोलणे अत्यंत महत्त्वाचे आहे हे 'डोळस'(आंधळ्यालासुद्धा मान्य होणारे) सत्य आहे. पण तरीही आयुष्य बदलून टाकणाऱ्या, भविष्य उज्ज्वल बनवणाऱ्या एखाद्या मुलाखतीसारख्या महत्त्वपूर्ण प्रसंगी, जेथे सर्व कौशल्य, सगळे गुण पणाला लावण्याची गरज असल्याचे निश्चित माहीत असूनही अशा सगळ्या प्रसंगी, प्रत्येक जण तसे करत नाही हेही वास्तव आहे!!

चुंबकीय आकर्षण

जेनिफर आणि स्टीफन यांनी मुलाखतींचे विश्लेषण करणाऱ्या तज्ज्ञांना मॅनेजरच्या चार गोष्टींचा परिणाम मोजायला सांगितला होता. त्या चारपैकी दोन गोष्टी परिणाम करणाऱ्या सापडल्या. प्रमुख होती नजर मिळवणे आणि काही

प्रमाणात परिणाम करणारी होती हातांची हालचाल. पण मॅनेजर उमेदवारांच्या वेगळ्याच एका गोष्टीने या दोन्हींवर कुरघोडी केली आहे, असे लक्षात आले.

नाही, ती गोष्ट हाताच्या बोटांची हालचाल नव्हती, पायांची नव्हती, डोक्याचीही नव्हती. खरेतर त्यांच्या कुठल्याच कृतीशी किंवा उक्तीशी ती संबंधित नव्हती. ती कोणती होती, हे जाणून घेण्याआधी जरा थांबू आणि काही दशके मागे जाऊन आणखी एका जुन्या संशोधनाचा विचार करू.

एक प्रसंग डोळ्यांसमोर आणा : तुम्ही रस्त्याने चालला आहात. एक सडसडीत बांध्याची तरुणी अचानक मागून येऊन तुमच्या बरोबर चालू लागते. दिसायला सुरेख, बोलका चेहरा. तुमचे लक्ष जाताच ती छान हसते आणि तुम्हाला समजावून सांगू लागते : जवळच्या युनिव्हर्सिटीमधील उपहारगृहात सध्या ग्राहकांना मांसाहारी पदार्थ मिळतात, पण उपहारगृहांनी, निदान सकाळच्या न्याहारीला आणि दुपारच्या जेवणात तरी, फक्त शाकाहारी पदार्थच ग्राहकांना द्यावेत यासाठी ती प्रयत्न करत आहे आणि तिच्या या मोहिमेला तिला जास्तीत जास्त लोकांचा पाठिंबा मिळवायचा आहे. शाकाहारामुळे पर्यावरणाच्या रक्षणाला मदत होईलच आणि ते लोकांच्या आरोग्यासाठीही उपकारक ठरेल असे तिचे म्हणणे आहे.

ती तुमच्याबरोबर चालता-चालता तुमच्याशी बोलते आहे, तुम्ही ऐकता-ऐकता तिच्या चेहऱ्याकडे पाहता आहात. मध्येच तिच्या केसाची एक अवखळ बट तिच्या चेहऱ्यावर ओघळते. काही वेळाने मानेच्या लाडिक हेलकाव्याबरोबर ती हाताने मागे सारून कानामागे सरकवते. ते पाहत असताना तुमच्या असेही लक्षात येते की, तिच्या पिंगट डोळ्यांवरच्या पापण्या चांगल्याच लांब आहेत. तेवढ्यात ती तिच्या हातातील कागद तुमच्यासमोर धरून विचारते, 'या माझ्या विनंती-अर्जावर, प्लीज, तुम्ही सही कराल?'

युनिव्हर्सिटी ऑफ टोरांटोमध्ये शेली चेकन नावाची एक सामाजिक मानसशास्त्रातील तज्ज्ञ होती. तिने तिच्या मानसशास्त्रीय प्रयोगासाठी हा असा प्रसंग रचला होता. पदवी परीक्षेचा अभ्यास करणाऱ्या सुमारे १०० विद्यार्थी-विद्यार्थिनींना तिने या तिच्या प्रयोगात सहभागी होण्यासाठी पाचारण केले होते. प्रयोग समजावून सांगताना तिने त्यांना सांगितले की, एखाद्यावर आपला प्रभाव पाडणे, त्याचे मन वळवणे, त्याच्याकडून आपले काम करून घेणे आणि आपले बोलणे, आपले शब्द यांच्या संबंधाचा अभ्यास करण्यासाठी तिला त्यांचे साहाय्य हवे आहे. पण त्यांना न कळेल अशा पद्धतीने तिने काही स्वतंत्र परीक्षक नेमून त्यांना त्या सर्वांचे परीक्षण करून त्यांची तीन गटात विभागणी करायला सांगितले. विभागणी त्यांचे रूप आणि त्यांच्याजवळची शारीरिक आकर्षकता यावर करायची होती. एक गट त्यातील अत्यंत सुस्वरूप आणि आकर्षक विद्यार्थी-विद्यार्थिनींचा बनवला गेला, आणि

दुसऱ्या गटात अगदीच कुरूप आणि अनाकर्षक असणाऱ्यांना समाविष्ट केले गेले. जे मध्यम श्रेणीचे होते त्यांना त्यांचे आभार मानून तिने रजा दिली.

या दोन्ही गटांना त्यांनी काय करायचे आहे ते तिने समजावून सांगितले. त्यांनी जी वाक्ये त्या प्रसंगात वापरायची होती ती त्यांना लिहून देऊन पाठ करायला लावली. त्यांनी युनिव्हर्सिटीच्या परिसरात चार-पाच लोकांना गाठून वरील प्रसंगातल्याप्रमाणे दिलेली वाक्ये बोलून युनिव्हर्सिटीच्या उपहारगृहाने मांस देण्याचे थांबवून फक्त शाकाहारी पदार्थ द्यावेत यासाठीच्या विनंती-अर्जावर त्यांच्या सह्या मिळवायच्या होत्या.

प्रयोग पार पडला. प्रयोगातून जे निष्पन्न झाले त्यात शेलीला असे दिसले की, सुस्वरूप आणि आकर्षक विद्यार्थी-विद्यार्थिनींनी खूपच जास्त सह्या मिळवल्या होत्या. पण असे मात्र दिसले नाही की, आकर्षक विद्यार्थिनींना पुरुषांकडून जास्त सह्या मिळाल्या होत्या, किंवा स्त्रियांनी देखण्या तरुणांना जास्त सह्या दिल्या होत्या. सुस्वरूप आणि आकर्षक विद्यार्थी आणि विद्यार्थिनी, स्त्रिया आणि पुरुष दोघांनाही सह्या करायला भाग पाडू शकले होते. म्हणजे हा केवळ लैंगिक आकर्षणाचा परिणाम नव्हता. मात्र शारीरिक सौंदर्य प्रभावशाली ठरले होते. दिसायला सुंदर, सुस्वरूप आणि आकर्षक असले की, पुरुष असो वा स्त्री, सर्वांवरच त्यांचा प्रभाव जास्त पडतो. लोकांना जिंकून घेण्याची, त्यांना स्वत:कडे वळवण्याची त्यांची क्षमता जास्त असते.

मला या गोष्टीचे कुतूहल आहे की, आता निवृत्त झालेली शेली चेकन स्वत: सुंदर होती का? www.ratemyprofessors.com या लोकप्रिय संकेतस्थळावर विद्यार्थीवर्गाने त्यांच्या प्राध्यापकांविषयीची नोंदवलेली मते आणि त्या प्राध्यापकांचे रूप यांच्यातील संबंधांचा अभ्यास २००६ साली केला गेला होता. चार वेगवेगळ्या विद्यापीठात केल्या गेलेल्या या अभ्यासात असे दिसून आले की, जे प्राध्यापक दिसायला देखणे, आकर्षक होते त्यांना विद्यार्थ्यांनी ० ते ५ अशा प्रमाणपट्टीवर इतर प्राध्यापकांना दिलेल्या गुणांपेक्षा सरासरी ०.८ इतके जास्त गुण दिले होते. 'हिरो' दिसण्यामुळे मूल्यमापनात १६ टक्क्यांचा लक्षणीय फरक पडला होता!!

जेनिफर आणि स्टीफन यांच्या प्रयोगातही ज्या गटाने आवाज नसलेल्या चित्रफिती पाहून मॅनेजर उमेदवारांचे मुलाखतीदरम्यानचे मूल्यमापन केले होते, त्यांच्यावरही उमेदवारांच्या 'रूपा'ने जादू केलेलीच होती. देखण्या रूपांनी सामान्य रूपांपेक्षा जास्त गुण मिळवलेलेच होते.

ही गोष्ट एकामागून एक संशोधनातून सिद्ध होत आली आहे की, प्रभाव पाडणे, मन वळवणे यात शारीरिक सौंदर्याचा निश्चित फायदा मिळतो. आकर्षक व्यक्तिमत्त्वाचे लोक समान गुणधर्मांच्या, पण कमी आकर्षक लोकांपेक्षा जास्त

सक्षम, बुद्धिवान आणि समाजात प्रिय मानले जातात. अर्थशास्त्रातील तज्ज्ञही असे सप्रमाण विधान करतात की, आकर्षक लोक जास्त संपत्ती मिळवताना दिसतात.

जगात चांगले काय आणि वाईट काय, हे विज्ञान आपल्याला सांगत नाही. ते फक्त जे प्रत्यक्षात घडते, ते तुमच्यासमोर ठेवते. शारीरिक सुंदरता, आकर्षक बाह्यरूप (ज्याचा संबंध आपल्यातील 'जीन्स' म्हणजे जनुकांशी आहे, आनुवंशिकतेशीही आहे. आपण जन्म कुठे घेतला त्यावरही जे अवलंबून आहे) हे सर्वस्वी 'दैवदत्त' म्हणून 'आपल्या हाताबाहेरचे' आहे की त्याच्या अभावावरही आपण मात करू शकतो?

जर्मनीतील युनिव्हर्सिटी ऑफ मॅनहाइम येथील सामाजिक मानसशास्त्रज्ञ मार्क अँड्रे राइनहार्ड याने शेली चेकनसारखाच, 'सौंदर्य अणि आकर्षकता यांचा माणसे 'पटवण्यावरील' परिणाम जोखणे' याच हेतूने, परंतु जरा धूर्तपणे बेतलेला एक प्रयोग केला. त्याने एका चित्रफितीच्या चार आवृत्त्या तयार करून घेतल्या. चारही चित्रफितीत एक विक्रेता घरात वापरण्यासाठी योग्य अशा संगणकाबद्दलची माहिती देणारे, त्याचे गुणवर्णन करणारे भाषण देताना दाखवला होता. त्यातल्या दोन आवृत्त्यांतील विक्रेते (एकामध्ये पुरुष विक्रेता होता आणि दुसरीमध्ये स्त्री विक्रेती होती) देखणे, आकर्षक होते. उरलेल्या दोन आवृत्त्यांतील विक्रेते (यातही एकामध्ये पुरुष आणि दुसरीमध्ये स्त्री होता) अनाकर्षक होते. चारही चित्रफितीत भाषण एकच होते. त्यात विक्रेता ग्राहकांना हे स्पष्टपणे सांगत असताना दाखवला होता की, 'केवळ आमच्या उत्पादनाविषयीची माहिती देण्याच्या नव्हे; तर आमचा हा संगणक विकण्याच्या हेतूनेच मी हा प्रयत्न करत आहे.'

राइनहार्डने आणखी एक मखलाशी केली होती. शेलीने आकर्षक आणि अनाकर्षक असे वेगवेगळ्या विद्यार्थ्यांचे दोन गट केले होते. राइनहार्डने मात्र एकच पुरुष अभिनेता आणि एकच स्त्री अभिनेत्री आकर्षक आणि अनाकर्षक विक्रेता तसेच विक्रेती म्हणून वापरले. कसे? एका चित्रफितीत स्त्री विक्रेतीला एकदम फॅशनेबल असा पोशाख घालायला लावला, तिची केशरचना आधुनिक पद्धतीची आणि वेधक केली, तिचा चेहरा सौंदर्यप्रसाधने वापरून मोहक बनवला. पुरुष विक्रेत्याने आकर्षक दिसण्यासाठी अत्याधुनिक शैलीचा रुबाबदार सूट घातला. ताजी दाढी, चित्रणाच्या ठिकाणच्या प्रखर दिव्यात चेहरा उजळेल असा हलकासा मेकअप आणि नजरेत भरतील अशा पद्धतीने वळवलेले केस यांच्या साहाय्याने स्वत:ला आकर्षक बनवले. दुसऱ्या चित्रफितीत स्त्री आणि पुरुष विक्रेते अनाकर्षक दिसावेत यासाठी सौंदर्यप्रसाधनांचा वापर अजिबात केला नाही, पोशाख नीट, पण अव्यवस्थित, गबाळा दिसेल असा दिला. केस नीट न विंचरलेले, जरासे अस्ताव्यस्तच राखले.

आकर्षक विक्रेत्यांच्या भाषणाचा परिणाम अनाकर्षक विक्रेत्यांच्या भाषणापेक्षा खूपच अधिक झाला. ज्या प्रेक्षकांनी संगणक आवडल्याचे इतकेच नव्हे; तर ते तो विकत घ्यायलाही राजी आहेत असे सांगितले, त्यांच्यात डाव्या रूपाच्या, गबाळ्या विक्रेत्यांची चित्रफीत पाहिलेल्या प्रेक्षकांपेक्षा देखण्या आणि अत्यंत वेधक दिसणाऱ्या विक्रेत्यांची चित्रफीत बघितलेल्या प्रेक्षकांची संख्या कितीतरी जास्त होती. विक्रेते स्त्री होते की पुरुष, त्याचा मात्र प्रेक्षकांच्या मतांवर फारसा परिणाम झालेला दिसला नाही.

या प्रयोगातून एक फार चांगली गोष्ट सिद्ध झाली. आपले रंगरूप आपल्याला जन्मजात लाभलेले असले आणि ते बरेवाईट कसेही असले, चेहरा देखणा असला किंवा नसला तरी नीटनेटका, बेतशीर, व्यवस्थित पोशाख, स्वच्छ, खुललेला चेहरा, थोडे कष्ट घेऊन केलेली केशरचना यांनी त्यात उचित बदल घडवता येतो आणि त्याचा निश्चित उपयोग होतो.

रूपवान आणि रूपहीन

'ॲबरक्रोंबी ॲन्ड फिच' या कंपनीची अमेरिकाभर अनेक दुकाने आहेत. देखण्या, आकर्षक विक्रेत्यांमुळे दुकानातील खप वाढतो, ही धंद्याच्या दृष्टीने महत्त्वाची असलेली आर्थिक फायद्याची बाब मान्य करून ती कंपनी डोळसपणे तसेच विक्रेते निवडून त्यांनाच नोकरीवर ठेवते, आणि हे त्यांचे धोरण जाहीरपणे मान्यही करते. ग्राहकांना खरेदीच्या मोहात पाडण्यासाठी, त्यातल्या त्यात सुंदर चेहऱ्याचे, मोहक व्यक्तिमत्त्वाचे, बांधेसूद अंगकाठीचे स्त्री-पुरुष विक्रेते, कधी-कधी तर तोकड्या, तंग पोशाखातल्या अगदी पोहण्याच्या पोशाखातल्या विक्रेत्यासुद्धा दुकानात सतत ग्राहकांच्या आवतीभोवती वावरत असतील याची मुद्दाम काळजी घेते.

या शास्त्रीय प्रयोगातून निघालेल्या निरीक्षणांप्रमाणे आपला प्रभाव पडावा, समोरच्याचे मन वळवता यावे म्हणून असे नटायचे, बाह्यसौंदर्य कृत्रिमपणे वाढवायचे ही कल्पना काही लोकांना अमान्य होईल; काहींना ती कदाचित अनैतिक, निंद्यही वाटेल. पण याआधी सांगितल्याप्रमाणे विज्ञान काय बरोबर आणि काय वाईट, काय ग्राह्य आणि काय त्याज्य याचा निवाडा करत नाही, ते केवळ सत्य समोर ठेवते. जगात प्रत्यक्षात जे घडते आहे त्याचा अर्थ सांगते.

कॉर्नेल युनिव्हर्सिटी स्कूल ऑफ हॉटेल ॲडमिनिस्ट्रेशनमधील 'ग्राहकांचे

विशेष गुणधर्म' या विषयातील तज्ज्ञ मिचेल लीन याने केलेल्या अभ्यासातून जे सत्य बाहेर आले आहे ते असे की, रेस्टॉरंट्समध्ये पुष्ट आणि उठावदार वक्षस्थळे असलेल्या स्त्री वेटरना ग्राहकांकडून अगदी सैल हातांनी टिप मिळते. सोनेरी केसांच्या वेट्रेसनाही खूप जास्त टिप मिळते. सौंदर्य आणि आकर्षकता यांबद्दलच्या संकल्पना जगभर सारख्या नसतात, त्या देश आणि संस्कृती यांनुसार बदलत्या असतात. पश्चिम युरोप अथवा अमेरिकेतील ज्या वेट्रेसेस आपली आर्थिक स्थिती बळकट करण्याच्या मागे असतील, त्यावरील निरीक्षणावरून बारीक आकाराचे उरोजही भरदार दिसावेत म्हणून योग्य ठिकाणी खास भराव घातलेल्या आणि म्हणून अवास्तव महाग असणाऱ्या खास काचोळ्या किंवा केसांना सोनेरी रंग देणारे कलप यांच्या खरेदीत पैसे घालवायला मागेपुढे पाहणार नाहीत, किंबहुना तो एरवी न परवडणारा खर्च फायदेशीर गुंतवणूक म्हणून त्या मुद्दाम करतील.

आकर्षकतेबद्दलचे सर्व संशोधन फक्त स्त्रियांच्याच बाबतीत झाले आहे असे नाही. अमेरिकेत पुरुषांच्यातील आकर्षकता वाढवणाऱ्या लक्षणांचाही शोध घेतला गेला आहे. स्वच्छ दाढी केलेले पुरुष दाढीचे खुंट वाढलेल्या पुरुषांच्या आणि डोक्यावर भरपूर केस असलेले पुरुष विरळ केसांमुळे भालप्रदेश विशाल झालेल्यांच्या तुलनेत जास्त आकर्षण निर्माण करतात. टक्कल पडलेले पुरुष त्याहूनही कमी आकर्षक गणले जातात. पश्चिम युरोप आणि अमेरिकेतील पुरुष मंडळी आता कदाचित दाढी करण्याचा कंटाळा करणार नाहीत. केस गळती थांबवण्याच्या किंवा कृत्रिम केशरोपणाच्या उपायांचा कसोशीने अवलंब करायचा निश्चय करतील.

आपले रूप मोहक, सुखद दिसावे यासाठीचे कोणते उपाय, कोणते बदल कोणालाही, कोणत्याही प्रसंगात परिणामकारक, उपयोगी तसेच फायदेशीर ठरतील यासंबंधी खातरीलायकरीत्या कोणतेही निश्चित असे निष्कर्ष काढणे अवघड, नव्हे अशक्य आहे. उदाहरणार्थ, जपानमधील पन्नाशीतील आणि इटलीमधील तिशीतील स्त्रीला सारख्याच पद्धतीचे नटणे नक्कीच योग्य ठरणार नाही. पंचवीस वर्षाच्या तरुणाला प्रेयसीबरोबरच्या पहिल्याच भेटीला जाताना जो जामानिमा करावा लागेल तोच चाळिशी उलटलेल्या प्रौढाला नव्या नोकरीच्या मुलाखतीसाठी जाताना करून चालणार नाही.

'सुंदर, आकर्षक रूप' हा विषय संपवण्यापूर्वी मला लोकांच्यात (सर्व वयांच्या, सर्व प्रकारच्या) सर्वसामान्यपणे आढळणाऱ्या एका अवगुणाबद्दल सांगायचे आहे. बहुतेक लोकांची स्वत:बद्दलची मते ही नेहमी अवास्तव

आणि अतिशयोक्तीपूर्ण असतात. ते स्वत:ला इतरांपेक्षा वरच्या पायरीवरचे, अंमळ हुशार, जरा वेगळेच असल्याचे समजत असतात. प्रत्येकाचे स्वत:चे वर्णन 'आमचं म्हणजे असं असतं—' अशा शब्दांनी सुरू होत असते. अमेरिकेतील माध्यमिक शाळेत जाणाऱ्या १० लाख मुलांचे सर्वेक्षण करण्यात आले होते. मुलांना त्यांच्यातील 'नेतृत्वगुणां'चे मूल्यमापन करायला सांगितले होते. त्यासाठी तीन श्रेणी निश्चित केल्या होत्या. सर्वसाधारण, त्यापेक्षा वरची आणि त्यापेक्षा खालची. प्रत्येकाने स्वत:मधील नेतत्वगुणांची श्रेणी त्यांच्यामते कोणती ते लिहून द्यायचे होते. जे निकाल हाती आले ते आश्चर्यजनक आणि धक्कादायक होते, इतके की संख्याशास्त्रानुसार तशी टक्केवारी ही 'अशक्य' कोटीतील होती. ७० टक्के विद्यार्थ्यांनी त्यांच्या अंगी 'सर्वसाधारण पातळीपेक्षा जास्त' गुण असल्याची नोंद केली होती! फक्त दोनच टक्के मुलांनी ती 'सर्वसाधारण पातळीहून कमी' आहे असे मान्य केले होते! हे झाले मुलांचे. दुसऱ्या एका सर्वेक्षणात कॉलेजमधील प्राध्यापकांना 'स्वपरीक्षा' करायला लावली होती. त्यातील निरीक्षणेही चक्रावून टाकणारी होती. ९४ टक्के प्राध्यापकांना असा दृढ विश्वास होता की, ते 'सर्वसाधारण पातळीपेक्षा जास्त आणि वरचढ' काम करतात!

एका सर्वेक्षणात लोकांना अंतर्मुख होऊन स्वत:चे प्रामाणिकपणे मूल्यमापन करण्याच्या प्रक्रियेतील पायाभूत प्रश्नच विचारला गेला होता – 'तुमचे गुण अवगुण, तुमची क्षमता, उणिवा यांचे मूल्यमापन, तुम्ही स्वत: जास्त अचूकपणे कराल का ते तुमच्याशी संबंधित असलेल्यांकडून आधिक काटेकोरपणे आणि वास्तवदर्शी होईल?' बहुमत 'स्वत:' या उत्तराला मिळाले!! 'स्वत:चे ज्ञान आणि कौशल्य यांविषयी आत्यंतिक आत्मविश्वास प्रकट करणारे डॉक्टर्स आणि सर्जन्स प्रत्यक्षात अगदी 'कमी प्रतीचे होते' हा सहा-सात संशोधनांतून निघालेला निष्कर्ष वरील निकालांवर कडी करणारा, बेचैन करणारा आणि धीर खचवणारा आहे. हीच गोष्ट आपल्या एकंदर रंगरूपाविषयीच्या आपण स्वत: केलेल्या मूल्यमापनाच्या बाबतीतही खरी असते. आपली अशी (गैर) समजूत, नव्हे खातरीच असते की, आपण त्याबाबतीत 'सर्वसाधारण पातळीच्या वर' आहोत. आपल्यापैकी बहुतेकांना असेच वाटत असते की, आपण 'छान' दिसतो. आपली प्रतिमा आपल्याला इतरांच्या मनात जशी ठसावी अशी वाटत असते, तशीच ती त्यांच्यासमोर ठेवण्याचे काम आपला पोशाख आणि आपली केशरचनाही चोख करते. शब्दांखेरीज इतर ज्या

माध्यमांतून आपण इतरांशी संवाद साधत असतो त्या आपल्या हालचाली, आपले हातवारे, लकबी हेही सगळे त्यात सुयोग्य अशी भर टाकत असतात. आपल्या बोलण्यातून (आवाज, स्वर, वेग) आपला आत्मविश्वास, उत्साह प्रकट होतो, तो लोकांपर्यंत व्यवस्थित पोहोचतो, आणि ते आपल्याकडे आकर्षित होतात. पण केवळ सत्य समोर आणण्याचे काम करणारे विज्ञान, शास्त्रीय संशोधन, असे सिद्ध करते की, आपली ही 'खातरी' अनाठायी असते, आपल्या स्वत:बद्दलच्या कल्पना चुकीच्या असतात!

बऱ्याच वेळा तुम्ही अशा माणसांना भेटत असाल, ज्यांच्या श्वासाला दुर्गंधी येत असते किंवा घामाचा वास येत असतो. त्यापैकी किती जणांना, त्यांच्यातील या दोषाची जाणीव असते? आपल्यात काही उणिवा, दोष असतील, आपण चुकत असू, असे आपल्याला कधी वाटतच नाही! पण तसे असू शकते, नव्हे असतेच! तेव्हा प्रसंग कुठलाही असो, सार्वजनिक सभागृह अथवा खाजगी शयनगृह, तुम्हाला तुमचा प्रभाव पाडायचा असल्यास, समोरच्याला जिंकायचे असल्यास, अत्यंत महत्त्वाच्या अशा तुमच्या 'दिसण्या'विषयी, स्वत:च्या मतावर विसंबण्यापेक्षा शहाणपणा यात आहे की, जो निश्चितपणे खरे, प्रामाणिक आणि परखड मत देईल अशा कोणाचेतरी एकाचे (जरूर वाटली तर दोघांचे, तिघांचे किंवा आणखी काही जणांचे) मत घ्यावे.

हास्यप्रकार

मनातले जनात आणायला शब्द हे सर्वांत सोपे आणि परिणामकारक साधन आहे, पण शब्दांखेरीज ज्या इतर अनेक अभिव्यक्तीच्या साधनांचा वापर दैनंदिन जीवनात पदोपदी केला जात असतो, त्याचा नेमका प्रभाव किती पडतो हे पाहण्यासाठी ध्वनिफिती, चित्रफिती, दृक्श्राव्य माध्यमे, प्रतिलेख या सर्वांचा वापर करून अनेक संशोधने केली गेली आहेत. त्यातून समोर आलेल्या गोष्टी कोणत्या असतील, याचा अंदाज आपण बऱ्याच वेळा बरोबर करू शकतो. पण काही संशोधनांचे निष्कर्ष मात्र अगदी अनपेक्षित, अकल्पित असे असतात.

उदाहरणादाखल हा निष्कर्ष पाहा : चेहऱ्यावर स्मित खेळवत ठेवणारी माणसे गंभीर चेहऱ्याच्या माणसांपेक्षा ज़ास्त आकर्षक, प्रामाणिक, हुशार आणि सक्षम समजली जातात. या निष्कर्षात आश्चर्य वाटण्यासारखे काहीच नाही. पण स्मितहास्याचेही अनेक प्रकार असतात आणि ते सगळेच काही एकच परिणाम करत नाहीत.

फार चटकन फुटणारे हसू (जे एक दशांश सेकंदात चेहऱ्यावर उमटते ते) जरा वेळ घेऊन (सुमारे अर्धा सेकंद) उमटणाऱ्या हास्यापेक्षा कमी अस्सल, कमी विश्वासार्ह आणि नकली समजले जाते. बहुतेक सगळ्यांच्या मनात ही गोष्ट अभावितपणे पक्की बसलेली असते की, घाईघाईत ओठांवर आणलेले हसू, आंतरिक भावनेने हळूहळू चेहऱ्यावर पसरत जाणाऱ्या हास्याच्या मानाने जास्त बेगडी, खोटे असण्याची शक्यता अधिक असते.

हसणे केवढे आणि किती, यानेही फरक पडतो. अकॅडमी ऑफ मॅनेजमेंट जर्नलच्या २००६च्या अंकात एक अभ्यासपूर्ण लेख प्रसिद्ध झालेला आहे. त्यामध्ये 'फास्ट फूड' देणाऱ्या एका हॉटेलातील वेटरच्या चेहऱ्यांवरील हास्य आणि ग्राहकांचे समाधान यातील संबंध शोधण्यासाठी केल्या गेलेल्या एका प्रयोगाची माहिती देण्यात आली आहे. संशोधकांच्या एका गटाने हॉटेलमध्ये बसून आजूबाजूच्या टेबलांवर घडणारे प्रसंग नीट पाहिले. वेटरच्या चेहऱ्यांवरील हास्य आणि ग्राहकांच्या त्यावरील प्रतिक्रिया यांचे काळजीपूर्वक निरीक्षण केले, त्यांच्यातील संवाद कान देऊन ऐकले. दुसऱ्या गटाने हॉटेलमधून बाहेर पडलेल्या ग्राहकांकडून त्यांची हॉटेल-भेट कशी झाली, तिने त्यांना किती समाधान दिले यांविषयी जाणून घेतले.

संशोधकांनी अक्षरश: शेकडो प्रसंग अभ्यासले, ग्राहकांशी साधलेल्या 'त्यांचे समाधान' या विषयावरील संवादांचे विश्लेषण केले. त्यातून ही गोष्ट प्रकर्षाने समोर आली की, वेटरच्या चेहऱ्यांवरील हास्य आणि ग्राहकांचे समाधान यांचा थेट आणि लक्षणीय संबंध जुळत होता. ज्या ग्राहकांना हसऱ्या चेहऱ्याचे वेटर लाभले नाहीत ते मुळीच समाधानी नव्हते. ज्या वेटरच्या चेहऱ्यांवर 'थोडेसे' हास्य (याची व्याख्या अशी केली गेली की, चेहरा जरासा हसरा झाला, तोंडाच्या कडा वर उचलल्या गेल्या, पण दात अजिबात दिसले नाहीत असे) दिसले त्यांचे ग्राहक 'थोडेसे' समाधानी होते. सर्वांत समाधानी होते ते ग्राहक ज्यांचे वेटर छान हसत होते (म्हणजे चेहरा चांगला हसरा होता, ओठ उघडले होते आणि हसताना दातांचे ओझरते दर्शनही होत होते). मी मघाशी म्हटले त्याप्रमाणे, हास्याच्या 'आकारा'वर बरेच अवलंबून असते!

मरियन ला फ्रान्स आणि मार्विन हेश्ट या दोन समाजशास्त्रज्ञांनी हसण्याचा जो आणखी एक वैशिष्ट्यपूर्ण परिणाम सप्रमाण सिद्ध केला, तो तर हसणे या सुखद कृतीच्या उगमाचा आणि तिच्या जन्मामागील मूळ हेतूचा वेध घेणारा आहे. त्यांनी केलेल्या प्रयोगात सहभागी झालेल्यांना त्यांनी ख्रिस्टिन विल्सन नावाच्या एका काल्पनिक विद्यार्थिनीने परीक्षेत फसवाफसवी केल्याच्या संशयाच्या आरोपाबद्दलचा अहवाल वाचायला दिला.

घडलेल्या प्रसंगाचे तपशील, त्याच्या भोवतालच्या परिस्थितीचा आढावा अशा गोष्टी त्यात होत्याच, शिवाय जो गुन्हा ख्रिस्टिनच्या हातून झाला असा संशय होता, त्यासंबंधीचे पुरावेही त्यात होते. ते पुरावे, अगदी निश्चितपणे नसले तरी बरेचसे ख्रिस्टिनच्या विरोधातच जात होते. परीक्षेच्या वेळी ती पुढे बसलेल्या मुलीच्या खांद्यावरून तिच्या उत्तरपत्रिकेकडे पाहात होती, तिच्याशी बोलत होती, आणि तिने लिहिलेल्या उत्तरात बरीच खाडाखोड दिसत होती असे त्या अहवालात नमूद केले होते. त्याला ख्रिस्टिनच्या यापूर्वीच्या परीक्षेतील गुणपत्रिका जोडलेल्या होत्या. तिचा एक ३ × ५ इंच आकाराचा एक रंगीत फोटोही लावला होता.

अहवाल वाचून प्रयुक्तांना ख्रिस्टिन दोषी आहे का, हे ठरवायचे होते. दोषी असल्यास त्यासंबंधी ख्रिस्टिनवर काय कारवाई करावी, हेही सांगायचे होते. सहसा अशा अभ्यासात असते तशी एक मेख यातही होती. ख्रिस्टिनचे चार प्रकारचे फोटो वापरले होते. प्रयुक्तांचे चार गट करून त्यातील एकेक फोटो लावलेले अहवाल एकेका गटाला पुरवण्यात आले होते. एका फोटोत तिचा चेहरा ताणरहित, पण भावनाहीन होता. उरलेल्या तीन फोटोत तो हसरा होता, पण त्यातील प्रत्येक फोटोतील हास्य वेगवेगळे होते. एकात ते अगदी अस्सल, प्रेमळ होते, तोंडाच्या कडा छान वर उचललेल्या होत्या, ओठ विलग झालेले होते आणि मुख्य म्हणजे डोळेही भुवया उंचावून हसरे झाले होते; चमकत होते. थोडेसे आकुंचित होऊन त्यांच्या बाजूला छोट्या-छोट्या घड्याही पडलेल्या होत्या. दुसऱ्या फोटोतले हास्य उदास, ओढून-ताणून आणलेले होते. ओठ वर उचलले गेले होते, पण भुवया आणि डोळे मात्र जराही उंचावलेले नव्हते, डोळ्यात हास्याचा मागमूस नव्हता, उलट काळजीच भरलेली होती. तिसऱ्या फोटोतले हसणे अगदीच नकली वाटत होते. या फोटोतही तोंडाच्या कडा वर उचलल्या गेल्या होत्या, ओठ विलगले होते, पण डोळे स्थिर होते. एखाद्या सौंदर्यस्पर्धेत जेव्हा शेवटच्या दोन स्पर्धकांपैकी विजेती स्पर्धक घोषित केली जाते तेव्हा उपविजेती तिचे अतीव दुःख, घोर निराशा लपवण्यासाठी मुद्दामच डोळे जास्त विस्फारून जशी खोटे; पण केविलवाणे हसते तशी ख्रिस्टिन त्या फोटोत हसत होती.

अहवाल वाचल्यावर चारही गटातील प्रयुक्त ख्रिस्टिनला दोषी ठरवण्याची शक्यता समान दिसली. त्या बाबतीत कुठल्याच गटातील प्रयुक्तांवर चार प्रकारच्या फोटोतील तिच्या चेहऱ्यावर विलसणाऱ्या निरनिराळ्या भावांचा प्रभाव पडला नाही. पण तिच्यावर काय कारवाई करावी या मुद्द्यावर चार गटातील प्रयुक्तांच्या प्रतिक्रियात तफावत पडली. ज्या गटाने तिचा भावहीन चेहरा पाहिला होता त्यांनी ख्रिस्टिनला कडक शिक्षा देण्याची शिफारस केली. ज्या तीन गटांनी तिचे हसरे फोटो पाहिले

होते, त्यांनी त्यातील हास्य खरे, खोटे, चमकते किंवा उदास याचा फारसा विचार न करता, तिला शिक्षा फर्मावण्यात खूपच नरमाई दाखवली.

संशोधकांनी वेगवेगळ्या प्रकारच्या प्रयोगातून ही गोष्ट दाखवून देण्याची पराकाष्ठा केली की, कोणीही आपले हास्य बघून आपल्याला कमी दोष देत नाही, आपली चूक लहान ठरवत नाहीत; परंतु आपल्याला अडचणीतून वाचवायला, परिणामांची तीव्रता थोडी कमी करायला हास्य नक्कीच उपयोगी पडते. का?

हास्य हे आनंद प्रकट करण्याचे साधन आहे असेच आपण प्रामुख्याने मानतो. आपल्या मित्रपरिवाराचा फोटो काढताना आपण सर्वांना चेहरा हसरा ठेवण्याची विनंती करतो. पण एप्स किंवा चिंपांझी या मानवजातीच्या पूर्वजांच्या अभ्यासातून हसण्याची क्रिया काही वेगळ्याच कारणासाठी निर्माण होऊन ती आजच्या पद्धतीत उत्क्रांत होत गेली असावी असे दिसते. जेव्हा हे माणसाचे पूर्वज एकमेकांशी खेळत असतात आणि आपण ज्याला 'आनंद' म्हणतो, ती भावना व्यक्त करतात तेव्हा त्यांचा चेहरा निवळतो, ताणहीन होतो आणि ते तोंड उघडतात. तान्ही मुले जेव्हा त्यांच्या मातांबरोबर खेळत असतात तेव्हा त्यांचे 'बोळके' जसे 'वासलेले' असते, अगदी तसेच! याच्या उलट एप्स किंवा चिंपांझी जेव्हा ओठ वर उचलून त्यांचे सगळे दात दाखवतात तेव्हा त्यांना खरे म्हणजे आनंद दाखवायचा नसतो तर समोरच्याचा राग शांत करायचा असतो, त्याच्या मनाप्रमाणे वागून त्याचे समाधान करायचे असते. ते दात विचकून त्याला असे विनवत असतात की, 'ए बाबा, मला मारू नकोस!'

असे दिसते की, दात दाखवून हसणे हा समेटाचा संदेश देण्याचा मार्ग असावा. आपले पूर्वज कोणा वरचढांचा राग शमवण्यासाठी, त्यांच्या पोटात शिरून, त्यांची मनधरणी करून त्यांची मर्जी संपादन करण्याच्या उद्देशाने, गरज पडली तर सरळ शरणागती स्वीकारण्याची तयारी दर्शवण्यासाठी हसण्याचा उपयोग करत असले पाहिजेत. कालांतराने, आधुनिक युगात मानवाने तोंड वासणे, दात विचकणे हे फारच कृत्रिम, अतिशयोक्तीचे आणि म्हणून अनावश्यक ठरवून तो संदेश ओठांची करंजी करून, ती उघडून, दात दाखवून हसण्याच्या मागे झाकून टाकला असावा. ला फ्रान्स आणि हेश्ट यांच्या प्रयोगात ख्रिस्टिनचा हसरा चेहरा पाहिलेल्या प्रयुक्तांनी तिला इतरांपेक्षा माफक शिक्षा सुचवली. यात जरा खोलात जाऊन बघितले, तर असे दिसते की, आजही हास्य समोरच्याला असे सांगत असते की, 'कृपया, मला दुखवू नका' किंवा 'माझ्या दोषांकडे दुर्लक्ष करा, मला क्षमा करा'. तुमच्या हे लक्षात असेलच की, हसरा चेहरा पाहिलेल्या प्रयुक्तांना ख्रिस्टिन कमी दोषी मुळीच वाटली नव्हती. हास्याने फक्त तिच्यावरच्या कारवाईतच नरमाई आणली होती.

यापुढे आपण कधी नियमांचे, कायद्याचे उल्लंघन केल्याबद्दल पकडले गेलो, तर त्या कठीण परिस्थितीत कसे वागले पाहिजे हे या संशोधनाने आपल्या लक्षात आणून दिले असेलच. तेव्हा जर तुम्ही कुणाची छेड काढल्याबद्दल, कामचुकारपणा केल्याबद्दल, सासुरवाडीला जाण्याचे टाळण्यासाठी थाप मारली म्हणून गोत्यात आलात तर, बस, छानसे हसून टाका! ते हसू मनापासूनचे, अस्सल असो, नाहीतर नकली किंवा कृत्रिम असो, जोरकस असो वा दुबळे असो, कसेही हसा; पण हसा आणि सूट मिळवा!

स्पर्शातील ताकद

ग्राहकांच्या मनोवृत्तीचा अभ्यास करण्यासाठी ग्राहकांना रस्त्यात गाठून, त्यांना प्रश्न विचारून, एखादा फॉर्म भरायला लावून माहिती गोळा करणारे लोक रस्त्यात बऱ्याच अंतरावरून बरोबर ओळखता येतात, ते प्रामुख्याने त्यांच्या हातातील क्लिपबोर्ड आणि पेनमुळे नाही, तर त्यांच्याकडे तुमचे लक्ष जावे म्हणून आणि एकदा लक्ष गेले की, मग तुम्हाला 'लक्ष्य' करता यावे म्हणून. तुम्ही थांबलात की, योग्य 'सावज' हेरल्याच्या आनंदात, तुम्हाला त्यांच्या जाळ्यात पकडून सर्वेक्षणाचा फॉर्म भरायला लावण्यासाठी त्यांच्या चेहऱ्यावर वारंवार जे आस्थेवाईक, जरासे लाचार असे हास्य पसरत असते ना त्यामुळे.

अशी कल्पना करा की, तुम्हालाही अशाच एका सर्वेक्षकाने 'गाठले' आहे. ती 'सर्वेक्षिका' आहे. विशीच्या आतली तरुणी; सोज्ज्वळसा गोल चेहरा, चेहऱ्यावर शिशुसदनातील शिक्षिकेचा उत्साह. डाव्या हातात एक तांब्याचे चकचकीत ब्रेसलेट धरलेले. ती ओशाळल्या आवाजात तुम्हाला म्हणते, "माफ करा हं. तुम्हाला जरा त्रास देते आहे. मी विद्यार्थिनी आहे. आमच्या सरांनी आम्हाला दागिन्यांविषयी एक सर्वेक्षण करायला सांगितले आहे. तुम्ही प्लीज माझ्या हातातले हे ब्रेसलेट पाहून तुम्हाला काय वाटतं ते सांगाल?"

तिला मदत करायला हरकत नसते, पण तुम्हाला कामे असतात, एकाला तातडीने भेटायला जायचे असते.

'सॉरी' म्हणून सुटका करून घ्यावी, हा तुमच्या मनातला विचार बहुधा तुमच्या चेहऱ्यावर उमटतो, पण तो तुमच्या हालचालींतून प्रकट व्हायच्या आधीच ती तरुणी तिच्या उजव्या हाताने तुमच्या मनगटाच्या जरा वर हलकासा स्पर्श करते. किती? एखादा सेकंद!

अगदी निसटता, केला न केला असा क्षणैक स्पर्श. आणि तुम्हाला तिच्यासाठी थोडासा वेळ देणे जमेलसे वाटते!

छे, असे घडणे शक्यच नाही. घडू शकेल? एखाद्या अनोळखी व्यक्तीच्या

हलक्याशा स्पर्शाने तुम्ही विरघळणे अशक्यच! विरघळाल?

जगभरातील अनेकविध संशोधनातील वाढत्या पुराव्यांनुसार सिद्ध झाले आहे की, खरे म्हणजे तशा प्रकारचा स्पर्श तुमच्या लक्षातही येत नाही, निदान जाणीवपूर्वक तर नाहीच नाही. विश्वास नसेल बसत तर निकोलस गेगेन या फ्रान्समधील युनिव्हर्सिटी ऑफ साउथ ब्रिटनीतील मानसशास्त्रज्ञाला विचारा. काळ्याभोर डोळ्यांच्या, काळा दाट केशसंभार सांभाळणाऱ्या, तरतरीत चेहऱ्याच्या निकोलसने १० वर्षांहून अधिक काळ 'स्पर्शाचे माणसावर होणारे परिणाम' या विषयावर संशोधन करण्यात खर्च केला आहे. या विषयाला हात घालणारा तोच पहिला मानसशास्त्रज्ञ. आज तो त्या क्षेत्रातील 'चमकता तारा' समजला जातो.

वर वर्णन केलेला प्रयोग निकोलसनेच केला होता. लोकांना तांब्याच्या ब्रेसलेटबद्दल बोलायला लावण्याच्या आमिषाने स्पर्शाचा परिणाम अभ्यासणाऱ्या त्या प्रयोगात निकोलसला असे दिसून आले की, त्याच्या साहाय्यकांनी ज्या लोकांना बोलता-बोलता सहजपणे, हलकासा स्पर्श केला होता त्यांच्याशी त्या प्रसंगानंतर संपर्क साधल्यावर त्यातील फक्त २८ टक्के लोकांनी तो स्पर्श जाणवल्याचे सांगितले. पण त्या स्पर्शाने घडवलेला परिणाम मात्र आश्चर्यजनक होता. निकोलसने त्याच्या साहाय्यकांना अशी सूचना दिली होती की, त्यांनी भेटलेल्यातील निम्म्या लोकांनाच स्पर्श करायचा, तर उरलेल्यांना अजिबात स्पर्श होत नाही याची मुद्दाम काळजी घ्यायची. स्पर्श न केलेल्या दहामधील फक्त चारच लोकांनी सर्वेक्षणात सहभागी होण्यास होकार दिला. तेच स्पर्श केलेल्यांपैकी दहातील सात लोक त्यासाठी तयार झाले! लक्षात घेण्यासारखी गोष्ट म्हणजे, स्पर्श अगदी ओझरता होता आणि केवळ सेकंद-दोन सेकंदांचा होता.

अशाच पद्धतीचा एक प्रयोग अमेरिकेतील एका संशोधकद्वयीने केला होता. त्या प्रयोगात रस्त्यात लोकांना थांबवून, त्यावेळच्या राजकीय, धार्मिक आणि गर्भपात, दयामरण, वर्णविद्वेष यांसारख्या सामाजिक क्षेत्रातील ज्वलंत प्रश्नांबाबत लोकांची मते जाणून घेणारी, लोक कंटाळून जातील इतकी लांबलचक प्रश्नपत्रिका भरून देण्याची विनंती करण्यात येत होती. सर्वेक्षकांनी हाताला स्पर्श केलेल्या लोकांनी, स्पर्श न केलेल्यांपेक्षा २५ टक्के जास्त प्रश्नांची उत्तरे देण्याची सहनशक्ती दाखवली.

स्पर्शाच्या परिणामांचा अभ्यास करण्यासाठी निकोलसने निरनिराळे प्रसंग उभे केले. कधी गजबजलेल्या शॉपिंग सेंटर्समध्ये तर कधी बार, नाइटक्लब यांच्या धुंद वातावरणात वेगवेगळ्या मागण्या प्रयुक्तांपुढे ठेवल्या. परिणाम बरेचसे सारखेच दिसले. आणखी एक उदाहरण द्यायचे झाले, तर हॉटेलांमध्ये वेटरनी एखादा पदार्थ सुचवताना ग्राहकांच्या हाताला सहजपणे स्पर्श केला, तर तोच पदार्थ मागवण्याकडे

ग्राहकांचा कल जास्त असलेला दिसून आला. आपला व्यवसाय वाढवण्यासाठी हॉटलांना 'स्पर्श' या आगळ्यावेगळ्या मार्गाचा उपयोग करता येऊ शकेल. वेटरनी ग्राहकांना सर्वांत महाग पदार्थ सुचवायचे आणि ते सुचवताना त्यांच्या हाताला 'परीस स्पर्श' करायला मात्र विसरायचे नाही!

काही काळ वापरून जुन्या झालेल्या गाड्या विकणे, त्या विकत घ्यायला ग्राहकांना पटवणे, त्यांना राजी करणे हे अत्यंत क्लिष्ट, खूप कटकटीचे आणि विक्रेत्यांना अजिबात न आवडणारे काम आहे. अखंड बडबड, गरजेनुसार थोडीशी थापेबाजी – एक ना दोन! पण निकोलसने त्याच्या शास्त्रसिद्ध 'स्पर्शचिकित्सा' तंत्राचा अवलंब करून ग्राहक आणि विक्रेते यांच्या या नावडत्या व्यवसायाला प्रतिष्ठा प्राप्त करून दिली.

या क्षेत्रातील प्रयोगादरम्यान निकोलसच्या मार्गदर्शनाखाली जुन्या गाड्यांच्या विक्रेत्याने संभाव्य ग्राहकांना गाड्या दाखवताना, त्यांच्या उत्कृष्टतेविषयी त्यांची खातरी पटवण्यासाठी त्यांच्याशी सतत बोलताना त्यातील काही ग्राहकांच्या हाताला हलका स्पर्श केला, तर काहींना तसा केला नाही. त्यांच्या अनुभवाविषयी बोलताना ज्या ग्राहकांना स्पर्श केला गेला होता त्यांनी तो विक्रेता त्यांना आवडल्याचे, खूपच ऋजू, आपुलकीने आणि मित्रत्वाने वागणारा वाटल्याचे सांगितले. ग्राहकांना संशोधकांनी जेव्हा असा प्रश्न विचारला की, 'या विक्रेत्यावर विश्वास टाकून गाडीची खरेदी करण्यात मला धोका दिसत नाही' असे विधान तुम्ही कराल का?' तेव्हाही होकारार्थी उत्तर देणाऱ्यात स्पर्श केलेले ग्राहकच अधिक होते. यापुढे जाऊन त्या 'स्पर्शित' ग्राहकांनी संशोधकांच्या या धाडसी विधानालादेखील सहमती दर्शवली की, 'या विक्रेत्याची तुम्ही तुमच्या मित्रमंडळींमध्येही शिफारस कराल!'

लोकांना आपली कोणत्याही प्रकारची मागणी मान्य करण्यासाठी प्रोत्साहित करायला त्यांच्या हाताला (मनगटाच्या जरा वर) फक्त सेकंद-दोन सेकंद हलकासा स्पर्श करणे, हा भलताच परिणामकारक मार्ग दिसतो. शिवाय त्याबाबतीत असेही दिसत नाही की, पुरुष स्त्रियांच्या स्पर्शाने विरघळतात किंवा स्त्रियांवर पुरुषांचा स्पर्श परिणाम करतो. पुरुषांना पुरुषांच्या स्पर्शाने किंवा स्त्रियांना स्त्रियांच्या स्पर्शानेही आपल्या म्हणण्याप्रमाणे वागायला राजी करणे सोपे होते.

असे का घडते?

काही तज्ज्ञ असे म्हणतात की, स्पर्श आनंददायी असतो. त्याने मनोवृत्ती फुलतात. पाहा ना, आपल्याला जेव्हा खूप प्रेम, जिव्हाळा प्रकट करायचा असतो तेव्हा आपण मिठी मारतो; अभिनंदन वा कौतुक करायचे असल्यास पाठीवर शाबासकी देतो; म्हणजेच स्पर्श करतो. तसेच अगदी अल्प काळचा आणि मृदू

स्पर्शही, त्या प्रमाणात का होईना, सुखद वाटत असला पाहिजे; मनोवृत्ती खुलवून आपल्या मागण्या मान्य करायला उद्युक्त करत असला पाहिजे.

काही समाजशास्त्रज्ञ या बाबतीतही मानवाच्या पूर्वजांच्या सवयींकडे निर्देश करतात. हास्याचा उगम त्या पूर्वज प्राण्यांच्या बाबतीत समेटाचा संदेश, शरणागतीची निशाणी, नरमाईच्या धोरणाची अपेक्षा यातून झाला. तसा प्राण्यांच्यामध्ये स्पर्श असा संदेश पोहोचवत असेल की, 'मी जास्त श्रेष्ठ आहे, तू माझ्याहून कनिष्ठ आहेस', म्हणजेच गर्भितार्थ असा की, 'मी म्हणतो तसे तू वाग, मी सांगतो तसे तू कर.' स्पर्श केलेल्याने स्पर्श केलेल्याच्या मनाप्रमाणे वागायचे.

शेवटी असे लक्षात येते की, स्पर्शाने माणसांच्यात विनंती वा मागणी पूर्ण करण्याची इच्छा का वाढते, हे अजून आपल्याला नीटसे, पूर्णपणे समजलेले नाही; पण आपल्याला हे निश्चितपणे समजलेले आहे की, 'ते तसे होते'!!

नम्र हस्तांदोलन

उद्योगधंद्यांचा मानसशास्त्रीय सल्लागार या नात्याने मला अनेक कंपन्यांकडून त्यांच्या मॅनेजरना प्रशिक्षण देण्यासाठी आमंत्रित केले जाते. मुलाखतीला आलेल्या उमेदवारांच्या गर्दीतून नेमके कुशल, हुशार, सर्वांत उत्तम उमेदवार कसे निवडून काढायचे, ते त्यांच्या गुणांबद्दल, कौशल्यांबद्दल, अनुभवांबद्दल बोलताना चढवून, फुगवून सांगत नाहीत ना किंवा चक्क खोटेच सांगत नाहीत ना, हे आपणही त्यांना 'फसवे'च प्रश्न विचारून कसे शोधून काढायचे याचे तंत्र मॅनेजरना शिकवणे याचा त्यात प्रामुख्याने समावेश असतो. अशाच एका प्रतिष्ठित कायदेविषयक सल्ला देणाऱ्या कंपनीतील वकिलांना मी याच विषयाचे प्रशिक्षण देण्यासाठी गेलो होतो. त्यांच्यापैकी एका वकिलाचे म्हणणे होते की, 'यासाठी प्रशिक्षणाची गरज काय आहे?' तो म्हणाला की, 'उमेदवार कसा आहे हे तो केवळ त्या उमेदवाराशी हस्तांदोलन करून सांगू शकतो!'

त्याच्या त्या 'तत्काळ' निर्णयपद्धतीविषयी मी त्याला सावध केले. खरेच जर असे काही क्षणांच्या हात मिळवण्याने निर्णय घेता येत असेल, तर मग तासन्तास मुलाखत घेण्याचे कष्ट घ्यायचेच कशाला? बस, उमेदवारांना रांगेत उभे करायचे, प्रत्येकाशी हस्तांदोलन करायचे आणि उत्तम हस्तांदोलन करणाऱ्याला नोकरी देऊन टाकायची!

मी त्याला असे म्हणालो; खरे म्हणजे त्याला उडवूनच लावले. पण नंतर मला जाणवले की, त्याच्या विधानाने मला विचारात पाडले होते. आपल्यापैकी बहुतेक जणांसाठी, विशेषत: पाश्चिमात्य संस्कृतीत वाढलेल्या सर्वांसाठीच, मग ती 'बिझनेस मीटिंग' असो, एखादा सामाजिक कार्यक्रम असो, खाजगी

बैठक असो, अगदी शिक्षक-पालक मीटिंग असो आपल्याला भेटलेल्यांशी हस्तांदोलन करणे हे सवयीचे झालेले असते. त्याबद्दल आपण विचारही करत नाही, त्याची कधी नोंदही घेत नाही. पण विज्ञान या हस्तांदोलनाविषयी काय सांगते? त्या वकिलाला जाणवलेल्या त्या कृतीच्या क्षमतेत शास्त्राच्या दृष्टीने काही तथ्य आहे का? तसे काही शास्त्रीय पुरावे आहेत का? माझ्या विचारांना चालना मिळाली आणि शोधालाही.

लवकरच मला तसा संदर्भ सापडलाही. युनिव्हर्सिटी ऑफ आयोवामध्ये 'नोकरी-व्यवसायाच्या ठिकाणचे वर्तन' (ऑर्गनायझेशनल बिहेविअर) या विषयाचा प्राध्यापक ग्रेग स्टूअर्ट २००८ साली याच प्रश्नाचा मागोवा घेत होता. त्याने त्यासाठी उत्साही संशोधकांचा एक गट तयार केला. काही यशस्वी कंपन्यात नेहमीच मुलाखती घेण्याचे काम करणाऱ्या सहा अनुभवी मॅनेजरना प्रयोगात सहभागी करून घेतले. त्यांच्या सहकार्याने ग्रेगने जवळ-जवळ १०० विद्यार्थी प्रयुक्तांच्या अभिरूप मुलाखतींचा कार्यक्रम राबवला. मुलाखत खरी नसली तरी विद्यार्थ्यांनी ती गांभीर्याने घ्यावी, त्यांचे गुण, कौशल्य अटीतटीने प्रकट करावेत यासाठी ग्रेगने त्यांना असे सांगितले की, या आधी झालेल्या अशा अभिरूप मुलाखतीत उत्तम ठरलेल्या विद्यार्थ्यांना मुलाखतकारांनी त्यांच्या कंपन्यांमध्ये खरोखरच नोकऱ्या दिल्या होत्या.

एक मुलाखतकार एका प्रयुक्ताची मुलाखत जवळ-जवळ एक तास घ्यायचा. प्रश्न विचारून त्याची बुद्धिमत्ता, कौशल्य, क्षमता यांविषयी माहिती मिळवायचा आणि त्याचे मूल्यमापन करायचा. या मुलाखतीदरम्यान उरलेले पाच जण थोड्या-थोड्या वेळाने एक-एक करून, सहज डोकावल्यासारखे, मुलाखतीच्या खोलीत यायचे आणि मुलाखतकार उमेदवारांशी त्यांची ओळख करून द्यायचा. काही प्राथमिक स्वरूपाचे औपचारिक बोलून आणि मुख्य म्हणजे प्रयुक्तांशी हस्तांदोलन करून ते निघून जायचे. या पाच जणांकडे दोन कामे होती. हस्तांदोलन कसे होते याची नोंद करायची आणि त्यावरून त्या उमेदवाराबद्दलचे त्यांचे काय मत झाले हे लिहून ठेवायचे.

प्रमुख मुलाखतकाराने मुलाखतीवरून केलेले उमेदवाराचे मूल्यमापन आणि उरलेल्या पाच जणांनी केवळ हस्तांदोलनावरून बनवलेली मते यांचे संपादन आणि काळजीपूर्वक अभ्यास करून, त्यांचे विश्लेषण केले. यावरून ग्रेग आणि त्याच्या गटाने काढलेल्या निष्कषार्त हस्तांदोलनाचे असे पाच स्वतंत्र गुणविशेष लक्षात आले. या गुणविशेषांमुळे उमेदवार मुलाखतीत काहीही आणि कसेही बोलला असला, प्रश्नांना त्याने योग्य उत्तरे दिली असली किंवा नसली, तरीही तो 'उजवा' ठरला होता. ते पाच गुणविशेष असे होते :

- **हस्तांदोलनातील पूर्णत्व –** ज्या उमेदवारांनी अंगठा आणि तर्जनी यांच्यामधील भाग मुलाखतकारांच्या हाताच्या त्याच भागाशी व्यवस्थित, घट्ट मिळवला होता त्यांना, ज्यांनी नुसताच पंजा मिळवला होता किंवा बोटेच केवळ गुंफली होती त्यांच्यापेक्षा वरची श्रेणी मिळाली होती.
- **हातांची पकड –** जेवढी हातांची पकड जास्त घट्ट तेवढे गुणही जास्त. ज्यांनी हात धरल्या-धरल्या सोडून दिला (हस्तांदोलनाचा कालावधी) त्यांना, ज्यांनी तो काही काळ धरून ठेवला त्यांच्याहून खालची श्रेणी मिळाली.
- **हस्तांदोलनातील जोर –** हात धरून दोन-तीनदा दमदारपणे हालवणाऱ्यांपेक्षा नुसताच धरून सोडून देणारे किंवा अगदी दुबळेपणाने हालवणारे डावे ठरले.
- **नजर भिडवणे –** हस्तांदोलन करत असताना ज्यांनी मुलाखतकारांकडे नीट पाहिलेही नाही, त्यांची नजर चुकवली, त्यांच्याविषयीचे मत चांगले झाले नाही. ज्यांनी निःसंदेहपणे, डोळ्यांत व्यवस्थित पाहून हस्तांदोलन केले त्यांचा ठसा चांगला पडला.

थोडक्यात काय? घट्ट, बळकट हस्तांदोलन चांगलेच उपयोगी ठरते. पण म्हणजे दुसऱ्याचा हात धरून चिरडून टाकणे नव्हे. स्टूअर्ट ग्रेग याने त्याच्या संशोधनाद्वारे हस्तांदोलनाची गुणवत्ता आणि परिणामकारकता वाढवणारे सर्व गुणविशेष आपल्यासमोर ठेवले आहेत. आपली पात्रता, अनुभव जरा अपुरे असले, तरी मुलाखतकाराशी केल्या जाणाऱ्या हस्तांदोलनावर लक्ष केंद्रित करून ते 'सर्वगुणसंपन्न' होईल, याची काळजी घेतल्यास आपण मुलाखतकारावर चांगलाच प्रभाव पाडू शकतो. आपल्याबद्दलच्या त्याच्या मतात अनुकूल फरक घडवून आणू शकतो. आपल्याला माहीतच आहे की, पहिले 'इंप्रेशन' फार-फार महत्त्वाचे असते! तेव्हा हे वाचल्यानंतर कुणालाही अगदी मुलाखतकाराला, तुमच्या ग्राहकाला, वरिष्ठाला, साहाय्यकाला किंवा पार्टीतील एखाद्या अनोळखी व्यक्तीला भेटल्यावर त्याच्याशी हात मिळवताना स्टूअर्ट ग्रेग याचा अमूल्य सल्ला तंतोतंत पाळणे आपल्या हिताचे आणि फायद्याचे ठरणार आहे.

(परत एकदा) तुम्ही काय सांगता हे महत्त्वाचे नाही

एखाद्या मोठ्या ऑपरेशनसाठी हॉस्पिटलमध्ये जायला लागण्याचा अनुभव कुणाच्याही आयुष्यातला एक अतिशय भीतिदायक प्रसंग असतो. तुमच्या गुडघ्याच्या किंवा खुब्याच्या हाडाच्या ऑपरेशनसाठी ऑपरेशन थिएटरमधल्या बेडवर झोपला असताना तुमच्या मनाची स्थिती काय असेल? आदल्या दिवशी रात्रीपासून काही खाल्लेले नाही, पाण्याचा थेंबदेखील घेतलेला नाही. भूक आणि तहान यांनी शरीर

आणि ऑपरेशन कसे होईल, परत पायांवर उभे राहता येईल की नाही; या चिंतेने मन व्याकूळ झालेले आहे. ऑपरेशनची जागा रेझरने साफ केल्याने हुळहुळत आहे, त्यावर फासलेले जंतुनाशक झोंबते आहे. डोळे मिटून पडल्या-पडल्या सर्जनच्या अधिकारवाणीत दिलेल्या आज्ञा कानावर पडत आहेत. त्या तत्परतेने पाळण्यासाठी नर्सेसच्या ताफ्याची चाललेली लगबग जाणवते आहे. हळूहळू भूल तिचा परिणाम दाखवू लागते आणि ते सगळे नाहीसे होते.

हा भाग त्या मानाने सोपा, सुसह्य वाटावा अशी परिस्थिती भूल उतरल्यावर उद्भवते. तुम्हाला कळते की, ऑपरेशनमध्ये काहीतरी गडबड झाली आहे. त्यामुळे तुम्हाला विशिष्ट हालचाल करताना एका जागी कायमच दुखणार आहे किंवा एखादी हालचाल करताच येणार नाही आहे. साहजिकच या दु:खदायक वार्तेने तुम्ही घाबरून गेला आहात आणि तुम्हाला प्रचंड रागही आला आहे. तुम्ही त्या हलगर्जी सर्जनवर फिर्यादच ठोकण्याचे ठरवले आहे.

डॉक्टर किंवा सर्जन यांची अशा तणावग्रस्त, त्रस्त पेशंट्शी त्याच्या बेडच्या जवळ उभे राहून त्याच्याशी बोलण्याची पद्धत आणि तिचा पेशंटवर होणारा बरावाईट परिणाम यांच्यातील संबंधांबद्दल नलिनी अंबाडी (जिच्या प्रयोगांबद्दल आपण या प्रकरणाच्या सुरूवातीला उल्लेख केला आहे ती हार्वर्डची मानसशास्त्रज्ञ) हिला अतिशय कुतूहल वाटू लागले. विशेषत: वर वर्णन केलेल्या परिस्थितीत सर्जनची वागणूक त्याच्यावर फिर्याद ठोकण्याच्या पेशंटच्या इराद्यात बदल घडवून आणू शकते का, या प्रश्नाचे उत्तर तिला शोधायचे होते.

तिने प्रयत्नपूर्वक सर्जन्स आणि पेशंट्स यांच्यातील ऑपरेशनपूर्वीच्या, ऑपरेशननंतरच्या संवादांच्या १००हून अधिक ध्वनिफिती जमवल्या. त्यातील निम्म्या सर्जनांविरुद्ध त्यापूर्वी कमीतकमी दोन वेळा तरी पेशंट्सच्या तक्रारींमुळे कायदेशीर कारवाई झाली होती; उरलेले निम्मे निष्कलंक होते.

तिने त्या ध्वनिफितीतील पेशंटचे संवाद काढून टाकले आणि सर्जन्सचे बोलणे असलेल्या फक्त ४० सेकंद इतक्या अल्प कालावधीच्या ध्वनिफिती बनवल्या. त्या ध्वनिफितींवर तिने 'कंटेंट फिल्टरेशन' नावाची एक प्रक्रिया केली. त्यामुळे उच्च कंपनसंख्येचा भाग आवाजातून निघून गेला. त्यामुळे त्यातले नेमके शब्द स्पष्ट ऐकू येईनासे झाले. कल्पना करा की, तुम्ही एका हॉटेलमधील खोलीत राहत आहात. तुम्हाला शेजारच्या खोलीतून बोलणे ऐकू येते आहे. मधल्या भिंतीतून आवाज येतो, त्याची पट्टी कळते, स्वर लक्षात येतो. बोलणारा हळूहळू बोलतो आहे की भरभर; हेही समजते. तार स्वरात दरडावणी चालू आहे की सौम्य, आश्वासक आवाजात समजावणी; हेही ओळखता येते. शब्द मात्र नीट ऐकू येत नाहीत, ते मुळीच समजत नाहीत. नलिनीने तयार केलेल्या त्या ध्वनिफिती

ऐकताना अगदी तसेच होत होते.

अशा प्रकारे संस्करण केलेल्या त्या ध्वनिफिती नलिनीने काही जाणकारांना ऐकवल्या आणि त्यावरून ध्वनिफितीतील आवाजाचा ध्वनी असलेल्या सर्जनच्या व्यक्तिविशेषांबद्दल त्यांना त्यांची मते बनवायला सांगितली. सर्जन कितपत दयाळू, पेशंटविषयी आपुलकी बाळगणारा, त्यांची काळजी वाहणारा, स्वच्छ मनाचा वाटतो; तो पेशंटचे म्हणणे सहानुभूतिपूर्वक ऐकून घेत असेल की त्यांच्यावर वर्चस्व, हुकमत गाजवत असेल, अशा प्रकारचे अंदाज त्या जाणकारांना शब्दांविना फक्त आवाजावरून बांधायचे होते. या परीक्षक मंडळींना हे माहीत करून दिलेले नव्हते की, त्यापैकी कोणते आवाज याआधी कायद्याच्या कचाट्यात सापडलेल्या सर्जनचे होते. आश्चर्य असे की, त्यांनी सर्जनचे स्वभावविशेष तर सांगितलेच; पण त्यातील कोणते आवाज अवैध काम करणाऱ्या सर्जनचे होते हेही संवादाच्या सुरावरून, बोलण्याच्या पद्धतीवरून ते ओळखू शकले.

लक्षात घेण्यासारखी गोष्ट आहे की, जाणकार श्रोत्यांना सर्जनच्या आवाजाचा परिणाम जोखण्यासाठी फक्त ४० सेकंदाचे ध्वनिमुद्रण ऐकायला मिळाले होते. त्यांना सर्जनबद्दल कोणत्याही प्रकारची (त्यांची शैक्षणिक पात्रता, अनुभव, त्यांचे शल्यचिकित्सेतील कौशल्य, त्यांना मिळालेली मान्यता, प्रशंसा) माहिती दिली गेली नव्हती. त्यांना हे कळायला कोणताही मार्ग नव्हता की, त्यातील काही सर्जन नामवंत वैद्यकीय कॉलेजांमधून शिक्षण घेतलेले, पदवी परीक्षेत पहिल्या पाच क्रमांकात उत्तीर्ण झालेले, त्यांच्या निपुणतेने अतिशय गाजलेल्या सर्जनांपैकी होते आणि काही कोणत्यातरी बेनाम कॉलेजमधून कसेबसे पास झालेले 'वैदू'ही होते.

नलिनी अंबाडीच्या संशोधनातून असे आढळले की, जो सर्जन पहिल्या भेटीपासूनच पेशंटशी अतिशय समजूतदारपणे, आपुलकीने वागतो. त्याच्या मनात पेशंटविषयी खूप काळजी आहे असे पेशंटला सतत दर्शवतो. त्याच्या मनात स्वत:विषयी विश्वास निर्माण करतो, त्याने जरी त्याच्या चुकीने आपॅरेशन बिघडवून टाकले तरीसुद्धा पेशंट सहसा त्याच्याविरुद्ध कारवाई करायचा विचार करत नाही. त्याउलट जे सर्जन पेशंटशी अरेरावीने वागतात, त्यांच्याविषयी बेपर्वाई दाखवतात अशा सर्जननी जर काही चूक केली, निष्काळजीपणा केला तर मात्र पेशंट त्यांच्यावर खटला भरायला मागेपुढे पाहत नाहीत.

नलिनीच्या संशोधनातून निघालेला हा निष्कर्ष केवळ डॉक्टर्स-पेशंट्स यांच्यापुरताच मर्यादित नाही, तर तो ग्राहकांना सेवा पुरवणाऱ्या कोणालाही म्हणजे वकील, अकाउंटंट, तज्ज्ञ, सल्लागार, अगदी सुतार, प्लंबर यांच्यापर्यंत सर्वांनाच लागू होणारा आहे. तुम्ही कोणते शब्द वापरता यापेक्षा त्यातून ग्राहकाला दिलासा देणारा

कोणता संदेश तुम्ही कशा प्रकारे पोहोचवता, हे सर्वांत महत्त्वाचे ठरते.

मीही हा धडा एका कठीण प्रसंगातून शिकलो. मी काही काळ एका कंपनीचा विक्री प्रतिनिधी म्हणून काम करत होतो. कॉलेजचे पहिले वर्ष संपले होते, उन्हाळ्याची सुट्टी चालू होती. मला नुकतेच एकोणिसावे वर्ष लागले होते. आम्हा नवीन विक्रेत्यांना कामाचे प्रशिक्षण देणाऱ्या आमच्या शिक्षकाने ग्राहकांना फोन करून आमच्या एका नव्या योजनेची माहिती कशी द्यायची, त्यांना काय-काय सांगायचे ते शिकवले. आमच्या कंपनीची एक 'आकर्षक, आश्चर्यकारक' योजना होती. ग्राहकांनी जर आमच्या कंपनीच्या 'हॉलिडे होम्स'संबंधीच्या एका कार्यक्रमाला उपस्थित राहण्याचे मान्य केले, तर त्या कार्यक्रमाअखेर त्यांना एक उत्तम घड्याळ असलेला रेडिओ (क्लॉक रेडिओ) भेट म्हणून मिळणार होता. मला काही फोन करण्याचे ते काम नीट जमत नव्हते. मी फोन केलेल्यांपैकी कोणीच कार्यक्रमाला उपस्थित राहण्याची तयारी दाखवत नव्हते. मला सतत नकारच ऐकावा लागत होता. काहींना हॉलिडे होम्समध्ये काहीही रस नव्हता, काही जण योजना ऐकून घेत होते, पण आमंत्रण मात्र नाकारत होते. काही तर बोलण्याचेच टाळत होते. काहींनी 'तुमची हॉलिडे होम्स बर्फाळ प्रदेशात जाऊन विका' असा रागीट सल्लाही दिला. या नकारघंटेने मी हताश झालो, निराश झालो. माझ्या मनात त्या कामाबद्दल नावड निर्माण होऊ लागली. आम्हा सगळ्या विक्रेत्यांना फोनवर बोलण्याचा एकच मजकूर लिहून दिला होता. तरीही असे लक्षात येऊ लागले की, आमच्यापैकी काही जण ते काम फारच उत्तम करत होते. त्या वेळी ग्राहकांना तुमची विनंती मान्य करायला लावायला केवळ शब्द पुरेसे नसतात हे मला माहीत नव्हते. पुढे-पुढे तर माझी वाढती निराशा माझ्या स्वरातून ग्राहकांपर्यंत पोहोचू लागली असावी. सरतेशेवटी मी ती नोकरी सोडली आणि परत तिच्या वाटेला गेलो नाही.

घरी बसून फोन घेणाऱ्या ग्राहकांना आपल्या बोलण्यात गुंगवून, त्यांना त्यांचा वेळ खर्च करायला लावून आपला हेतू कसा साध्य करून घ्यायचा, हे काही जणांना फार छान जमते. त्यांचे ते 'संमोहनकौशल्य' अगदी वाखाणण्यासारखे असते. एक उदाहरणच देतो. त्यासाठी मला तुम्हाला युनिव्हर्सिटी ऑफ मिशिगनच्या सर्वेक्षण संशोधन केंद्रात घेऊन जावे लागणार आहे. पिंगट रंगाचे दगड आणि काचेची तावदाने असलेल्या या आधुनिक, पण अनाकर्षक इमारतीच्या आत शेकडो कर्मचारी उजाडल्यापासून ते रात्री खूप उशिरापर्यंत कामात गढून गेलेले असतात. तेथे अनेक क्षेत्रांतील, अनेक स्तरांतील असंख्य लोकांना फोन करून साधनसंपत्तीचा अपव्यय, कुटुंब-नियोजन, आर्थिक धोरण, ग्राहकांच्या वृत्ती, प्रवृत्ती या आणि अशा इतर कितीतरी विषयांवरील त्यांची मते, प्रश्नांची उत्तरे जाणून घेऊन वैज्ञानिक

संशोधनांसाठी आयोजित केल्या जाणाऱ्या सर्वेक्षणातील माहिती गोळा करण्याचे कार्य अविरत चालू असते. तुम्हाला कल्पना येऊ शकेल की, तेथून सातत्याने किती फोन केले जात असतील. लुइस ऑक्सेनबर्ग या संशोधिकेने तिच्या साहाय्यकांबरोबर या अगणित फोनचे फलित किती, फोन करणारे कुठले आणि किती कर्मचारी त्यांचा हेतू साध्य करू शकतात, लोकांना यशस्वीपणे त्यांच्या विनंत्या मान्य करायला लावतात याचा अभ्यास केला. त्यातील काही कर्मचाऱ्यांच्या यशस्वी फोनची टक्केवारी आश्चर्यजनक म्हणजे ९४ इतकी प्रचंड होती, तर काही ५० टक्क्यांपर्यंतही पोहोचू शकत नव्हते!

याही सगळ्या कर्मचाऱ्यांना फोनवरून बोलण्याचा मजकूर लिहून दिला जातो. म्हणजेच एखाद्या विषयावरील शब्द हे सर्वांचे सारखेच असतात. त्याच्या यशस्वितेतला फरक, साहजिकच ते काय बोलतात यामुळे नसून, ते 'कसे' बोलतात यावर अवलंबून असतो. ऑक्सेनबर्गने तिचे संशोधन पुढे नेऊन फोनवरून लोकांची मने जिंकून ती आपल्याला हव्या त्या दिशेला वळवण्यात, आपले म्हणणे त्यांना मान्य करायला लावण्यात बोलणाऱ्यांचे नेमके कोणते गुण किती उपयुक्त ठरतात, जास्त-कमी परिणाम करतात याचा शोध घ्यायचे ठरवले. काहीच कर्मचाऱ्यांना मिळणाऱ्या घवघवीत यशाची रहस्ये धुंडाळायची ठरवली. त्यासाठी तिने काही जाणकार मंडळींना आमंत्रित केले. त्यांनी फोनवर होणाऱ्या संभाषणांच्या ध्वनिफितींचे सखोल परीक्षण केले. यशस्वी आणि अयशस्वी संभाषणांची तुलना केली. त्या विश्लेषणावरून ऑक्सेनबर्गला सर्व फलदायी संभाषणात समान आकृतिबंध सापडला. त्याचे गुणविशेष होते – आवाज वरच्या सप्तकात होता; आवाजाची पातळी एकच नव्हती, म्हणजेच तो एकसुरी नव्हता; त्याच्या पातळीत अर्थाच्या, भावनांच्या परिणामकारक अभिव्यक्तीसाठी आवश्यक तो चढउतार केला जात होता; बोलणे संथ नव्हते; त्याच्या योग्य वेगाने त्यातून उत्साह जाणवत होता आणि ते स्पष्ट व स्वच्छपणे सादर केले जात होते.

तसे पाहावयास गेले तर या निष्कर्षात काहीच धक्कादायक, आश्चर्यजनक नाही. कोणी फोन करून तुमच्याशी कंटाळवाण्या, रटाळ आवाजात बोलू लागले आणि त्यातून ते तुम्हाला नीट ऐकूही येत नसेल, तर तुम्ही ते कशाला ऐकत राहाल? पण नलिनी अंबाडीच्या सर्जनच्या बोलण्याचा आणि लुइस ऑक्सेनबर्गच्या सर्वेक्षणांसाठी फोन करणाऱ्या कर्मचाऱ्यांच्या बोलण्याचा; या दोन अभ्यासांतून एक महत्त्वाचा मुद्दा समोर येतो की, वेगवेगळ्या प्रसंगात, परिस्थितीत, निरनिराळ्या प्रकारच्या लोकांशी, भिन्न हेतू साध्य करण्यासाठी बोलताना एकच विशिष्ट, समान पद्धत उपयोगी पडत नाही.

काही तज्ज्ञांनी अपुऱ्या माहितीच्या बळावर असा सल्ला दिल्याचे माझ्या

वाचनात आले आहे की, श्रोत्यांचे मन वळवायचे असेल तर जोरात, भरभर आणि उत्साही आवाजात बोलावे. तर काही सांगतात की, संथ आवाजात, एकेक शब्द नीट निवडून, स्पष्ट उच्चारून, काळजीपूर्वकरीत्या, हळूहळू बोलावे. पण शास्त्र सांगते की, या दोन्ही पद्धती बरोबर नाहीत. सत्य हे आहे की, कोणतीही एकच पद्धत सगळीकडे परिणामकारक होऊच शकत नाही. पेशंटशी एखाद्या उपचारपद्धतीबद्दल बोलताना किंवा एखाद्या अवघड ऑपरेशनबद्दल त्यांना समजावून सांगताना डॉक्टर अथवा सर्जन यांची संवादाची परिणामकारक ठरणारी पद्धती, एखाद्या ग्राहकाला तुमच्या सेवेविषयीचे किंवा उत्पादनाविषयीचे मत फोनवर विचारताना उपयोगी ठरत नाही. रस्त्याच्या कडेच्या फुटपाथवर किंवा बाजारात लोकांना अडवून एखाद्या सेवाभावी संस्थेसाठी देणगी अथवा मदत देण्याची गळ घालताना आवश्यक ठरणारा आवाजाचा सूर, स्वर व उंची, हा तुम्ही बँक मॅनेजरच्या पुढे बसून त्याच्याकडून तुमच्या नव्या उद्योगासाठी कर्ज मागतानाच्या आवाजाच्या उचित गुणविशेषांहून अगदीच भिन्न असावा लागतो.

कोणत्याही प्रसंगात परिणामकारक ठरेल असे, समोरच्याला जिंकून घेणारे, त्याला तुमच्या मागणीला होकार द्यायला लावणारे, तुमच्या आवाजाची प्रत, उंची, त्यातील चढउतार, बोलण्याचा वेग यांबद्दलचे एकच 'समान सूत्र' तुम्हाला सुचवता आले असते, तर ते मलाही आवडले असते. पण दुर्दैवाने तशी 'लाख दुखोंकी एक दवा' उपलब्ध नाही. विज्ञान तरी आपल्याला हेच सांगते की, 'नेहमी, कुठल्याही प्रसंगात ''असे-असे'च बोला' असा हितोपदेश देणारे 'गुरू' (तज्ज्ञ, सल्लागार) यांच्यापासून सावध राहा आणि प्रसंगाला, परिस्थितीला, हेतूला, श्रोत्याला अनुरूप अशा आवाजाचा वापर करा.'

अनुकरण

संशोधकांना सापडलेल्या काही पद्धतींपैकी, दुसऱ्यावर प्रभाव पाडण्याच्या आणखी एका हमखास पद्धतीशी, एका रामबाण उपायाशी ओळख करून घ्यायची आहे का? स्वतःला तुमच्या आवडत्या व्यक्तीबरोबर कल्पनेच्या 'वारू'वर नव्हे, पण 'याना'त बसवून एका देखण्या, झकपक फ्रेंच रेस्तराँमध्ये घेऊन जा. रमणीय संध्याकाळच्या सौंदर्याचा आस्वाद घेता येईल अशा टेबलावर दोघे जण विराजमान व्हा. छतावरील मंद दिवे, समोरच्या भिंतीवरील फ्रेंच कलेच्या परंपरेचे दर्शन घडवणारे नयनमनोहर तैलचित्र तुमच्या मनोवृत्ती खुलवतात. मेनूकार्डमधील पदार्थांच्या यादीवरून नजर फिरवताना तुम्हाला फ्रेंच मानसशास्त्रज्ञ निकोलस गेगेन याच्या प्रयोगाची आठवण होते आणि तुम्ही स्वतःला बजावता की, वेटरला किंवा वेट्रेसला आपल्या हाताला स्पर्श करू द्यायचा नाही आणि उगीचच, नको असताना

महागाची डिश मागवण्याच्या मोहाला बळी पडायचे नाही.

काय मागवायचे याचा तुमचा निर्णय होतो. तुमच्यासाठी चवदार, रसभरीत मांसाचा तुकडा आणि तुमच्या सोबत्यासाठी 'कॉक-ओ-व्ही' म्हणजे वाइनमध्ये शिजवलेली कोंबडी आणि त्याबरोबर मलईत घोळलेले बटाटे. तुम्ही सांगत जाता तसे तुमची वेट्रेस तुमची ऑर्डर लिहून घेते, तुम्हाला ती अगदी तशीच्या तशी, परत एकदा वाचून दाखवते आणि तुम्ही सहमती दर्शवल्यावर निघून जाते. तुम्ही समाधानाने मान हालवता, आत्तापर्यंत सर्व काही यथास्थित घडले आहे. वेट्रेसच्या चलाखीचा प्रभाव तुमच्यावर पडलेला नाही! का पडला आहे?

नेदरलँडमधील युनिव्हर्सिटी ऑफ निजमेजेन येथील (आता तिचे नाव बदलून रेडबाउंड युनिव्हर्सिटी ऑफ निजमेजेन असे ठेवले गेले आहे) समाजाचे मानसशास्त्र या विषयातील काही अभ्यासक संशोधकांच्या एका गटाने लवचीक शरीरयष्टीच्या कसरतपटूसारख्या दिसणाऱ्या, तरतरीत, देखण्या रिक व्हान बॅरेन या प्राध्यापकाच्या नेतृत्वाखाली 'हुबेहूब नक्कल करण्याचा ग्राहकांच्या वागणुकीवर होणारा परिणाम' या विषयाचा अभ्यास करायचा असे ठरवले. त्यांनी स्थानिक हॉटेलमधील एका वेट्रेसला आपल्या प्रयोगात सहभागी होण्यासाठी तयार केले. त्या प्रयोगासाठी त्या वेट्रेसने ग्राहकांच्या ऑर्डर्स दोन प्रकारे घ्यायच्या होत्या. निम्म्या ग्राहकांना, त्यांनी ऑर्डर दिल्यावर, तिने ती ऑर्डर तशीच्या तशी म्हणजे अगदी त्यांच्याच शब्दात परत त्यांना वाचून दाखवायची होती. ग्राहक जर म्हणाले, 'मला चिकन आणि त्याच्याबरोबर भरपूर सॅलड हवे आहे' तर वेट्रेसने ऑर्डर वाचून दाखवताना 'चिकन आणि त्याच्याबरोबर भरपूर सॅलड' असेच वाचून दाखवायचे. उरलेल्यांनी ऑर्डर दिल्यावर तिने ऑर्डर वाचून न दाखवता, नुसतेच 'ठीक आहे' किंवा 'आत्ता घेऊन येते' एवढेच म्हणून निघून जायचे होते.

या प्रयोगाच्या परिणामाचे मूल्यमापन बॅरेनने ग्राहकांनी वेट्रेसच्या सेवेने खूश होऊन तिला दिलेल्या 'टिप'वरून केले. एकूण टिप देणाऱ्या ग्राहकात, ज्या ग्राहकांना वेट्रेसने त्यांची हुबेहूब नक्कल करून, त्यांच्याच शब्दात, शैलीत त्यांची ऑर्डर पुन्हा ऐकवली होती त्या ग्राहकांची संख्या इतर ग्राहकांपेक्षा ३३ टक्के जास्त होती. आपल्याच शब्दांत आपली ऑर्डर ऐकणाऱ्या ग्राहकांनी त्यांचा खिसाही इतर ग्राहकांच्या तुलनेत जरा जास्तच मोकळा सोडलेला दिसला.

हुबेहूब अनुकरणाने ग्राहक जास्त प्रभावित का झाले? त्यांना जास्त समाधान का वाटले? ते समाधान उदारपणे टिप देऊन त्यांना का व्यक्त करावेसे वाटले? या प्रश्नांची उत्तरेही मानववंशशास्त्रातच सापडतील. मानवाच्या पूर्वजांचे आणि प्राचीन मानवांचे मूक अभिनयाचे, देहबोलीचे, पुढे उत्क्रांत झालेले, पण जे मूळ हेतू होते त्यातच या प्रवृत्तीचेही मूळ दडलेले आहे.

विद्वानांचे असे निरीक्षण आहे की, संपर्कात येणाऱ्यांच्या लकबी, चेहऱ्यावरील हावभाव, शरीराच्या किंवा हातांच्या हालचाली, वागण्या-बोलण्याच्या पद्धती यांचे अनुकरण करण्याकडे लोकांचा साहजिक कल असतो. 'सायकॉलॉजिकल सायन्स' नावाच्या नावाजलेल्या, प्रतिष्ठित नियतकालिकामध्ये जेसिका लाकिन आणि तान्या चार्टलंड या दोघा 'माणसाच्या वर्तणुकीचे मानसशास्त्र' (बिहेविअरल सायन्स) या विषयातील तज्ज्ञांनी केलेल्या संशोधनावर आधारलेल्या पहिल्या दोन अभ्यासनिबंधांत त्यांनी आयोजित केलेल्या एका प्रयोगाचे वर्णन केले आहे. प्रयोगात सहभागी करून घेतलेल्या प्रयुक्तांची त्यांनी एकेक करून, त्यांना संपूर्णपणे अनोळखी असलेल्या काही व्यक्तींशी भेट घडवून आणली. प्रयुक्तांना त्या नवागताशी सुसंवाद साधून जवळीक निर्माण करायला सांगितले होते. या १२-१५ भेटींचे काळजीपूर्वक निरीक्षण केल्यावर त्या भेटीत काही समान गोष्टी संशोधकांच्या लक्षात आल्या. प्रयुक्त ज्या व्यक्तीला भेटत होते तिच्या देहबोलीचे ते बरेच अनुकरण करत होते. पण भेटीनंतर जेसिका आणि तान्याने जेव्हा प्रयुक्तांच्या मुलाखती घेतल्या आणि त्यांना जेव्हा त्या अनुकरणाविषयी विचारले, तेव्हा असे ध्यानात आले की, त्यांना त्याची अजिबात जाणीव नव्हती. ते ती गोष्ट अभावितपणे करीत होते. त्या व्यक्तीशी जवळीक साधण्याच्या त्यांच्या प्रयत्नांचा बहुधा तो एक भाग होता. त्या व्यक्तीवर प्रभाव पडावा, तिच्या मनात प्रयुक्तांविषयी आपलेपणा निर्माण व्हावा या उद्देशाने ते त्यांच्याही नकळत तिच्यासमोर आरसा होत होते. त्या व्यक्तीला तिच्याच लकबींचे, हावभावांचे आणि हालचालींचे प्रतिबिंब दाखवत होते. आणि त्यातून 'मी तुझ्यासारखाच आहे' असा संकेत देऊन त्यांच्यातील अंतर कमी करायला, तिच्या अधिक जवळ जाऊ पाहत होते.

याच संशोधकद्वयीने त्यांच्या पुढल्या दोन निबंधांत ज्या प्रयोगाबद्दल लिहिले आहे, त्यात त्यांनी काही प्रयुक्तांना एकेक करून त्यांच्या एका साहाय्यकाबरोबर बसून, काही फोटो पाहून, त्या फोटोंबद्दल त्या साहाय्यकाशी चर्चा करायला सांगितली होती. तो साहाय्यक त्यातील निम्म्या प्रयुक्तांबरोबरच्या चर्चेच्या वेळी सतत त्या प्रयुक्तांच्या देहबोलीचे अनुकरण करत बोलत होता. उरलेल्यांबरोबरच्या चर्चा मात्र त्याने तटस्थपणे पार पाडल्या. या चर्चांच्या फेऱ्यांनंतर संशोधकांनी प्रत्येक प्रयुक्ताला भेटून त्याची त्या साहाय्यकाविषयीची, त्याच्याबरोबरच्या चर्चेविषयीची मते विचारली. साहाय्यकाने चर्चेच्या दरम्यान अनुकरण न केलेल्या प्रयुक्तांपेक्षा अनुकरण केलेल्या प्रयुक्तांचे, त्याच्याविषयीचे मत जास्त चांगले बनले होते. आणि त्याच्याबरोबरची चर्चाही त्या प्रयुक्तांना जास्त आवडली होती.

या दोन प्रयोगांवरून असे सिद्ध होते की, नक्कल, हुबेहूब अनुकरण आणि

दोन भेटलेल्या व्यक्तींमधील संबंधातील जवळीक यांचे दोन्ही बाजूंनी एकमेकांशी नाते जुळते. आपल्याला ज्यांच्याशी जवळीक साधायची असते त्यांचे आपण अभावितपणे अनुकरण करतो, आणि जे आपले अनुकरण करतात त्यांच्याशी आपली जवळीक निर्माण होते.

समोरच्याचे अनुकरण करणे, ही आपली सहज प्रवृत्ती असते. ती आपल्या मज्जासंस्थेच्या जाळ्यात जन्मापासूनच निर्माण होऊन तिचा अविभाज्य भाग झालेली असते. काही संशोधक त्या प्रवृत्तीला 'आजूबाजूच्या परिस्थितीनुरूप आपला रंग बदलणाऱ्या सरड्याची प्रवृत्ती' (कमिलियन इफेक्ट) असे समर्पक नाव देतात. एक महिन्याचे नवजात अर्भकसुद्धा समोरच्याचे पाहून तोंडाचे बोळके पसरायला, हसायला, जीभ काढायला लागते. यावरूनच हे सिद्ध होते की, अनुकरण ही कला माणसाला वाढत्या वयाबरोबर शिकायला लागत नाही, ती माणसाला निसर्गाकडून जन्मजात मिळालेली देणगी असते.

आपला रंग बदलून सभोवतालच्या रंगात मिसळण्याची ही सरड्याची वृत्ती माणसातही इतकी तीव्र प्रमाणात आणि खोल रुजलेली असते की, मानववंशशास्त्रज्ञ, समाजशास्त्राचे अभ्यासक यांचे असे ठाम मत आहे की, ती माणसाच्या पूर्वजांच्या काळात एकमेकांमध्ये घट्ट बंध निर्माण करण्याचे प्रभावी साधन म्हणून अस्तित्वात आली असावी. पुढे सर्वच गोष्टींसारखी तिच्यातही उत्क्रांती घडत गेली असावी, तीही संवर्धित झाली असावी. ज्या युगात 'बळी तो कान पिळी' हा जगण्याचा नियम होता, माणूस टोळ्या करून, गुहेत राहत होता, त्या अतिप्राचीन काळात माणसाला जगण्यासाठी उपलब्ध असलेली अपुरी साधनसंपत्ती आपापसात वाटून घेण्यावाचून दुसरा पर्यायच नव्हता. आपला सवतासुभा निर्माण करणे, चाकोरी सोडून वेगळा रस्ता स्वीकारणे असली धाडसे करणाऱ्यांपेक्षा, अशा सामंजस्याने, समुदायाने चोखाळलेला मार्ग चालणाऱ्यांना सुखाने जगणे आणि वंशवृद्धी करणे अधिक सोपे जात होते. त्यामुळे साहजिकच सभोवतालच्यांचे अनुकरण करण्याकडे सामान्यांचा कल होता. 'अरे, हे पाहा, मीही तुमच्यासारखाच आहे. मला तुमच्यातीलच समजा. आपण सगळे मिळून मिसळून, एकमेकांना आधार देत, गुण्यागोविंदाने एकत्र नांदू या'. थोडक्यात, अनुकरण हा त्या काळातील समाजाच्या सामूहिक नृत्याचा ताल होता. तो आत्मसात करणाऱ्यांना त्याने सतत वाढता फायदा मिळवून दिला.

रिक व्हॅन बॅरेन याच्या प्रयोगातील वेट्रेसलाही जास्त ग्राहकांकडून जास्त रकमेच्या टिप मिळाल्या, कारण तिने त्या सरड्यासारखा ग्राहकांचे रंग ओळखून त्यांचे अनुकरण केलं. म्हणूनच त्यांच्या मनात जवळीक निर्माण केली! त्यांच्या ऑर्डर त्यांच्याच पद्धतीने, तशाच्या तशा त्यांना ऐकवण्याचा जाणीवपूर्वक प्रयत्न

करून त्या 'परिचित' उत्तेजकाद्वारे, तिने त्यांच्या मेंदूला एक गूढ, गुप्त संदेश पाठवला. त्यामुळे ग्राहकांच्या मेंदूने त्यांच्या मनात तिच्याविषयी आपुलकी, जवळीक निर्माण केली. त्यांनाही त्यांच्या कृतीचे कारण समजावून सांगता आले नसते, पण तिला खुशीने, औदार्याने भरपूर टिप देऊन ती आपुलकी, जवळीक प्रकट केल्यावाचून त्यांना राहावले नाही.

अनुकरणातील बारकावे

जेव्हा एखाद्यावर प्रभाव पाडून त्याचे मन वळवायचा प्रसंग येतो, त्या वेळी देहबोलीतून देता येतील असे अनेक प्रकारचे संकेत यांचा विचार करता येतो. हात, पाय यांचा वापर, जरासे पुढे वाकून, थोडेसे मागे झुकून, मान ताठ ठेवून किंवा जरा कलती करून उभे राहण्याची ढब अशा कितीतरी लकबी, नाना पद्धती! पण योग्य निवडीची 'बिकट वहिवाट' टाळायची असेल, तर सरळ समोरच्याच्या वागण्या-बोलण्यातील वैशिष्ट्यांची नक्कल करण्याचा 'धोपट मार्ग' स्वीकारावा!

२००८ साली फ्रान्समधील इनसीड स्कूल ऑफ बिझनेसच्या विल्यम मॅडक्स याच्या नेतृत्वाखालील गटाने केलेल्या प्रयोगांवर आधारित एक निबंध प्रकाशित केला होता. त्यातील एका प्रयोगात त्यांनी एमबीएच्या वर्गातील विद्यार्थ्यांना त्यांच्या शिक्षणक्रमाचा भाग म्हणून दोन पक्षांतील वाटाघाटींचा एक मसुदा तयार करायला सांगितला होता. एक पक्ष होता एका पेट्रोल पंपांच्या मालकाचा. त्याला त्याचा पंप, अर्थातच जास्तीत जास्त किमतीला विकायचा होता. दुसरा पक्ष, अर्थातच तो पंप कमीत कमी किमतीला विकत घेण्यात रस बाळगणाऱ्या खरेदीदाराचा होता. वर्गातील निम्म्या विद्यार्थ्यांना पंपाच्या मालकाची आणि निम्म्यांना खरेदीदाराची भूमिका करायची होती.

वाटाघाटींची रूपरेखा, काही गृहीते ही सर्वांसाठी समान राहावी म्हणून काही माहिती व सूचना सर्व विद्यार्थ्यांना लेखी पुरवल्या होत्या. तयारीला त्यांना एक आठवड्याचा वेळ देण्यात आला होता. प्रत्यक्ष वाटाघाटींपूर्वी प्रत्येक विद्यार्थ्याला त्याने वाटाघाटीसाठी ठरवलेली धोरणे, आखलेल्या योजना लिहून सादर करायला सांगण्यात आले होते. प्रत्यक्ष वाटाघाटींसाठी प्रत्येक जोडीला अर्धा तास मिळणार होता.

ठरलेल्या दिवशी सर्व विद्यार्थी जमले. वाटाघाटी सुरू होण्यापूर्वी १० मिनिटे विल्यमच्या साहाय्यकांनी त्यांच्यातील जे खरेदीदार म्हणून

वाटाघाटी करणार होते त्यांचे दोन गट बनवले आणि दोन्ही गटांना दोन वेगवेगळे परिच्छेद वाचायला दिले. त्यांनी पाच मिनिटे तो परिच्छेद वाचून त्यात लिहिलेल्या सूचना पाळायच्या होत्या. त्यातील एका गटाला पंप मालकाच्या भूमिकेत समोर येणाऱ्याच्या देहबोलीची, बोलण्या-वागण्याची नक्कल करायला सांगण्यात आले होते. त्या सूचनेचा परिच्छेद असा होता :

यशस्वी वाटाघाटी करणारे त्यांच्या यशाचे रहस्य असे सांगतात की, सौदा स्वस्तात होण्यासाठी समोरच्या पार्टीतल्या सदस्याच्या वागण्या-बोलण्याची, हावभाव, हालचाली यांची हुबेहूब नक्कल करावी. उदाहरणार्थ, समोरचा मधून-मधून त्याच्या चेहऱ्यावरून हात फिरवत असेल किंवा खुर्चीत सारखा पुढे-मागे सरकून बसत असेल, तर तुम्हीही तसेच करावे. पण तसे करताना याची काटेकोरपणे काळजी घ्यायला हवी की, तुम्ही त्याच्या लकबीचे अनुकरण करत आहात हे त्याच्या अजिबात लक्षात येता कामा नये. तसे झाले तर मात्र तुमची युक्ती तुमच्याच अंगाशी येईल. त्यात सहजता आणि सफाई हवी. नाहीतर त्याकडे लक्ष देता-देता तुमचे वाटाघाटीकडे दुर्लक्ष होईल. तेव्हा अशी नक्कल करा की, जी समोरच्याला जाणवेल, पण कळणार नाही आणि तुमचे चर्चेतील लक्ष विचलित करणार नाही.

दुसऱ्या गटाला मात्र प्रत्येकाने स्वत: एक आठवडा कष्ट करून जी धोरणे आखली होती, योजना तयार केली होती त्याचेच महत्त्व पटवून देणारा परिच्छेद देण्यात आला होता. तो असा होता :

यशस्वी वाटाघाटी करणारे असा सल्ला देतात की, आपण ठरवलेल्या धोरणांचा, आखलेल्या योजनेतील प्रत्येक बाबीचा व्यवस्थित पाठपुरावा करावा. त्यापासून बाजूला जाऊ नये म्हणजे वाटाघाटी आपल्याला हव्या त्या अटींवर यशस्वी करता येतात.

संशोधकांची अशी अपेक्षा होती की, ज्या जोड्यांमध्ये विक्रेत्या पंप मालकांना खरेदीदारांच्यात आपले प्रतिबिंब पाहायला मिळाले होते त्या गटातील वाटाघाटीत थोडेसे सौहार्दाचे वातावरण निर्माण होईल. त्यामुळे त्या गटातील वाटाघाटी, ज्या गटातील खरेदीदार स्वत:च्या योजना, धोरणे यांना घट्ट धरून चर्चा करणारे होते त्या गटापेक्षा जराशा लवकर निर्णयाप्रत पोहोचतील. त्यांचे सौदेही कमी किमतीत आणि सहमतीने होतील. पण प्रत्यक्ष निकालातील टक्केवारीतला फरक त्यांच्याही अपेक्षेबाहेरचा आणि आश्चर्यजनक होता. 'धोरणांनुसार' वाटाघाटीतील यश फक्त १३

टक्के होते आणि 'नकलाकार' खरेदीदारांचे यश ६७ टक्के इतके प्रचंड होते!!

विल्यम मॅडक्स याच्या निबंधातील दुसऱ्या प्रयोगात त्याने निराळे विद्यार्थी निवडून त्यांना वेगळ्या भूमिका दिल्या होत्या. आपल्या साहाय्यकाच्या जागेसाठी मुलाखती घेणारा वरिष्ठ अधिकारी ही एक भूमिका होती आणि दुसरी आपल्या पगारवाढीसाठी वरिष्ठ अधिकाऱ्याशी चर्चा करायला आलेल्या कर्मचाऱ्याची होती. आधीच्या प्रयोगाप्रमाणेच तयारीसाठी एक आठवडा देण्यात आला होता. निम्म्या विद्यार्थ्यांना समोरच्याची नक्कल करण्याची सूचनाही देण्यात आली होती. संशोधकांना या प्रयोगाच्या फलिताबद्दल शंका नव्हती. साध्य त्या मानाने सोपे होते. चर्चा खरेदी-विक्रीइतकी गुंतागुतीची नव्हती. संशोधकांना या वेळी नुसते फलित नाही, तर काही विशिष्ट वस्तुनिष्ठ निकषांवर त्या फलितांचा दर्जा तपासायचा होता.

हे वेगळे सांगायला नकोच की, देहबोलीचे अनुकरण करणाऱ्यांनी इतरांपेक्षा समोरच्यावर जास्त प्रभाव पाडला. परंतु या प्रयोगातील आणखी एका निरीक्षणाने संशोधकांना कोड्यात टाकले. अनुकरण करणाऱ्यांनाच यश मिळाले असे नाही, ज्यांचे अनुकरण केले गेले तेही त्यांचे हेतू जास्त प्रमाणात साध्य करून घेऊ शकले. म्हणजे 'आरशाच्या दोन्ही बाजूंचे' यशस्वी होतात असे लक्षात आले. आकडेवारीचा विचार करून, शास्त्रीय दृष्टीने संशोधकांनी अंतिम निर्णयात असे जाहीर केले की, ''कमिलियन इफेक्ट' सिद्ध होतोच, रंग बदलणारे सरडे इतरांपेक्षा मोठेच भक्ष्य मिळवतात'. तेव्हा या प्रयोगातून असे दृष्टोत्पत्तीस आले की, ज्या चर्चेत अनुकरणाची प्रक्रिया घडते ती चर्चा अनुकरण करणारा आणि ज्यांचे अनुकरण होते त्या दोन्ही पक्षांसाठी अनुकरणाचे तंत्र न वापरता, सामान्यपणे केल्या जाणाऱ्या चर्चेपेक्षा अधिक फायदेशीर ठरते. सोप्या भाषेत सांगायचे झाल्यास, समजा जेसिका आणि ली या दोघी जणी चर्चा करत आहेत. त्यांच्या चर्चेच्या अखेरीस त्यांना सामान्यपणे जेवढे समाधान प्राप्त करून घेता आले असते त्यापेक्षा कितीतरी जास्त समाधान जेसिकाने लीची नक्कल करत चर्चा केली तर मिळते. या प्रभावतंत्राच्या वापराने दोन्ही पक्षांचा विजय होतो.

वरील प्रयोगांच्या संदर्भात विचार करत असताना हेही लक्षात घ्यायला हवे की, यात भाग घेणारे एमबीए या उच्च स्पर्धात्मक अभ्यासक्रमाचे

विद्यार्थी होते. त्यांनी त्यांच्या वाटाघाटींची एक आठवडा कसून तयारी केली होती. तरीही वाटाघाटींपूर्वी काही मिनिटे आधी, समोरच्याच्या देहबोलीची हुबेहूब नक्कल करण्याची सूचना देणारा केवळ १०० शब्दांचा एक परिच्छेद त्यांपैकी काहींनी वाचला, आणि तो उपदेश त्यांच्या चर्चेच्या अखेरीस त्यांनाच नाही, तर त्यांच्या विरुद्ध पक्षालाही लाभदायक सिद्ध झाला.

प्रकरण ३
शब्द आणि प्रतिमा यांचे असाधारण सामर्थ्य

माझ्या दृष्टीने, शब्द हे बदल घडवून आणण्याचे सामर्थ्य असणाऱ्या कृतीचेच एक रूप आहे.

– इन्ग्रिड बेंगिस

तुमचे शाळा-कॉलेजचे दिवस आठवा. तुम्ही वर्गात बाकावर बसला आहात, समोर सरांनी कंटाळवाण्या आवाजात, रटाळ सुरात लावलेले आख्यान ऐकत आहात. ही आठवण नजीकच्या भूतकाळातील असो अथवा फार जुनी, त्या दिवसांच्या आठवणी निघाल्यावर दोन्ही प्रकारचे शिक्षक, प्राध्यापक आठवल्यावाचून राहत नाहीत. एक तुमचे आवडते, उत्तम शिकवणारे, तुमचे आयुष्य घडवणारे आणि दुसरे अगदी नावडते, त्रासदायक, तापदायक असे. ते दिसत कसे होते, वागत कसे होते, त्यांची वर्गात उभे राहून शिकवणारी आकृती, त्यांच्या लकबी, सवयी, हालचाली, हावभाव, त्यांचा आवाज, आवाजाची उंची, वेग, त्यांच्या बोलण्याची पद्धत सारे-सारे तुमच्या डोळ्यांसमोर जसेच्या तसे उभे राहते. काही असे असतील ज्यांच्यापासून तुम्ही स्फूर्ती घेतली असेल; त्यांच्या वागण्या-बोलण्याचा, शिकवण्याचा तुमच्या मनावर खोल प्रभाव पडला असेल; त्यांनी तुमच्या जीवनाला अर्थ प्रदान केला असेल आणि काही असेही असतील ज्यांच्याविषयी तुमच्या मनात पहिल्यापासूनच नावड निर्माण झाली असेल, ज्यांच्याबद्दल तुम्हाला कधीच आदर वाटला नसेल. मी अशी आशा करतो की, तुमच्या आयुष्यात पहिल्या प्रकारच्या गुरुजनांची संख्या जास्त असेल, दुसऱ्या प्रकारचे अगदी मोजकेच असतील. पण मला सांगा की, त्यांच्याविषयीच्या आवडीची अथवा नावडीची ही भावना, त्यांची ही प्रतिमा तुम्ही केवळ तुमच्या डोळ्यांनी जे पाहिले आणि कानांनी जे ऐकले, केवळ त्यावरूनच तुमच्या मनात साकारली की त्यात तुमचे सहाध्यायी, सभोवतालचे इतर विद्यार्थी, काही शिक्षक, प्राध्यापक यांच्याकडून ऐकलेल्या त्यांच्याविषयीच्या बऱ्यावाईट गोष्टी, डावी-उजवी मते किंवा कधीमधी उठलेली त्यांच्याबद्दलची एखाद-दुसरी अफवा यांचाही हातभार लागला आहे?

मॅसेच्युसेट्स इन्स्टिट्यूट ऑफ टेक्नॉलॉजीमधील (एमआयटी) एका वर्गात विद्यार्थी अर्थशास्त्राच्या प्राध्यापकांची वाट पाहत बसले होते. पण त्यांच्याऐवजी व्यवस्थापनातील एक अधिकारी जवळ-जवळ धावतच वर्गात शिरला आणि त्याने

श्वास फुललेल्या आवाजात असे जाहीर केले की, ते प्राध्यापक आज तास घेऊ शकणार नाहीत, त्यांच्याऐवजी दुसरे एक नुकतेच आलेले व्याख्याते आजचा अर्थशास्त्राचा तास घेतील. विद्यार्थ्यांमधून नाराजीचा सूर ऐकू आला. खरेतर व्यवस्थापनाला त्या नवीनच भरती केलेल्या व्याख्यात्यांविषयी विद्यार्थ्यांचे मत जाणून घ्यायचे होते. त्यासाठी त्या अधिकाऱ्याने बरोबर आणलेल्या प्रश्नपत्रिका विद्यार्थ्यांना वाटल्या. तासाच्या अखेरीस प्रत्येकाने ती भरून द्यायची होती. त्या प्रश्नपत्रिकेबरोबरच आणखी एक कागद प्रत्येकाला दिला होता. त्यात त्या नवीन व्याख्यात्याची पार्श्वभूमी, शैक्षणिक पात्रता इत्यादी माहिती दिली होती. हा खरेतर एक मानसशास्त्रीय प्रयोग होता. निम्म्या विद्यार्थ्यांना एक प्रकारची माहिती देण्यात आली होती आणि निम्म्यांना दुसरी, जराशी वेगळी. त्यातील फरक तुम्हीच पाहा. पहिला कागद असा होता :

श्री. लाँग यांनी आपल्याच इन्स्टिट्यूटच्या अर्थशास्त्र आणि समाजशास्त्र विभागातून पदवी प्राप्त केली आहे. एका अन्य कॉलेजमध्ये मानसशास्त्र हा विषय शिकवण्याचा तीन सत्रांचा अनुभव त्यांच्या गाठीशी आहे. अर्थशास्त्र हा विषय शिकवायला ते याच सत्रापासून प्रारंभ करत आहेत. सव्वीस वर्षाचे श्री. लाँग विवाहित आहेत. त्यांच्या मित्रपरिवारात ते अतिशय प्रेमळ, मनमिळाऊ, कष्टाळू, काटेकोर आणि निग्रही स्वभावाचे म्हणून ओळखले जातात.

आणि दुसरा असा होता :

श्री. लाँग यांनी आपल्याच इन्स्टिट्यूटच्या अर्थशास्त्र आणि समाजशास्त्र विभागातून पदवी प्राप्त केली आहे. एका अन्य कॉलेजमध्ये मानसशास्त्र हा विषय शिकवण्याचा तीन सत्रांचा अनुभव त्यांच्या गाठीशी आहे. अर्थशास्त्र हा विषय शिकवायला ते याच सत्रापासून प्रारंभ करत आहेत. सव्वीस वर्षाचे श्री. लाँग विवाहित आहेत. त्यांच्या मित्रपरिवारात ते जरासे अलिप्त, भावनेपेक्षा व्यवहाराला झुकते माप देणारे, कष्टाळू, काटेकोर आणि निग्रही स्वभावाचे म्हणून ओळखले जातात.

विद्यार्थ्यांनी दिलेले कागद वाचले आहेत, अशी खातरी करून घेऊन तो व्यवस्थापन अधिकारी परत गेला. थोड्याच वेळात नवीन व्याख्याते वर्गात आले. त्यांनी त्यांच्या व्याख्यानात आधी शिकवून झालेल्याच काही विषयांची उजळणी घेतली आणि तेही तास संपताच निघून गेले. विद्यार्थ्यांना देण्यात आलेल्या

त्यांच्याबद्दलच्या माहितीत फक्त दोन विशेषणांचा फरक होता. शेवटच्या वाक्यात त्यांचे वर्णन पहिल्या कागदात 'प्रेमळ, मनमिळाऊ' असे केले होते आणि दुसऱ्यात ते 'अलिप्त, भावनेपेक्षा व्यवहाराला झुकते माप देणारे' असल्याचे सांगितले होते. विद्यार्थ्यांनी तासाच्या शेवटी केलेल्या त्यांच्या मूल्यमापनावर या भिन्न विशेषणांनी काय परिणाम घडवला?

प्रश्नपत्रिकेत व्याख्यात्याच्या व्यक्तित्वाच्या अनेक अंगांविषयी प्रश्न विचारलेले होते. त्या प्रश्नांच्या उत्तरातून विद्यार्थ्यांनी व्यक्त केलेल्या मतात लक्षणीय फरक होता. ज्या विद्यार्थ्यांना ते व्याख्याते 'प्रेमळ, मनमिळाऊ' असल्याचे सांगितले गेले होते त्यांनी, ज्यांच्यापुढे त्यांचे 'जरासे अलिप्त आणि भावनेपेक्षा व्यवहाराला झुकते माप देणारे' असे चित्र उभे करण्यात आले होते, त्या विद्यार्थ्यांपेक्षा जास्त प्रमाणात व्याख्यात्यांच्या बाजूने, त्यांना अनुकूल अशी मते दिलेली दिसली. इतकेच नव्हे तर, प्रश्नपत्रिकेतील काही उत्तरांवरून असेही लक्षात आले की, व्याख्याते 'प्रेमळ, मनमिळाऊ' असल्याचे सांगितलेल्यांना ते 'समजूतदार, मैत्रीलायक, विनोदी'ही आहेत आणि 'ते विद्यार्थ्यांमध्ये निश्चित लोकप्रिय होतील' असाही साक्षात्कार झाला होता. याउलट ते 'अलिप्त, भावनांना कमी महत्त्व देणारे आहेत' असे वाचलेल्या गटातील विद्यार्थ्यांनी त्यांच्यावर टीकाही केली होती. त्यांना ते 'आत्मकेंद्री, कठोर, चिडके, मुळीच मैत्री न होऊ शकणारे, विनोद कशाशी खातात हेही माहीत नसलेले आणि म्हणूनच कधीच लोकप्रिय न होऊ शकणारे' वाटले. पहिल्या अनुकूल गटातील ६० टक्क्यांपेक्षा जास्त विद्यार्थ्यांनी व्याख्यात्यांनी त्या तासाला विचारलेल्या प्रश्नांनाही उत्साहाने उत्तरे दिली, चर्चेतही हिरिरीने भाग घेतला. तेच प्रमाण दुसऱ्या गटात ३० टक्क्यांपेक्षाही कमी असलेले दिसले.

दोन्ही गटांतील विद्यार्थी एकाच व्याख्यात्याला भेटले होते ना? त्यांच्या एकाच तासाला बसले होते ना? हो आणि नाही! शरीराने 'हो', मनाने 'नाही!' या आधीच्या 'देहबोलीचे छुपे संकेत' या प्रकरणात आपण सतत शब्दांशिवाय, आपल्या अवयवांच्या हालचाली, चेहऱ्यावरील हावभाव, लकबी यांतून समोरच्याला पाठवले जाणारे विविध संदेश, त्यांचे महत्त्व, त्यातून घडून येणारे बरेवाईट परिणाम यांबद्दल जाणून घेतले आहे. बऱ्याच वेळा असे घडते की, आपण काय बोलतो, कसे वागतो यापेक्षाही समोरच्याला ते कसे ऐकू जाते, त्याला आपण कसे दिसतो, त्याच्या नजरेशी आपण नजर मिळवतो का, किती मिळवतो, का नजर चुकवतो या गोष्टींवरून तो आपल्याबद्दलची मते बनवत जातो, आपल्याबद्दलचे निर्णय घेत राहतो. पण या प्रकरणात आपण शब्दांचा वापर, त्यातील क्षुल्लक वाटणारे बदल यांनी समोरच्याच्या दृष्टिकोनावर, मतांवर, निर्णयांवर कसा योग्य किंवा अयोग्य प्रभाव पडतो, त्यांच्या उचित-अनुचित परिणामाने लोक आपण सांगू तसे वागायला

तयार होतात, का आपल्या विनंत्या, मागण्या ते धुडकावून लावतात, हे आपण पाहणार आहोत.

अपेक्षांचे अनुभवांवर होणारे परिणाम

वरील उदाहरणात त्या व्याख्यात्याची प्रतिमा 'प्रेमळ' अथवा 'अलिप्त' अशी रंगवल्याने काय घडले ते पाहिल्यावर लोकांचे वर्णन करताना शब्दांच्या, विशेषणांच्या वापराचे महत्त्व लक्षात येते. सहेतुकपणे निवड करून वापरलेले असोत किंवा निष्काळजीपणे, अनवधानाने वापरलेले असोत, आपले शब्द आपल्या ओळखीच्या तसेच अनोळखी लोकांच्या भेटींवर प्रभाव पाडतात, परिणाम घडवतात.

समजा तुम्ही तुमच्या जेसिका नावाच्या मैत्रिणीची तुमच्या डॅनियल नावाच्या एका परिचिताशी ओळख करून देणार आहात. भेटीआधी जेसिकाशी डॅनियलबद्दल बोलताना तुम्ही तिला असे सांगितलेत की, 'डॅनियल जरा वेड्यासारखेच बोलतो', तर त्याच्याबरोबरच्या भेटीत ती त्याच्या बोलण्यात तुम्ही उल्लेख केलेल्या 'वेडेपणा'चे पुरावे शोधत राहते! डॅनियलने काही विषयांच्या बाबतीत खरोखरच तल्लख अशी निरीक्षणे नोंदवली, त्यातून वास्तविक त्याची हुशारी प्रकट होत असली; तरी जेसिकाचे अभावितपणे त्यांच्याकडे दुर्लक्ष होते. पण त्याने जर एखादा जरासा चावट विनोद केला, तर तेवढे मात्र ती, तिच्या नकळतच, पण धरून बसते. भेटीनंतर ती डॅनियलची गणना तिला भेटलेल्या हुशार व्यक्तींच्यात करत नाही. कारण त्याचा अनुभव आपण आपल्या मनात त्याच्याविषयीच्या आकारलेल्या अपेक्षांप्रमाणेच येणार, असे तिला वाटत असते.

आता तुम्ही जेसिकाला असे सांगितलेत की, 'डॅनियल हा एक हुशार आणि स्पष्टवक्ता माणूस आहे' तर मग त्याचा तोच 'जरासा चावट' विनोद तिला 'असभ्य, फालतू' न वाटता 'उपहासपूर्ण, नरम' वाटेल. त्याच्या वर्णनात तुम्ही वापरलेल्या शब्दांनी, विशेषणांनी तिच्या मनात त्याची एक 'प्रतिमा' साकारली जाते. त्यानुसार त्याच्याबरोबरच्या भेटीबद्दलच्या तिच्या अपेक्षा तयार होतात. त्यांचाच प्रभाव तिच्या मतांवर पडलेला दिसतो. मग डॅनियलने खरेच जरी एखादे वेड्यासारखे किंवा चुकीचे विधान केले, तरी तिच्या मनातली त्याची ती 'प्रतिमा', तिच्या त्या 'अपेक्षा', ते तिच्यापर्यंत पोहोचू देत नाहीत.

या उदाहरणातील परिणाम तुम्हाला काल्पनिक वाटतील, पण ते खरे आहेत. मीसुद्धा ते अनेक वेळा अनुभवले आहेत. मी अनेक लहानमोठ्या कंपन्यांसाठी सल्लागार म्हणून काम करतो. त्याचा एक भाग म्हणून त्यातल्या अधिकारी वर्गाला मुलाखती घेण्यातील कौशल्याचे प्रशिक्षणही देतो, हे मी तुम्हाला सांगितलेलेच आहे. प्रशिक्षणापूर्वी त्या अधिकाऱ्यांच्या क्षमतेच्या, गुणवत्तेच्या आणि पात्रतेच्या

दर्जाचा अंदाज यावा म्हणून मी ते मुलाखती घेत असताना तिथे हजर राहतो; त्यांचे निरीक्षण करतो. त्यात मला त्यांच्यापैकी बरेच जण वर वर्णन केलेल्या परिणामांना बळी पडतात असे दिसते. मुलाखतीला आलेल्या उमेदवारांच्या आधी मिळालेल्या माहितीनुसार, त्यांच्या मुलाखतीच्या अनुभवाविषयी काही अपेक्षा तयार झालेल्या असतात. त्यांवर आधारलेले अंदाज, भाकिते ते स्वत:जवळ वर्तवून ठेतात. 'अपेक्षा पूर्ण करणाऱ्या अनुभवांची भाकिते' असे त्याचे वर्णन करता येईल.

एका आंतरराष्ट्रीय दर्जाच्या 'इन्व्हेस्टमेंट बँके'तील म्हणजे ग्राहकांच्या पैशांच्या गुंतवणुकी करणाऱ्या बँकेतील मॅनेजरच्या मुलाखती घेताना जे उमेदवार ऑक्स्फर्ड, केंब्रिज, हार्वर्ड, येल यांसारख्या नामांकित, उच्च दर्जाच्या, शिक्षणासाठी जगात नावाजलेल्या विद्यापीठातून पदवी घेऊन आलेले असायचे, त्यांना नेमके खूप सोपे प्रश्न विचारत. सोपे प्रश्न म्हणजे चोख, दमदार उत्तरे, म्हणजेच यशस्वी मुलाखत आणि हमखास नोकरी. त्या प्रतिष्ठित विद्यापीठातून उत्तीर्ण होणारे विद्यार्थी हुशारीत वरचढ असणार, या त्यांच्या मनातील ठाम अपेक्षेतून हे असे घडत होते. याच्या उलट एखादा उमेदवार त्या मॅनेजरना अपरिचित असणाऱ्या किंवा जरा कमी दर्जाचे म्हणून गणल्या जाणाऱ्या विद्यापीठातून पदवी घेऊन आलेला असेल, तर त्याला मात्र ते आडमुठे प्रश्न विचारत, उत्तर द्यायला अपुरा वेळ देत आणि उत्तराचे मूल्यमापनही जरा कडकपणेच करत. अशा वागणुकीमुळे ते उमेदवार नीट, योग्य आणि बरोबर उत्तरे देऊ शकत नसत; साहजिकच नाकारले जात. त्यातून ते मॅनेजर असे सिद्ध करण्याचा प्रयत्न करत होते की, अप्रतिष्ठित विद्यापीठाच्या पदवीधरांना मुलाखतीला बोलावणेच मुळात गैर आहे!

माझे हे निरीक्षण, मी त्या मॅनेजरसमोर मांडल्यावर त्यांनी ते तसे करत असल्याचे स्पष्टपणे नाकारले. पण सुदैवाने मी त्या मुलाखतींचे चित्रण केल्याने मी त्यांच्या वागणुकीचे पुरावे त्यांच्यासमोर ठेवू शकलो. त्यांना त्यांची वागणूक लक्षातच आली नव्हती, कारण ती त्यांच्या हातून मुद्दाम, जाणीवपूर्वक घडलेली नव्हती. तर 'त्यांच्या मनाने त्यांच्या अपेक्षांशी सुसंगत अशा केलेल्या अनुभवांच्या भाकितांनी' ती त्यांच्या हातून घडवलेली होती. ती गोष्ट त्यांच्या ध्यानात आणून दिल्यानंतर त्यांनी सर्व उमेदवारांसाठी समान प्रश्न तयार केले, सर्वांसाठी एकच 'फुटपट्टी' लागू केली. त्यांच्या विद्यापीठांच्या 'प्रतिमे'तून निर्माण होणाऱ्या अपेक्षांचे ओझे झुगारून सर्वांना न्याय्य, समान वागणूक द्यायला सुरुवात केली.

शास्त्रीय संशोधनातूनही हेच निष्कर्ष निघाले आहेत. प्रिन्स्टन युनिव्हर्सिटीतील जॉन डार्ले आणि पेज ग्रॉस या दोघांना एका प्राथमिक शाळेतील शिक्षकांच्या मनात त्यांच्या विद्यार्थ्यांच्या निर्माण केलेल्या 'प्रतिमां'चा, त्यांच्याकडून त्या विद्यार्थ्यांना मिळणाऱ्या वागणुकीवर प्रभाव पडतो का; पडत असेल तर त्यांचा काय आणि

किती परिणाम होतो याचा अभ्यास करायचा होता. त्यांनी पदवी परीक्षेच्या काही विद्यार्थ्यांना त्या प्राथमिक शाळेतील शिक्षकांच्या भूमिका करायला सांगितल्या आणि त्यांना हॅना नावाच्या एका नऊ वर्षाच्या मुलीवर चित्रित केलेली, तिची शैक्षणिक क्षमता दर्शवणारी एक चित्रफीत दाखवली. त्यांना ती चित्रफीत बघून हॅनाच्या शैक्षणिक क्षेत्रातील सध्याच्या आणि भावी आयुष्यातील कामगिरीविषयी अंदाज वर्तवायचा होता. पण त्या प्रमुख चित्रफितीच्या आधी त्यांना तिचे घर, तिचे पालक, घरातील तिचा रोजचा जीवनक्रम यांवर आधरलेली आणखी एक सहा मिनिटांचा चित्रफीत दाखवण्यात आली. या चित्रफितीवरून विद्यार्थ्यांच्या मनात हॅनाची एक 'प्रतिमा' साकारेल, त्यानुसार त्यांच्या तिच्याबद्दलच्या काही अपेक्षा तयार होतील आणि त्यांवर आधारित तिच्याविषयीची भाकिते ते अखेरीस वर्तवतील, असा तो प्रयोग असल्याने अर्थातच त्या दुसऱ्या सहा मिनिटांच्या चित्रफितीच्या दोन भिन्न आवृत्त्या 'विद्यार्थी-शिक्षकां'च्या दोन गटांना दाखवण्यात आल्या.

एका चित्रफितीत हॅना शाळेच्या नव्या-कोऱ्या, आधुनिक इमारतीच्या जवळच्या हिरव्यागार झाडांच्या सावलीत आनंदाने बागडताना दिसत होती. तिचे घर उपनगरातील पाच-सहा शयनगृहे असलेल्या अलिशान बंगल्यांच्या वसाहतीत होते. त्या परिसरातील सर्वच बंगल्यांप्रमाणे हॅनाच्या घराभोवतीही काळजीपूर्वक निगा राखलेली बाग, प्रयत्नपूर्वक निर्माण केलेली हिरवाई दिसत होती. तिचे आईवडील दोघेही उच्चशिक्षित होते; वडील वकिली करत होते आणि आई लेखिका होती. हे अगदी उघडपणे दिसत होते की, हॅना अतिश्रीमंत नाही, पण ती सुशिक्षित आणि सुखवस्तू घरात वाढत होती.

दुसऱ्या चित्रफितीतली हॅना अगदीच निराळ्या वातावरणातले जीवन जगत होती. तिची शाळा एका तीन मजली, उजाड इमारतीत होती. शाळेभोवतालच्या कुंपण घातलेल्या नीरस पटांगणात हॅना खेळत होती. तिचे छोटेसे घर गावातल्या एका रस्त्याच्या कडेच्या जुन्या-पुराण्या घरांच्या रांगेत होते. तिचे पालक कॉलेजमध्ये गेलेच नव्हते. वडील एका दुकानात काम करत होते आणि आई लोकांचे कपडे शिवत होती. यातल्या हॅनाचे आयुष्य पहिल्या चित्रफितीत दाखवलेल्या हॅनाच्या अगदी विरुद्ध होते.

या दोन वेगवेगळ्या चित्रफिती पाहिल्यानंतर सर्व विद्यार्थ्यांना तिची शैक्षणिक क्षमता दाखवणारी बारा मिनिटांची चित्रफीत दाखवण्यात आली. त्यात हॅना गणित, भाषा, विज्ञान, समाजशास्त्र या विषयांवरील प्रश्नांना व्यवस्थित उत्तरे देताना दिसत होती. या चित्रफितीच्या दोन आवृत्त्या नव्हत्या. तिची शैक्षणिक क्षमता सर्वांना समानच दाखवली गेली होती. पण तरीही तिच्या सांप्रतच्या आणि भावी शैक्षणिक कामगिरीविषयी व्यक्त केलेल्या अंदाजांवर, भाकितांवर परीक्षक प्रेक्षकांनी आधी

पाहिलेल्या तिच्या खाजगी जीवनाच्या चित्रफितीतून निर्माण झालेल्या 'प्रतिमां'चा, अपेक्षांचा लक्षणीय प्रभाव पडलेला दिसला. गरीब हॅनापेक्षा सुखवस्तू हॅना जास्त हुशार, मनमिळाऊ, प्रगल्भ, सक्षम असल्याचा विद्यार्थी-शिक्षकांनी निर्वाळा दिला.

हॅनाच्या शैक्षणिक क्षेत्रातील वर्तमान आणि भावी कामगिरीबद्दलचे अंदाज तिने दिलेल्या उत्तरांच्या दर्जावरून बांधायचे अशी स्पष्ट सूचना असूनही तिच्या भोवतालच्या परिस्थितीच्या दर्शनाने परीक्षकांचे चित्त चाळवले गेले, त्यांचे मन विचलित झाले; त्यांची मने आणि मते प्रभावित झाली. शाळकरी मुले आणि त्यांचे शिक्षक यांच्या बाबतीत जे त्या प्रयोगात घडले, तसेच ते वास्तवातही घडत असते. त्याची परिणती चिंताजनक शाबीत होते. जी मुले गरीब घरातून आलेली आहेत अशी 'प्रतिमा' शिक्षकांच्या मनात ठसते त्यांच्याकडे शिक्षक त्यांच्याही नकळत, अहेतुकपणे कमी लक्ष पुरवतात; त्यांना आवश्यक असूनही सबळ आधार देण्यात कमी पडतात; अभ्यासातही त्यांना कमी लेखून त्यांच्या क्षमतेचा कस लागूच शकणार नाही, असा निकृष्ट अभ्यास त्यांना देऊन त्यांची प्रगती अधिकच रोखतात. शिक्षकांच्या मनातील चुकीच्या, पूर्वग्रहदूषित प्रतिमांमुळे त्यांच्या अपेक्षा खालावतात, ते त्यांच्या 'अपेक्षा पूर्ण करणारी भाकिते'च वर्तवत राहतात आणि परिणामी मुलांचे भविष्य पांगळे बनते.

असे गुंतागुंतीचे परिणाम केवळ शाळा, वर्ग, शिक्षक, विद्यार्थी यांच्यापुरतेच मर्यादित नाहीत. जरा आजूबाजूला पाहा. एखादी व्यक्ती कशीही असो, तिची तुम्हाला जशी प्रतिमा इतरांच्या मनात ठसवायची असेल तसे चार चांगले शब्द, चपखल विशेषणे वापरून, तिचे नेमके वर्णन तुम्ही लोकांसमोर केलेत, तर त्यांना ती व्यक्ती तुम्हाला जशी हवी तशीच दिसायला लागेल. अनेक प्रसंगात लोकांना जे मनातून बघायला हवे असते तेच ते पाहतात, तेच त्यांना सापडते. स्वत:च्या जगाविषयी प्रत्येकाने मनात एक चित्र रंगवलेले असते. मग जगात असंख्य घटना, प्रसंग घडत असले तरी त्याचा मेंदू मात्र त्यातून त्यांच्या चित्रात जे शोभून दिसेल तेवढेच शोधत राहतो, तेच पाहतो आणि अपेक्षापूर्तीचे समाधान साजरे करत राहतो. त्या चित्रात विशोभित दिसणाऱ्या गोष्टींकडे तो सोयीस्कररीत्या दुर्लक्ष करतो. याचा एरवी काहीही परिणाम होत असो, आपल्याला लोकांवर आपला प्रभाव पाडायला, त्यांच्या अपेक्षांना आपल्याला हवा तो आकार द्यायला, त्यांना आपल्या बाजूला वळवून घ्यायला, कधी त्यांना योग्य वळण द्यायला 'मनी वसे ते जगी दिसे' (कॉग्निटिव्ह कन्फर्मेशन इफेक्ट) या मानवी प्रवृत्तीचा चांगलाच उपयोग करून घेता येतो.

लोकांना जगाकडे सकारात्मक दृष्टीने पाहायला लावणे

या विषयाशी संबंधित अभ्यास, संशोधन यांतून असे सिद्ध झाले आहे की, योग्य शब्दांचा वापर लोकांच्यात जास्त कष्ट करण्याची किंवा वाढत्या सहकार्याची भावना निर्माण करू शकतो. एका संशोधनात प्रयुक्तांना प्रथम एक शब्दकोडे सोडवायला दिले होते आणि त्यानंतर त्यांच्या हुशारीची परीक्षा घेण्यात आली होती. ज्यांच्या शब्दकोड्यात 'जिंकणे', 'पराकाष्ठा', 'यशप्राप्ती' यांसारखे शब्द होते ते प्रयुक्त 'गालिचा', 'साबण' असले वस्तूंचे नामवाचक शब्द असलेले कोडे सोडवलेल्यांपेक्षा परीक्षेत कितीतरी जास्त यशस्वी ठरले. याचा अर्थ ते जास्त हुशार होते असा नाही, पण कोड्यातील स्फूर्तिदायक, उत्तेजक शब्दांनी त्यांच्या बुद्धीला चालना दिली, मनात यशस्वी होण्याची जिद्द बाणवली. अशाच दुसऱ्या एका प्रयोगात 'मित्रत्व', 'आधार', 'विश्वास', 'सांघिक' असे शब्द असलेले कोडे सोडवलेल्या प्रयुक्तांमध्ये नंतरच्या सांघिक खेळाच्या चाचणीत कुठल्यातरी निस्तेज शब्दांचे कोडे सोडवलेल्यांपेक्षा जास्त संघवृत्ती प्रत्ययाला आली. उत्तम योगदान देताना त्यात कोड्यातील विशिष्ट शब्दांनी मनावर, विचारांवर आणि वागणुकीवर अप्रत्यक्षरीत्या घडवलेल्या सकारात्मक परिणामांचा फार मोठा हात होता, याची जाणीव बाळगायचीही त्यांना गरज भासली नव्हती.

समजा तुमच्या ऑफिसमधल्या तुमच्या एका सहकाऱ्यावर एका मोठ्या, धाडसी प्रकल्पाची जबाबदारी टाकली गेली आहे. ऑफिसमधील प्रत्येकाला त्या प्रकल्पाचे महत्त्व माहीत आहे, त्याचा प्रचंड आवाका, त्यासाठी आवश्यक असणारे अपार कष्ट यांची पुरेपूर कल्पना आहे. अशा वेळी तुम्ही त्याच्याशी त्याविषयी बोलताना जर 'पाहा बुवा, फार कठीण काम आहे' असे शब्द वापरलेत, तर तो खचेल, प्रकल्प पूर्ण करता येईल का, याबद्दल साशंक बनेल. पण तेच जर तुम्ही 'हे आव्हान आहे हं तुझ्यापुढे आणि हा प्रकल्प नक्कीच यशस्वी होईल' असे म्हणालात, तर तो त्यावर उत्साहाने तुटून पडेल आणि त्याची लायकी सिद्ध करेल.

तुमच्या तेरा-चौदा वर्षाच्या मुलीला फ्रेंच भाषेच्या परीक्षेला बसायचे आहे. तुम्ही तिला व्याकरणाच्या अभ्यासात मदत देऊ करता. तुम्ही त्या वेळी तिला असे म्हणालात की, 'हे फार महत्त्वाचे आहे, अवघड आहे, पण करायलाच लागते असे आहे' तर ती कपाळाला आठ्या घालून, मारूनमुटकून

तुमच्यासमोर अभ्यासाला बसेल. पण तेच जर तुम्ही 'अगं, हे व्याकरण ना खूप गमतीशीर असते' असे म्हणालात, तर ती खुशीत, आपण होऊन आवश्यक ते सगळे कष्ट करेल.

अर्थात लोक 'भोळे सांब' असतात, 'दुनिया झुकती है' अशा संभ्रमात राहू नका. काळजीपूर्वक निवडलेले शब्दसुद्धा काळ्याला पांढरे किंवा अशक्याला शक्य बनवू शकत नाहीत. पण जेथे परिणामात लवचीकता संभवत असेल, पर्यायाची निवड शक्य असेल त्या प्रसंगात वापरल्या जाणाऱ्या शब्दांना अनन्यसाधारण महत्त्व प्राप्त होते हे लक्षात ठेवा. मग आता हे शास्त्रसिद्ध तंत्र वापरून तुम्ही तुमच्या जवळच्या कोणाचे मन योग्य दिशेला वळवणार आहात?

शब्दांचे मन वळवण्याचे सामर्थ्य

या प्रकरणाच्या सुरुवातीला आपण 'एमआयटी'च्या अर्थशास्त्राच्या विद्यार्थ्यांवर केलेल्या शब्द, विशेषणे, प्रतिमा यांच्या परिणामाच्या प्रयोगाविषयी माहिती करून घेतली. त्यात काहींना 'प्रेमळ' आणि काहींना 'अलिप्त' भासणारा एकच व्याख्याता त्यांना शिकवत असलेला आपण पाहिला. त्या प्रयोगातून हे सिद्ध होते की, आपण निवडलेले शब्द लोकांच्या मनात एखाद्या व्यक्ती वा प्रसंगाबद्दल विशिष्ट प्रतिमा निर्माण करतात. त्यातून त्यांच्या मनात त्याबद्दल काही अपेक्षा आकाराला येतात. मग ते त्यांच्या मनातील अपेक्षा पूर्ण करणाऱ्या अनुभवांचीच भाकिते वर्तवू लागतात. या तंत्राचा उपयोग आपण लोकांचे अनुभव श्रीमंत करण्यासाठी म्हणूनही करू शकतो किंवा भाषेत जरासा बदल करून प्रचंड अनर्थही ओढवू शकतो.

नाट्यपूर्ण आहे नाही? मला खातरी आहे, तुम्ही मनातल्या मनात याचाच विचार करत असाल की, तुम्हाला या उपायाने व्यक्ती अथवा प्रसंगांबद्दलच्या कोणाच्या दृष्टिकोनात, त्याविषयीच्या कोणाच्या अनुभवात योग्य बदल घडवून आणता येणे शक्य होईल? थोडे थांबा, अजूनही खूप काही जाणून घ्यायचे आहे तुम्हाला. शब्द भावी अनुभवच बदलू शकतात असे नाही, तर आधी घडून गेलेल्या प्रसंगांच्या, पूर्वी भेट झालेल्या व्यक्तींच्या आठवणींवरदेखील परिणाम करू शकतात.

मी वीस वर्षांचा असतानाची गोष्ट. माझ्या हातून माझ्या आईच्या गाडीला एक अपघात घडला होता. माझ्या कॉलेजच्या दुसऱ्या आणि तिसऱ्या वर्षांच्या मधली उन्हाळ्याची सुट्टी चालू होती. मला बर्मिंगहॅम विमानतळावर ऑफिस असणाऱ्या एका विमानवाहतूक कंपनीत संगणकावर माहिती भरण्याचे काम मिळाले होते. (मला ती नोकरी खूप आवडली होती. माझ्या 'द एक्स्ट्रा वन पर्सेंट : हाउ स्मॉल

चेंजेस मेक एक्सेप्शनल पीपल' या पुस्तकात मी त्याबद्दल लिहिलेही आहे). नोकरी तात्पुरती होती, तासावर पगार मिळायचा. सकाळी कामावर यायला पाच मिनिटे उशीर झाल्यास अर्ध्या तासाचा पगार कापला जायचा. त्यामुळे आटापिटा करून कसेही कामावर वेळेवर पोचणे भाग असायचे.

ऑगस्टच्या उत्तरार्धातला गुरुवार होता. सकाळपासूनच हवेत प्रचंड उकाडा होता, घामाच्या धारा लागत होत्या. मला घरून निघायला उशीर झाला होता. आईकडे त्या वेळी पांढऱ्या रंगाची 'माझदा ३२३ आय' ही अतिवेगवान म्हणून प्रसिद्ध असलेली गाडी होती. अनेक मजल्यांच्या वाहनतळाच्या चौथ्या मजल्यावर मला गाडी लावायला जागा मिळाली. गाडी लावली, दार लॉक केले आणि खाली उतरून ऑफिसच्या दिशेने पळायला सुरुवात करणार; तोच माझ्या असे लक्षात आले की, गाडी तिथल्या जराशा उतारावर मागे-मागे सरकू लागली आहे. घाईघाईत मी हँडब्रेक लावायलाच विसरलो होतो.

कुणाही शहाण्या माणसाने अशा परिस्थितीत चटकन दाराचे कुलूप काढून, गाडीत शिरून आधी हँडब्रेक लावला असता. पण मी? मी इतका घाबरलो होतो की, मी गाडीत शिरलो आणि मूर्खासारखी किल्ली लावून गाडी चालू केली आणि पूर्ण शक्तिनिशी पायाने ॲक्सिलरेटरच दाबला! मागे जाणारी गाडी मला पुढे न्यायची होती!!

शर्यतीत पळणारी ती गाडी, तिचे इंजीन दमदार. तिने एकदम जबरदस्त वेग पकडला. एका वाटेतल्या अडथळ्याला ती धडकली आणि समोरची काच फुटून माझ्या अंगावर काचांचा सडा पडला. मी भीतीने डोळे बंद करून घेतले.

डोळे उघडले तेव्हा गाडी समोरच्या एका व्होल्व्हो गाडीला धडकून, तिचा पार सत्यानाश करून थांबली होती. आश्चर्य म्हणजे, मला काहीही झाले नव्हते, एक ओरखडाही उठला नव्हता! मी शांतपणे मागे वळून मागच्या सीटवर चुकून राहिलेला माझा जेवणाचा डबादेखील उचलून घेतला!!

असेच नेमके घडले होते का? निदान माझ्या स्मृतीत तरी त्या अपघाताची नोंद अशीच झाली आहे आणि ती कथा याच पद्धतीने मी माझ्या मित्रांनाही सांगितल्याचे मला आठवते आहे. खरे काय घडले होते? मी ठोकलेल्या त्या व्होल्व्होच्या वैतागलेल्या मालकाने लावलेल्या दाव्यात जर यदाकदाचित मला त्या अपघाताविषयी कोर्टात साक्ष द्यायला लागली असती, तर माझी अशी ही आठवण उपयोगी ठरली असती?

एलिझाबेथ लोफ्टस या मानसशास्त्रज्ञ स्त्रीला विसाव्या शतकातील पहिल्या १०० मान्यवर, प्रतिष्ठाप्राप्त मानसशास्त्रज्ञांच्या यादीत फार वरचे स्थान आहे. गुन्हा प्रत्यक्ष डोळ्यांनी पाहिलेल्या साक्षीदारांच्या जबानीसंबंधीच्या तिच्या वैशिष्ट्यपूर्ण

सखोल संशोधनकार्याची जगभरातील विद्वानांनी तोंड भरून प्रशंसा केली आहे. युनिव्हर्सिटी ऑफ वॉशिंग्टनमध्ये जॉन पालमर या तिच्या सहकाऱ्याबरोबर तिच्या त्याच विषयातील 'आद्य' समजल्या जाणाऱ्या महत्त्वपूर्ण संशोधनात तिने केलेल्या प्रयोगात प्रयुक्तांना दोन गाड्यांच्या एका छोट्याशा अपघाताची चित्रफीत दाखवली होती. ती बघितल्यानंतर लगेच त्यांनी पाहिलेल्या अपघाताचे तपशीलवार वर्णन आणि काही विशिष्ट प्रश्नांची उत्तरे लिहायला लावली होती.

त्यातील एका प्रश्नाचे उत्तर प्रयुक्त काय देतात, यात संशोधकांना विशेष रस होता. प्रश्न होता, अपघातातील गाड्या किती वेगाने धावत होत्या? एका गटाने दिलेल्या उत्तरांची सरासरी ३० किलोमीटर, तर दुसऱ्या गटाची सरासरी ३० टक्के जास्त म्हणजे ५० किलोमीटर इतकी होती. असे का झाले?

याचे कारण एकाच प्रश्नाच्या दोन आवृत्त्यात वापरलेल्या भिन्न-भिन्न शब्दांत दडले होते. पहिल्या गटाला प्रश्न असा विचारला होता – 'दोन गाड्या जेव्हा एकमेकांना लागल्या तेव्हा त्यांचा वेग काय असेल?' आणि दुसऱ्या गटाला – 'दोन गाड्या जेव्हा एकमेकींवर आदळल्या तेव्हा त्यांचा वेग काय असेल?' असा प्रश्न विचारला होता. एका शब्दाचा फरक, पण त्याने लोकांची संवेदनाच बदलून टाकली. 'आदळणे' या क्रियापदाने 'लागणे' यापेक्षा जास्त वेगाची कल्पना करायला लावली होती.

त्या नंतरच्या प्रयोगात लोफ्टस आणि पालमर यांना दिसलेला शब्दशक्तीचा परिणाम आणखीनच आश्चर्यकारक होता. शंभर विद्यार्थ्यांना त्यांनी अशाच एका अपघाताची एका मिनिटाची चित्रफीत दाखवली. त्यांनाही त्याचे वर्णन करायला लावून प्रश्नपत्रिका सोडवायला दिली. त्यातही पहिल्या प्रयोगातलाच प्रश्न दोन पद्धतीनेच विचारला होता, पण या खेपेस शब्द आणखी वेगळे, अगदी सूक्ष्म फरक असलेले वापरले होते.

निम्म्या विद्यार्थ्यांना विचारलेला प्रश्न होता, 'गाड्या एकमेकांशी टक्करल्या तेव्हा त्यांचा वेग किती असेल?' उरलेल्यांचा प्रश्न आधीचाच ठेवला होता, 'गाड्या एकमेकींवर आदळल्या तेव्हा त्यांचा वेग किती असेल?' शब्दांच्या तीव्रतेत कमी फरक असूनही गाड्या 'आदळल्या' तेव्हाचा वेग त्या 'टक्करल्या' तेव्हापेक्षा जास्तच निघाला!

हा प्रयोग अजून पूर्ण झाला नव्हता. शब्दांच्या असाधारण शक्तीचा प्रत्यय एका आठवड्यानंतर आणखी प्रकर्षाने आला. त्याच विद्यार्थ्यांना एका आठवड्याने परत एकत्र बोलावून आणखी १० प्रश्नांची एक प्रश्नपत्रिका त्यांच्यासमोर ठेवली गेली. त्यात एक प्रश्न असा होता, 'तुम्ही गाडीची काच फुटलेली पाहिलीत का?' ज्या विद्यार्थ्यांच्या प्रयोगानंतर लगेचच्या प्रश्नात 'गाड्या आदळल्या' असा शब्दप्रयोग

केलेला होता. त्यापैकी ३२ टक्के विद्यार्थ्यांनी या प्रश्नाला होकारार्थी उत्तर दिले. त्यांनी लिहिले की 'होय, त्यांनी काच फुटलेली पाहिली.' ज्यांच्या प्रश्नात 'टक्करल्या' हे क्रियापद वापरले होते त्यातील फक्त १४ टक्के विद्यार्थ्यांनीच काच फुटलेली बघितल्याचे सांगितले.

यात मेख अशी होती की, चित्रफितीत काच फुटल्याचे दृश्यच मुळी नव्हते! केवळ 'आदळल्या' या शब्दातील जोराने तिप्पट प्रेक्षकांना, जे घडलेलेच नव्हते तेदेखील दाखवले! एका साध्या प्रश्नातील एका शब्दाच्या बदलाने संशोधक तिप्पट प्रेक्षकांच्या मनात एका खोट्या प्रसंगाची आठवण रुजवू शकले!!

लक्षात घ्या, या प्रयोगात प्रश्नोत्तरे लिखित स्वरूपात घेतली गेली होती. कल्पना करा तीच जर तोंडी, समोरासमोर झाली असती तर काय झाले असते? शब्दांना परिणामकारक देहबोलीची, भावपूर्ण आवाजाची, अभिनयपूर्ण उच्चारांची जोड मिळाली असती. एलिझाबेथ लोफ्टसने प्रयुक्तांसमोर उभे राहून, डोळे विस्फारून, श्वास फुलवून, उत्तेजित स्वरात, एका हाताची मूठ दुसऱ्या हाताच्या तळव्यावर आपटून विचारले असते, ''गाड्या एकमेकींवर आदळल्या तेव्हा त्यांचा वेग किती असेल?'' तर कोण जाणे? बऱ्याच प्रेक्षकांनी गाडीतील उतारूंची हात-पाय तुटलेली रक्तबंबाळ शरीरे पाहिल्याचेही सांगितले असते!

शब्दांचे सामर्थ्य आणि त्यांची महती यांचा वकील मंडळींनी फार पूर्वीपासून अनुभव घेऊन ती मनोमन मान्य केली आहे. म्हणूनच ते त्यांची उपासनाही करतात. ते तिचा वापर अत्यंत परिणामकारक पद्धतीने, बऱ्यावाईट दोन्ही कारणांसाठी करू शकतात हे कायद्यानेही जाणले आहे. म्हणूनच नेमक्या शब्दांचा वापर करून वकिलांना अपेक्षित असणारीच उत्तरे साक्षीदारांना सुचवणाऱ्या गर्भित प्रश्नांना कायदा हरकत घेतो. माझ्या गाडीच्या अपघाताचा विचार केला असता, मला जे आठवते आहे तसेच ते त्या वेळी खरेच घडले होते का? का त्या प्रसंगाचे वारंवार वर्णन करताना माझ्या नातेवाइकांनी, मित्रांनी मला जे 'गर्भित' प्रश्न विचारले, ज्या शब्दात माझी, अपघाताची चौकशी केली त्यांनी हळूहळू माझी त्या प्रसंगाची आठवण गढूळून टाकली? त्या शब्दांनी माझे त्या अपघाताचे स्मरणचित्र पुसट बनवून टाकले? त्यावर बऱ्याच रेघोट्या उठल्या गेल्या आणि जे माझ्या मनात अखेरीस ठसले, ते सत्याचे प्रतिबिंब उरलेच नाही असे तर झाले नसेल ना? प्रामाणिकपणे सांगायचे, तर मलाही खरे काय झाले ते सांगता येणार नाही. तात्पर्य एवढेच की, विचारले जाणारे प्रश्न, त्यात वापरले जाणारे शब्द यांनी लोकांना प्रभावित करून टाकता येते. मग ते कोर्टात असो, किंवा कोर्टाबाहेर असो किंवा आपल्या दैनंदिन जीवनात असो.

तुम्ही जसे म्हणाल तसे लोक बनतील

फ्रान्समधील एक छोटेसे गाव. दोन रस्ते मिळणाऱ्या कोपऱ्यावर एक तरुणी उभी आहे. गडद रंगाचा गुडघ्यापर्यंत पोचणारा गरम कोट, खांद्याभोवती सैलसर लपेटलेला हिरवट निळ्या रंगाचा स्कार्फ अशा रुबाबदार पोशाखातल्या त्या तरुणीच्या मुद्रेवरील भाव ती बावरली असावी, चिंतेत पडली असावी असे दर्शवणारे होते. ती तरुणी काहीतरी शोधत असावी. मान डावीकडून उजवीकडे आणि परत डावीकडे वळवून पाहताना तिचे शोधक डोळे भिरभिरत होते. काय शोधत होती ती? तिच्या कपाळावरील आठ्या, आकुंचित डोळे तिच्या आजूबाजूच्या लोकांना स्पष्टच सांगत होते की, ती रस्ता चुकली असावी.

हताश झालेल्या त्या तरुणीने अखेर धीर एकवटून जवळून जाणाऱ्या एका मध्यमवयीन गृहस्थाला थांबवून विचारले, 'माफ करा, आपण कृपया मला रस्ता दाखवाल? मी चर्च शोधत आहे.'

गावातील चर्च सर्वांना चांगलेच माहीत होते. त्या गृहस्थाने तिला चर्चपर्यंत कसे पोहोचायचे ते सांगितले. त्या तरुणीने हसतमुखाने दोन आभारदर्शक शब्द उच्चारले आणि ती चर्चच्या दिशेला चालू लागली. तेवढ्यात तिच्या नकळत तिच्या खांद्याभोवतालचा स्कार्फ जमिनीवर पडला, पण ती तशीच पुढे चालत राहिली.

तिला चर्चचा रस्ता दाखवायला मदत करणारा तो माणूस तिचा स्कार्फ उचलून तिला द्यायला तिच्यामागे जाईल?

याचे उत्तर त्या तरुणीने मदत करणाऱ्याचे आभार मानण्यासाठी कोणते शब्द वापरले त्यावर अवलंबून असेल.

ही गोष्ट नसून व्हॅलरी फॉइंटियाट या मानवी मनाचा अभ्यास करणाऱ्या फ्रान्समधील प्रोव्हास युनिव्हर्सिटीतील संशोधिकेने योजलेला एक प्रयोग आहे. रस्ता चुकलेली तरुणी बनून व्हॅलरीच्या साहाय्यिकेने जेव्हा चालायला लागण्यापूर्वी केवळ 'व्यवस्थित समजला रस्ता' असे म्हणून ज्या मदतकर्त्यांचा निरोप घेतला त्यातील ७५ टक्के लोक तिचा पडलेला स्कार्फ उचलून तिला द्यायला तिच्यामागे गेले. म्हणजेच प्रत्येक चार लोकांतील एक जण असा निघाला की, ज्याच्या मनात, आपण आत्ताच जिला मदत केली तिला तिचा स्कार्फ हरवल्याचे लक्षात आल्यावर दुःख होईल, असा विचार आला नाही. पण ती तरुणी ज्यांना चालू लागण्याआधी 'किती मदत करता हो तुम्ही!' असे म्हणाली त्यातील ९० टक्के लोकांनी तिचा स्कार्फ तिला उचलून दिला.

असा फरक कशामुळे पडला?

व्हॅलरीने याचे स्पष्टीकरण असे दिले आहे की, 'व्यवस्थित समजला रस्ता' यातून त्या प्रसंगापुरता तो माणूस उपयोगी ठरला होता असा संकेत त्या माणसापर्यंत पोहोचला. परंतु 'किती मदत करता हो तुम्ही' यातून त्या माणसाचा स्वभावच (वृत्ती) गरजूंना मदत करण्याचा आहे, 'मदत करणारा' अशीच त्याची प्रतिमा आहे, असे त्याला त्या शब्दांतून जाणवले.

'किती मदत करता' असे म्हणालेली माणसे पुन्हा एकदा, अधिक मदत करायला का उद्युक्त झाली?

आत्तापर्यंत आपण 'शब्द आणि प्रतिमा यांचे सामर्थ्य' या विषयावरील ज्या अनेक संशोधनांचा आढावा घेतला त्यातील निष्कर्षांशी हे निरीक्षण सुसंगत आणि जुळणारे असेच आहे. त्या तरुणीच्या शब्दांनी त्या लोकांची जी प्रतिमा त्यांच्या मनात तयार केली, त्या प्रतिमेला ते निदान काही काळ तरी जागले. तिला अनुसरून त्यांच्या कृती घडत गेल्या. या प्रयोगाने मात्र लोकांच्या वागणुकीतील आणखी एक गुणविशेष लक्षात आला. तो असा की, लोकांना त्यांच्या वागण्यात सुसंगती, एकसारखेपणा राखायला आवडते; ते त्यासाठी प्रयत्नशील असतात.

वागणुकीतले सातत्य हा सद्‌गुण मानला जातो. सातत्याच्या विरुद्ध अर्थाच्या शब्दांचा विचार करा. ते आहेत विसंगती, सातत्यहीनता, अस्थिरता, चंचलता, अतार्किकता, लहरीपणा; सगळेच दुर्गुण! विचार आणि वर्तन यात सारखा बदल करणारा माणूस भेटला की आपण वैतागतो. त्याच्यावर 'दुतोंड्या' अशी टीकाही करतो. ज्याच्या वर्तनात सुसंगती अनुभवास येते तो माणूस आपल्याला स्थिर, विचारी, धीराचा, तार्किक, एवढेच नव्हे; तर प्रामाणिकही वाटू लागतो.

तेव्हा, आपण जर एखाद्याला एखादा गुण, कधी-कधी त्याने न मागताच, बऱ्याचदा तर त्या गुणाचा पुरावा त्याने दिलेला नसतानाही, चिकटवला तर तो त्या गुणाला अनुसरून वागण्याची शक्यता खूपच जास्त असते. कुणालातरी प्रेमळ, दयाळू किंवा दानशूर म्हणून पाहा. ते बहुतांशी तसे असल्यासारखेच वागतील!!

शब्दांच्या सामर्थ्याचा दुरुपयोग टाळा

दोष दाखवणाऱ्या, टीकात्मक आणि नकारात्मक अशा शब्दांतही सामर्थ्य आहेच. पण ते विधायक नाही; विनाशक, विध्वंसक आहे.

तुमचा एखादा कुटुंबीय किंवा मित्र वाजवीपेक्षा जास्त वजन असलेला, लठ्ठ असला तर त्याला, अगदी चेष्टेतसुद्धा 'जाड्या', 'फोफशा' म्हणून हाक मारणे, संबोधणे हे काही त्याला वजन कमी करायला उद्युक्त करणार

नाही. मानसशास्त्र तर असे सांगते की, 'जाड्या' म्हणण्याने उलट त्याच्या जाडे असण्याच्या विचाराला प्रोत्साहनच मिळते. त्या शब्दातून त्याला चिकटून राहणारे जाडपणाचे 'लेबल' मनाविरुद्ध का होईना, पण मिरवताना त्याचा मेंदू ते जाडपण स्वीकारू लागतो आणि त्याच अनुषंगाने विचार करू लागतो. 'जाड लोक काय करतात? खूप खातात, अजिबात व्यायाम करत नाहीत.' त्याचे विचार आणि वर्तन त्या उपाधीशी सुसंगत, पण त्याच्या स्वत:साठी हानिकारक असे होत राहते.

तुम्ही भाड्याच्या घरात राहत असाल आणि तुम्हाला तुमची घरमालकीण जी वागणूक देते ती तुम्हाला मुळीच पसंत नसेल, तर तिला 'तू अगदी कोपिष्ट आहेस, इथे-तिथे सारखी अडवणूक करणारी आहेस' असे तिच्या तोंडावर सुनावण्याने तुम्हाला काही काळ बरे वाटेल, तुमच्या रागाला वाट करून दिल्याचे समाधान लाभेल. पण तुमचे ते शब्द तुमचे नुकसानच करतील. 'तुम्ही म्हणत आहात ना? मग मी आहेच रागीट! नाहीच करणार तुमच्याशी सहकार्य!' असे, तुम्ही तिला चिकटवत असलेल्या 'लेबल'शी, देत असलेल्या 'कोपिष्ट' या उपाधीशी सुसंगत विचार तिच्या मनात जास्तच दृढ होत जातील. तिचा राग वाढीला लागेल, ती सर्वच गोष्टी तुमच्या विरोधात करू लागेल.

उपयुक्त पर्याय असा आहे की, तुम्हाला अपेक्षित असणाऱ्या दिशेने विचार तसेच कृती करायला प्रवृत्त करतील अशा शब्दांचा वापर करायचा. 'तू पूर्वी किती सुदृढ आणि बेतशीर होतास! हे जाडेपण हा नक्कीच तात्पुरता काहीतरी बिघाड आहे. मला तर खातरीच आहे की, तू परत पूर्वीसारखा निरोगी, एखाद्या खेळाडूच्या अंगकाठीचा बनशील' अशा प्रकारचे शब्द तुमच्या जाड्या नातेवाइकाला किंवा दोस्ताला वजन कमी करायला प्रेरणा देतील. तुमच्या मालकिणीलाही 'खरेतर मी तुम्हाला एक शांत स्वभावाची, समजूतदार व्यक्ती मानतो. मला वाटते आपल्यातील हे छोटे प्रसंग नजरेआड करून आपण गुण्यागोविंदाने नांदू शकू' असे म्हणण्याने तिच्या मनात तिची 'शांत, समजूतदार' अशी प्रतिमा निर्माण करून तिच्याशी अनुरूप असे वागायला तिला तुम्ही प्रोत्साहित करू शकाल.

डच संशोधकांनी अगदी अलीकडे सादर केलेले पुरावे तर असे सुचवतात की, लोकांच्या विचारांना आणि वागणुकीला आकार देण्यासाठी त्यांची विशिष्ट प्रतिमा घडवण्याची किंवा त्यांना एखादी उपाधी चिकटवण्याचीही गरज भासत नाही.

त्यांच्याशी संबंधित अशी काही लक्षणे, काही गुणधर्म यांचा त्यांना विचार करायला लावला, तरी अपेक्षित परिणाम साधता येतात.

नेदरलँडमधील एका विद्यापीठातील माणसाच्या वर्तनातील बदलांच्या मानसशास्त्राचे दोन विशेषज्ञ काही जणांच्या सामान्य ज्ञानाची चाचणी घेत असताना त्यांना प्रकर्षाने असे वाटू लागले की, या लोकांची चाचणीतील कामगिरी सुधारण्याचे उपायही आपण शोधले पाहिजेत. सुयोग्य अशा शब्दांनी त्यांना उपयुक्त ठरेल अशी 'अपेक्षित प्रतिमा' त्यांच्या मनात निर्माण करणे, त्या प्रतिमांना योग्य अशी उपाधी त्यांच्यासमोर ठेवणे' हा उपाय परिणामकारक ठरेल का, हे त्यांना पाहायचे होते.

त्यांनी चाचणीचा आराखडा असा बनवला की, त्यात सामान्य ज्ञानावर आधारित प्रश्न असतील आणि प्रत्येक प्रश्नाच्या उत्तराचे चार पर्याय दिलेले असतील, त्यातील अचूक पर्याय प्रयुक्तांनी निवडायचा. नमुन्यादाखल त्यांची तीन प्रश्नांची एक प्रश्नपत्रिका मी येथे देत आहे. तुम्हाला या प्रश्नमंजुषेच्या कार्यक्रमात सहभागी व्हायचे असेल तर जरूर व्हा. तुमच्या माहितीसाठी यातील प्रश्नांची बरोबर उत्तरे मी पुस्तकाच्या अखेरीस दिलेली आहेत. मी हे आधीच मान्य करतो की, मलाही तीनही प्रश्नांची बरोबर उत्तरे देता आलेली नाहीत. मी अशी आशा करतो की, तुम्ही माझ्यापेक्षा जास्त प्रश्न बरोबर सोडवाल.

- 'ला जर्निका' या चित्राचा चित्रकार कोण? : अ) डाली ब) मिरो क) पिकासो ड) बेलाथकेथ
- बांगलादेशची राजधानी कोणती? : अ) ढाका ब) हॅनॉई क) रंगून ड) बँकॉक
- १९९० सालच्या फुटबॉलच्या वर्ल्ड कपचे यजमानपद कोणत्या देशाने भूषवले होते? : अ) अमेरिका ब) मेक्सिको क) स्पेन ड) इटली

संशोधकांनी प्रयुक्तांचे दोन गट केले. एका गटाला त्यांनी सांगितले की, त्या सर्वांनी अशी कल्पना करायची की, ते विद्वान, अनुभवी असे प्राध्यापक आहेत. त्या भूमिकेत शिरता यावे म्हणून एका कागदावर तसे प्राध्यापक कसे दिसतात, कसे बोलतात, कसे वागतात, त्यांची जीवनशैली आणि विचारसरणी कशी असते हे त्या प्रयुक्तांना लिहून काढायला सांगितले. दुसऱ्या गटातील प्रयुक्तांना त्यांनी धष्टपुष्ट, बेदरकार, मस्तवाल अशा फुटबॉलवेड्या; पण नुसतीच हुल्लडबाजी करत फिरणाऱ्यांचे व्यक्तिमत्त्व धारण करायला सांगितले. त्यांनाही तशा नमुनेदार 'पुंडां'ची लक्षणे, बलस्थाने, त्यांचे गुणधर्म, वागणूक, आचारविचार, त्यांचा पोशाख, चित्रविचित्र फॅशन्स हे सगळे कागदावर उतरवायला लावले. यासाठी

त्यांना केवळ पाच मिनिटांचा वेळ देण्यात आला होता.

मला खातरी आहे की, तुम्हाला प्रयोगाचा रोख लक्षात आलाच असेल. 'प्राध्यापक' या बुद्धिनिष्ठ व्यक्तिरेखेची कल्पना केलेल्यातील ५६ टक्के प्रयुक्तांनी प्रश्नांची बरोबर उत्तरे दिली. धसमुसळ्या फुटबॉलप्रेमी हुल्लडबाजांच्या भूमिकेतील प्रयुक्तांमध्ये तीच टक्केवारी ४३ इतकी होती.

१३ टक्के हा फरक लक्षणीय आहे. एखाद्या परीक्षेतील 'बी' आणि 'सी' ग्रेड मिळवणाऱ्या विद्यार्थ्यांमध्ये एवढा फरक असू शकतो किंवा त्यांना कोणत्यातरी मामुली दर्जाच्या शाळा कॉलेजमध्ये प्रवेश मिळणार की उच्च श्रेणीच्या, नावाजलेल्या शैक्षणिक संस्थेत हे ठरू शकते. हेही लक्षात घेण्यासारखे आहे की, प्रयुक्तांनी फार नाही, फक्त पाचच मिनिटे त्यांच्या भूमिकेवर विचार केंद्रित केले होते.

असे परिणाम का होतात? प्राध्यापक म्हटले की बुद्धिवान, विचारी आणि फुटबॉलप्रेमी हुल्लडबाज म्हणजे उडाणटप्पू, अविचारी अशा प्रतिमा आपोआपच आपल्या मनात ठसलेल्या असतात. काही काळ का होईना, त्यांच्या हुशार आणि ढ अशा व्यक्तिरेखा डोळ्यांसमोर उभ्या केल्या गेल्यास त्यांच्याशी संबंधित असे आचारविचार आपल्या मनात गर्दी करतात. त्यांचे प्रतिबिंब आपल्या कृतीत, उक्तीत नक़ळत, अगदी पुसटसे तरी उमटतेच.

या तंत्राचा प्रयोग करून बघण्याआधी मी तुमच्या समोर डच संशोधकांचा आणखी एक शोध ठेवू इच्छितो. त्या संशोधकांनी प्रयुक्तांना प्रयोग समजावून सांगताना 'प्राध्यापक' आणि 'हुल्लडबाज' यांऐवजी 'हुशार' आणि 'ढ' असे गुणवाचक शब्द वापरले तेव्हा ते शब्द आधीच्या इतका परिणाम साधू शकले नाहीत. नुसते गुण किंवा गुणधर्म यांपेक्षा त्या गुणांचे 'मूर्तिमंत' उदाहरण, पिढ्यान्‌पिढ्या मनावर ठसलेल्या, आपल्या आजूबाजूच्या साचेबंद; पण प्रत्यक्षातल्या व्यक्तिरेखा यांचा परिणाम लोकांवर जास्त होतो. प्रभाव पाडण्यासाठी, मन वळवण्यासाठी त्या अधिक फायदेशीर (किंवा जास्त नुकसानकारक) ठरतात.

लोकांची कामगिरी सुधारण्यासाठी 'उपाधीं'चा (लेबल) उपयोग

डच संशोधकांच्या अभ्यासातून असे सिद्ध झाले आहे की, उचित परिणाम साधण्यासाठी आपण प्रतिमांच्या, उपाध्यांच्या, लेबलांच्या सामर्थ्याचा वापर करून घेऊ शकतो. जितका दुसऱ्यासाठी तितकाच स्वत:साठीही! केवळ पाच मिनिटे 'हुशार' अशी प्रतिमा असणाऱ्या प्राध्यापकाविषयीच्या विचारात घालवल्याने कित्येक जणांची सामान्य ज्ञानाच्या चाचणीतील गुणसंख्या वाढण्यास जशी मदत झाली तशीच ढ, दंगेखोर अशा

प्रतिमेसंबंधीच्या विचारांनी ती कमीही झाली. शालेय परीक्षा देणाऱ्या मुलांपासून उच्च पदवी परीक्षांना बसणाऱ्यांपर्यंतचे सर्व विद्यार्थी, पदव्युत्तर परीक्षा, विशेष कौशल्याच्या परीक्षा देणारे तरुण, प्रौढ हे सगळे जणच महिनोन्महिने त्या परीक्षांसाठी अभ्यास, कष्ट करतात. त्यासाठी प्रयत्नांची पराकाष्ठा करत असतात, पण वर उल्लेखलेल्या केवळ पाच मिनिटांच्या प्रक्रियेने त्यांच्या कामगिरीत जर लक्षणीय सुधारणा होणार असेल, तर मला वाटते, तिचा उपयोग करून घेणे योग्य, तसेच फायदेशीर ठरेल. संशोधकांना हा परिणाम निर्विवादपणे दिसला असला, तरी त्यामागचे नेमके कारण त्यांना कळलेले नाही. कदाचित प्राध्यापक या व्यक्तिरेखेविषयी लिहिताना अभ्यासू वृत्तीने लक्ष केंद्रित करण्याची प्रेरणा त्यांना मिळाली असेल किंवा त्या प्रक्रियेत त्यांच्या स्मृतीचे, एरवी बंद पडलेले काही कप्पे उघडले गेले असतील. 'प्रतिमा' असा परिणाम का अथवा कसा करतात, हे खरेतर महत्त्वाचे नाहीच, 'परिणाम घडतो' याचा सदुपयोग करून घेणे महत्त्वाचे!

लोकांची कामगिरी सुधारणारे, त्यांची वागणूक, आचारविचार बदलून टाकण्यास मदत करणारे, त्यांच्यावर प्रभाव पाडणारे हे 'टॉनिक' तुम्ही कसे वापरणार? शक्यता तर अगणित आहेत, पण त्यातील काही मोजकी उदाहरणे :

- महत्त्वाची मीटिंग अथवा कंपनीचे भवितव्य बदलू शकणाऱ्या प्रकल्पाचे सादरीकरण यांच्या आधी तुमच्या सहकाऱ्यांशी अशा शब्दात बोला की, त्यांचा आत्मविश्वास वृद्धिंगत होईल, त्यांचा उत्साह वाढेल, ते सर्वस्व पणाला लावून जिंकण्याचा प्रयत्न करतील. त्यांना परिचित अशा एखाद्या, आत्मविश्वासाच्या बळावर यशस्वी झालेल्या, उन्नती करून घेतलेल्या आदर्श व्यक्तीचे त्यांना स्मरण करून द्या. त्यांना तिच्याबद्दल विचार करायला लावा. कागद-पेन्सील घेऊन त्याचे आचारविचार, कामाची पद्धत यांसारख्या प्रसंगात ती व्यक्ती वापरत असलेली देहबोली, बोलण्याची धाटणी, प्रभाव पाडण्याची तंत्रे यांसंबंधी लिहायला सांगा.
- परीक्षा, मुलाखती, बौद्धिक अथवा शारीरिक क्षमतेची कसोटी यांना व्यवस्थित सामोरे जाण्याकरता स्वत:ला साहाय्यभूत होतील अशा गोष्टी करा. पाच मिनिटे आधी त्या प्रांतातील अत्युच्च स्थानावर असणाऱ्या, उदाहरणार्थ नोबेल प्राइझ मिळालेल्या, विद्वज्जनांच्या गुणविशेषांचे स्मरण करा, त्याविषयी लिहा.
- एखाद्या खेळातील उभरत्या खेळाडू मुलांना अथवा प्रौढांनाही

परिणामकारक शब्दात प्रोत्साहन द्या. त्या खेळातील सर्वांत उत्तम, यशस्वी, 'दैवत' मानला जात असलेला खेळाडू कसा खेळतो, तो जेव्हा एखादा उच्चांक प्रस्थापित करतो तेव्हा त्याच्या खेळात विशेष काय दिसते, त्याची शैली कशी असते, त्याच्या भावना तो कशा व्यक्त करतो हे सगळे त्यांना आठवायला, वर्णन करून सांगायला किंवा लिहून काढायला सांगा.

- ज्याच्याशी तुमचे पटत नाही अशा जरा त्रासदायक माणसाला भेटण्यावाचून, त्याच्याशी चर्चा करण्यावाचून गत्यंतरच नसेल अशा प्रसंगात, तुम्ही भेटीपूर्वी तुमचे मन खूप शांत ठेवा. त्या टाळता न येणाऱ्या प्रसंगाने होणाऱ्या तापासाठी मनाची तयारी करा. तुमच्या माहितीतल्या अत्यंत समजूतदार, विरोधी वातावरणातही मन:शांती ढळू न देणाऱ्या, परोपकारी संस्थेचे काम नाठाळ माणसांकडूनही करवून घेणाऱ्या, निरलसपणे विहित कार्य करणाऱ्या एखाद्या धीरगंभीर व्यक्तीला डोळ्यांसमोर आणा, त्याच्या रूपात शिरायचा प्रयत्न करा.

वचनबद्धता आणि सचोटी

जगातली कोणतीही माहिती क्षणार्धात तुमच्या समोर आणणाऱ्या संगणकावरील वेगवान 'गुगल' या शोधस्थळाचे अनधिकृत घोषवाक्य आहे, 'कुणाला अपाय पोहोचवू नका.' त्यांचे ध्येय आहे, 'नैतिकतेच्या उच्चतम कसोटीवर उतरणारी कंपनी बनणे.' काही 'शिष्ट' याला नाक मुरडतात. ते म्हणतात, 'हे काय, नुसते शब्द आहेत. सज्जन पण व्यवहाराचे ज्ञान नसणाऱ्या कोणा भाबड्या आणि काल्पनिक जगात वावरणाऱ्याने एक सुवचन लिहिले आहे झाले! कंपनीने जागोजागी लिहून ठेवले, इथे-तिथे छापले, सभा आणि भाषणांतून, सार्वजनिक आणि वैयक्तिकरीत्या ठसवले म्हणून त्या घोषवाक्याचा व ध्येयवाक्याचा, त्यातील तत्त्वज्ञानाचा, त्यात पुरस्कार केलेल्या आचारविचारांचा कंपनीतील कर्मचाऱ्यांच्या वागणुकीवर कसा परिणाम होणार?'

मानवी वर्तनाचा अभ्यास करणाऱ्यांना अशा प्रश्नांचा धांडोळा घ्यायला आवडते. २००८ साली टोरांटो येथील रॉटमन स्कूल ऑफ मॅनेजमेंटमधील एका संशोधक गटाने निना मझर या प्राध्यापिकेच्या नेतृत्वाखाली केलेल्या महत्त्वाकांक्षी संशोधनातून आपल्याला काही उत्तरे जमा करता येतात. निना मझरने केलेल्या प्रयोगात त्या कॉलेजमधील काही विद्यार्थ्यांना एक गणिती चाचणी द्यायला उद्युक्त केले. खाली

दाखवलेले टेबल पाहा. तीन उभ्या ओळी आणि चार आडव्या ओळींच्या या टेबलमध्ये १२ आकडे दिले आहेत. तुम्हीही चाचणीत भाग घेऊ शकता. तुम्हाला या टेबलमधले असे दोन आकडे शोधून काढायचे आहेत ज्यांची बेरीज १० होते. या गणिताचे उत्तर मी पुस्तकाच्या शेवटी दिले आहे. (पुस्तकाच्या शेवटी उत्तरे आहेत पहा, क्र. २) शक्य असेल तर घड्याळ लावून तुम्हाला आकडे शोधायला किती वेळ लागतो याचीही नोंद ठेवा.

चाचणीत अशा प्रकारची एकूण २० टेबले होती आणि पाच मिनिटांच्या वेळात त्यातील जास्तीत जास्त सोडवायची होती. विद्यार्थ्यांचा उत्साह वाढवण्यासाठी निना मझरने प्रत्येक सोडवलेल्या गणितामागे त्यांना दोन डॉलर्सचे बक्षीस देऊ केले होते. या वरच्या टेबलमधले १० बेरीज होणारे नेमके दोन आकडे ओळखायला मला पहिल्यांदा एक मिनिटापेक्षा थोडा जास्तच वेळ लागला. थोड्या सवयीनंतर माझा वेग जरा वाढला, पण तरीही दिलेल्या पाच मिनिटांच्यात वेळात चार, फार तर पाच गणितेच मला सोडवता आली.

१.६९	४.८१	४.५७
१.८२	४.६७	३.०५
५.०६	४.२८	५.८२
६.३६	२.९१	५.१९

परत प्रयोगाकडे वळू या. चाचणी पूर्ण झाल्यानंतर विद्यार्थ्यांना असे सांगण्यात आले की, त्यांना जे प्रत्येक गणितासाठीचे दोन डॉलर्स मिळणार होते, त्यासाठी त्यांनी सोडवलेली गणिते परीक्षकांना दाखवण्याची गरज नाही. किती सोडवली ते त्यांनी फक्त परीक्षकांना सांगायचे आणि त्याप्रमाणे त्यांना पैसे मिळतील. त्यांच्या उत्तरपत्रिकादेखील तपासल्या जाणार नव्हत्या. घडी करून त्या त्यांनी त्यांच्याबरोबर घेऊन जायच्या होत्या. त्यामुळे कोणी किती गणिते बरोबर सोडवली, हेही परीक्षकांना माहीत होणार नव्हते.

प्रयुक्तांवर पूर्ण विश्वास टाकण्यात आला होता. विद्यार्थ्यांनी दिलेल्या माहितीनुसार त्यांनी सोडवलेल्या गणितांची सरासरी संख्या ५.५ इतकी होती. विद्यार्थी त्यांच्यावर टाकलेल्या विश्वासाला जागले होते का? ते किती प्रामाणिक होते? किती जणांनी

सोडवलेल्यापेक्षा जास्त आकडा सांगितला असेल? हे जाणून घ्यायला संशोधकांकडे कोणताच मार्ग नव्हता. त्यांनी उत्तरपत्रिकाही ठेवून घेतल्या नव्हत्या. या समस्येवर त्यांनी एक वेगळाच उपाय शोधला. त्यांनी आणखी एका विद्यार्थ्यांच्या गटाला तशीच गणिते सोडवायला दिली. या वेळीही दोन डॉलर्सचे बक्षीस होतेच, पण उत्तरपत्रिका परीक्षक तपासणार होते. या प्रयोगातील सोडवलेल्या गणितांची सरासरी परीक्षकांना ३.३ इतकी सापडली!

दोन्ही गट निवडताना काही विशेष काळजी घेतलेली नव्हती. म्हणजे हे घडण्याचे असे कोणतेही सयुक्तिक कारण नव्हते की, पहिल्या गटातील विद्यार्थी दुसऱ्या गटापेक्षा जरा जास्त हुशार असतील. केवळ विद्यार्थ्यांच्या प्रामाणिकपणावर विसंबून राहिल्याची ५.५ ही सरासरी, पुरावे तपासल्यावर ३.३ झाली! ६७ टक्क्यांचा फरक!! विद्यार्थ्यांनी पैशासाठी फसवले होते? ठोस पुरावा नव्हता, पण आकडे तसेच सुचवीत होते, सत्य थोडे तरी गुंडाळले गेले होते हे नक्की!

संशोधकांना जे शोधायचे होते त्यासाठीचा त्यांचा हुकुमाचा एक्का तर पुढच्या प्रयोगात होता. पुन्हा एकदा विद्यार्थ्यांचा कोणताही विशेष निकष न लावता जमा केलेला गट, तशीच २० गणिते, दोन डॉलर्सचे बक्षीस आणि विद्यार्थी सांगतील त्यावर पूर्ण भरवसा. परीक्षक उत्तरे ताडून पाहणार नाहीत. मग यात वेगळे काय होते? प्रश्नपत्रिकेच्या पहिल्या पानावर, सुरुवातीलाच ठळकपणे एक वाक्य छापलेले होते : 'मी हे मान्य करतो की, ही चाचणी देताना मी आपल्या कॉलेजच्या तत्त्वांशी प्रामाणिक राहीन.'

प्रत्येक विद्यार्थ्याला या वाक्याखाली त्याचे नाव लिहून सही करायची होती. या वेळी विद्यार्थ्यांनी सांगितलेल्या माहितीनुसार सोडवलेल्या गणितांची सरासरी ३ आली. याही वेळी परीक्षकांनी उत्तरपत्रिका पाहिल्या अथवा त्यांच्या ताब्यात घेतल्या नव्हत्या. म्हणजेच विद्यार्थ्यांनी मनात आणले असते तर याही वेळी ते फसवाफसवी करू शकले असते. पण प्रश्नपत्रिकेच्या शिरोभागी लिहिलेल्या आणि विद्यार्थ्यांनी वाचून सही केलेल्या त्या 'शपथे'ने त्यांच्या खोटेपणाला लगाम घातला होता. त्या वाक्याने घडवलेला परिणाम कोड्यात टाकणारा होता आणि आणखी एक वस्तुस्थिती जाणल्यावर तो चमत्कारातच जमा करण्यासारखा ठरला होता. त्या कॉलेजने कोणतीही तत्त्वे वगैरे अधिकृतरीत्या ठरवलेली अथवा जाहीर केलीच नव्हती.

संशोधकांनी अभ्यास म्हणून केलेल्या या प्रयोगातून आलेला अनुभव रोजच्या जगात, आपल्या आजूबाजूच्या समाजाच्या वागणुकीबद्दल काय सांगतो? जेव्हा पकडले जाण्याची शक्यता अजिबात नसते आणि संधी चालून येते तेव्हा खोटे

बोलायला, फसवायला, अप्रामाणिकपणे वागायला बरेचसे लोक कचरत नाहीत. जगभरात यासंबंधीची विद्यार्थ्यांची अनेक सर्वेक्षणे घेण्यात आली आहेत. त्यात ७५ टक्के विद्यार्थ्यांनी कधी ना कधी फसवाफसवी केल्याचे मान्य केलेले आहे. विमा कंपन्यांची आकडेवारी असे सांगते की, कंपन्यांना ग्राहकांकडून गैरमार्गाने केल्या जाणाऱ्या खोट्या, अवाजवी, वाढीव रकमांच्या मागण्यांमुळे दरसाल कोट्यवधी पौंडांचा फटका सहन करावा लागतो. मोठमोठे उद्योजक आणि इतरही अनेक करदाते त्यांच्या मिळकती निरनिराळ्या क्लृप्त्या वापरून, लांड्यालबाड्या करून कमी दाखवतात, आणि सरकारी करही तेवढाच कमी भरतात. त्यामुळे देशोदेशीच्या सरकारांचेही करोडोंमध्ये नुकसान होत असते. अप्रामाणिकपणा जीवनाचा एक भागच बनून गेला आहे.

परंतु सचोटीने वागण्याचे महत्त्व लक्षात आणून दिल्याने, ते अत्यंत गरजेचे आहे याची मुद्दाम जाणीव करून दिल्याने काही लोकांना तरी फसवणुकीच्या मार्गाने फायदा कमावण्याच्या मोहापासून परावृत्त करता येणे शक्य असते. निना मझरच्या प्रयोगात कॉलेजच्या अस्तित्वात नसलेल्या तत्त्वांच्या आठवणीने काही विद्यार्थ्यांच्या बाबतीत तसे घडल्याचे आपण पाहिलेच आहे.

आपण 'गुगल' या इंटरनेटक्षेत्रातील अग्रगण्य शोधस्थळाच्या 'कोणालाही अपाय पोहोचवू नका' या घोषवाक्याबद्दल बोलत होतो. खरोखरच अशा घोषणेला किंमत दिली जाते? होय, पण काही प्रमाणातच! निना मझरच्या प्रयोगात आपण पाहिले की, एखाद्या कृतीला प्रारंभ करण्याच्या क्षणी जर अशी आठवण करून दिली गेली, तर तिचा उपयोग होतो व परिणाम दिसतो. गुगलच्या सगळ्या कर्मचाऱ्यांना काम करताना रात्रंदिवस, प्रत्येक क्षणी कंपनीने स्वीकारलेल्या तत्त्वाची आठवण राहत असेल आणि त्यांच्या प्रत्येक कृतीत त्याची छाप दिसत असेल याबद्दल मी साशंक आहे. पण जेव्हा-जेव्हा कर्मचारी ते वाक्य वाचत असतील, ऐकत असतील तेव्हा-तेव्हा त्यांना नैतिकतेने, प्रामाणिकपणे वागण्याच्या कंपनीच्या तत्त्वाची निश्चितच आठवण होत असेल. पण त्या विचाराचा परिणाम फार काळ टिकत असण्याची शक्यता खूपच कमी आहे. तो मोजायला तासांचीही गरज पडणार नाही, मिनिटेच पुरेशी होतील.

वचनाचे पालन, शपथेप्रमाणे आचरण

डॉक्टरी परीक्षा पास झाल्यावर पदवी ग्रहण करताना प्रत्येक 'पदवीधर' डॉक्टर वैद्यकीय नीतिमत्तेची शपथ घेतो. न्यायदान करायला बसण्याआधी ज्यूरींना नि:पक्षपातीपणाची शपथ दिली जाते. पंतप्रधान, राष्ट्रपती यांच्याकडूनही पदग्रहणाचे वेळी सत्तेचा वापर देशातील जनतेच्या हितासाठी करण्यासाठी ते कटिबद्ध असल्याचे वचन घेतले जाते.

शास्त्रीय अभ्यासातून असे पुरावे उपलब्ध होत आहेत की, अशा प्रकारे अधिकृतपणे, जाणीवपूर्वक शपथ घ्यायला लावल्याने ती ग्रहण करणाऱ्यांच्या वागणुकीवर काही काळ तरी त्याचा परिणाम दिसतो. या उपायाने लोकांना सचोटीने, नीतिमत्तेला धरून वागायला आपण नक्कीच प्रवृत्त करू शकतो.

लोकांना कशा प्रकारची शपथ घ्यायला प्रोत्साहित केले गेले पाहिजे?

२००९ साली सगळे जग आर्थिक मंदीच्या गर्तेत ढकलले जात होते. ज्या मोजक्या भांडवलदारांनी आणि शेअर्सच्या उलाढाली करणाऱ्या दलालांनी प्रचंड आर्थिक गैरव्यवहार करून त्या अधोगतीला हातभार लावला होता त्यातले बहुतेक सगळे एमबीए या अभ्यासक्रमाचे पदवीधर होते. त्या पार्श्वभूमीवर हार्वर्ड बिझिनेस स्कूलच्या एमबीए अभ्यासक्रमाच्या विद्यार्थ्यांनी जेव्हा ते सर्व जण नीतिमत्तेची शपथ घेणार असल्याचे जगभरात सगळीकडे जाहीर केल्यावर त्यांची चेष्टा झाली. लोकांनी त्याकडे उपहासाने पाहिले. 'आपल्याविषयी गढूळलेले जनमत स्वच्छ करण्याचा, व्यवस्थापनाचे बाळकडू प्यायलेल्या धूर्त विद्यार्थ्यांचा डाव' अशा शब्दांत टीकाकारांनी त्यावर झोड उठवली. असे असले तरी पण त्या शपथेतल्या शब्दातील ऊर्जा आपण अनुभवू शकतो.

संशोधनातून निघालेल्या या निष्कर्षाचा मी वर उल्लेख केलेलाच आहे की, अशा शपथांचा कायमस्वरूपी परिणाम राहत नाही. पण काही प्रसंगात, उदाहरणार्थ परीक्षेच्या वेळी, महत्त्वपूर्ण बैठकीला सुरुवात करण्यापूर्वी किंवा साक्ष देताना जर संबंधितांना वचनबद्ध करून घेतले तर नीतिमत्ता, प्रामाणिकपणा, सचोटी यांच्या उच्च आदर्शांना धरून वागायला त्यांना निश्चित प्रोत्साहन मिळेल. अशा वचनांचा, शपथांचा रोज, काम सुरू करण्यापूर्वी सर्वांकडून उच्चार केला गेला तर ते सगळ्याच व्यवसायांना,

संस्थांना फायदेशीर ठरू शकेल.

अर्थात काही जण असे असतीलच, जे तोंडाने शपथेतील सुवचने म्हणत असले तरी त्यांचा मेंदू त्यांच्याकडून हीन दर्जाच्या कृती करून घेत असेल, त्यांच्या शपथोच्चारात जराही गांभीर्य नसेल. पण इतर अनेक जणांना मोहापासून दूर राहण्यासाठी, दुर्वर्तनाच्या दरीच्या काठावरून निग्रहाने परत फिरण्यासाठी आवश्यक असणारा मनोनिग्रह त्या शब्दांच्या सामर्थ्यातून निश्चितपणे मिळत असेल. कठीण अशा पेचप्रसंगात काना-मनात घोळत असलेला वचनबद्धतेचा निर्धार त्यांना नीतिमत्तेच्या मार्गाकडेच ओढून नेत असेल.

माझा असा मुळीच दावा नाही की, अशा प्रकारची शपथ देणे, सद्‌गुणांची सतत आठवण करून देणे यामुळे जगातल्या सगळ्या पापांचे क्षालन होईल, पण ती थोडीतरी कमी नक्कीच होतील. हार्वर्डमधील एमबीएच्या विद्यार्थ्यांनी लिहिलेल्या त्यांच्या शपथेपासून प्रेरणा घेऊन मी काही वचने लिहून काढली आहेत. अर्थातच ती माझ्या विचारातून मी तयार केली आहेत. तुम्ही त्यात तुम्हाला योग्य तो बदल करू शकता आणि त्यांचा प्रत्यक्ष उपयोगही करून बघू शकता. त्यांच्या परिणामांची नोंद ठेवू शकता.

- मी सौजन्याने आणि सचोटीने वागेन. स्वार्थासाठी समाजाचे अहित होऊन देणार नाही.
- मी भ्रष्टाचार आणि अनैतिक चढाओढ यांपासून सदैव दूर राहीन. समाजाला घातक अशा कोणत्याही कार्यपद्धतींचा मी अवलंब करणार नाही.
- मी मानवी हक्क आणि प्रतिष्ठा यांचे सदैव रक्षण करेन. मी दलितांच्या शोषणाला आणि कोणत्याही प्रकारच्या भेदभावाला, पक्षपातीपणाला कसून विरोध करेन.
- सतत प्रगती, सर्वंकष उत्कर्ष आणि निरोगी, सशक्त जग हे पुढच्या पिढीचे हक्क मी जाणीवपूर्वक जपेन.

शब्द हे परिणामकारक अस्त्र आहे. त्याचा योग्य वापर हितकारक ठरतो. शपथा, वचने यातील शक्तिशाली शब्दांनी बिंबवलेले सुविचार, महान तत्त्वे लोक गांभीर्याने घेतात हे विज्ञानानेही सिद्ध केले आहे आणि आपली

अंत:प्रेरणाही तसेच सांगते. स्फूर्तिदायी वचने, नैतिक शपथा यातील अर्थपूर्ण, सामर्थ्यशाली शब्दांचे उच्चारण, नियमित पठण करायला लोकांना प्रोत्साहन देऊन उद्युक्त केले तर ते त्यांचे आचरणही त्याप्रमाणे करायला लागतील.

वागणुकीतील सातत्याच्या गरजेच्या जाणिवेचा सार्थ उपयोग

मी तुम्हाला दोन प्रश्न विचारणार आहे. तुमच्या मित्रांना, सहकाऱ्यांना तुम्ही माझ्या या पुस्तकाची शिफारस कराल का? (तुम्ही जर एकटेच वाचत बसला असाल, तर तुमचे 'हो' किंवा 'नाही' हे उत्तर मोठ्याने द्या.) मी लिहिलेली इतर पुस्तके तुम्ही वाचाल का?

हा प्रश्न मी तुम्हाला का विचारला?

ते तुम्हाला सांगण्याआधी मी तुम्हाला जरा दूर, एका समुद्रकिनारी घेऊन जाणार आहे. उन्हाळा आणि त्यातून आठवड्यातल्या कामाच्या दिवसाची दुपार, त्यामुळे बीचवर अगदीच तुरळक लोक आहेत. सूर्य डोक्यावर आला आहे, पण तपमान एकदम सुखद आहे. तुम्ही शांतपणे समुद्राकडे पाहत बसला आहात. तुमच्यापासून थोड्याच अंतरावर एक विशीतील तरुणी तिचे ब्लँकेट वाळूत अंथरत असताना तुम्हाला दिसते, साहजिकच तुमचे लक्ष तिच्याकडे जाते. पसरलेल्या ब्लँकेटवर ती पहुडते. तिच्या जवळच्या ट्रान्झिस्टरवर गाणी लावते. पण तिच्याकडे पाहताना तुम्हाला जाणवते की, ती अस्वस्थ असावी, गाणी तिला रमवत नसावीत. तसेच होते. काही क्षणातच ती उठते आणि चालू लागते. ती बहुधा किनाऱ्यावरील दूरवरच्या शीतपेयाच्या दुकानाच्या दिशेने जात असावी.

काही वेळ तुमचे विचार तुमचा ताबा घेतात. पण डोक्यावर बेसबॉलचे खेळाडू घालतात तसली कॅप घातलेला एक उंच माणूस तुमच्याच दिशेने येताना तुम्हाला दिसतो. तुमचे लक्ष वेधून घेतो. त्याचा रोख त्या तरुणीने अंथरलेल्या ब्लँकेटच्या दिशेकडे असल्याचे तुमच्या स्पष्टपणे लक्षात येते. त्याच्या सतत दोन्ही बाजूला वळणाऱ्या मानेत आणि चहूकडे भिरभिरणाऱ्या नजरेत तुम्हाला चोराचा सावधपणा दिसतो. तो संभाव्य चोर तिच्या जागेजवळ पोहोचतो आणि खरोखरच सफाईदारपणे, जराशा बेपर्वाईने तिचा ट्रान्झिस्टर उचलून वेगाने निघून जाऊ लागतो. तो बंद करण्याचीही तसदी तो आगंतुक घेत नाही.

तुमच्या डोळ्यासमोर घडलेले चौर्यकर्म बाकी कोणीच पाहिले नसावे. ती तरुणी तर खूपच लांब निघून गेली होती. तिच्या जागेच्या सर्वांत जवळचे आणि ती चोरी पाहिलेले तुम्ही एकटेच आहात. अशा परिस्थितीत तुम्ही काय कराल?

तुम्ही तुमच्या प्रतिक्रियेचा विचार करत असतानाच मी तुम्हाला युनिव्हर्सिटी ऑफ न्यू यॉर्कमधील थॉमस मोरियार्टी नावाच्या एका अभ्यासकाने अगदी असाच नाट्यमय प्रसंग न्यू यॉर्कच्या जोन्स बीचवर अनेक वेळा निर्माण करून लोकांच्या प्रतिक्रिया तपासल्या. त्याला काय सापडले ते सांगतो. बहुतांशी लोक सावधपणे त्या 'भानगडीत' न पडणे, अलिप्तच राहणे पसंत करतात. मोरियार्टीच्या प्रयोगात केवळ २० टक्के लोकांनी पुढे होऊन प्रयोगातील तोतया चोराला पकडण्याची तसदी घेतली.

नंतर मोरियार्टीने प्रयोगात एक बदल केला. ती तरुणी उठून चालायला लागताना, थांबली, सर्वांत जवळच्या शेजाऱ्याकडे वळून त्याला असे म्हणाली की, "मी जरा त्या दुकानापर्यंत जाऊन येते आहे, तुम्ही प्लीज, माझ्या या गोष्टींकडे जरा लक्ष ठेवाल?" त्या विनंतीला होकार देणाऱ्यांपैकी १०० टक्के लोकांनी चोराला हटकले. काहींनी तर स्वत:च्या गोष्टींच्या सुरक्षेची पर्वा न करता त्यांच्या जागेवरून उठून चोराचा पाठलाग केला. त्याच्याशी एखादे वेळी झटापटही करावी लागेल, याचीही त्यांना धास्ती वाटली नाही. त्या तरुणीला दिलेल्या शब्दाखातर सर्वांनी धावाधाव केली!

तुमचे म्हणणे काय? त्या लोकांचा अंत:स्थ हेतू वेगळाच होता? ते त्या विशीतल्या युवतीकडे आकर्षित झाले होते? तिच्याशी ओळख वाढवायचा तो हमखास मार्ग होता? शक्य आहे. संशोधकांनीही तो मुद्दा नजरेआड केला नाही. मोरियार्टीने काही प्रयोगात स्त्रीच्या ऐवजी पुरुषाला समाविष्ट केले आणि त्याला शेजाऱ्याला विनंती करायला सांगितली. एवढेच नव्हे, तर चोराच्या भूमिकेतही पुरुष आणि स्त्रिया अशा दोघांनाही वापरले. तरीही ९० टक्के लोकांनी अनोळखी मालकाच्यावतीने चोरी होताना हस्तक्षेप केला.

जे लोक शब्दाला जागले त्यांच्यात चोराशी सामना करू शकतील असे तगडे तरुणच होते असे मुळीच नाही. त्यांच्यात १४ वर्षांची मुलेही होती आणि ७० वर्षांचे वृद्धही होते.

एका अनोळखी व्यक्तीच्या साध्यासुध्या विनंतीचा लोकांवर एवढा तीव्र परिणाम का आणि कसा झाला? मानसतज्ज्ञ त्याचे स्पष्टीकरण असे देतात की, सहजपणे भरलेल्या होकारामुळे माणसाच्या मनातली वर्तनातील सातत्याच्या गरजेची जाणीव जागी झाली आणि तिने लोकांना सक्रिय प्रतिक्रिया व्यक्त करायला भाग पाडले. ज्या लोकांनी त्यांच्या शेजारच्या अनोळखी स्त्री अथवा पुरुषाला त्याच्या वस्तूंकडे लक्ष ठेवण्याचे मान्य केले होते त्यांनी त्याप्रमाणेच वर्तन केले. समोर चोरी होत असलेले लक्षात येताच त्यांना या विचाराने कृती करायला प्रवृत्त केले की, 'अरे, मी त्याला कबूल केले आहे की, मी त्याच्या वस्तूंची काळजी घेईन. आता मला माझ्या

वचनानुसारच वागले पाहिजे.' असे दिसते की, मनोव्यापाराच्या पद्धतीत निष्क्रिय शब्दांना स्थान नसते.

'निश्चित कृतीच्या वचनबद्धतेशी बांधिलकी'चा वापर

मोरियार्टीच्या प्रयोगात लोकांची प्रतिक्रिया इतक्या मोठ्या प्रमाणात दिसण्याचे एक कारण असे देता येईल की, त्यांना केली गेलेली मदतीची विनंती, साहाय्याचे आवाहन अगदी ताजे, काही मिनिटांपूर्वीचे होते. पण इतरही अनेक प्रयोगांत काही दिवसांनंतरही लोकांवरील तशा प्रकारच्या बांधिलकीचा प्रभाव असल्याचे लक्षात आले आहे.

मानवी स्वभावाचे दोन अभ्यासक डेलिया सियॉफी आणि रॅन्डी गार्नर यांनी केलेल्या प्रयोगात ते काही विद्यार्थ्यांना प्रत्यक्ष भेटले. विद्यार्थ्यांना त्यांनी स्थानिक शाळांत जाऊन लैंगिक शिक्षण (सेक्स एज्युकेशन) आणि एड्सविषयी माहिती देण्याच्या एका योजनेत स्वयंसेवक म्हणून सहभागी होण्याची विनंती केली. त्यातील अर्ध्या विद्यार्थ्यांच्या हातात त्यांनी योजनेची माहिती देणारा एक छोटासा फॉर्म दिला आणि ते निश्चित सहभागी होणार असतील तर त्या फॉर्मवरील 'हो' या विधानावर खूण करून त्यांना त्यांची सहमती नोंदवायला सांगितली. उरलेल्या अर्ध्या जणांना मात्र फॉर्म नुसताच वाचायला दिला. त्या योजनेत योगदान देण्याची इच्छा असलेल्या सर्वांना डेलिया आणि रॅन्डी यांनी एका विवक्षित ठिकाणी, ठरलेल्या दिवशी, विशिष्ट वेळी हजर राहायला सांगितले.

ठरलेला दिवस फॉर्म दिल्यानंतर बऱ्याच दिवसांनंतरचा होता. त्यादिवशी जे विद्यार्थी निश्चित केलेल्या जागी आले त्यात नुसताच फॉर्म वाचून तोंडी मान्यता दर्शवलेल्यांपैकी १७ टक्के विद्यार्थी उपस्थित राहिले होते आणि ज्यांनी फॉर्मवर 'हो' असे लिहून लेखी कबुली दिली होती त्यांच्यापैकी ४९ टक्के विद्यार्थी हजर होते.

या संशोधनातून हे सिद्ध झाले की, अगदी साध्या पद्धतीने, या प्रयोगात फॉर्मवर 'हो' यावर खूण करून, जरी एखादी गोष्ट करण्याचे आश्वासन दिलेले असेल तरी लोकांना त्यांच्या अपेक्षित वागणुकीतील सातत्याबद्दलची वाटणारी निकड, ती माणसातील साहजिक प्रवृत्ती त्यांना ते आश्वासन पूर्ण करायला प्रोत्साहित करतेच. त्यांचा मेंदू असा संदेश सतत देत राहतो की, 'मी लिहून दिले आहे की मी येणार आहे, तेव्हा मी माझ्या वचनाला जागलेच पाहिजे, तेथे गेलेच पाहिजे.' हे खरे आहे की, लेखी आश्वासन दिलेल्यांपैकीही निम्मेच (५१ टक्के) तेथे आले होते, पण

त्यांची टक्केवारी नुसताच फॉर्म वाचलेल्यांपैकी हजर राहिलेल्यांच्या टक्केवारीपेक्षा (१७ टक्के) तिप्पट होती.

तात्पर्य? मोरियार्टीच्या समुद्रकिनाऱ्यावरील प्रयोगातून असे अनुभवास आले की, लोकांकडून स्वच्छ शब्दात, स्पष्ट आश्वासन घेतले की, बरेच लोक ते पाळतात. तेव्हा तुम्ही तुमच्या ग्राहकाने तुम्हाला फोन करावा अशी अपेक्षा ठेवत असाल, तर नुसते 'मग मी तुमच्या फोनची वाट पाहतो' असे मोघम न म्हणता, 'तुम्ही मला पुढल्या आठवड्यात फोन कराल ना?' असे विचारून त्याच्याकडून त्याचा स्पष्ट होकार मिळवा. तुमच्या प्रियकर/प्रेयसीबरोबरची पहिली मधुर भेट 'परत भेटायला आवडेल मला' एवढेच म्हणून संपवल्यास परतभेटीची शक्यता खूपच कमी राहील. पण जर 'पुढच्या आठवड्यात भेटशील ना मला?' असा प्रश्न विचारून आणि तुमचे सगळे कौशल्य पणाला लावून 'हं' किंवा 'बघू' असे संदिग्ध उत्तर न स्वीकारता तिचा/त्याचा स्पष्ट होकार घेतलात, तर मग पुढच्या भेटीची निश्चिती १०० टक्के!!

एखादी मोठी गोष्ट खरेदी करायच्या आधी आपल्यापैकी बरेच जण अनोळखी विक्रेत्याकडून तिची किंमत, त्यावर ठरलेली सूट, मिळणारी सेवा इत्यादी तपशील लेखी मागतात. तेच धोरण जर आपण इतरत्र वापरले तर अनेक लोकांना आपल्या अपेक्षेप्रमाणे वागायला आपण राजी करू शकू. तुमच्या कुटुंबातील एखादा सदस्य बाथरूम साफ करणे किंवा कचरा बाहेर नेऊन टाकणे, यांसारखी कामे करेल की नाही याबद्दल तुम्हाला शंका असेल, खरेतर ते सहजी ती कामे करणार नाहीत हे तुम्हाला पक्के माहीतच असेल, तर त्यांना ती कामे तोंडी सांगत बसण्यात आपली शक्ती वाया घालवू नका. त्याऐवजी त्यांना समोर बसवून घरातील कामांची एक यादी लिहून काढा आणि मग त्यातील काहींची जबाबदारी त्यांना घ्यायला लावून तशी कबुली त्यांच्याकडून घ्या. ऑफिसमधल्या सहकाऱ्याकडून मीटिंगमध्ये एखादा मुद्दा व्यवस्थित मांडून हवा असेल, पगारवाढीची विनंती वरिष्ठांपर्यंत पोहोचवून हवी असेल, तर त्याच्याकडून तो ती कामे करणार आहे आणि कशी करणार आहे ते लिहून घ्या.

जेव्हा-जेव्हा तुम्हाला इतरांकडून काही अल्पकालीन वा दीर्घकालीन उद्दिष्टे पूर्ण करून किंवा काही महत्त्वाची कामे करून घ्यायची असतील तेव्हा-तेव्हा ती त्यांना लिहून द्या. ती त्यांना समजली असून ती पूर्ण करण्याचा ते सर्व शक्तिनिशी प्रयत्न करतील असे त्यांच्याकडून लेखी

आश्वासन घ्या. त्यांच्या त्या लेखी स्वीकृतीने ती उद्दिष्ट व कामे तडीला जाण्याची शक्यता कमीत कमी तिपटीने वाढते. त्यांनी लिहून दिलेला कागद परत कधी त्यांच्यासमोर आला नाही तरी काहीही बिघडणार नाही. आपण लिहून दिलेल्या वचनाशी सातत्याने प्रामाणिक राहण्याची, वचनबद्धतेशी बांधिलकी राखण्याची माणसातील सहज प्रवृत्ती त्यामुळे जागी होते. त्यांची सुप्त मने त्यांच्याकडून वचनांना योग्य, तसेच निश्चित कृतींचा पाठिंबा मिळवून देतात.

प्रकरण ४
छोट्या कृती मोठी परिणती

नुसतेच सांगितलेत तर मी ते विसरेन, दाखवलेत तर कदाचित लक्षात ठेवेन,
मला सहभागी करून घ्या; मग बघा, मी ते पूर्णपणे आत्मसात करेन.

— एक चिनी म्हण

माझ्या पीएचडीच्या अभ्यासासाठी लंडनला स्थलांतरित झाल्यावर मी आणि आणखी एक विद्यार्थी एका सदनिकेत एकत्र राहत होतो. आपण त्याला टिमोथी म्हणू या. मला त्या वेळी एवढे जाणवले नव्हते पण आता, परत मागे वळून पाहताना, मानसशास्त्राच्या जराशा वाढत्या ज्ञानाचा परिणाम म्हणून, मला असे प्रकर्षाने जाणवते आहे की, या माझ्या रूम पार्टनरने, स्वप्रयत्नाने, दुसऱ्यावर प्रभाव पाडण्याचे तंत्र अंगी बाणवले होते. त्यातले त्याचे कौशल्य खरोखरच वाखाणण्यासारखे होते.

त्याचे हे कौशल्य मात्र तो एका विशिष्ट पण अशिष्ट अशा क्षेत्रात जास्त करून वापरत असे. ते क्षेत्र होते स्त्रियांना आकर्षित, नव्हे, वश करण्याचे! एकाच छताखाली राहत असल्यामुळे मला त्याचे त्यातले नैपुण्य जवळून पाहून माहीत होते. ते किती परिणामकारक आणि यशस्वी ठरत होते तेही कळत होते. काय होते त्याच्या यशाचे रहस्य?

आमच्या काही खास मित्रांच्या बैठकीत तो कधी-कधी त्याच्या 'प्रेमकहाण्या', 'यशोगाथा' रंगवून सांगायचा. त्यातून त्याच्यातल्या 'चुंबकशक्ती'तील तंत्रे तो विशद करायचा. त्याच्या रात्री इंग्लंडच्या राजधानीतील रंगेल नाइट क्लब आणि मद्यालये येथील मदिरा आणि मदिराक्षी यांच्या धुंद सहवासात जायच्या. डोक्यात घुमणारा ध्वनिवर्धकावरील गीत-संगीतांचा आवाज, आजूबाजूची गडबड, गजबज यात स्त्रियांशी जवळीक साधू पाहताना हा 'जादूगार' आपण केशभूषाकार (हेअर ड्रेसर) असल्याचे सांगायचा. तो खरेतर बँकेत काम करत होता. त्याच्या तोतया पेशाला शोभेल अशा पद्धतीने तो मग त्या सुंदरींच्या केसाला, डोक्याला सहजी स्पर्श करू शकायचा. त्यांच्या केसातून हलकेच हात फिरवत, त्यांच्या अवखळ बटांशी खेळत तो त्यांना त्यांच्या केशरचनेत त्यांचे सौंदर्य खुलवतील असे बदल सुचवायचा. तुटके केस अथवा केस गळण्यावर उपाय सुचवायचा. 'देहबोलीचे छुपे संकेत' या मागील प्रकरणात शरीरस्पर्शातील मनपरिवर्तनाचे असाधारण सामर्थ्य

आपण पाहिले आहेच. त्याच 'स्पर्शचिकित्से'च्या उपायांनी तो त्या ललनांना त्याच्या 'इतर' मागण्या मान्य करायला लावायचा.

टिमोथीचे दुसरे आवडते तंत्र होते वरवर अगदी निरुपद्रवी व निर्हेतुक वाटतील अशा प्रश्नांनी त्यांच्याबरोबर संवादांचा पूल बांधायला सुरुवात करायची. उदाहरणार्थ, मुद्दामच घड्याळात चुकीची वेळ लावायची आणि मग सहजपणे आपल्या घड्याळाकडे संशयाने पाहत, ते उगीचच कानाजवळ नेऊन 'ओह, माझं घड्याळ बंद पडलेलं दिसतंय. किती वाजले हो?' असे विचारायचे. त्याचा अनुभव असा होता की, अशा 'निरागस' प्रश्नांनी पहिले पाऊल घट्ट रोवले गेले की, मग त्या पुलावरून त्या 'सावजा'ला मोहनगरीत घेऊन जाणे फारसे अवघड पडत नाही.

त्या वेळी मी त्याच्या या 'गप्पां'ना कल्पनाविलास, अतिशयोक्ती असे म्हणून त्यावर फारसा विश्वास ठेवायचो नाही. पण अलीकडचे या विषयातले संशोधन नेमक्या याच 'तंत्रा'चा आणि त्याच्या परिणामांचा मागोवा घेते आहे. 'वरवर साधे, सहज वाटणारे प्रश्न आत, मनापर्यंत पोहोचवतात का?'

निकोलस गेगेन याच्या संशोधनाबद्दल आपण या पूर्वीच्या प्रकरणात वाचलेच आहे. चार निरनिराळ्या विद्यापीठांतील नामवंत संशोधकांनी निकोलसच्या नेतृत्वाखाली २००८ साली एक प्रयोग केला. त्यासाठी त्यांनी १८ ते २१ या वयोगटातील तरुणांची निवड केली. त्यांना एका मोठ्या फ्रेंच गावात पाठवले आणि त्यांच्यावर एक जराशी धाडसी, आक्रमक कामगिरी सोपवली. रस्त्यावरून जाणाऱ्या स्त्रियांना थांबवून त्यांना 'माझ्यासोबत हॉटेलमध्ये याल का?' असा प्रश्न विचारायचा.

संशोधकांनी त्यांच्या तरुण साहाय्यकांना त्यांचा नेहमीचा, साधा पेहराव करायला सांगितला होता. तेव्हा असा प्रसंग डोळ्यांसमोर आणा की, जरा कंबरेच्या खाली बांधलेली चुरगळलेली जीन्स आणि एखादे बटण उघडे टाकलेला शर्ट (किंवा गोल गळ्याचा टी-शर्ट) घातलेला एक तरूण केसांची झुलपे सावरत रस्त्याने जाणाऱ्या एका तरुणीला थांबवून तिला 'पेयपाना'चे आमंत्रण देतो आहे.

पहिल्या फेरीत त्या तरुणांना दुकानांची गर्दी असलेल्या एका गजबजलेल्या रस्त्यावर साधारण त्यांच्याच वयाच्या, विशीच्या आतल्या, हातात सिगारेट धरलेल्या युवतींना हेरायला सांगितले होते. फ्रान्समध्ये १८ ते २४ या वयोगटातील दहातील चार स्त्रिया धूम्रपान करतात. त्यामुळे ती अट पूर्ण करणे कठीण नव्हते.

प्रयोगाच्या प्रत्येक फेरीत विचारायचा प्रश्न, आवाजाचा स्वर, सूर, विचारायची पद्धती सर्व काही योजनापूर्वक ठरवलेले होते. साहाय्यकांनी तोच प्रश्न त्याच

शब्दात, त्याच पद्धतीने विचारायचा होता. त्या पहिल्या फेरीत साहाय्यक विचारणार असलेला विशिष्ट प्रश्न असा होता, 'हॅलो, माफ करा, मी तुम्हाला थोडा त्रास देतो आहे. पण तुम्ही फार कामात नसाल, तर प्लीज, आपण दोघे थोडा वेळ हॉटेलमध्ये बसून काहीतरी थंड पिऊ शकतो का?'

तुम्हाला कोणी सर्वस्वी अनोळखी व्यक्तीने असे भर रस्त्यात थांबवून विचारले की, 'आपण माझ्याबरोबर थंड पेय घेणार का?' तर तुमची प्रतिक्रिया काय असेल? बरोबर ओळखलेत तुम्ही. १२०पैकी फक्त ४ तरुणींनी ती विनंती मान्य केली!

या असल्या संशोधनात साहाय्यक म्हणून काम करणे ही काही सोपी गोष्ट नाही! धाडस पाहिजे, सहनशक्ती पाहिजे. नकारांमागून नकार पचवून परत-परत धीटपणे, थोडासा धोका पत्करून, संकोच, चांगुलपणा, निरागसता, आर्जव यांचा सरावलेला अभिनय करायचा हे काही येरागबाळ्याचे काम नव्हे!

प्रयोगाच्या दुसऱ्या फेरीत त्या तरुण साहाय्यकांनी संभाषणाची सुरुवात तरुणींना हातातली सिगारेट दाखवत, 'माफ करा, आपल्याकडे लाइट आहे?' अशी करायची होती. तिच्याकडे लायटर मिळाला तर त्याबद्दल आधी हसतमुखाने, तोंड भरून तिचे आभार मानायचे होते. जर लाइट नसेल तरी 'ठीक आहे, ठीक आहे; नसला तर राहू दे, काही विशेष बिघडले नाही' असे म्हणून, त्यानंतर मात्र वेळ न दवडता, त्याच संवादाच्या ओघात आधीच्या फेरीतलाच प्रश्न विचारायचा होता, 'माफ करा, खूप कामात नसाल तर आपण दोघे हॉटेलमध्ये बसून काहीतरी थंड पिऊ शकतो का?'

तिसऱ्या फेरीतील प्रस्तावना जरा वेगळी होती. 'माफ करा, मला अमुकएका चौकात जायचे होते. प्लीज कसे जायचे सांगाल?' ती रस्ता दाखवो न दाखवो, त्याला जोडूनच 'जोडीने थंड पेय पिण्याची विनंती' करायची होती.

त्या बिचाऱ्या साहाय्यक तरुणांनी या सर्व फेऱ्यात मिळून जवळ-जवळ ४०० स्त्रियांना त्यांना 'शिकवलेले', अडचणीचे प्रश्न विचारण्याचे अवघड काम पार पाडले. वेगवेगळ्या पद्धतीच्या प्रस्तावनेचे काय, कसे परिणाम घडले याचे संशोधकांनी काळजीपूर्वक विश्लेषण केले. मुख्य प्रश्नाआधी सिगारेट पेटवण्यासाठी 'लाइट', किंवा 'चौकाकडे जाण्याचा रस्ता' असले निरुपद्रवी प्रश्न विचारण्याने यशस्वितेचे प्रमाण खूपच वाढलेले दिसले. दुसऱ्या आणि तिसऱ्या फेरीत साहाय्यकांसमवेत हॉटेलमध्ये जायला तयार झालेल्या तरुणींची संख्या पहिल्या थेट प्रश्नाच्या फेरीतल्या राजी झालेल्या तरुणींच्या पाच पट वाढलेली होती!

टिमोथीने स्वत: बसवलेले 'संमोहनतंत्र' शास्त्रसिद्ध निघाले! पुरुषाने एखाद्या

साध्याशा प्रश्नाने संवादाला प्रारंभ केला तर त्याचा शेवट हवीशी वाटणारी स्त्री त्याच्याबरोबर जायला राजी होण्यात होऊ शकतो. शास्त्र हेच तंत्र जरा व्यापक स्वरूपात वापरायला सांगते. अगदी छोटेसे कारण, क्षुल्लक वाटणारी कृती, समान आवड यातून समोरच्याच्या मनात चंचुप्रवेश करून घेतला, जराशी जागा मिळवली की मग एखादे मोठे काम करण्यासाठी त्याचे मन वळवणे थोडे सोपे होते. फ्रेंच युवतींनी संशोधकांच्या साहाय्यकांच्या पहिल्या किरकोळ प्रश्नात स्वत:ला गुंतवून घेतले तेव्हा त्यांच्या समवेत जाण्यासारख्या पुढच्या मोठ्या 'गुंतवणुकीं'ची शक्यता जास्त प्रमाणात वाढली.

जराशा उघडलेल्या दारात पाय अडकवून ठेवा

एखादी लहानशी, अगदी मामुली वाटणारी मागणी आधी मान्य करायला लावण्यात यश प्राप्त करून घेता आल्यास, मग तिची पाठ धरून येणाऱ्या मोठ्या मागणीलाही होकार मिळण्याची शक्यता अनेक पटीने वाढते, हे संशोधकांना फार पूर्वीपासून ज्ञात आहे. या परिणामकारक तंत्राचे सामर्थ्य वैज्ञानिक दृष्टीतून सिद्ध करण्याची सुरुवात १९६० साली स्टॅन्फोर्ड युनिव्हर्सिटीमधील जोनाथन फ्रीडमन आणि स्कॉट फ्रेझर या दोघा संशोधकांनी केलेल्या एका मजेशीर प्रयोगाने झाली.

कॅलिफोर्नियातील पालोआल्टो या शहरातील हिरव्यागार झाडीने सुखावलेल्या एका परिसरातील टुमदार घरात राहणाऱ्या लोकांना संशोधकांचे साहाय्यक 'सिटिझन्स फॉर सेफ ड्रायव्हिंग'(वाहन सुरक्षितपणे चालवा) ही मोहीम राबवणाऱ्या गटाचे कार्यकर्ते बनून भेटत होते. त्यांना त्या देखण्या घरांच्या बाहेरील काळजीपूर्वक जोपासलेल्या सुंदर हिरवळींनी नटलेल्या अंगणांपैकी काही अंगणात त्यांच्या मोहिमेच्या घोषणा चित्रित केलेले मोठ्ठे फलक लावायला त्या घरांच्या मालकांची परवानगी हवी होती. लोकांना कल्पना येण्यासाठी तशा हिरवळीवर लावलेल्या फलकाचा एक फोटो त्यांनी त्यांच्या जवळ बाळगला होता.

फक्त २० टक्के लोकांनी त्यांच्या विनंतीला मान्यता दिली. मी जेव्हा फलक मोठ्ठा होता असे म्हणतो आहे, तेव्हा तो खरेच मोठ्ठा म्हणजे घराचा बराचसा दर्शनी भाग झाकून टाकणारा होता. दोन्ही हात लांब करून आणखी एक-दोन फूट अंतर दोन्ही बाजूंना वाढवले तर जेवढा होईल तेवढा त्या फलकाचा आकार होता. तसे फोटोत स्पष्ट दिसतच होते. त्यातच भर म्हणून की काय, त्यावरील फराटे मारल्यासारखे लिहिलेल्या अव्यवस्थित शब्दांनी त्या फलकांना आणखीनच अनाकर्षक बनवले होते.

असे असूनही त्या तोतया कार्यकर्त्यांनी नंतर ७६ टक्के लोकांकडून तोच घर

झाकून टाकणारा प्रचंड आकाराचा वाईट दिसणारा फलक हिरवळीवर उभा करायला मान्यता मिळवली. हे त्यांनी कसे साध्य केले?

प्रयोगाच्या संयोजकांनी त्यांचे मोहिमेचे कार्यकर्ते पाठवण्याच्या आधी दोन आठवडे वेगळेच लोक त्या घरमालकांकडे पाठवले. त्यांनी 'आम्ही 'वाहतूक सुरक्षा समिती'चे पदाधिकारी आहोत' असे सांगितले आणि त्यांनी घरमालकांना 'सुरक्षित वाहनचालक व्हा' असे लिहिलेले एक छोटेसे कागदी पत्रक त्यांच्या घरांच्या खिडकीत किंवा गाडीच्या काचेवर लावण्याची विनंती केली. ते पत्रक हाताच्या पंजापेक्षा काही मोठे नव्हते. सुरक्षिततेबद्दलचे असे एखादे लहानसे, सुबक घोषणापत्रक मिरवणे लोकांना आक्षेपार्ह वाटले नाही आणि कुणी ते लावायला नकारही दिला नाही. या 'मोहिनीअस्त्रा'चा परिणाम दोन आठवड्यांनी दिसला. या खेपेस पत्रक लावून घेणाऱ्यांतील ७५ टक्के घरमालकांकडून तो भलामोठा फलक लावायला परवानगी मिळवण्यात कार्यकर्ते यशस्वी झाले.

या मान्यताप्राप्तीच्या तंत्राला फ्रीडमन आणि फ्रेझर यांनी 'दारात पाय अडकवून ठेवणे' असे नाव दिले. एका छोट्या, निरुपद्रवी, सहजी होकार मिळेल अशा मागणीने लोकांच्या मनाच्या दरवाजावर टकटक करून, त्यांना बंद दार उघडायच्या मानसिकतेत आणायचे. एकदा फट पडली की, त्यात पाय अडकवून ठेवून ते किलकिले झालेले दार, त्यानंतर येणाऱ्या मोठ्या मागणीसाठी सताड उघडले जाण्याची शक्यता चांगलीच बळावते.

फ्रान्समधील तरुणींना एका प्रास्ताविक प्रश्नाच्या 'द्वारे' हॉटेलमध्ये बरोबर नेण्याच्या किंवा कॅलिफोर्नियातील घरमालकांच्या घरात लहानशा पत्रकाच्या फटीतून मोठा फलक घुसवण्याच्या प्रयोगातून धूर्त विक्रेते वर्षानुवर्षे वापरत असलेल्या या परिणामकारक तंत्रालाच पुष्टी मिळते. एखाद्या साध्या, क्षुल्लक भासणाऱ्या मागणीच्या पूर्ततेच्या पायवाटेवरून ग्राहकाला खऱ्या, मोठ्या मागणीच्या स्वीकाराच्या राजमार्गावर पोचवायचे. दुकानातून एखादीच गोष्ट ग्राहकाला खरेदी करायला एकदा भाग पाडणे म्हणजेच तो भरपूर खरेदीसाठी परत आपल्या दुकानातच येण्याची शक्यता कितीतरी पटीने वाढवणे आहे. तुमच्या मुलांना ब्रोकोलीचा एक तुकडा खायला तुम्ही राजी केलेत की, आधी बाजूला सारलेली पूर्ण प्लेट गट्ट झालीच म्हणून समजा! लोकांना कसेही करून अगदी लहानातील लहान गोष्टीत गुंतवले, सोप्या कामात अडकवले की, त्यातून त्यांच्याकडून कधीच होणार नाहीत अशी वाटणारी भव्य-दिव्य, कष्टप्रद कार्येही पार पाडायला त्यांची सहमती प्राप्त करून घेता येते.

त्रिवार होकार

मी खरेदीला दुकानात गेलो की, मला फुकटात भेटी मिळालेल्या आवडतात आणि अनेक दुकानातून त्या तशा भेटी नमुने म्हणून, चव बघायला म्हणून मुबलक प्रमाणात उपलब्ध असतात. ग्राहकांचे खिसे सैल करण्यासाठी असे उपाय दुकाने नेहमीच करत असतात. 'स्टारबक्स' नावाच्या कॉफीच्या दुकानांची जगभर साखळी पसरली आहे. त्या दुकानात नेहमीच तिथले कर्मचारी छोटे केक्स किंवा मफिन्स ग्राहकांना मोफत वाटत फिरत असतात आणि मला ते नेहमीच हादडायला आवडतात. तुम्ही 'हागेन डाझ' या चविष्ट आइसक्रीमच्या दुकानात जा, निरनिराळ्या प्रकारची चमचा-चमचा आइसक्रीम चवीसाठी म्हणून देतात. मी खूश असतो तिथे. लंडनपासून हाँगकाँगपर्यंत सर्व शहरात दिमाखात चमकणाऱ्या 'ल ऑसिटेन' या महागडी त्वचेची प्रसाधने (स्किनकेअर प्रॉडक्ट्स) विकणाऱ्या उच्चभ्रू दुकानात विक्री साहाय्यक प्रसाधने निवडीत गुंग असणाऱ्या ग्राहकांपुढे गरम-गरम वनौषधी चहाचा (हर्बल टी) कप सरकवत असतात. त्याला मात्र मी 'नको' म्हणतो, कारण तो इतका गरम असतो की, पटकन पिता येत नाही आणि तो पिण्यासारखा गार होईपर्यंत दुकानात वेळ काढत मला हिंडत बसायचे नसते. पण अशा या विविध आमिषांनी दाराला फट पाडून त्यात पाय अडकवण्याच्या प्रयत्नाला होकार अथवा नकार देण्याने काय फरक पडतो?

बेल्जियम, नेदरलँड आणि नॉर्वे या तीन देशांतील संशोधकांच्या एका 'आंतरराष्ट्रीय' गटाने घेंट युनिव्हर्सिटीमधील समाजशास्त्रज्ञ मारिओ पांडेलीयर याच्या नेतृत्वाखाली या प्रश्नाचे उत्तर शोधण्याचे ठरवले. त्यासाठी त्यांनी काही खरेदी-विक्री क्षेत्रातील अभ्यासकांचे सेवासाहाय्य घेतले. त्यांना असे काम देण्यात आले की, त्यांनी ग्राहकांशी फोनवर बोलून काही दिवसांनंतर घेतल्या जाणाऱ्या एका बऱ्याच लांबलचक फोनवरूनच घेतल्या जाणाऱ्या एका सर्वेक्षणात भाग घेण्यासाठी त्यांचा होकार संपादन करायचा.

सहसा असे फोन आलेले लोकांना आवडतच नाहीत. कुणीतरी अनोळखी व्यक्तीने फोन करून त्रास दिलेला त्यांना मुळीच चालत नाही. सबंध दिवस काम करून, थकून आल्यावर खुर्चीत नाहीतर सोफ्यात आरामात हात, पाय ताणून टीव्ही बघणे किंवा मुलाबाळांसोबत मजेत वेळ घालवणे या त्यांच्या कार्यक्रमात त्यांना कोणताही व्यत्यय खपत नाही. म्हणूनच मारिओच्या कुशल साहाय्यकांनी त्यांची दीर्घ सर्वेक्षणात भाग घेण्याची धाडसी विनंती पुढे दामटण्याआधी एका अल्पशा, फक्त आठ छोट्या प्रश्नांची उत्तरे लोकांकडून मिळवण्यात यश मिळवले. त्या प्रश्नांच्या दोन याद्या होत्या. निम्म्या लोकांना पहिल्या यादीतील आणि निम्म्यांना

दुसऱ्या यादीतील प्रश्न विचारण्यात आले.

पहिल्या यादीत लोकांची बहुतेक करून नकारात्मक उत्तरेच येतील असेच प्रश्न निवडण्यात आले होते. पण लोकांना विचारताना 'हे विधान 'मान्य' की 'अमान्य'' – असे विचारण्यात आले होते. 'स्त्रियांना पुरुषांपेक्षा कमी मोबदला द्यायला हवा', 'खेळाडूंना उत्तेजकांच्या सेवनाला परवानगी द्यायला हवी' अशांसारखी वादग्रस्त विधाने त्यात होती. अपेक्षेप्रमाणे लोकांनी जास्त विधानांना 'अमान्य' असेच उत्तर दिले.

दुसरी यादी लोकांकडून जास्तीत जास्त होकार मिळतील अशा प्रश्नांची होती. लोकांकडून 'मान्य' की 'अमान्य' अशी उत्तरे मागितलेल्या या यादीतील विधानात 'स्त्रिया आणि पुरुष यांना समान वेतन असावे', 'खेळाडूंच्या उत्तेजकांच्या वापरावर बंदी आणली पाहिजे' अशी सन्मान्य विधाने होती. या यादीलाही लोकांकडून अपेक्षित असा 'होकारात्मक' प्रतिसाद मिळाला.

या अशा पहिल्या अथवा दुसऱ्या यादीतील आठ प्रश्नांची उत्तरे मिळाल्यानंतर पुढचा कळीचा प्रश्न विचारण्यात आला, 'काही दिवसांनी घेतल्या जाणाऱ्या दीर्घ सर्वेक्षणासाठी आपल्याला फोन केला तर आपण भाग घ्याल का?' ज्यांना नकारार्थी उत्तरांचे प्रश्न विचारण्यात आले होते त्यातील ७१ टक्के लोकांनी या विनंतीला नकार दिला आणि ज्यांना होकारार्थी उत्तरांचे प्रश्न विचारले गेले होते त्यातील फक्त ५३ टक्केच लोक 'नाही' म्हणाले. म्हणजेच सतत नकारातूनही होकार देणारे कसेबसे २९ टक्के लोक निघाले, पण होकारामागून होकारच देत राहिलेले ४७ टक्के होते.

होकार देण्याची सवय लावणे याचा अप्रत्यक्षपणे लक्षणीय परिणाम होतो असे दिसून आले. सहजी स्वीकारार्ह असा प्रश्न विचारणे अथवा सुलभपणे मान्य होईल अशी छोटीशी विनंती करणे हा लोकांना सक्रिय बनवण्याचा, एखाद्या गोष्टीत त्यांना सामील करून घेण्याचा, अडकवून टाकण्याचा किंवा कुठल्याही चर्चेत भाग घ्यायला लावण्याचा उत्तम मार्ग आहे. दारात पाय अडकवून ठेवला की, त्या उघड्या दारातून त्यांच्या जवळ जायला, त्यांनाही आपल्याला स्वीकारायला, आपल्याशी नाते जोडायला आणि मग अखेरीस आपल्या मोठ्या विनंतीला, जराशा अवघड मागणीला अनुकूल असा प्रतिसाद द्यायला मोलाची मदत होते.

'ल ऑसिटेन'मधील कुणी उच्चपदस्थ व्यक्ती हे माझे म्हणणे वाचत असेल तर मला त्यांना असे सुचवावेसे वाटते की, त्यांनी गरम वनौषधी चहाचा कप ग्राहकांना देणे बंद करावे. कारण त्याला जास्त नकार येत राहतात आणि मग 'एवढे पैसे खर्च करावेत का?' या ग्राहकांनी स्वत:ला विचारलेल्या प्रश्नालाही

नकाराची सवय झाल्याने त्यांचे मन नकारच देण्याची शक्यता फार असते. आपल्या दुकानाची विक्री वाढवण्याची महत्वाकांक्षा बाळगणाऱ्या दुकानदारांना, विक्रेत्यांना माझा असा सल्ला आहे की, दुकानात प्रवेश केलेल्या ग्राहकाला त्यांनी 'आपल्याला काही मदत हवी असेल तर नि:संकोचपणे मला सांगा. सांगाल ना?' असा प्रश्न विचारावा. त्याला बहुतेक सगळे ग्राहक 'हो, मी सांगेन' असेच उत्तर देतील!

होकाराच्या मजल्याला होकाराचाच जिना

दार किलकिले करून त्यात पाय अडकवून ठेवण्याच्या या तंत्राचा जो अभ्यास अनेक संशोधकांनी केला आहे त्यात एक गोष्ट समान आहे : लोकांकडून जर मोठे काम करून घ्यायचे असेल, तर त्याची सुरुवात किरकोळ व साध्या कामाला त्यांचा खुबीने होकार मिळवून करावी लागते. तुमच्या ग्राहकाने तुमच्या उत्पादनाच्या १००० पेट्या खरेदी कराव्या अशी तुमची इच्छा असेल, तर त्याला आधी एकाच पेटीची किंमत द्यायला राजी करा. त्यासाठी तुम्हाला तुमच्या अंतर्गत पद्धतीत काही बदल करावा लागला, जरा आडवळणे घ्यावी लागली, थोडा त्रास पडला तरी ते सगळे करा. ती छोटीशी लढाई जिंकलीत तर पुढचे १००० पेट्यांच्या विक्रीचे युद्धही तुम्हीच जिंकण्याची शक्यता कितीतरी पटीने वाढते. तुमची खटपट, कष्ट सार्थकी लागतात!

पोहायला येणे ही स्वत:च्या सुरक्षेसाठी फार आवश्यक गोष्ट आहे. म्हणूनच तुमच्या मुलांना पोहायला आलेच पाहिजे अशी तुमची धारणा आहे. पण मुले काही पाण्यात पडायला तयार नाहीत! अशा वेळी त्यांना असे बरेच प्रश्न विचारा ज्याला ते हमखास होकारार्थीच उत्तरे देतील. 'तुम्हाला माहीत आहे, तुमचे मित्र मारिया आणि ॲलेक्स आज पोहायला तलावावर जाणार आहेत?' (याला त्यांचे अपेक्षित उत्तर 'हो' असेल.) 'आपण मागच्या वेळी पोहून झाल्यावर आइसक्रीम खायला गेलो होतो, मस्त मजा आली होती ना?' (ते नक्कीच होकार भरतील). आता खुश्शाल विचारा, 'आत्ता थोडा वेळ जाऊ या पोहायला?'

तुम्हाला तुमच्या वरिष्ठांकडून पगारवाढ मिळवायची आहे ना, मग त्यांच्याकडे गेल्यावर एकदम तोच विषय काढू नका. त्या प्रमुख प्रश्नाकडे घेऊन जाणारा एक सोप्या, छोट्या होकारांच्या पायऱ्यांचा एक जिना आधी नीट बांधा. पहिली पायरी म्हणजे तुम्ही यशस्वीरीत्या पूर्ण केलेल्या

एखाद्या कामाबद्दल त्यांचे मत विचारा, 'सर, गेल्या आठवड्यात तुम्ही मला सांगितलेले ते काम तुमच्या मनासारखे झाले ना?' नंतर 'सर, तुम्ही मागच्या महिन्याच्या आपल्या खात्याच्या 'मासिक सभे'त 'तुमच्या हाताखाली आजवर काम केलेल्या मोजक्या उत्तम साहाय्यकातला एक' असा माझा उल्लेख केला होतात, आठवते तुम्हाला?' आणि शेवटच्या पायरीत 'सर, तुमच्या डायरीत पुढल्या एक-दोन दिवसात माझ्या कामाचा वार्षिक आढावा आणि पगारवाढ याबद्दल चर्चा करण्यासाठी वेळ ठेवता येईल?' हा प्रश्न विचारा.

पांडेलीयरच्या प्रयोगाचे निष्कर्ष नीट लक्षात ठेवा. 'नमना'च्या प्रश्नांना मान 'होकारार्थी'च डोलली पाहिजे. त्यात नकारघंटा वाजली तर 'आरती' देवापर्यंत पोहोचेलच अशी खातरी देता येत नाही. 'मोठ्या होकारा'पर्यंत पोहोचायचा 'सेतू' बांधायला छोट्या-छोट्या होकारांचे दगडच समुद्रात फेकले पाहिजेत आणि ते तरंगलेही पाहिजेत. सुरुवातीच्या प्रश्नांना होकार देणे लोकांसाठी अगदी सहजसुलभ असले म्हणजे मुख्य प्रश्नाचा अतिअवघड होकारही निश्चितपणे सोपा होतो.

विचारातून कृतीकडे

आरोग्यमय आयुष्य जगण्यासाठी आपल्या जीवनशैलीत, दररोजच्या कार्यक्रमात, आपल्या सवयीत आपण कोणते बदल करायला हवेत हे आपल्यापैकी बहुतेकांना चांगले माहीत असते. सोफ्यावर बसून काढलेला वेळ कमी करून तो व्यायामाला द्यायला हवा, शारीरिक श्रम करायला हवेत; तेलकट बेकन सँडविच पूर्णपणे वर्ज्य करून आरोग्यकारक चिकन सॅलड खायला हवे; वाइन, बिअर यांसारख्या 'मद्यां'चा मोह टाळून भरपूर 'जलपान' करायला हवे; हे सगळे आपल्याला मनापासून पटलेले असते. पण....

पण काय असते, माहीत आहे ना? कुणालाच म्हणजे मला, तुम्हाला, आपल्या भोवतालच्या लोकांना 'हे तुमचे चुकते आहे' असे सांगितलेले मुळीच आवडत नाही! मग एखाद्याच्या वागण्यात सुधारणा घडवून आणायची असेल तर ती कशी आणायची?

'धूम्रपान करणे आरोग्याला विघातक ठरते' ही गेली, कमीत कमी ५० वर्षे तरी सर्वांना माहीत असलेली गोष्ट आहे. तरीही लाखो लोक धूम्रपान करतातच! धोक्याची पूर्ण जाणीव आणि तरीही लोकांचे तसेच वागणे यांतील गंभीर विरोधाभास, लोकांची ही अनाकलनीय मानसिकता यामुळे आलेल्या विफलतेतून

नेदरलँडमधील रॅडबाउड युनिव्हर्सिटी निमेजेन येथील बार्बारा मुलर हिने २००९ साली धूम्रपान करणाऱ्यांच्या वर्तनाचा थांग लावावा या उद्देशाने एक प्रयोग केला. धूम्रपान केल्याशिवाय चैन न पडणाऱ्या १७ ते ४७ या वयोगटातील काही लोकांना तिने प्रयोगशाळेत पाचारण केले. प्रत्येकाची आवड सांभाळली जाईल, अशा पद्धतीने त्यांना धूम्रपानाचे सुख उपलब्ध करून देऊन तिने त्यांना तिचा प्रयोग, त्याचे प्रयोजन नीट समजावून सांगितले. कोणत्याही विधानाच्या बऱ्यावाईट बाजू, त्याचे उचित-अनुचित परिणाम, गुण-अवगुण यांना सदसद्‌विवेकबुद्धीच्या पारड्यात घालून तोलायची त्यांच्यातील प्रत्येकाची क्षमता मोजायचा ती प्रयत्न करणार होती.

त्यातील निम्म्या लोकांचा एक गट करून त्यांना तिने 'माणसाने धूम्रपान का करू नये' याची जास्तीत जास्त कारणे एका कागदावर लिहून काढायला सांगितली आणि दुसऱ्या गटाला तिने आधीच कागदावर लिहून काढलेली कारणे फक्त वाचायला दिली.

दोन्ही गटांना दिलेली कामे संपली. तोंडातल्या सिगारेट्‌सही संपल्या. त्यानंतर दोन्ही गटांना असे सांगण्यात आले की, त्यांना संगणकाच्या साहाय्याने एक चाचणी परीक्षा द्यायची आहे, पण संगणकात एक छोटासा बिघाड झाल्याने त्यांना सुमारे पंधरा मिनिटे थांबायला लागणार आहे.

सगळे जण इकडे-तिकडे वेळ घालवत होते. पंधरा मिनिटे झाली तरी काहीच घडेना. विचारावे तर तिथे कोणाचाच पत्ता नाही. घड्याळाचे काटे पुढे-पुढे सरकत होते. लोकांची बेचैनी वाढत होती, ते सारखे घड्याळाकडे पाहत होते, कोणी दातांनी नखे कुरतडत होते, कोणी पिंजऱ्यातल्या वाघासारखे खोलीत एका भिंतीपासून दुसऱ्यापर्यंत फेऱ्या घालत होते. शेवटी बऱ्याच जणांनी न राहवून खिशातल्या सिगारेट्‌स काढून शिलगावल्या.

खरी गोष्ट अशी होती की, संगणकात काही बिघाड तर नव्हताच, खरेतर संगणकावर कोणती चाचणीही नव्हती. बार्बारा मुलर आणि तिचे सहकारी यांना हे पाहायचे होते की, निरुद्देशपणे, कोणत्याही साधनाविना वेळ घालवायची वेळ आल्यावर त्यातील कोण; किती वेळ धूम्रपान न करता राहतो, केव्हा कुणाची दुसरी सिगारेट पेटते. ज्यांनी अर्धा तास उलटून गेल्यावरही सिगारेट ओढली नाही त्यांना असे सांगण्यात आले की, संगणक काही दुरुस्त होऊ शकत नाही तेव्हा ते जाऊ शकतात.

निरीक्षणातून असे लक्षात आले की, ज्या गटाने धूम्रपानाच्या विरोधातील कारणे लिहिलेला कागद नुसताच वाचला होता त्यातील ३६.८ टक्के लोक ३० मिनिटांपर्यंत सिगारेट ओढल्याशिवाय राहू शकले आणि ज्यांनी स्वत:

विचार करून कारणे लिहून काढली होती त्यातल्या जवळ-जवळ दुप्पट जणांना म्हणजे ७६.८ टक्के लोकांना अर्ध्या तासापर्यंत दुसरी सिगारेट शिलगवावीशी वाटली नाही!

खरेतर लोकांनी स्वविचाराने लिहिलेली धूम्रपान न करण्याची कारणे आणि कागदावर आधीच लिहून दिलेली कारणे, यांत काही फार फरक नव्हता. ती जवळ-जवळ सारखीच होती. शिवाय ती त्यांनी यापूर्वी न ऐकलेली किंवा त्यांना अपरिचित अशीही नव्हती. फरक हा होता की, एका गटाने तटस्थपणे, दुसऱ्याने सांगितलेले वाचून काढले होते आणि दुसऱ्या गटाचे सदस्य विचारप्रक्रियेत गुंतले गेले होते, तिचा भाग, घटक बनले होते. ती कारणे लिहून काढताना त्यासंबंधीच्या विचारांनी त्यांच्या मनाचा, काही काळ का होईना पक्का ताबा घेतला होता.

या अभ्यास-प्रयोगातून उघड झालेला गर्भितार्थ फार मोलाचा, महत्त्वाचा आहे. माणसाला त्याची चूक दाखवलेली आवडत नाही हे सर्वश्रुतच आहे. पण माणसाला एखाद्या गोष्टीत, एखाद्या प्रक्रियेत सक्रिय सहभागी करून घेतले, त्याला त्यासंबंधी विचार करायला लावला, त्यासाठी वेळ खर्च करायला लावला की, मग तो त्या बाबतीत तटस्थ राहू शकत नाही, त्यात गुंतून जातो. त्याचा त्या गोष्टीशी एक दृढ असा भावनिक बंध निर्माण होतो.

सूचना देण्यापेक्षा प्रश्न विचारा

प्रश्न विचारणे ही परिणामकारक अध्यापनाची गुरुकिल्ली आहे. मग ते मुलामुलींना शाळेत शिकवणे असो, घरात वळण लावणे असो किंवा थोरांना कामाच्या ठिकाणी प्रशिक्षण देणे असो. काय करा, काय करू नका याच्या सूचना देण्यापेक्षा, उपदेश करण्यापेक्षा, निरनिराळे विचारप्रवर्तक प्रश्न विचारून, त्यांच्या विचारशक्तीला चालना देऊन, त्यांना 'काय'पेक्षा 'का' हे समजावून घ्यायला लावणे, त्यांची वाट त्यांनाच शोधायला लावणे आणि विचार पटल्यावर तीच वाट चालायला सांगणे हा प्रभावी मार्ग, कुशल अध्यापक, मार्गदर्शक अवलंबतात. जेवढा जास्त वेळ आणि प्रयत्न आपण लोकांना त्यांच्या एखाद्या वर्तणुकीबद्दल किंवा सवयीबद्दल किंवा एखाद्या कामाच्या संयोजनाबद्दल विचार करायला प्रोत्साहित करण्यात खर्च करू तेवढ्या उत्साहाने आणि गांभीर्याने ते त्याच्या मागे लागतात, त्याचा योग्य पाठपुरावा करतात आणि प्रत्यक्ष

कृती करून योजना पूर्णत्वाला नेतात.

समजा, तुमचा एक साहाय्यक अव्यवस्थित आहे, नियोजनात जरा कच्चा आहे. त्याला 'जरा नीट, व्यवस्थित काम कर, कारण...' असे सारखे बजावत बसण्याऐवजी, सतत टीका करत राहण्याऐवजी 'तू जरा व्यवस्थितपणे काम केलेस, थोडा जास्त वेळ नियोजनात घालवलास तर तुझे काय फायदे होतील, सांग?' असे विचारण्याने तुम्हाला अपेक्षित असणाऱ्या सुधारणेच्या दिशेला तो वळण्याची शक्यता वाढेल. त्याला व्यवस्थितपणाची, नियोजनाची आवश्यकता एकदा कळली; पटली की, मग पुढचा प्रश्न तुम्ही त्याला हा विचारू शकाल की, 'मग आता तुला त्यासाठी काय-काय करायला हवे? कुठले बदल करायला हवे?' यानंतरचा सुधारणेचा मार्ग तोच त्याचा चालून जाईल.

तुमच्या एका मैत्रिणीने व्यायामशाळेत येणे अत्यावश्यक आहे असे तुम्हाला वाटत असेल, तर तिच्या जाडेपणाबद्दल घोर चिंता व्यक्त करून तिला त्यावरून उपदेशामृत पाजू नका, एक लांबलचक भाषण सुनवू नका. तिला हे विचारा की, 'वजन कमी केलेस तर तुझे किती आणि कोणते फायदे होतील?'

सुट्टीच्या दिवशी सूर्य डोक्यावर आला तरी अंथरूण न सोडणाऱ्या नवऱ्याला किंवा बायकोला आळशीपणावरून सतत छळू नका, येता-जाता टोमणे मारू नका, चिडवू नका. लवकर उठले तर सकाळी काय-काय करता येईल, उशिरा उठल्याने ते कशा-कशाला मुकतात हे त्यांना सांगा. जास्तीत जास्त हसऱ्या चेहऱ्याने, आकर्षक स्वरात त्याला किंवा तिला विचारा, 'आपण सुट्टीच्या दिवशी जरा लवकर का उठले पाहिजे याची तीन कारणे सांगशील?' डोळ्यात जराशी चमक आणून पुढे असेही मधाचे बोट लावा की, 'तू तीन छान कारणे सांगितलीस तर मी पण एक खास चौथे कारण सांगणार आहे.'

दोन आठवड्यांपूर्वीची गोष्ट आहे. माझी एक मैत्रीण तिच्या षोडषवर्षीय मुलाबरोबर वाद घालत होती. ती जोरजोरात ओरडून त्याला त्यांच्या कुत्र्याला खायला घालायला आणि घरातला कचरा बाहेर नेऊन टाकायला सांगत होती. आपल्या पाल्याने ही त्याची कर्तव्ये केलीच पाहिजेत, तो आता काही लहान नाही, त्याने जरा दोन कामे करून तिचे ओझे कमी करायलाच हवे, हे ती त्याला चिंतित पालकाच्या भूमिकेतून बजावत होती. मला वाटले, त्याऐवजी तिने तिच्या 'मोठ्या' झालेल्या मुलाबरोबर

दोन मोठी माणसे एकमेकांशी जसे एकाच पातळीवरून बोलतात, चर्चा करतात त्या स्वरात त्याला, 'तुला काय वाटते, मी का ही कामे करायला सांगते आहे तुला?' असे विचारून जर त्याच्या विचारशक्तीला आवाहन केले असते तर तिला निश्चित यश मिळाले असते.

प्रकरण ५
कल्पनाशक्तीला आवाहन आणि कथांची गुंफण

विचार येतात आणि जातात, कथा आठवणीत राहतात.
– नसीम निकोलस तालेब

माझ्या लुइसा नावाच्या मैत्रिणीचे नुकतेच लग्न झाले. लग्नाची तयारी लग्नाच्या खास पोशाखाच्या खरेदीने करायची असे तिने ठरवले होते. त्याप्रमाणे ती तिच्या जिवलग मैत्रिणींबरोबर पश्चिम लंडनमधील, दुतर्फा हिरव्यागार पानांच्या झाडांच्या रांगा असलेल्या रस्त्यावरील, उच्च प्रतीच्या, अत्याधुनिक फॅशनच्या नववधूंच्या पोशाखांसाठीच खास करून सुप्रसिद्ध असलेल्या एका दुकानात गेली. बऱ्याच संशोधनानंतर, मैत्रिणींच्या सल्ल्याने तिने एक पोशाख पसंत केला. पिवळसर रंगाची झाक असलेला, जरा जाड रेशमी कापडाचा, डोळ्यात भरणारा, पण भडक नसलेला आणि अतिशय देखणा! तिची निमगोरी, पण उजळ कांती आणि दाट काळे केस यांना खुलवणारा, तिचे सुडौल खांदे उघडे ठेवणारा तो पोशाख तिला खूपच शोभून दिसेल असे सगळ्याच मैत्रिणींचे मत पडले.

तो घालून बघता येईल का, असे तिने तेथील विक्रेतीला विचारल्यावर तिला एका छोट्याशा खोलीत नेण्यात आले. तेथे आरसाही नव्हता. विक्रेतीने त्या गैरसोयीबद्दल क्षमायाचना केली आणि ती म्हणाली की, पोशाख चढवल्यावर शेजारच्या दुसऱ्या एका खोलीत जाऊ, तेथे एक नाही तीन-तीन आरसे आहेत आणि प्रकाशही भरपूर आहे. तेथे लुइसाला पोशाख तिला कसा दिसतो आहे, ते व्यवस्थित पाहता येईल.

विक्रेतीने लुइसाला त्या अपुऱ्या जागेत कसाबसा पोशाख चढवला आणि तिला ती शेजारच्या खोलीत घेऊन गेली. प्रशस्त खोली प्रसन्न सूर्यप्रकाशात न्हाऊन निघाली होती. खोलीच्या मध्यभागी असलेला एक गोल उंचवटा आणि खोलीच्या तीन बाजूंच्या भिंतींवर लावलेले पूर्णाकृती आरसे झुळझुळीत कापडाने झाकलेले होते. त्या विक्रेतीने लुइसाला त्या 'मंचा'वर उभे केले आणि तिला डोळे बंद करण्याची विनंती केली. लुइसाला तिच्या हातात काहीतरी ठेवल्याचे जाणवले, अचानक सुटलेल्या गुलाबाच्या मधुर वासाने तिच्या चित्तवृत्ती मोहरल्या, आणि तिच्या कानांनी कापड सरकवल्याचा आवाज टिपला. त्या विक्रेतीचा आवाज तिला

ऐकू येऊ लागला, ‘लुइसा, तुझा लग्नाचा दिवस तुझ्या मनश्चक्षूंसमोर आण. सुंदर दिवस उगवला आहे, आसमंतात आनंद, सुख दरवळत आहे. तुझे सगळे कुटुंब, तुझे जिवलग तुझ्यावर प्रेमाचा वर्षाव करायला एकत्र जमले आहेत. तुझा भावी पती, तुझे मूर्तिमंत प्रेम, तुझा जीवनसाथी तुझ्या दिशेने पावले टाकत येतो आहे. त्याचा रुबाबदार सूट, त्याचे मनोहर रूप यांपेक्षा त्याच्या डोळ्यात दिसणारे तुझ्याविषयीचे अतोनात प्रेम तुला मोहून टाकत आहे. त्याला तू कशी दिसते आहेस? लुइसा, डोळे उघड आणि तूच पाहा.’

लुइसाने डोळे उघडले. तिन्ही आरशात तिची पूर्णाकृती प्रतिबिंबे पडली होती. क्षणभर लुइसाशी त्यांची नजरानजर झाली आणि तिन्ही प्रतिबिंबांच्या डोळ्यातून आनंदाश्रू वाहू लागले!

तिने तो पोशाख घेतला हे वेगळे सांगायला नकोच!!

त्या हुशार विक्रेतीने लुइसाच्या डोळ्यापुढे उभे केलेले तिच्या लग्नदिवसाचे चित्र इतके जिवंत होते की, ते ती प्रत्यक्ष जगत आहे असा तिला भास झाला. त्या विक्रेतीने, तिच्या त्या चित्रकथेने लुइसाचे मन जिंकून टाकले. अशा पद्धतीने स्पष्टपणे रंगवलेले चित्र मनावर प्रभाव पाडू शकते? वर्तनात बदल घडवू शकते?

‘दारात अडकवलेल्या पाया’पासून मनातल्या ‘पदा’र्पणापर्यंत

मानवी मनाचा, माणसाच्या वर्तनाचा अभ्यास करणारे मनोवैज्ञानिक असे मानतात की, जगात माणूस हा एकच प्राणी असा आहे ज्याला कल्पनाशक्ती लाभली आहे. कधीही प्रत्यक्ष न पाहिलेला प्रसंग, व्यक्ती तो केवळ कल्पनेने डोळ्यांसमोर आणू शकतो. लगेचच एक प्रयोग करून बघू या. अशी कल्पना करा की, तुम्ही मंगळावर जाणाऱ्या अत्याधुनिक बलशाली अवकाशयानात बसला आहात. काय वाटते आहे तुम्हाला? तुम्ही पोशाख कुठला घातला असेल? अवकाशयानाचा आतील भाग कसा दिसत असेल? गुरुत्वाकर्षणरहित अवस्थेत तुम्ही काय करत असाल?

मंगळावर जाणारे अवकाशयान अजून अस्तित्वातच नाही हे मला माहीत आहे, पण तरीसुद्धा तुम्ही त्याचे कल्पनाचित्र नक्कीच रेखाटू शकाल. आपण सगळेच कधीही न केलेल्या गोष्टी, न पाहिलेली ठिकाणे मनश्चक्षूंनी करू, बघू शकतो. तुम्ही स्वत:ला ऑलिम्पिक गेम्समध्ये सुवर्णपदक स्वीकारताना किंवा एव्हरेस्ट शिखरावर झेंडा फडकवतानादेखील बघू शकता. स्वत:चे खाजगी मालकीचे जेट असलेली अतिश्रीमंत व्यक्ती, गडगंज मालमत्तेचा एकमेव वारस किंवा खुशालचेंडू, गुलछबू तरुण यांपैकी एखाद्या रूपातही तुम्ही लीलया शिरू शकता. कल्पनाशक्तीला सीमा नाहीत. पण रोजच्या एकसुरी जीवनात मनाला विरंगुळा; यापेक्षा या स्वप्नरंजनाला

काही अर्थ नाही. असे म्हणतात की, चित्र (दृश्य) हे हजार शब्दांचे काम करते. त्यामुळेच लोकांचे मनपरिवर्तन करायला, त्यांची वागणूक बदलायला त्यांच्या मनश्चक्षूंसमोर एक स्पष्ट चित्र उभे करणे हे अनेक शब्दांच्या फैरींपेक्षा जास्त परिणामकारक शाबीत होते.

माणसाच्या या अद्‌भुत अशा कल्पनाशक्तीबद्दल अनेक संशोधनात्मक प्रयोग केले गेले आहेत. १९८०च्या दशकाच्या प्रारंभी न्यू मेक्सिको स्टेट युनिव्हर्सिटीमधील एका संशोधकांच्या गटाने डब्ल्यू लॅरी ग्रेगरी याच्या नेतृत्वाखाली केलेला एक प्रयोग त्या शक्तीच्या अनन्यसाधारण सामर्थ्यावर प्रकाश टाकणारा आहे. त्या वेळी केबल टीव्हीचे नुकतेच आगमन झाले होते. ती सोय अमेरिकेतील काही प्रमुख शहरातच उपलब्ध होऊ लागली होती. पण ॲरिझोना राज्यातले टेंपी हे शहर त्यात समाविष्ट झालेले नव्हते. टेंपीमधील काही घरमालकांचा या केबल टीव्हीबद्दलचा दृष्टिकोन एका सर्वेक्षणाद्वारे जाणून घेण्याचे त्या संशोधकांनी ठरवले. प्रत्यक्षात केबल टीव्ही कोणीच न बघितलेल्या टेंपी शहरातील लोकांच्या त्याच विषयावरील मतांचे ते सर्वेक्षण म्हणजे एक निव्वळ 'वैचारिक' प्रयोगच होता.

या प्रयोगादरम्यान, एक सर्वेक्षक तरुणी घरोघरी जात असे. दार उघडले गेले की, ती त्यांना सांगत असे, ती त्यांना केबल टीव्ही या नवीन सेवेबद्दल माहिती देणार असून नंतर काही प्रश्नांद्वारे ती त्यांची मते जाणून घेणार आहे. मग सर्वप्रथम त्या सेवेची पार्श्वभूमी, त्याची वैशिष्ट्ये आणि फायदे सांगणारा एक परिच्छेद ती त्यांना वाचून दाखवत असे.

घरमालकांच्या एका गटाला केबल टीव्ही त्याच्याबरोबर आणणार असणाऱ्या चांगल्या गोष्टींचे वर्णन अशा शब्दात ऐकवले गेले आणि त्यावर त्यांना त्यांची प्रतिक्रिया नोंदवण्यास सांगण्यात आली :

घरात केबल टीव्ही आला की, करमणूक आणि माहिती-जगताची क्षितिजे रुंदावतील. त्या सेवेचा योग्य उपयोग करून घेतल्यास तुम्हाला तुमचे आवडते कार्यक्रम आवर्जून पाहता येतील. याचे नियोजन आधीपासून करून ठेवता येईल. केबल टीव्ही घरी असला की, घराबाहेर जायची कटकटच राहणार नाही, पेट्रोलचा खर्च वाचेल, तुम्हीच घरी राहिल्यावर मुलांना सांभाळायला दाईही ठेवायला लागणार नाही. अनायासे खर्चात बचत आणि शिवाय मोकळा वेळ आरामात, तुमच्या पसंतीनुसार, एकट्याने, मित्रांसमवेत किंवा बायको-मुलांसोबत घरीच घालवता येण्याची उत्तम सोय!

दुसऱ्या गटाला दिलेल्या माहितीपत्रकातील मजकूर जरासा वेगळा, असा होता :

मित्रांनो, तुमच्या व्यस्ततेतून एक मिनिट वेळ काढा आणि विचार करा. डोळ्यांसमोर आणा, तुमच्या घरी केबल टीव्ही आला आहे. त्याने तुमची करमणुकीची आणि माहिती-जगताची क्षितिजे रुंदावली आहेत. त्या सेवेचा योग्य उपयोग करून तुम्हाला तुमचे आवडते कार्यक्रम आवर्जून पाहता येतील याचे नियोजन तुम्ही आधीपासूनच करून ठेवू शकत आहात. कल्पना करा, घरी केबल टीव्ही असल्यामुळे बाहेर जायची कटकटच उरलेली नाही, पेट्रोलचा खर्च वाचतो आहे, घरी राहिल्यावर मुलांना सांभाळायला दाईही ठेवायला लागत नाही. अनायासे खर्चात बचत आणि शिवाय तुमचा मोकळा वेळ तुमच्या पसंतीनुसार एकट्याने, तुमच्या मित्रांसमवेत किंवा तुमच्या बायको-मुलांसोबत घरीच घालवता येण्याची उत्तम सोय!

माहितीपत्रक वाचून झाले की, सर्वेक्षण करायला आलेली ती तरुणी घरमालकांना 'आपल्या आत्ताच्या टीव्हीपेक्षा केबल टीव्ही जास्त लोकप्रिय होईल असे तुम्हाला वाटते का?' यासारखे काही प्रश्न विचारत असे आणि मग त्यांचे आभार मानून ती तिची भेट संपवत असे.

पण सर्वेक्षण तिथे संपत नसे. संशोधकांना हे माहीत होते की, केबल टीव्ही ही काही केवळ कल्पनेतली बाब उरली नव्हती किंवा त्याचे आगमन ही काही दूरच्या भविष्यातली गोष्ट राहिली नव्हती. त्यांना तर अशीही खातरीलायक माहिती मिळाली होती की, टेंपी शहरातल्या रहिवाशांना अगदी लवकरच केबल टीव्हीसाठी पैसे भरून नावनोंदणी करण्याची संधी उपलब्ध होणार होती.

त्याप्रमाणे या प्राथमिक सर्वेक्षणानंतर काही आठवड्यातच केबल टीव्हीच्या स्थानिक विक्रेत्यांचे प्रतिनिधी लोकांना केबल टीव्ही घ्यायच्या मोहात पाडण्यासाठी, नोंदणी करून पैसे भरण्यासाठी राजी करण्यासाठी घरोघरी हिंडू लागले. संशोधकांनी या गोष्टीची नोंद घ्यायला सुरुवात केली की, त्यांच्या सर्वेक्षणातील कोण-कोण लोक केबल टीव्हीसाठी पैसे भरतात. नोंदींवरून असे दिसले की, ज्या घरमालकांनी पहिल्या माहितीपत्रकातील मजकूर ऐकला होता त्यातील २० टक्के लोकांनी केबल टीव्ही घेतला. दुसऱ्या माहितीपत्रकाच्या श्रोत्यांच्यात ती टक्केवारी दणदणीत; म्हणजे ४७ टक्के इतकी होती!

हा फरक घडवणारा त्या दोन मजकुरातील फरक लक्षात आला तुमच्या? दोन्ही पत्रके केबल टीव्हीचे फायदेच सांगणारी होती आणि ते फायदेही दोन्ही मजकुरात सारखेच होते. घरबसल्या, आरामदायी, पूर्वनियोजित आणि भरपूर करमणूक आणि खर्चात बचत.

मग फरक कोणता होता? अगदी सूक्ष्म होता. पहिले पत्रक श्रोत्यांना फायदे केवळ ऐकवणारे होते, दुसरे तेच फायदे श्रोत्यांच्या कल्पनाशक्तीला आवाहन करून, तिच्या साहाय्याने त्यांच्या डोळ्यांसमोर उभे करणारे, त्यांना कल्पनेत अनुभवायला लावणारे होते. दोन्ही मजकुरातील 'तुम्ही' या शब्दाच्या वापरातील फरक लक्षात घ्या. दुसऱ्या पत्रकाने श्रोत्यांना केबल टीव्हीसमोर नेऊनच बसवले होते, ते फायदे ते जगत असल्याची जाणीव त्यांच्यामध्ये जागवली गेली होती.

हा संशोधनात्मक प्रयोग म्हणजे कल्पनाशक्तीच्या सामर्थ्याचे खणखणीत उदाहरण आहे. या प्रयोगातील आणखी काही गोष्टी मला फार महत्त्वाच्या वाटतात. पहिली म्हणजे, लोकांना केबल टीव्ही या विषयावरील माहितीपत्रके वाचून दाखवण्यात आली आणि कंपनीचे विक्रेते त्यांच्याकडे नोंदणीसाठी गेले. या दोन्ही घटनांच्या दरम्यान काही दिवस नव्हे, तर काही आठवड्यांचा दीर्घकाळ गेला होता, म्हणजेच त्यांच्या मनात निर्माण झालेल्या कल्पनाचित्राचा परिणाम काही तास किंवा काही दिवस नव्हे, तर काही आठवड्यांपर्यंत टिकून राहिला होता!

दुसरे असे की, ती सर्वेक्षक तरुणी काही तासन्तास केबल टीव्हीचे गुणगान करत त्यांच्यासमोर बसली नव्हती. तिने त्या माहितीपत्रकाचे वाचन आणि काही प्रश्नोत्तरे यात जास्तीत जास्त पाच मिनिटे प्रत्येक घरात घालवली असतील, नसतील. त्यातील पत्रकाचे वाचन तर ३० सेकंदांच्या आत संपले असेल. म्हणजे दुसरे पत्रक ऐकणारे श्रोते कल्पनेच्या जगात एखादे मिनिटभरही नव्हते! त्या सर्वेक्षक तरुणीने त्या कल्पनारम्य शब्दातील शक्ती ओळखली असेल, त्यानुसार वाचनात जीव ओतला असेल अशीही शक्यता फारच कमी. तरीही दुसरे 'कल्पनाशक्ती'ने भारलेले पत्रक काही सेकंद ऐकलेल्यांपैकी, काही आठवड्यांच्या काळानंतरही पैसे खर्च करून, प्रत्यक्ष केबल टीव्हीची सोय खरेदी करणाऱ्यांची संख्या, पहिले, खरोखरीच निव्वळ 'माहितीपत्रक' ऐकलेल्या लोकांच्या, दुप्पट नव्हे, जवळ-जवळ अडीच पट होती!! म्हणजेच लोकांच्या मनात एखाद्या विचाराचे बीज पेरायचे, ते रुजवून त्यानुसार त्यांच्या हातून वर्तन अथवा प्रत्यक्ष कृती घडवून आणायची, यासाठी त्यांच्या कल्पनाशक्तीला आवाहन करण्याचा उपाय आश्चर्यकारक सामर्थ्यशाली आहे.

एखाद्या साध्यासुध्या विनंतीला मान्यता मिळवणे हे लोकांच्या मनाचे दार किलकिले करून त्यात पाय अडकवून ठेवण्यासारखे मानले (प्रकरण ४ - 'छोट्या कृती मोठी परिणती' पाहा) तर त्यांना एखाद्या प्रसंगात कल्पनेने स्वत:ला पाहायला लावणे, हे त्यांच्या मनात 'पदा'र्पण करणेच म्हणावे लागेल. लोकांना एकदा त्यांच्याच कल्पनाशक्तीच्या बंधात अडकवून टाकले की, त्यांच्याकडून स्पष्ट होकार किंवा मान्यतेचे आश्वासनही प्राप्त करायची गरज भासत नाही. निकोलस

गेगेन याने केलेल्या प्रयोगातल्यासारखे रस्त्यावरील अनोळखी तरुणींना आपल्या बरोबर हॉटेलमध्ये येण्याची विनंती मान्य करायला लावण्यासाठी त्या प्रमुख प्रश्नाआधी एखाद्या सोप्या प्रश्नाचे उत्तरही विचारावे लागत नाही किंवा फ्रेझर आणि फ्रीडमन यांच्या सुरक्षित वाहन चालवण्याच्या मोहिमेच्या प्रयोगातल्याप्रमाणे मोठ्या विनंतीपूर्वी एखादी छोटी, सहज मान्य होईल अशी विनंतीही लोकांसमोर ठेवावी लागत नाही. लोकांना केंद्रस्थानी ठेवून त्यांच्याभोवती कल्पनेतले विश्व उभे केल्यास त्यांच्या मनश्चक्षूंसमोरील चलचित्रात ते समरसून जातात, वैयक्तिकरीत्या त्यात गुंतून जातात आणि त्या प्रभावाखाली त्यांच्या हातून एखादी गोष्ट घडवून आणण्याची शक्यता दुपटीने वाढते.

हे असे का होते? या 'काल्पनिक दृश्यनिर्मिती' तंत्राने मनपरिवर्तनाची शक्यता एवढी का वाढते?

लोक कल्पनाशक्तीचा वापर करत असतात, तेव्हा त्यांच्या मेंदूत नेमक्या काय हालचाली घडतात हे पाहण्याची सोय मेंदूच्या आतील प्रतिमा पाहाणाऱ्या – 'एफएमआरआय' उपकरणांद्वारे झालेली आहे. २००६ साली शास्त्रज्ञांनी काही जणांना तशा उपकरणांसमोर बसवले आणि त्यांना हातांची एक विशिष्ट हालचाल करायला लावली. त्यांच्या हालचालीबरोबर मेंदूतील 'प्रायमरी मोटर कॉर्टेक्स' म्हणजे प्राथमिक हालचाल नियंत्रक कक्ष चांगलाच उत्तेजित झालेला दिसला. त्यानंतर त्यांना तीच हालचाल केवळ कल्पनेत करायला सांगितली. त्या वेळी त्यांचे हात प्रत्यक्षात स्थिर होते. त्या कल्पनेतील हालचालींनीसुद्धा हालचाल नियंत्रक कक्ष, थोड्या कमी प्रमाणात, पण उत्तेजित झालाच.

प्रत्यक्ष हालचाल होणे आणि हालचालीची केवळ कल्पना मनात जागृत करणे या दोन्ही गोष्टी मेंदूच्या दृष्टीने सारख्याच ठरतात. हे नक्की की, कल्पनेतील हालचाल प्रत्यक्ष हालचालीच्या मानाने मेंदूत खूपच कमी प्रमाणात उत्तेजना निर्माण करते. पण हा फरक उत्तेजनाच्या तीव्रतेतला असतो, संख्यात्मक असतो. गुणात्मकदृष्ट्या त्यात फरक नसतो. म्हणूनच एखाद्या विशिष्ट कृतीच्या किंवा वर्तणुकीच्या निव्वळ कल्पनेनेसुद्धा मेंदू उत्तेजित होऊन प्रत्यक्षात कृती किंवा वर्तणुकीतील बदल घडवून आणतो.

मार्गदर्शनासाठी चित्रनिर्मिती

ही गोष्ट आता भरभक्कम पुराव्यांनिशी सिद्ध झाली आहे की, लोकांनी एखाद्या गोष्टीची कल्पना केल्यावर ते ती गोष्ट प्रत्यक्षात करतील याची शक्यता खूपच जास्त असते. तुमच्या दोस्ताला तो त्याच्या अत्यंत आवडत्या आइसक्रीमच्या मोठ्या कपाचे झाकण उघडून त्यातील थंडगार आइसक्रीम चमचाने खात आहे, असे चविष्ट चित्र रंगवायला लावले तर तो तडक आइसक्रीमच्या दुकानाकडे धाव

घेण्याचा दाट संभव आहे. तसेच एखाद्या सहकाऱ्याला परदेशी जाऊन तेथे काम करण्यात काय मौज असते, किती सुख असते याचे चित्र मनात रंगवायला लावले तर तो त्याला ऑफिसने देऊ केलेली तशी नेमणूक नक्कीच स्वीकारेल. पण जरा थांबा. या मनश्चक्षूंनी पाहिल्या जाणाऱ्या चलचित्राद्वारे याहीपेक्षा जास्त मोठे, परिणामकारक बदल घडवण्याची आणखी एक युक्ती आहे; ती पाहू या.

त्यासाठी आपल्याला, फार नाही, सात वर्षे मागे जावे लागेल. २००४ मधील अमेरिकेच्या राष्ट्राध्यक्षपदाच्या निवडणुकीचा काळ. डेमोक्रॅटिक पक्षाचे उमेदवार जॉन केरी विरुद्ध रिपब्लिकन पक्षातर्फे निवडणूक लढवणारे जॉर्ज डब्ल्यू बुश अशी लढत होती. आपल्या सगळ्यांना विजयी वीराचे नाव माहीतच आहे, पण त्या निवडणुकीच्या धामधुमीत संशोधकांचा एक गट निवडणुकीच्या निकालाकडे नाही तर त्या मोहिमेदरम्यान जनतेच्या मनात साकारल्या जाणाऱ्या भिन्न-भिन्न प्रतिमा त्यांच्या मानसिकतेवर, उमेदवाराच्या निवडीवर, मतांवर कसा परिणाम करतात याकडे लक्ष ठेवून होता. त्यांच्या दृष्टीने त्यासाठी ही एक फार नामी संधी होती.

त्या गटाची सूत्रधार होती सतेज चेहऱ्याची, आखुडशा पिंगट केसांची, फॅशनेबल चश्म्यातून चमकणाऱ्या निळ्याशार डोळ्यांची लिसा लिबी ही समाजशास्त्रज्ञ. ती ओहायो स्टेट युनिव्हर्सिटीत प्राध्यापक होती. ती प्रगत विचारांची होती. वर्गात विद्यार्थ्यांना विषय समजावून सांगताना टीव्हीवरील लोकप्रिय परंतु वादग्रस्त ठरलेल्या 'सेक्स अॅन्ड द सिटी' या धारावाहिकातील प्रसंगांचा वापर करायला मागेपुढे पाहायची नाही. निवडणूक मोहीम सुरू व्हायच्या कितीतरी आधीच ती आणि तिच्या सहकाऱ्यांनी काही लोकांना ई-मेलद्वारे घेतल्या जाणाऱ्या एका मतदानात भाग घेण्यासाठी निवडले होते. निवडणुकीच्या दिवशी म्हणजे १ नोव्हेंबरला संध्याकाळी साडेसहा वाजता त्या सर्वांना त्यांच्या ई-मेलवर एक संदेश पाठवला गेला.

अशा प्रकारच्या प्रयोगाच्या रीतीप्रमाणे त्याही वेळी प्रयुक्तांचे दोन गट पाडले होते. दोन्ही गटांना निवडणुकीत मतदान करण्याची कृती कल्पनेत करायची होती. दोन गटांना दोन वेगवेगळे ई-मेल पोहोचले होते. पहिल्या गटाचा संदेश असा होता :

तुम्ही तुमचीच मतदानाची कृती तुमच्याच दृष्टीतून पाहता आहात. मतदान प्रत्यक्ष चालू असताना तुमच्या नजरेतूनच आजूबाजूचे सर्व प्रसंग, व्यक्ती, हालचाली तुम्हाला दिसत आहेत असे समजून तुम्हाला तुमच्या डोळ्यांनीच ते चित्र जसे दिसेल तसे ते कल्पनेने उभे करायचे आहे.

दुसऱ्या गटाला जरा वेगळ्या सूचना दिल्या गेल्या होत्या :

तुम्ही तुमची मतदानाची कृती एका त्रयस्थ व्यक्तीच्या नजरेतून पाहता आहात. बाजूला उभे राहून पाहणारा निरीक्षक आजूबाजूचे सर्व प्रसंग, व्यक्ती, हालचाली पाहत आहे असे समजून, त्याच्या डोळ्यांनी, तुमच्यासकट, ते चित्र त्याच्या नजरेला जसे दिसेल तसे ते तुम्हाला कल्पनेने उभे करायचे आहे.

हा संदेश वाचल्यानंतर प्रयुक्तांनी डोळे बंद करून त्यांना मिळालेल्या आदेशानुसार प्रथम पुरुषी अथवा तृतीय पुरुषी संदर्भ वापरून, त्या दिवशीच्या राष्ट्राध्यक्ष निवडणुकीत ते स्वतः मतदान करत असताना, त्यांच्या कल्पनाशक्तीच्या बळावर, त्यांच्या मनश्चक्षूंनी पाहायचे होते. वाचकहो, तुम्हीही तुमचे डोळे बंद करून दोन्ही गटांतील प्रयुक्तांच्या भूमिकेतून दोन वेगवेगळी चित्रे रेखाटू शकता. स्वतःच्या नजरेतून पाहताना तुम्हाला काय दिसेल? तुम्ही मतदानाच्या बूथवर पोहोचले आहात, पेटीजवळ उभे आहात. मतपत्रिका, शिक्का समोर आहेत. तो शिक्का निवडलेल्या उमेदवाराच्या नावापुढे मारणारा आणि मग मतपत्रिकेची घडी घालून ती मतपेटीवरील फटीतून पेटीत सरकवणारा तुमचा हात तुम्हाला दिसेल. निरीक्षकाच्या नजरेतून पाहताना तुमच्यासारखी दिसणारी एक त्रयस्थ व्यक्ती तुम्हाला तिथल्या रांगेत उभी असलेली दिसेल. ती पुढे-पुढे सरकत मतदानाच्या बूथमध्ये प्रवेश करेल आणि बूथचा पडदा सरकवेल. मतपेटीजवळ मतपत्रिकेकडे पाहत क्षणभर विचारात पडलेली, कदाचित तिच्या कपाळावर जराशी आठी पडलेलीही तुम्ही पाहाल.

दोन्ही कल्पनाचित्रात फार फरक वाटत नाही, नाही? पण प्रयुक्तांच्या दोन्ही गटातील किती जण त्या दिवशी प्रत्यक्ष मतदान केंद्रावर जाऊन मतदान करून आले यावर लक्ष ठेवून असणाऱ्या संशोधकांना मात्र फार मोठा फरक दिसला. कुठली ई-मेल वाचलेल्या प्रयुक्तांपैकी जास्त लोक मतदानाला गेले असतील याचा तुम्ही काही अंदाज बांधू शकता?

ज्यांनी स्वतःच्याच नजरेतून मतदान होताना बघितले होते त्यांच्यापैकी ७२ टक्के लोकांनी मतदानकेंद्रावर जाऊन मतदान केले आणि ज्यांनी त्रयस्थ म्हणून ते सगळे दृश्य पाहिले होते त्यांच्यातले घसघशीत ९० टक्के लोक ते कृतीत उतरवून आले.

कल्पनादृश्यात स्वतःला प्रत्यक्ष कृती करताना, भावना व्यक्त करताना पाहण्याने ते दृश्य वास्तवात उतरवायची संभावना एवढी का वाढते?

याचे उत्तर कदाचित आपल्या स्वतःच्या वर्तणुकीकडे आणि दुसऱ्याच्या वर्तनाकडे पाहण्याच्या कोणाही सामान्य माणसाच्या दृष्टिकोनातील फरकात असेल. मानसशास्त्रज्ञ या विचाराच्या ठेवणीला 'परस्पर संबंध लावण्यातील पायाभूत चूक' (फंडामेंटल ॲट्रिब्युशन एरर) असे नाव देतात. आपल्या बोलीभाषेत त्याला

'भलत्याच्याच डोक्यावर खापर फोडणे' असे म्हणतात. दुसरा कोणी काहीतरी वेड्यासारखे वागताना दिसला की, त्यावरून आपण तो वेडा असल्याचे ठरवून टाकतो, नव्हे, तो त्याचा जन्मजात स्वभावधर्म, नैसर्गिक प्रवृत्तीच असल्याचा निष्कर्ष काढून रिकामे होतो. 'अविचारी', 'बेफिकीर' अशी विशेषणेही चिकटवतो. तेच जर आपल्या हातून घडले तर मात्र आपण त्याचे खापर परिस्थितीवर, आपल्या नियंत्रणापलीकडच्या बाह्य शक्तींवर फोडतो. 'त्यावेळेला मी इतका कंटाळलो होतो ना' किंवा 'सगळे इतके मागे लागले तिथल्या तिथे निर्णय घ्यायला की...' अशी कारणे, अशा सबबी तत्परतेने पुढे करतो. अगदी क्वचित आपण स्वत:लाही 'मूर्ख', 'उतावळा' वगैरे दूषणेही देतो, पण बहुतेक वेळा दुसऱ्याची चूक हा सर्वस्वी त्याचाच दोष आणि आपली मात्र प्राप्त परिस्थितीत, नाइलाजास्तव घडलेली अटळ कृती असते.

हो माणसाची सहज प्रवृत्ती, चूक म्हणा हवे तर, वास्तवाइतकीच कल्पनेतही डोके वर काढत असते. आपण मतदान केंद्रावर जाऊन मतदान करतो आहोत असे कल्पनेत पाहत असताना आपली आपल्या कृतीमागची 'अटळता' शोधण्याची मनोवृत्ती उचल खाते. 'मतदान केंद्राच्या बाजूला आलोच होतो, तर म्हटलं मतदान करून टाकू' किंवा 'माझा भाऊ चाललाच होता, तो म्हणाला तूही चल, म्हणून...' असे कोणतेतरी बाह्य परिस्थितिजन्य कारण आपण आपल्या त्या कृतीला बहाल करतो. पण जेव्हा आपण 'आपण' नसून 'दुसरे' कोणीतरी असल्याची कल्पना करतो, तेव्हा मात्र आपण त्या कृतीचे मूळ आपल्या स्वभावात, आपल्या व्यक्तित्वात शोधतो. ती कृती स्वप्रेरित असल्याचेच मान्य करतो आणि त्यानुसार आपल्या अंतर्मनाला असे पक्के वाटू लागते की, 'ज्याअर्थी मी तिथे जाऊन मतदान करत होतो त्याअर्थी ते माझे कर्तव्यच असले पाहिजे' आणि तुम्हाला तुमच्या मनाकडून खरेच उठून, मतदानकेंद्रावर प्रत्यक्ष जाऊन मतदान करण्याचा आदेश, खरेतर आग्रहच होतो आणि तुम्ही तो पाळता.

कल्पनेतील दृश्ये आणि वास्तवातील कृती

अनेक उत्पादनांच्या जाहिरातीत ग्राहकांना 'तुम्ही मर्सिडीज चालवता आहात', ''ओले'' या कंपनीचे क्रीम वापरायला लागल्यापासूनच्या ३१व्या दिवशी तुम्ही स्वत:च्या मऊ, सतेज, तरुण बनलेल्या त्वचेवरून हात फिरवत आहात' किंवा 'बहामाच्या समुद्रकिनाऱ्यावर माथ्यावरील हसऱ्या,

प्रसन्न सूर्यप्रकाशात आणि पायाखालील नाचऱ्या, कोमट, झुळझुळत्या लाटात तुम्ही दोघे न्हाऊन निघत आहात' अशा रम्य, सुखद कल्पना करायचे आवाहन केलेले असते.

एका घराने तुमच्या मनात अगदी 'घर' केले आहे आणि ते विकत घेण्याचा तुमचा निश्चय तुम्हाला तुमच्या बायकोच्या किंवा नवऱ्याच्या गळी उतरवायचा आहे. अर्थातच त्यासाठी तुम्ही त्या घराचे सगळे गुण जसे त्याचे सर्व दृष्टीने सोईस्कर असे स्थान, तुमच्या कुटुंबाला अगदी योग्य अशी त्याची रचना, उत्तम किंमत आणि इतर अनेक छोटीमोठी वैशिष्ट्ये वगैरे कसोशीने वर्णन करून सांगालच, पण त्या वर्णनाला आणखी एका गोष्टीची जोड द्या आणि बघा परिणाम! तुमच्या जोडीदाराचा हात धरून तुम्ही त्याला त्या घरातून हिंडवता आहात अशी कल्पना करून, 'हे बघ, इथे सकाळच्या न्याहारीला बसायचे म्हणजे त्या वेळी या लांब रुंद खिडक्यातून उगवत्या सूर्याचे मस्त कोवळे ऊन आपल्याला अनुभवायला मिळेल' अशी दृश्ये रंगवा.

या तंत्राचा उपयोग लोकांना अपेक्षित गोष्टींकडे प्रवृत्त करायला जसा करता येतो, तसे हे तंत्र त्यांना अनुचित गोष्टींपासून परावृत्त करण्यासाठीही वापरता येते. उदाहरणार्थ, कडक उन्हाच्या सततच्या माऱ्याने त्वचेला अपाय होत राहिला, लालसर डाग किंवा फोड येत राहिले तर त्याचे पर्यवसान त्वचेच्या कर्करोगात होऊ शकते हे बहुतेकांना माहीत असते. तुमच्या ओळखीच्या कोणालातरी त्यापासून बचाव करण्यासाठीचे, दक्षतेचे सर्व उपाय काटेकोरपणे पाळायला लावण्याचा तुम्ही प्रयत्न करत असाल तर त्यांना या भीषण प्रसंगाची कल्पना करायला लावा, 'हे बघ, कल्पना कर, तुझ्या कातडीच्या खाली तयार झालेल्या कर्करोगाच्या पेशी काढून टाकण्यासाठी सर्जन तुझी त्वचा ठिकठिकाणी फाडतो आहे, आणि त्यानंतर त्यांचा परत प्रसार होत नाही ना याची खातरी करायला प्रत्येक वर्षी तुला क्ष-किरणांखाली तपासणी करायला लावतो आहे!'

लिसा लिबी हिच्या संशोधनातून आपल्याला हे कळले आहे की, एखाद्या कृतीकडे लोक कोणत्या दृष्टीतून पाहतात यावर त्यांच्या वर्तनावर पडणारा प्रभाव कमी-जास्त होतो. प्रथम पुरुषी संदर्भापेक्षा तृतीय पुरुषी संदर्भातून त्यांना एखादी गोष्ट ते करत असल्याचे चित्र त्यांच्या कल्पनाशक्तीचा वापर करून रंगवायला, सजवायला लावले की, लोक जे पाहतात ते प्रत्यक्षात करायला जास्त प्रवृत्त होतात.

अर्थात, संशोधकांच्या योजनाबद्ध प्रयोगातल्यासारखा व्यवहारात लोकांच्या

कल्पनाचित्राचा संदर्भ नियंत्रित करणे नेहमीच शक्य होत नाही. एखाद्या उत्पादनाची तुम्ही टीव्हीवर किंवा वर्तमानपत्र अथवा मासिकात जाहिरात प्रसारित केलीत तर ती प्रेक्षक, वाचक यांनी कोणत्या दृष्टिकोनातून पाहावी हे तुम्ही ठरवू शकत नाही. पण तरीसुद्धा निव्वळ गुणवर्णनापेक्षा ग्राहकांना कल्पना करायला लावणे, माणसाच्या जन्मजात कल्पनाशक्तीच्या सामर्थ्याला आवाहन करणे केव्हाही फायदेशीर, जास्त परिणामकारक सिद्ध होते.

तुम्ही जेव्हा लोकांच्या थेट संपर्कात राहून त्यांच्या भविष्यातील कृतीत, वर्तणुकीत बदल घडवण्याचा प्रयत्न करत असाल आणि तुम्हाला त्यांच्या कल्पनाचित्रात त्यांना 'दुसऱ्या' व्यक्तीच्या रूपात पाहायला लावणे शक्य असेल, तर मात्र ते तसेच करतील अशी योजना करा. समजा, युवकांना मद्यपान, असुरक्षित शारीरिक संबंध यांपासून परावृत्त करण्याच्या उद्देशाने काम करणाऱ्या समाजसंस्थेत तुम्ही मार्गदर्शक सल्लागार म्हणून काम करत आहात. त्या व्यसनग्रस्तांना अशी कल्पना करायला लावा की, जणू ते सिनेमागृहात बसून चित्रपट पाहत आहेत आणि समोरच्या पडद्यावरील चलचित्रात मद्याच्या अमलाखाली घडणाऱ्या अत्यंत घृणास्पद, तिरस्करणीय गोष्टींना विरोध करणारी, नकार देणारी व्यक्ती ते स्वत:च आहेत. महत्त्वाच्या मीटिंगपूर्वी सहकाऱ्याचा आत्मविश्वास वाढवणे, मित्राला त्याचे व्यायामाचे नवे उपकारक वेळापत्रक निर्धारपूर्वक पाळायला लावणे यासारखी कोणतीही गोष्ट तुम्हाला 'घडवून' आणायची असेल, तर याच 'दुसऱ्याच्या डोळ्यातले कुसळही शोधण्याच्या' माणसाच्या स्वभावधर्माचा उपयोग करून घेणे श्रेयस्कर ठरेल. लोकांना 'दुसरे' बनून स्वत:च्या चांगल्या किंवा वाईट कृतींवर गुप्तहेरासारखी पाळत ठेवायला लावा आणि पाहा ते जे पाहातील ते नक्की करतील किंवा करायचे टाळतील.

'एकदा काय झाले...'

हे एकविसावे शतक म्हणजे 'जाहिरातींचे युग' आहे. घरात टीव्हीवर, टपालातून, वर्तमानपत्रे, मासिके, फोनमधूनसुद्धा पोहाचवल्या जाणाऱ्या, बाहेर तर रस्त्याच्या दोन्ही बाजूंना लागलेल्या मोठमोठ्या फलकांवर, सार्वजनिक वाहनांवर, बघाल तिकडे जाहिरातीच जाहिराती! गेली १० वर्षे लंडनमध्ये राहून, रोज प्रवास करून या जाहिरातींच्या सततच्या माऱ्याने मी त्यांच्याबाबतीत बराचसा उदासीन बनलो आहे. माझे आजूबाजूच्या जाहिरातींकडे क्वचितच लक्ष जाते. पण एका सकाळी मी

ट्रेन प्लॅटफॉर्मवर उभा असताना एका आगळ्यावेगळ्या, वैशिष्ट्यपूर्ण फलकाने माझे लक्ष वेधून घेतले. त्यावर एका व्यक्तीचा चेहरा दिसत होता. त्या चेहऱ्याच्या बाजूला नाव होते 'पॅट्रिक' आणि शेजारी शब्द होते, 'एक असाध्य आशावादी'.

खालचा जरा लहान अक्षरात लिहिलेला मजकूर वाचल्याशिवाय मला राहावलेच नाही. शब्द होते :

मला मोटर न्यूरॉन हा आजार झाला आहे. माझी चालण्याची, बोलण्याची, अन्न खाण्याची, ते पचवण्याची, श्वासोच्छ्‍वास करण्याची क्षमताही दिवसेंदिवस क्षीण होत चालली आहे. मी माझ्या मुलीला प्राथमिक शाळेत जाताना पाहायलाही जिवंत राहणार नाही. तिला माझी आठवणही येणार नाही. हा आजार माझा प्राण घेणार हे निश्चित!

पण जे काही मोजके दिवस माझ्या हातात आहेत ते मी मला हळूहळू सोडून जात चाललेल्या माझ्या चित्रकलेच्या कौशल्याचा उपयोग करून इतरांना जगायला प्रोत्साहित करणारे, आशेने भारलेले असे काहीतरी रोज करण्यात घालवणार आहे. मोटर न्यूरॉन ही जशी एक असाध्य व्याधी आहे तसा मीही एक असाध्य आशावादी आहे. माझा असा विश्वास आहे की, या आशेच्या मार्गानेच या आजारावर इलाज सापडेल!

वाचून झाल्याबरोबर मी खिशातून कागद आणि पेन बाहेर काढले आणि त्या मजकुराखाली दिलेले संकेतस्थळाचे नाव लिहून घेतले. मला संधी मिळताच मी संगणकावर ते संकेतस्थळ उघडले. तेथे दिलेली त्याच्याविषयीची आणि त्या रोगाबद्दलची अधिक माहिती वाचून काढली आणि 'मोटर न्यूरॉन डिसीज असोसिएशन' या त्या रोगपीडितांसाठी, त्यांच्यावरील वैद्यकीय उपायांसाठी कार्य करणाऱ्या सेवाभावी संस्थेला भरघोस वर्गणीही पाठवली. शेकडो, हजारो जाहिरातीतल्या याच नेमक्या जाहिरातीने माझे औदासीन्य मला विसरायला लावून, माझ्या हातून इतक्या जलद कृती का घडवल्या?

युनिव्हर्सिटी ऑफ व्हर्जिनिया येथील मानसशास्त्रातील संशोधक टिमोथी विल्सन आणि इलिनॉइसमधील लेक फॉरेस्ट कॉलेजची नॅन्सी ब्रेके या दोघांनी केलेल्या महत्त्वाकांक्षी संशोधनात या प्रश्नाची काही उत्तरे सापडतील. टिमोथी आणि नॅन्सी यांनी काही तरुणींना 'सुरक्षित संभोग' या विषयावरील एका भाषणासाठी आमंत्रित केले. त्यांना असेही सांगण्यात आले की, त्या भाषणात संततिनियमनासाठी वापरण्याच्या साधनांच्या (निरोध) दोन कंपन्यांच्या उत्पादनाबद्दल माहिती दिली जाईल. त्यातल्या ज्या कंपनीचे उत्पादन त्यांना जास्त आवडेल, पसंत पडेल त्याचे

काही नमुने त्या मोफत घेऊन जाऊ शकतील.

आमंत्रितांना निरोधांविषयीची माहिती दोन प्रकाराने दिली गेली. 'कन्झ्युमर रिपोर्ट्स' या नावाच्या मासिकात त्याविषयी छापून आलेला एक लेख पहिल्यांदा वाचायला दिला गेला. एक स्वायत्त अशी समाजसेवी संस्था सामान्य जनतेला जीवनोपयोगी उत्पादनांबद्दल खरी माहिती उपलब्ध व्हावी आणि त्यांना त्या माहितीचा उपयोग योग्य निर्णय घेण्यासाठी, उत्पादनांची उचित निवड करण्यासाठी व्हावा, या परोपकारी सद्हेतूने ते मासिक प्रसिद्ध करत होती. त्या लेखाच्या तज्ज्ञ लेखकांनी 'अ' आणि 'ब' या दोन कंपन्यांच्या निरोधांची तुलना करून असे दाखवून दिले होते की, 'अ' या कंपनीचे उत्पादन 'ब'पेक्षा सर्व दृष्टीने उजवे आहे.

त्या लेखानंतर तरुणींना दोन्ही कंपन्यांची उत्पादने प्रत्यक्ष वापरून पाहिलेल्यांनी, स्वतः, त्यांचे त्याबद्दलचे लिहिलेले अनुभव वाचायला दिले गेले. उदाहरणार्थ, एका तरुणीने एक प्रसंग वर्णन केला होता. तिच्या मित्राबरोबर संभोग केल्यानंतर त्यांच्या असे लक्षात आले की, तिच्या मित्राने संभोगाच्या वेळी वापरलेला 'अ' या कंपनीचा निरोध फाटला होता. ते पाहून ती गरोदर राहील की काय, या चिंतेने तिची झोप उडवली होती.

जमलेल्या युवतींपैकी जवळ-जवळ सगळ्यांनी, ९७ टक्के स्त्रियांनी, असे मत व्यक्त केले की, नामवंत अशा 'कन्झ्युमर रिपोर्ट्स' या मासिकातील लेखात दोन्ही उत्पादनांच्या गुणांची, त्यातील उणिवांची तुलना करून त्यावर साधक-बाधक चर्चा उत्तम प्रकारे केली आहे. अत्यंत समतोलपणे लिहिलेला तो लेख खूपच विश्वसनीय आहे. तज्ज्ञांनी दिलेल्या सल्ल्याप्रमाणेच 'अ' याच कंपनीचा निरोध निवडा असेच त्या त्यांच्या मित्र-मैत्रिणींनाही सांगतील. इथपर्यंत सर्व काही व्यवस्थित, अपेक्षित असेच घडत होते. पण जेव्हा मोफत मिळणारे नमुने बरोबर नेण्याची संधी त्यांना दिली गेली तेव्हा जे घडले ते मात्र आश्चर्यजनक होते. त्यातल्या ३१ टक्के तरुणींनी तज्ज्ञांच्या मौल्यवान मतांनुसार उत्तम दर्जाचा असलेला 'अ' या कंपनीचा निरोध उपभोक्त्यांच्या अनुभवानुसार संशयास्पद दर्जाचा ठरल्यामुळे बाजूला सारला आणि तज्ज्ञांनी कमी दर्जाचे ठरवलेल्या 'ब' कंपनीच्या उत्पादनाचे नमुनेच निवडले! म्हणजेच प्रत्येक तीन तरुणींपैकी एक तरुणी दर्जेदार मासिकातील खातरीलायक माहितीपेक्षा सर्वसामान्य उपभोक्त्यांच्या प्रखर स्वानुभवांनी प्रभावित झाली.

जरा वेगळ्या शब्दात सांगायचे म्हणजे, त्या सगळ्या तरुणींची ही पक्की खातरी पटली होती की, मासिकातील लेखात तज्ज्ञांनी मांडलेल्या निर्विवाद पुराव्यांवरच त्यांनी निःसंदेहपणे विश्वास ठेवला पाहिजे. तरीही प्रत्यक्ष कृती करताना त्यांना त्यांच्यासारख्याच एका तरुणीच्या अनुभवाचा प्रभाव टाळता आला नाही.

अशा प्रकारे एखाद्या व्यक्तीच्या आयुष्यात घडलेल्या प्रसंगांच्या कथांचा लोकांच्या वर्तणुकीवर गहिरा परिणाम होतो याचे आपल्याला फारसे आश्चर्य वाटण्याचे काहीच कारण नाही. लेखनतंत्राचा शोधही लागला नव्हता तेव्हापासून रोजच्या जीवनातील बरेवाईट प्रसंग, त्यातून आलेले सुखद, दुःखद अनुभव यांच्या गोष्टी एकमेकांना सांगणे, आपली सुखदुःखे आपापसात गोष्टीरूपाने वाटून घेणे ही जगाच्या आरंभापासून चालत आलेली प्रथा आहे. देश कोणताही असो, संस्कृती कोणतीही असो, आईवडील आपल्या मुलांना गोष्टी सांगतातच. स्वतः बोलू न शकणारी लहान-लहान मुलेदेखील शूर राजपुत्र, सुंदर राजकन्या आणि भयानक राक्षस, अलौकिक शक्तीचे अकराळ-विकराळ किंवा अंगठ्याएवढे प्राणी यांच्या अद्भुत जगतातील विलक्षण कथा ऐकण्यात रंगून जातात, ऐकून थक्क होतात.

जगातील सर्वांत जास्त लोकप्रिय झालेली, म्हणूनच जास्तीत जास्त खपलेली पुस्तके, मग ती जुन्या काळातील असोत किंवा अगदी अलीकडच्या काळातील 'हॅरी पॉटर', डॅन ब्राउनचे 'दा विन्सी कोड' असोत, त्या वाचकांना रमवणाऱ्या, हसवणाऱ्या, रडवणाऱ्या, धक्का देणाऱ्या तसेच खिळवून ठेवणाऱ्या गोष्टीच आहेत. जगाच्या इतिहासातील सर्वाधिक वाचले गेलेले पुस्तक म्हणजे बायबल. ते तरी काय आहे? जगाची निर्मिती, देवाचे माणसाशी नाते, परमेश्वराचा प्रेषित येशू ख्रिस्त याने मानवाच्या कल्याणासाठी सोसलेल्या यातना या सगळ्यांच्या कथा! हे मान्य आहे की, बायबल हितोपदेश देते, जीवनाचे सार्थक करण्याची वाट दाखवते. पण ते बोधप्रद कथांच्या, रसाळ गोष्टींच्या माध्यमातूनच, आपल्या कल्पनाशक्तीला जागवूनच, तिला आवाहन करूनच!!

पुराव्यानिशी निर्विवादपणे सिद्ध झालेले व्यावहारिक सत्य आणि 'सत्यकथन' यांच्यातील झगडा टिमोथी आणि नॅन्सी यांच्या 'निरोधा'च्या प्रयोगाने समोर आणला. आणि काय दिसले? प्रत्येक तीनपैकी एक सामना 'कथे'ने जिंकला! मग असा विचार करा की, शास्त्रसिद्ध सत्य आणि कथा या दोन्ही शक्ती एकत्र आणल्या आणि आपली बाजू लोकांसमोर मांडली तर त्याचा काय आणि किती परिणाम होईल? लोकांना ती पटेलच, एवढेच नव्हे तर ते ती टाळूच शकणार नाहीत. तिचा स्वीकार करणे त्यांच्यासाठी जणूकाही अनिवार्य, अपरिहार्यच होईल. वार्ताहर मंडळींच्यात एक 'वचन' फार लोकप्रिय आहे – 'सत्य खुपते; पण कथा खपते!' कुठलेही वृत्तपत्र पाहा, कुठलेही मासिक, नियतकालिक उघडा आणि कुठलाही लेख वाचायला सुरुवात करा, तुम्हाला त्यात व्यक्तिगत अनुभवांची झलक दिसेलच. तुमच्या वैयक्तिक दृष्टिकोनाचा प्रत्यय येईलच. ते छोटेसे विचारप्रवर्तक स्फुट असो, अभ्यासपूर्ण निबंध असो किंवा रंजक असा किस्सा असो, त्यात केवळ कोरडी माहिती, तिच्या सत्यतेच्या समर्थनादाखलचे पुरावे किंवा आकडेवारी नसते.

तर तिचा अस्सलपणा, तिची विश्वासार्हता वाढवणारी कुणा संबंधितांची त्यांच्या प्रत्यक्ष अनुभवांवर आधारित अशी मनाला भिडणारी गोष्टच असते.

याच निष्कर्षाला पुष्टी देणारा आणखी एक अभ्यासप्रयोग पाहू या. एका मानवतावादी संघटनेने हाती घेतलेल्या सत्कार्यासाठी आर्थिक मदत मागणारी दोन प्रकारे लिहिलेली विनंतीपत्रे पुढे दिलेली आहेत, ती वाचा.

पहिले आहे 'सत्याने बुद्धीला केलेले आवाहन'.

आफ्रिकेतील मलावी येथे ३० लाखाहून अधिक मुले अन्नाच्या दुर्भिक्षामुळे उपाशी आहेत. झांबियात पाऊस न पडल्याने मक्याचे उत्पादन २००० सालच्या तुलनेत ४२ टक्के कमी झाले आहे. त्यामुळे तेथील ३० लाख लोक भूकेने पीडित आहेत. अंगोलामधील ४० लाख लोक, म्हणजे तिथल्या एकूण लोकसंख्येच्या एक तृतीयांश जनता घरदार सोडून देशोधडीला लागली आहे. इथिओपियातील एक कोटीहून अधिक लोकांना तातडीने अन्न पाठवण्याची गरज आहे.

आणि हे दुसरे 'सह-अनुभूतीने भावनेला केलेले आवाहन'.

तुम्ही दान केलेले पैसे आफ्रिकेतील मलावी येथे राहणाऱ्या रोकिया नावाच्या सात वर्षांच्या मुलीला नवे जीवन प्रदान करणार आहेत. रोकिया या अतिशय गरीब कुटुंबातील निष्पाप मुलीला आज भूकच गिळून टाकायला बसली आहे. ती बिचारी उपासमारीचा सामना करते आहे. तुम्ही दिलेल्या मदतीने तिच्या तोंडात अन्नाचा घास पडेल, तिच्या चेहऱ्यावर हसू खेळेल. तुमच्या आणि तुमच्यासारख्या अन्य दयाळू दात्यांच्या साहाय्याने 'सेव्ह द चिल्ड्रन' ही संस्था रोकिया आणि इतर हजारो गरजू मुला-मुलींना, त्यांच्या कुटुंबांना केवळ अन्नच नाही तर शिक्षण आणि वैद्यकीय मदतही पोहोचवणार आहे.

ही दोन्ही आवाहने घेऊन युनिव्हर्सिटी ऑफ पेनसिल्व्हानियामधील संशोधिका डेबोरा स्मॉल हिने तिच्या साहाय्यकांना रस्त्यावर लोकांना थांबवून त्यांच्याकडून देणग्या मिळवायचे काम दिले. दोहोंपैकी कोणत्या आवाहनाने जास्त मदत जमा केली असेल असे वाटते तुम्हाला?

हा प्रश्न खरे तर मुळीच अवघड नाही, नाही का? सत्याधारित बुद्धिनिष्ठ आवाहन वाचकांवर घाबरवून सोडणाऱ्या, चिंता वाढवणाऱ्या आकड्यांचा मारा करते. मालावीतील ३० लाखाहून अधिक मुले भुकेली आहेत, झांबियातील ३०

लाख लोकांना लवकरच उपासमार सहन करावी लागणार आहे आणि इथिओपियात तर एक कोटीपेक्षा जास्त लोकांना अन्नाची तातडीने गरज आहे. हे आकडे डोक्यात गोंधळ माजवतात. 'लाख, कोटी' यांची कल्पना आपल्या बुद्धीच्या, समजुतीच्या, आकलनशक्तीच्याही पलीकडची वाटते.

पण सात वर्षांची एक भुकेने तळमळणारी मुलगी आपण डोळ्यापुढे आणू शकतो, तिच्याशी नाते जोडू शकतो. तिच्या व्यथेशी आपली ओळख असते, ती आपल्याला नेमकी समजते, नव्हे मनाला भिडते. ज्या लोकांनी रोकियाचे वर्णन वाचले त्यांनी असे सांगितले की, ते वाचताना त्यांच्या मनात तिची एक स्पष्ट प्रतिमा उमटली. कल्पनाशक्तीचे सामर्थ्य मग आपल्याला स्वस्थ बसूनच देत नाही, आपला हात खिशात जाऊन पैसे बाहेर काढतोच. बिनचेहऱ्याच्या पीडाग्रस्तांच्या मदतकार्याला लोकांनी जेवढे पैसे दिले त्यापेक्षा ७६ टक्के जास्त देणग्या रोकियाची गोष्ट वाचलेल्यांनी दिल्या. परत एकदा एका व्यक्तीची भावपूर्ण कथा नुसत्या वास्तवदर्शनापेक्षा लोकांच्या खिशातून पाकिटे बाहेर काढण्यात कितीतरी अधिक प्रभावी ठरली.

कथा आणि कृती यांतील अतूट नाते

मानवजातीच्या उत्पत्तीपासूनच गोष्टी सांगण्याची प्रथा अस्तित्वात आहे. पण कथाकथनाने मानवी मेंदूत नेमके काय घडते, त्याचे आपल्या विचारांवर, वर्तणुकीवर एवढे नानाविध परिणाम कसे घडतात हे मात्र गेल्या काही वर्षांतच आपल्याला कळले आहे. कुठलेही अडथळे पार करून जाणाऱ्या काही खास किरणांच्या साहाय्याने मेंदूच्या आतील हालचालींचे चित्रण करू शकणाऱ्या उपकरणांच्या शोधामुळे हे शक्य झाले आहे.

आपण यापूर्वी हे पाहिलेच आहे की, हातांची प्रत्यक्ष हालचाल न करता ती केवळ कल्पनेत जरी केली तरी मेंदूतील हालचालींच्या प्राथमिक नियंत्रणाचा कक्ष उत्तेजित होतो. गोष्टी ऐकण्याचाही तसाच काही परिणाम होतो का? २००९ साली सेंट लुईसस्थित वॉशिंग्टन युनिव्हर्सिटीतील निकोल स्पीअर याच्या नेतृत्वाखालील संशोधकांच्या गटाने गोष्ट वाचत असताना एफएमआरआय स्कॅनर्स वापरून काही जणांच्या मेंदूंच्या आत होणारे बदल तपासले होते. त्यांना वाचायला दिलेल्या गोष्टीत रेमन्ड नावाचा सात वर्षांचा मुलगा सकाळी उठतो, न्याहारी करतो, त्याच्या मित्रांसमवेत प्रथम शाळेच्या पटांगणात खेळतो, आधी इंग्लिशच्या आणि पाठोपाठ संगीताच्या तासाला बसतो असे वर्णन होते.

प्रयुक्त जसजसे गोष्ट वाचत गेले तसतशी रेमन्ड गोष्टीत जी कृती करत होता त्यानुसार मेंदूतील वेगवेगळी स्थाने उद्दीपित होताना दिसली होती. पुढे गोष्टीत असे

वर्णन होते की, रेमन्ड चालत-चालत त्याची मैत्रीण सुझन हिच्या सायकलजवळ गेला, त्याने त्याचे जाकीट काढून ते सुझनच्या सायकलला लावलेल्या बास्केटमध्ये दाबून बसवले. हे वर्णन वाचले जात असताना स्कॅनरने मेंदूतील हातांच्या हालचालींची नोंदी घेणारे स्थान उजळलेले दर्शवले.

म्हणजे एखाद्या कृतीची कल्पना करण्याने जसे ती कृती प्रत्यक्ष केल्यासारखेच बदल मेंदूत घडतात, त्या कृतीशी संबंधित कक्ष किंवा स्थाने जशी उत्तेजित होतात तसेच बदल, तशीच उत्तेजना त्या कृतीचे वर्णन ऐकताना किंवा त्याविषयीची एखादी गोष्ट वाचताना किंवा ऐकतानाही घडलेले दिसून येतात. संशोधनातून असे स्पष्ट झाले आहे की, गोष्टीत एखादी कृती केली जात असल्याचे ऐकताना, वाचताना मेंदूत होणाऱ्या बदलांचा जोर हा त्या व्यक्तीकडून तीच कृती जेव्हा प्रत्यक्ष केली जाते तेव्हा होणाऱ्या बदलांच्या जोरापेक्षा खूपच कमी असतो. पण त्यांचा एकमेकांशी अगदी जवळचा संबंध असतो.

प्रसंग, वर्तन किंवा कृती यांची कल्पना करायला सांगणे, त्यांचे चित्र मनश्चक्षूंसमोर उभे करणे आणि त्याबद्दलची कथा, गोष्ट वाचायला किंवा ऐकायला सांगणे या दोन्हींमुळे घडून येणाऱ्या परिणामांच्यात फारसा फरक नसतो. दोन्ही बाबतीत मेंदूतील तीच स्थाने प्रकाशित होतात आणि त्या व्यक्तीला विशिष्ट पद्धतीने वागायला, कृती करायला प्रवृत्त करतात. ती व्यक्ती तसेच वागेल, तिच्याकडून अपेक्षित असलेली कृतीच करेल याची शक्यता प्रचंड प्रमाणात वाढवतात. व्यायामाने जसा एखादा स्नायू बळकट बनतो तशीच काल्पनिक क्रिया किंवा त्या क्रियेविषयीची कल्पना ती क्रिया खरोखर प्रत्यक्षात घडण्याची संभावना खातरीने बळावतात.

मी तर असे विधान करण्याचे धाडस करू इच्छितो की, कल्पनाशक्ती हे वागणुकीवर प्रभाव पाडण्याचे बलशाली असे देवदत्त आयुध असेल तर कथाकथन हे त्याचे सामर्थ्य कितीतरी पटीने वाढवणारे 'वरदान' आहे! त्या कथा जर खऱ्या, आपल्या आवतीभोवती वावरणाऱ्यांबद्दलच्या, वास्तवातल्या असतील तर मग आपल्याला कल्पनाशक्तीचा वापर करावा लागत नाही. आपण खरोखरच त्या वास्तववादी गोष्टीत खोलवर गुंतून जातो. आपण कल्पना करण्यात कुठे कमी पडत असलो, तर त्याची व्यवस्थित भरपाई त्या 'वास्तवकथा' करतात. एखाद्याच्या घवघवीत यशाची किंवा अन्य कोणाच्या दुर्दैवी अपयशाची आपल्यासमोर उलगडत गेलेली सत्यकथा आपल्याला, आपली इच्छा असो वा नसो, हेलावून सोडते!

प्रभावशाली कथांची गुंफण

कथा प्रभावशाली कशामुळे होतात? आपल्याला जर लोकांचे मनपरिवर्तन

करायचे असेल, त्यांची वर्तणूक बदलायची असेल तर त्यांचे लक्ष आकर्षित करणाऱ्या, त्यांच्या मनाची घट्ट पकड घेणाऱ्या, त्यांना न विसरता येणाऱ्या कथा आपल्याला कशा गुंफता येतील?

शिक्षणशास्त्राचा प्राध्यापक मार्क साडोस्की या प्रश्नांसंबंधी बराच काळ संशोधन करत आहे. त्याची अथक ऊर्जा, हालचालीतील तरतरीतपणा आणि गालांवरील लाली बघितली की, विश्वास बसत नाही. पण त्याचे दाट पांढरे केस आणि करड्या मिशा, तो टेक्सास ए ॲन्ड एम युनिव्हर्सिटीतील प्राध्यापकपद गेली तीस वर्षे भूषवतो आहे हे सत्य स्वीकारणे फारसे जड भासू देत नाहीत. एका प्रयोगात त्याने सहभागी सदस्यांना २४ छोटे-छोटे परिच्छेद असलेली पुस्तिका वाचायला दिली. 'लक्षपूर्वक वाचा, नंतर तुम्ही काय वाचले ते तुम्हाला सांगायला लागणार आहे' अशी ताकीद त्यांना द्यायला तो विसरला नाही.

उदाहरणादाखल त्यातला एक परिच्छेद असा होता :

वायुगतिशास्त्र हे तीन तत्त्वांच्या पायावर उभे आहे. तत्त्व एक, हवेच्या प्रवाहाच्या दिशेशी कोन करून जर एखादा पृष्ठभाग त्या प्रवाहाच्यामध्ये धरला तर हवा त्यावर आपटल्यावर ऊर्ध्व दिशेला परिवर्तित होते. तत्त्व दोन, हालत्या वस्तूच्या खालील हवेचा दाब त्या वस्तूला वरच्या दिशेला ढकलतो; आणि तत्त्व तीन वस्तूच्या वर जर हवेचे अतिवेगवान झोत वाहत असतील तर वस्तूचे पृष्ठभाग वर खेचले जातात.

आणखी एक उदाहरण :

वस्तूच्या वेगातील बदलाच्या म्हणजे वेग वाढण्याच्या अथवा कमी होण्याच्या प्रमाणाला, अनुक्रमे धनप्रवेग किंवा त्वरण आणि ऋणप्रवेग किंवा अवत्वरण अशा संज्ञा आहेत. धावपटू शर्यतीच्या शेवटचे काही अंतर पार करताना अतिशय जोराने पळतो किंवा विमान जमीन सोडण्याआधी धावपट्टीवर सुसाट वेगाने धावते आणि प्रवासी त्यांच्या आसनांवर मागे खेचले जातात हे धनप्रवेगाचे किंवा त्वरणाचे आणि ड्रायव्हर गाडीच्या ब्रेकवर पाय दाबतो तेव्हा गाडीचा वेग एकदम कमी होतो हे ऋणप्रवेगाचे किंवा अवत्वरणाचे उदाहरण आहे.

या दोन्ही परिच्छेदात वस्तू आणि त्यात बदल घडवून आणणाऱ्या प्रेरक शक्ती यांच्यातील परस्परसंबंधाच्या शास्त्रातील, म्हणजे पदार्थविज्ञानातील दोन महत्त्वपूर्ण तत्त्वे सांगितलेली आहेत. ती 'सांगण्यातला' फरक तुमच्या लक्षात आला का?

पहिल्या परिच्छेदातील तत्त्वे 'अमूर्त' आहेत. 'पृष्ठभाग', 'हवा आपटणे' या शब्दांतून ना त्यांचे रूप डोळ्यांसमोर येते, 'प्रतिमा' तयार होते, ना त्यांच्यासंबंधीची काही जाणीव मनात जागी होते. त्याउलट, दुसऱ्या परिच्छेदातील तत्त्वे 'मूर्त' स्वरूपात डोळ्यांसमोर साकारतात. कारण ती समजावून सांगताना दिलेली उदाहरणे ओळखीची आहेत हे लगेच उमजते, त्यांच्या परिचित प्रतिमा ती तत्त्वे अगदी सहजपणे समजावून सांगतात. तीन दृश्ये, एक गडद रंगाची अर्धी चड्डी, बिन बाह्यांचा भडक गंजिफ्रॉक आणि पायात जाड बूट घातलेला, पीळदार शरीराचा धावपटू विशाल स्टेडियममधील लंबवर्तुळाकार रेखीव धावपट्टीवर, बाकीच्या प्रतिस्पर्ध्यांना मागे टाकत जीव तोडून पळतो आहे. दोन, आपण बसलेल्या आसनावरून खिडकीतून बाहेर बघताना बाजूची दृश्ये विलक्षण वेगाने मागे पळत आहेत आणि विमान धावपट्टी सोडण्याआधी तीरासारखे धावायला लागल्यावर आपण आपसूक आपल्या आसनावर मागे ओढले जातो आहोत. तीन, ड्रायव्हरने अचानक जोरात ब्रेक दाबल्याबरोबर गाडी हिसका देऊन क्षणभर थांबल्यासारखी होऊन तिचा वेग एकदम मंदावतो, आपण आसनावर पुढे ढकलले जातो, आणि तेवढ्याच जोराने परत मागे जाऊन आपली पाठ आसनाच्या पाठीवर दाणकन आपटते. ही दृश्ये अगदी स्पष्टपणे आपल्या मनश्चक्षूंसमोर जशीच्या तशी उभी ठाकतात.

साडोस्कीने प्रयुक्तांना नंतर जेव्हा त्या परिच्छेदावर आधारित प्रश्न विचारले तेव्हा त्याला हे स्पष्ट दिसून आले की, दुसरा 'चित्रमय' परिच्छेद जास्त आवडीने वाचला गेला होता आणि ती शास्त्रीय तत्त्वे वाचकांना अधिक चांगली कळली होती. जेव्हा त्या परिच्छेदांपुरती त्यांच्या स्मरणशक्तीची चाचणी घेतली गेली तेव्हा त्यातही त्याच गटातील प्रयुक्त तपशील सहजी आठवू शकले होते.

म्हणजेच मूर्त स्वरूपातील कल्पना, प्रतिमांनी नटलेले वर्णन हे सर्वच बाबतीत अमूर्त आणि अस्तित्वहीन माहितीपेक्षा जवळ-जवळ सर्व बाबतीत अधिक परिणामकारक ठरते. मग असे वर्णन करण्याचे काम एखाद्या विशिष्ट व्यक्तीचे प्रसंगाचे अर्थवाही वर्णन असलेल्या सुंदर गोष्टीइतके चांगले दुसरे कशाने होईल? भूकपीडितांसाठी देणग्या मागताना सांगितलेली रोकिया या आफ्रिकन मुलीची छोटीशी, साधीसुधी गोष्टसुद्धा कोरडे सत्य आणि नीरस आकडेवारीपेक्षा प्रभावशाली (म्हणूनच समजायला सोपी, वाचनीय, श्रवणीय आणि स्मरणीय) होते. मी 'जवळ-जवळ सर्वच बाबतीत' असे म्हणालो, कारण साडोस्कीच्या प्रयोगातून हे सिद्ध झालेले नाही की, ते वर्णन मनपरिवर्तनही घडवते की नाही.

त्यासाठी आणखी एका संशोधनाकडे वळले पाहिजे. जोनाथन शेड्लर आणि मेल्विन मनिस या संशोधकांच्या जोडीने केलेल्या प्रयोगात असा प्रसंग उभा केला

होता की, जॉन्सन नावाची अविवाहित माता तिच्या सात वर्षे वयाच्या अनौरस मुलाची कायदेशीर पालक म्हणून लायक आहे का, त्या मुलाचा ताबा तिच्याकडे राहावा का, हे तपासून पाहिले जात आहे. प्रयोगात सहभागी होणाऱ्यांना त्या बाबतीत निर्णय घेण्याचे काम सोपवले गेले होते. त्यासाठी त्यांना तिच्याशी, तिच्या कुटुंबाशी संबंधित अशा परिचितांनी जॉन्सन तिच्या मुलाबरोबर कशी वागते, त्याचे संगोपन कशी करते, त्याच्या हिताची, भविष्याची काळजी घेण्यासाठी लागणारे गुण, परिस्थिती तिच्याजवळ आहे की नाही, या सर्वांचे मूल्यमापन करणारी केलेली संक्षिप्त भाषणे ऐकवली जाणार होती.

संशोधकांनी भाषणांचे ध्वनिमुद्रण मुद्दामच अशा पद्धतीने केले होते की, त्यात जॉन्सनला मुलाचा ताबा मिळायला उपयुक्त ठरतील अशी, तिच्या बाजूने बोललेली आठ आणि दुसरे ती पालकत्व घ्यायला मुळीच लायक नाही असे प्रतिपादन करणारी, तिच्या विरोधात जातील अशी तितकीच म्हणजे आठ भाषणे समाविष्ट केलेली होती. मानसशास्त्राच्या प्रयोगांच्या रितीनुसार दोन ध्वनिमुद्रणे अशा रितीने तयार करण्यात आली होती की, प्रत्येकात दोन्ही बाजू प्रयुक्तांना ऐकवल्या जाणार होत्या.

ध्वनिमुद्रणाच्या पहिल्या आवृत्तीत जॉन्सनला पाठिंबा देणाऱ्या भाषणात सहज प्रतीत होणारे काही ठळक असे, जास्तीचे तपशील घातले गेले होते आणि विरोधातील भाषणे मात्र अगदी कोरडीच ठेवली होती. दुसऱ्या आवृत्तीत उलटे केले होते. पाठिंब्याची भाषणे म्हणजे नुसती गुणांची यादी होती, त्याला कुठल्याही प्रकारे सजवले, नटवले नव्हते आणि जॉन्सन लायक नाही असे सांगणारी भाषणे स्पष्ट अशा तपशिलाने भरपूर भरलेली होती.

ही दोन्ही आवृत्त्यातील उलटसुलट बाजूच्या भाषणांपैकी एकेक उदाहरण पाहा :

पहिली आवृत्ती – तिच्या बाजूची भाषणे तपशिलांनी भरलेली, निंदा करणारी अगदीच कोरडी.

अ) मुलगा रोज रात्री झोपण्यापूर्वी स्वच्छ दात घासतो याची जॉन्सन जातीने काळजी घेतात. आरोग्याला पोषक असणारा हा नियम मुलाने कसोशीने पाळावा यासाठी त्यांनी त्यांच्या मुलाला विलक्षण वेड असलेल्या 'स्टार वॉर'मधील पात्रांच्या रूपातला खास टूथब्रश आणून दिला आहे.

ब) परवाच तो मुलगा खरचटलेला हात घेऊन शाळेत गेला. जॉन्सन यांनी त्याकडे पाहिलेलेही दिसत नव्हते. शाळेच्या नर्सला जखम धुवावी लागली.

दुसरी आवृत्ती – केवळ विधान केलेली पाठिंब्याची भाषणे आणि टीकेची मात्र सजवलेली.

अ) झोपण्यापूर्वी मुलगा दात घासतो याची जॉन्सन काळजी घेतात.

ब) परवाच तो मुलगा शाळेत पोहोचला तेव्हा त्याच्या हाताला चांगलेच खरचटलेले दिसत होते. जॉन्सन यांनी जखम स्वच्छ तर केलेली नव्हतीच, पण त्यांनी ती पाहिलेलीही दिसत नव्हती. शाळेच्या नर्सला जखम धुवावी लागली. तिने त्याला व्यवस्थित मलमपट्टीही केली. त्या वेळी जंतुनाशक म्हणून वापरलेले लाल रंगाचे मर्क्युरोक्रोम नर्सच्या हातून सांडले आणि त्याचा डाग तिच्या पांढऱ्या गणवेषावर पडला.

प्रयुक्तांच्या एका गटाला एक आणि दुसऱ्या गटाला दुसरी ध्वनिमुद्रणाची आवृत्ती ऐकवण्यात आली. भाषणे ऐकून झाल्यावर प्रयुक्तांना विचारण्यात आले की, 'या बाबतीत कायदेशीर पालक ठरवण्याचा निर्णय घेणाऱ्या न्यायाधीशाला मार्गदर्शक कायदा जर असे आदेश देत असेल की, ''मुलाचे हित ज्यात सर्वांत चांगले जपले जाईल'' असा निर्णय त्याने द्यावा, तर तुम्ही ध्वनिमुद्रणातील सर्व भाषणे ऐकल्यानंतर न्यायाधीशपदावरून कोणता निर्णय द्याल?'

दोन्ही आवृत्त्यातील भाषणात जॉन्सनचे गुण अथवा अवगुण समानच वर्णिलेले होते. थोडासा फरक होता तो मांडणीत, तपशिलात, सजावटीत. पण त्या 'थोड्याशा' फरकाने घडवलेला परिणाम मात्र 'थोडासा' नव्हता. ज्यांच्या आवृत्तीत जॉन्सन यांच्या बाजूची भाषणे 'तपशिलाने नटलेली' होती त्यांचा कल जास्त करून मुलाचा ताबा जॉन्सनकडे सोपवण्याचा होता आणि ज्यांनी तिच्या विरोधातील तशी 'सुशोभित' भाषणे ऐकली होती त्यांचे बहुमत मुलासाठी अन्य पालक शोधावे, या दिशेला झुकत होते.

तुम्ही जर वरील भाषणे परत वाचलीत तर तुमच्या असे लक्षात येईल की, ज्या तपशिलांची भर मूळच्या वर्णनात घातली होती ते तपशील, निर्णय घेण्याच्या दृष्टीने अगदीच निरर्थक होते. आईने मुलाच्या आरोग्याची काळजी वाहणे आणि त्यासाठी झोपण्याआधी दात घासणे चुकत नाही ना, हे पाहणे महत्त्वाचे, त्यासाठी साधा टूथब्रश वापरला जातो की 'स्टार वॉर'चा, ही अगदीच क्षुल्लक बाब आहे. तसेच, चांगल्या आईने तिच्या मुलाला खरचटलेला हात घेऊन शाळेत पाठवता कामा नये. नर्सने औषध सांडले की नाही आणि ते कुठे सांडले याचा जॉन्सनजवळ मुलाला राहू द्यावे की नाही, या प्रश्नातील निर्णयावर काडीइतकाही परिणाम

व्हायची गरज नाही.

हे खरे असले तरीही तसले तपशीलही परिणाम करतात. त्यामुळे मूळ गुणावगुणांच्या जाणिवेची तीव्रता बदलते. ते लक्षात राहायला, परत आठवायला सोपे पडते. अंतिम निर्णयाच्या वेळी त्यांची एकवार उजळणी करतानाही त्यांची मदत होते.

लोकांना जिंकायचे आहे? त्यांना गोष्टी सांगा.

लोकांची कल्पनाशक्ती जागृत करणे, तिच्या बळावर ते बऱ्याचशा तपशीलवार न सांगितलेल्या गोष्टीही समजून घेतील अशी आशा करणे यांपेक्षा लोकांवर प्रभाव पाडण्याचा खातरीशीर मार्ग त्यांना रसभरीत गोष्ट सांगणे हा आहे. संशोधकही त्यांच्या प्रयोगातून आपल्याला हेच दाखवून देतात की, वैयक्तिक स्वरूपाच्या कथा लोकांना ऐकवण्याने किंवा वाचायला लावण्याने त्यांचे मन हव्या त्या दिशेला वळवण्याचे काम आपण जास्त चांगल्या रीतीने करू शकतो. टिमोथी विल्सन आणि नॅन्सी ब्रेके यांनी निरोधावरील तज्ज्ञांनी लिहिलेला स्वतंत्र, शास्त्रशुद्ध लेख तरुणींना वाचायला देऊन 'अ' हे उत्पादन 'ब'पेक्षा निर्विवादपणे अधिक चांगले आहे हे त्यांच्या मनावर ठसवून केलेला प्रयोग लक्षात आहे ना? तीनपैकी एका तरुणीने त्या लेखातील सत्याधारित निष्कर्षाकडे दुर्लक्ष करून, त्यांच्यासारख्याच तरुण -तरुणींच्या अनुभवावर आधारित कथांवर विश्वास दर्शवला होता. परत सांगतो, वादातीत सत्यावरसुद्धा परिणामकारक, खळबळजनक कथेने मात केली होती.

याचा अर्थ असा मात्र घेऊ नका की सत्य, आकडे, टक्केवारी हे निरुपयोगी मानावेत, त्यांच्याशिवायच भागवावे. कथा-कहाण्या, किस्से-गोष्टी, प्रसंगवर्णने हे सगळे त्यांच्या'ऐवजी' वापरायचे नसून त्यांना सबळ पण सहजी समजणारे, पटणारे, परिणामकारक बनवण्यासाठी त्यांच्या 'बरोबर' वापरायचे असते. सत्य सुलभतेने पचनी पडेल असे सांगितले गेल्यास ते लोकांवर किती खोल प्रभाव पाडेल आणि त्यांच्यात उचित बदल घडवून आणण्यासाठी किती उपयोगी पडेल, याचा विचार करा.

गोष्टी सांगून लोकांच्या वागणुकीला योग्य वळण लावण्याचे काही उपाय मी येथे सांगणार आहे. पण 'हेच आणि एवढेच' असा मात्र माझा मुळीच दावा नाही.

सावधगिरीच्या गोष्टी : मद्यपान करून गाडी चालवण्यातील धोक्यांची यादी लोकांपुढे वाचण्यापेक्षा त्या कारणाने झालेल्या एखाद्या भीषण अपघातातल्या दारुण वाताहतीविषयी वर्तमानपत्रात छापून आलेल्या बातमीचे कात्रण मिळवा. अपघात कसा झाला, गाड्यांचे किती भयंकर नुकसान झाले याशिवाय गाडी चालवणारा कोण होता, काय काम करत होता, त्याचे वय काय होते, त्याच्या दुर्दैवी मृत्यूने त्याच्या कुटुंबावर कसा दु:खाचा पहाड कोसळला, त्याची पत्नी आणि छोटी-छोटी मुले कशी अनाथ झाली हे लोकांना ऐकवा.

वागणुकीचे आदर्श : तुमच्यासाठी काम करणाऱ्या कर्मचाऱ्यांनी ग्राहकांच्या सेवेकडे विशेष लक्ष पुरवावे, त्यांच्या समाधानासाठी काहीही करावे लागले तरी करावे, अशी तुमची त्यांच्याकडून अपेक्षा असेल तर त्यांचाही दृष्टिकोन तसाच बनावा असाच तुम्ही प्रयत्न करत असणार. त्यासाठी त्यांना तसे काही प्रसंग वर्णन करून सांगा. उदाहरणार्थ, एकदा एका वयस्कर स्त्री ग्राहकाची तब्येत अचानक बिघडली, तिला बसने परत जाता येईल अशी परिस्थितीच नव्हती. ते ओळखून एका कर्मचाऱ्याने त्या स्त्री ग्राहकाला स्वत:च्या गाडीतून घरी सोडले. वरिष्ठ नेहमीच त्यांच्या हाताखाली काम करणाऱ्यांना 'कल्पक आणि सर्जनशील, निर्मितिक्षम व्हा' असे सतत सांगत असतात. म्हणजे नेमके काय करायचे हे त्या लोकांना कळत नसते. त्यापेक्षा त्यांच्यासमोर ते गुण दर्शवणारी, त्यांना माहीत असलेल्या लोकांनी केलेल्या नवनिर्मितीची (शोधलेले नवे उत्पादन, सुधारित पद्धती) लखलखीत उदाहरणे ठेवली, तर त्यांनी काय करायला हवे ते त्यांना समजेल. अशा सत्यकथा ऐकल्या, आदर्श डोळ्यासमोर आले की, त्यांना उगीचच अंदाज बांधत बसायला लागत नाही, मनातील संदिग्धता दूर होते. अपेक्षा आणि कृती यांचा व्यवस्थित मेळ बसतो, त्यांच्याशी थेट संवाद साधला जातो.

फायदा काय तो अधोरेखित करा : समजा, तुम्ही निवासी हॉटेल चालवत आहात. तुमच्या हॉटेलमध्ये उतरल्यावर पाहुण्यांसाठी कोणकोणत्या सोयी -सुविधा उपलब्ध आहेत, ते काय-काय करू शकतील याची यादी त्यांच्यापुढे वाचण्यापेक्षा त्या गोष्टी करून खूश झालेल्या, समाधान पावलेल्या काही उपभोक्त्यांच्या प्रशस्तीपर मुलाखती जास्त आकर्षक आणि बोलक्या ठरतील. एक उत्साही तरुण त्याने केलेल्या जेट स्कीइंग, स्कुबा डायव्हिंगचे गुणगान गात असेल; एखादी प्रौढा तुमच्या हॉटेलच्या

स्पामधील सुखदायी मसाज, सौंदर्योपचार यांचे कौतुक करत असेल; नवरा-बायको अहमहमिकेने तुमच्या हॉटेलने योजलेल्या प्रेक्षणीय स्थळांच्या भेटींच्या छोट्या-छोट्या खुमासदार सहलींचे वर्णन करत असतील. अशा 'कथां'नी शब्दचित्रे बनतात, जे सांगायचे आहे त्याच्या नुसत्या याद्या, फायद्यांची जंत्री यापेक्षा ते सगळे सजीव बनून मनात ठसते, पक्के बसते आणि कायमचे घर करते.

लोकांच्या मनात जागा मिळवा : निरनिराळ्या सभा-संमेलनात मी माझी ओळख करून देताना, 'मी एक व्यावसायिक मानसशास्त्रज्ञ आहे, मी कंपन्यांतर्फे उमेदवारांच्या मुलाखती घेतो आणि कंपनीच्या अधिकारी वर्गाला उत्तम मुलाखती कशा घ्याव्यात याचे प्रशिक्षण देतो' एवढे सांगून थांबलो तरी चालण्यासारखे आहे. पण अनुभवाने माझ्या असे लक्षात आले आहे की, या विधानाला जर त्या वेळी माझ्या हातात असलेल्या कामांचा, कंपन्यांचा, प्रकल्पांचा नावानिशी उल्लेखांचा आधार दिला तर ते जास्त परिणामकारक होते, अधिक उपयुक्त ठरते. त्यामुळे मी असेही सांगतो, 'गेल्याच आठवड्यात मी एका मोठ्या जर्मन बँकेच्यावतीने त्यांच्या प्रायव्हेट इक्विटी डिव्हिजनच्या मॅनेजिंग डायरेक्टरपदासाठी मुलाखती घेतल्या. त्या मुलाखतीत एक उमेदवार इतका आत्मविश्वासाने बोलत होता की, त्याला उद्धटपणाचा वास येत होता. मला शंका आली. मग मी असे काही उलटसुलट प्रश्न विचारले की, तो त्याचे अनुभव फुगवून सांगत होता हे उघडकीला आले. आजच सकाळी ३० वर्षाचा एक तरुण उद्योजक मला भेटायला आला होता. त्याला त्याची स्वत:ची जाहिरात कंपनी काढण्यासाठी काही यशस्वी उद्योगतंत्रांबद्दल माहिती हवी होती. तो जात्याच हुशार आहे, रुबाबदार आहे. त्याच्या चेहऱ्यावर आत्मविश्वास झळकत असतो. पण त्याला स्वत:ची एक प्रतिमा, उद्योगविश्वात एक 'जागा' आणि उपयुक्त अशा माणसांचे घट्ट जाळे कसे निर्माण करायचे यासाठी माझा सल्ला हवा होता.' असे सोदाहरण सांगितले की, नुसत्या सरळ, साध्या वर्णनात्मक वाक्यांपेक्षा लोकांना आपल्याला त्यांच्यापर्यंत जे पोहोचवायचे असते ते जास्त चांगल्या पद्धतीने पोहोचवता येते आणि ते बराच काळ त्यांच्या लक्षातही राहते.

या बाबतीत एक पथ्य मात्र अवश्य पाळा – तुमच्या उदाहरणादाखल दिलेल्या गोष्टीत समोरच्याला परिचित असणारे, ज्याच्याशी त्याला चटकन ओळख सांगता येईल असे ठळक, 'मूर्त' तपशील पेरायला

विसरू नका. क्षुल्लक वाटणाऱ्या पण वास्तव अशा तपशिलांची 'भर' फार महत्त्वाची ठरते. तुम्हाला असे वाटेल की, आपण काय वेड्यासारखे असंबंधित आणि निरर्थक तपशील घालतो आहोत. पण त्या विषयांवरील आजपर्यंतचे संशोधन एकमुखाने असे सांगते की, त्यामुळे तुमचे म्हणणे समजायला सुलभ, लक्षात ठेवायला सोपे होते आणि अखेरीस ते लोकांचे मनपरिवर्तन परिणामकारकरीत्या आणि सहजी करते.

तेव्हा, 'काय कसरतपटू वाटतो, नाही?' अशा शब्दात कुणा सौष्ठवपूर्ण शरीरयष्टीच्या पुरुषाविषयी मत व्यक्त करून लोकांना 'कसरतपटू'ची लक्षणे आठवून, ती एकत्रितपणे एका पुरुषाच्या शरीरात पाहून ती प्रतिमा डोळ्यांसमोर आणायचे कष्ट देऊ नका. 'आठवड्यातून चार वेळा व्यायमशाळेत जातो' आणि 'टी-शर्ट घातला ना की त्याचे रुंद खांदे, पुष्ट, पीळदार दंड, भरलेली छाती त्यातून बाहेर येतीलसे वाटतात' असे म्हणा. नुसते 'घर खूप मोठे आहे' असे म्हणालात तर प्रत्येक जण त्याच्या त्याच्या कल्पनेनुसार वेगवेगळ्या आकारांचा विचार करेल. तेच 'सहा शयनगृह आणि तीन तीन बाथरूम्स आहेत' यातून तुमचे म्हणणे, तुम्हाला अभिप्रेत असणारा अर्थच लोकांपर्यंत पोहोचेल. 'अगदी हसरी मुलगी आहे' यापेक्षा 'हसते तर अशी खळखळून की, दात तर दिसतातच, पण भरलेल्या दाढासुद्धा स्पष्ट दिसतात' अशा वर्णनाने लोकांना तिचे चित्रच दिसू शकेल.

लोकांच्यात सुधारणा घडवायला, त्यांच्या वागणुकीत बदल आणायला तुम्ही जेव्हा कथाकथनाच्या तंत्राचा वापर करत असाल तेव्हा तुमच्या कथेला असल्या चविष्ट मसाल्याची फोडणी अवश्य घाला. त्याने तुमचे म्हणणे चवीने, भरपूर खाल्ले जाईल आणि नीट पचेलही.

प्रकरण ६
मैत्री आणि मेहेरबानी

एखाद्याला तुमच्या बाजूला वळवायचे असेल तर प्रथम त्याच्या मनात तुमच्याविषयी मैत्रीची भावना जागवा.

— अब्राहम लिंकन

'लोक, त्यांचे मित्र आणि आवडत्या व्यक्ती यांनी सांगितलेले जास्त सहजपणे ऐकतात, मान्य करतात आणि त्याप्रमाणे करतातही' असे मी म्हटले तर त्यात तुम्हाला जरादेखील आश्चर्य वाटणार नाही. मनात एखाद्याविषयी आवड कशामुळे निर्माण होते? दोन व्यक्तींच्यात मैत्रीचे नाते फुलण्याची प्रक्रिया वेगाने घडायला कोणत्या गोष्टींची मदत होते?

१९६९ सालच्या उन्हाळ्यात स्टीफन नावाचा काळ्याभोर केसांचा एक तरुण त्याच्या वयस्कर मित्राबरोबर बर्मिंगहॅममधल्या एका हॉस्पिटलमध्ये गेला होता. त्या मित्राला रक्ताची तपासणी करून घ्यायची होती. पण तो घाबरत होता. डॉक्टरांशी आपल्याला नीट बोलता येणार नाही अशी त्याला धास्ती वाटत होती, म्हणून त्याने स्टीफनला त्याच्यासोबत येण्याची विनंती केली होती.

भल्यामोठ्या हॉस्पिटलच्या चक्रव्यूव्हात दोघे बराच वेळ रक्ततपासणीची प्रयोगशाळा शोधत फिरले, पण त्यांना काही ती सापडेना. शेवटी त्यांनी कुणालातरी विचारायचे ठरवले.

योगायोगाने म्हणा किंवा नशिबाने म्हणा, स्टीफनने एका सडसडीत बांध्याच्या, सुंदर चेहऱ्याच्या नर्सला थांबवून मार्ग विचारला. तिचे रूप आणि सौंदर्य यात भर घालणारे, पाठीवर रुळणारे काळे सतेज केस, याने पहिल्याच अत्यल्प भेटीत स्टीफनच्या मनात तिच्याबद्दल आकर्षण निर्माण झाले. प्रयोगशाळेची चौकशी करता-करता तिच्या नावाची चौकशी करण्याचा मोहही स्टीफनला आवरता आला नाही. तिचे ज्युडी हे नाव आणि तिचे मोहक रूप स्टीफनच्या मनात चांगलेच ठसले.

मित्राची रक्ततपासणी सुरळीत पार पडली. स्टीफन मित्राला घेऊन परतला, पण त्याचे मन ज्युडीजवळच घोटाळत राहिले.

तीन आठवडे उलटूनही स्टीफनच्या मनातून ज्युडीचा विचार काही जाईना. त्याने तिचा शोध घेण्याचे ठरवले. मनातली तीव्र इच्छा आणि अथक प्रयत्न यांना

यश आले. त्याने ज्युडीला फोनवर गाठले, इतकेच नव्हे तर भेटायलाही त्याने तिला राजी केले.

पुढच्याच रविवारी ते भेटले, बरोबर सिनेमालाही गेले. तिकिटांच्या रांगेत उभे असताना गप्पांच्या ओघात स्टीफनने ज्युडीला विचारले, 'तुझा वाढदिवस कधी असतो?' ज्युडीने जेव्हा '२ ऑगस्ट' असे उत्तर दिले, तेव्हा स्टीफन आश्चर्यचकितच झाला, म्हणाला, 'ए, चेष्टा करू नकोस हं, खरं सांग.' ज्युडी म्हणाली, 'अरे, जन्मतारीख सांगताना कशाला चेष्टा करेन मी? पण तुला का तसं वाटतंय?' 'कारण माझीही जन्मतारीख तीच आहे!!' असे जेव्हा स्टीफन म्हणाला तेव्हा दोघेही या योगायोगाने थक्क झाले, हृदयाच्या तारा छेडल्या गेल्या. त्या एकाच सुरात वाजत आहेत असे जाणवले.

स्टीफन तिच्याहून मोठा होता, पण दोघांची जन्मतारीख एकच असणे आणि त्यांनी असे पहिल्याच भेटीत एकमेकांच्या जवळ येणे हा खरोखरच अतिशय दुर्मीळ असा दैवयोग होता.

भेटी वाढल्या, प्रेम उमलत गेले. दिवस, आठवडे, महिने जात होते, दोघे अधिकाधिक जवळ येत होते. त्यांच्या प्रीतीला बहर आला. अखेर एक दिवस स्टीफनने ज्युडीला लग्नाची मागणी घातली. दोघे ख्रिसमसच्या आधीच काही आठवडे विवाहबंधनात अडकले.

या सुखान्त कहाणीचा 'प्रभाव आणि गतपरिवर्तन' यांच्या मानसशास्त्राशी काय संबंध आहे, हे समजावून सांगण्याआधी या कहाणीशी माझा फार जवळचा आणि अनन्यसाधारण असा असलेला संबंध मला तुम्हाला सांगू दे. लग्नानंतर थोड्याच वर्षात स्टीफन आणि ज्युडी या जोडीला एक गोंडससे पुत्ररत्न प्राप्त झाले. त्याचे नाव त्यांनी रॉबर्ट ठेवले. (पण त्याला सगळेच जण रॉब म्हणूनच संबोधू लागले). तो रॉबर्ट म्हणजेच मी! मी, राबर्ट ऊर्फ रॉब युंग. स्टीफन युंग हे माझे वडील आणि ज्युडी युंग ही माझी आई!!

काही जणांच्या मते, स्टीफन आणि ज्युडी यांची जन्मतारीख एकच असणे हे प्रारब्ध होते. एकाच दिवशी जगात आलेल्या त्या दोघांना नियतीने एकमेकांसाठीच जन्माला घातले होते. काही जण 'नशीब, प्रारब्ध' हे शब्द ऐकून मान हालवतील आणि याला 'छे, तसलं काही नाही, एक साधा सुखद योगायोग' असे म्हणतील. पण जसजसे तुम्ही पुढे-पुढे वाचत जाल तसतसा तुम्हाला असा शोध लागेल की, असे योगायोग, असे नशिबाचे अचूक पडलेले फासे यातून लोकांशी, आपले सहकारी, भागीदार यांच्याशी मैत्रीचे नाते जुळायला जवळीक निर्माण करणारे, आपले मित्र, प्रियकर किंवा प्रेयसी यांच्याबरोबरचे प्रेमसंबंध अधिक दृढ व्हायला उपयोगी पडणारे, अतिशय परिणामकारक ठरणारे उपाय, मार्ग आपल्यासमोर

येतात. त्यांचा वापर लोकांवर प्रभाव पाडण्याच्या आणि त्यांचे मन वळवण्याच्या कामीही करता येतो.

समान धागा आणि नाजूक जागा

लोकांच्या वर्तणुकीबद्दल अंदाज बांधणे हे मनोवैज्ञानिकांचे आवडते काम आहे. कल्पना करा, ज्योतिषशास्त्र या विषयावरील शास्त्रीय अभ्यासातल्या एका प्रयोगात तुम्हाला सहभागी होण्याची संधी मिळाली आहे. तुम्ही संशोधकांच्या प्रयोगशाळेत निर्धारित वेळेला पोहोचता. तिथे त्याच प्रयोगात भाग घेण्यासाठी आलेला एक जण आधीच येऊन बसलेला तुम्हाला दिसतो. मागे वळवलेले काळे केस, रापलेला चेहरा, वय तुमच्याइतकेच, किंवा जरासे अधिक. संशोधक तुम्हा दोघांना प्रयोगाबद्दल माहिती सांगतो, तुमचा ज्योतिषशास्त्रावर, भविष्यावर विश्वास असला अथवा नसला तरी त्यामुळे या प्रयोगात काहीही फरक पडणार नाही. ज्योतिषकार असा दावा करतात की, माणसाचे व्यक्तिमत्त्व हे त्याच्या जन्मराशीशी संबंधित असते. हे खरे आहे का? तुम्ही मेष राशीचे आहात की कर्क, तुमची जन्मरास सिंह आहे की वृश्चिक; यांवर तुम्ही कोण होणार, कसे जगणार हे ठरते का हे आपल्याला पाहायचे आहे.

एक मध्यम वयाची, नाजूक ओठांची, राखाडी रंगाचे केस पाठीमागे घट्ट बांधलेली स्त्री तुम्हा दोघांकडून तुमच्याविषयीचे सर्व तपशील विचारून एका फॉर्ममध्ये भरून घेते. तुमचे नाव, पत्ता, व्यवसाय, जन्मतारीख वगैरे वगैरे.

तिच्या बाजूला बारा पाकिटे ठेवलेली असतात. त्याकडे निर्देश करून ती सांगते की, ती बारा राशींची बारा पाकिटे आहेत. तुमच्या जन्मराशीनुसार त्यातील पाकीट काढून ती तुमची 'व्यक्तिमत्त्व चाचणी' घेणार आहे. तुमच्या शेजारी बसलेल्या माणसाला ती विचारते, 'तुमची जन्मतारीख सांगता?'

तो ती सांगतो. तुम्ही आश्चर्यचकित होता, कारण त्याची आणि तुमची जन्मतारीख एकच असते! त्यामुळे तुमची जन्मतारीखही नेमकी तीच आहे हे सांगताना साहजिकच तुमच्या चेहऱ्यावर छानसे हास्य पसरल्याशिवाय राहत नाही.

ती स्त्री तुम्हा दोघांच्या जन्मतारखा लिहून घेते, पण तिला त्या एकच असल्याच्या योगायोगाशी फारसे देणे-घेणे नसावेसे दिसते. ती चाचणीची प्रश्नपत्रिका तुम्हा दोघांना देते. प्रश्न मोजकेच आणि तसे साधे, सरळ असतात. उत्तरे लिहून द्यायला फारसा वेळ लागत नाही. दोघांच्या उत्तरपत्रिका ती स्त्री ताब्यात घेते आणि तुम्ही दोघे आपापले सामान गोळा करून तेथून बाहेर पडता.

बरोबर चालता-चालता तो तुमचा सवंगडी सारखा तुमच्याकडे वळून वळून पाहत असतो. शेवटी काहीतरी ठरवल्यासारखा तो त्याच्या पाठीवरील सॅक एकदम

पुढे घेऊन त्यातून काही कागद बाहेर काढतो. क्षण दोन क्षण 'बोलू का नको' अशा दोलायमान अवस्थेत दिसतो, पण लगेचच 'जाऊ दे, बोलूनच टाकू या' असा निर्धार करून, पण थोड्या सहज संकोचाने ते कागद तुमच्यासमोर धरत तो तुमच्याशी बोलू लागतो. तुम्ही दोघे आयुष्यात पहिल्यांदाच बोलत असता.

'मी हा एक निबंध लिहिला आहे. आमच्या अध्यापकांनी आम्हाला, सर्वस्वी अनोळखी अशा कोणाकडूनतरी तो वाचून घेऊन त्यावर त्याचा अभिप्राय लिहून आणायला सांगितला आहे. आठच पाने आहेत. ती वाचून, मी जे लिहिले आहे ते कितपत प्रभाव पाडणारे आहे, त्यात मनपरिवर्तन करण्याचे सामर्थ्य आहे किंवा कसे, हे तुम्ही मला एका पानात लिहून देऊ शकाल का?'

खरेतर तुम्हाला वेळ नसतो. या कामात वेळ घालवण्यापेक्षा तुम्हाला इतर खूप, महत्त्वाची व अत्यावश्यक कामे असतात. पण हा माणूस सच्चा वाटतो, सज्जन दिसतो. तुमची द्विधा मन:स्थिती होते. काय करावे?

खरे म्हणजे हा प्रसंगही त्या मानसशास्त्रीय प्रयोगाचाच भाग होता. तुमच्याबरोबरचा तो संशोधकांचाच माणूस होता. तो त्याला दिलेली भूमिका वठवत होता. हा प्रयोग सँटा क्लारा युनिव्हर्सिटी ऑफ कॅलिफोर्नियातील नावाजलेला मानसशास्त्राचा प्राध्यापक जेरी बर्जर याने केला. तेव्हा यात भाग घेणाऱ्यांनाही त्यांना प्रयोगशाळेत भेटलेली व्यक्ती तोतया होती, तो प्रसंगही प्रयोगाचाच भाग होता हे कळू दिले नव्हते.

प्रयोगासाठी प्रयुक्तांचे नेहमीप्रमाणे दोन गट पाडले होते. एका गटातील प्रयुक्तांना त्यांच्या बरोबरच्या व्यक्तीची आणि त्यांची जन्मतारीख एकच असल्याचे सांगण्यात आले होते. दुसऱ्या गटातल्यांना मात्र ती भिन्न सांगितले होते.

प्रयोगांती असे दिसले की, जन्मतारीख भिन्न असलेल्यांपैकी ३४ टक्के प्रयुक्तांनी तो आठ पानी निबंध वाचून अभिप्राय द्यायचे मान्य केले, तर एकच जन्मतारीख असल्याचे कळल्यावर ६२ टक्के, म्हणजे दुप्पट जणांनी आयुष्यात पहिल्यांदाच, केवळ एका तासापूर्वी भेटलेल्या, संपूर्ण अनोळखी अशा व्यक्तीने केलेली पहिलीच विनंती मान्य करून, तिच्यासाठी त्यांचा बराचसा वेळ खर्च केला.

प्रयुक्तांच्या त्या अपरिचित साथीदार व्यक्तीचा त्यांच्याशी पुरत्या पाच वाक्यांचाही संवाद नव्हता. ती व्यक्ती सर्व प्रयुक्तांशी एकसारखीच वागली होती, सगळ्यांशी तीच वाक्ये बोलली होती. म्हणजेच दुप्पट प्रयुक्तांच्या होकाराला जन्मतारीख एक असणे हे एरवी गौण वाटले असते असे साम्यच कारणीभूत ठरले होते. 'समान धाग्या'ने त्यांच्या मनात 'नाजूक जागा' निर्माण केली होती.

कपाळावरून मागे वळवलेला पिंगट केसांचा संभार आणि चेहऱ्यावर सतत उत्साही हास्य असा जेरी बर्जर हा कित्येक वर्षांचा अनुभव पाठीशी असलेला मातब्बर संशोधक आणि मानसशास्त्रज्ञ, तसेच 'मान्यता, संमती, अनुमती' यांच्यासंबंधीच्या

मानसशास्त्रातील तज्ज्ञ समजला जातो. वरील प्रयोग त्यानेच आयोजित केला होता. त्याचाच पुढील भाग म्हणून त्याने आणि त्याच्या सहकाऱ्यांनी काही स्त्रियांना प्रयोगात सहभागी करून घेतले होते. सर्जनशीलतेच्या, निर्मितिक्षमतेच्या गुणधर्मांचा अभ्यास करणे हे त्या प्रयोगाचे प्रयोजन असल्याचे त्या स्त्रियांना सांगण्यात आले होते. त्या सगळ्यांना एका वेळी मानसशास्त्रविभागात एकत्रितपणे जमवण्याचा तो एक बहाणा होता.

आमंत्रित केलेल्या स्त्रिया सांगितलेल्या वेळी उपस्थित राहिल्या, त्यांची चाचणी घेण्यात आली. त्या चाचणीच्या तपशिलात अर्थातच आपल्याला रस नाही. जे घडले ते त्या चाचणीनंतर, त्या स्त्रिया विभागाच्या इमारतीबाहेर पडल्यानंतर घडले. त्यांच्यातल्या प्रत्येकीला 'सीस्टिक फायब्रॉसिस फाउन्डेशन' या संस्थेच्या एकेका स्वयंसेविकेने संस्थेच्या कार्याला मदत मागण्यासाठी अडवले. प्रत्येक स्वयंसेविकेने त्या संस्थेचे चिन्ह आणि त्याच्याखाली तिचे स्वत:चे संपूर्ण नाव असा ठसठशीत बिल्ला छातीवर धारण केला होता.

निम्म्या स्त्रियांना भेटलेल्या स्वयंसेविकांनी त्यांच्या बिल्ल्यावर त्यांचे स्वत:चे खरे नाव लिहिलेले होते, पण उरलेल्यांनी त्या ज्या स्त्रीला गाठणार होत्या तिचेच नाव, स्वत:चे म्हणून बिल्ल्यावर लिहिले होते.

तुमच्याकडे देणगीची याचना करणारा तुमच्याच नावाचा आहे असे लक्षात आल्यावर तुमची प्रतिक्रिया काय होईल?

वरील प्रयोगात त्या स्वयंसेविकांना छोट्या-मोठ्या देणग्या बहुतेक सर्व स्त्रियांनी दिल्याच, पण समान नावाच्या स्वयंसेविकेला स्त्रियांकडून सरासरीच्या दुप्पट म्हणजे १०७ टक्के रक्कम प्राप्त झाली.

स्वयंसेविकांनी मुद्दाम होऊन त्यांची नावे सारखे असल्याबद्दलचा कोणताही आपण होऊन उल्लेख केला नव्हता. ती समानता सहेतुकपणे लक्षात आणून दिली नव्हती. पण तरीही, साम्य आपोआप कळले, बंध क्षणात जुळले. विनाकारण का सकारण, पण एक प्रकारची आत्मीयता निर्माण झाली, जवळीक वाटली, मदतीच्या याचनेला अपवादात्मक प्रतिसाद लाभला.

एखाद्या विनंतीला होकार द्यायचा की नाही, मागणी मान्य करायची की नाही, याचा निर्णय घेताना वेळ, शक्ती, पैसा यांचा किती व्यय होणार आहे आणि त्यातून प्राप्त काय होणार आहे या गोष्टींचा आपण सामान्यपणे विचार करायला हवा. समान जन्मतारीख, सारखे नाव अशा प्रसंगवश घडणाऱ्या, किरकोळ गोष्टींनी वाहावत जायला नको. पण तसे घडते! वरील दोन्ही प्रयोगांतील निरीक्षणांवरून असा निष्कर्ष काढायला प्रत्यवाय नसावा की जन्मतारीख अथवा नाव यातील वरकरणी साम्यदेखील बंध निर्माण करते. मन लवचीक बनवते आणि लोकांना

प्रभावित होण्यास उद्युक्त करते.

माझ्या आईवडिलांना एकत्र आणायला, लग्नगाठीत बांधून टाकायला त्यांची एक जन्मतारीखच कारणीभूत ठरली असावी. ती एकच नसती तरी ते एकमेकांचे पती-पत्नी झाले असते? कदाचित होय. आपण केवळ अंदाजच बांधू शकतो, कल्पनाच करू शकतो. पण एक गोष्ट नक्की की, त्यांचे प्रेम फुलले नसते, त्यांच्या नात्याचा वृक्ष बहरला नसता तर रॉब युंग या फळाने जन्म घेतलाच नसता आणि हे पुस्तक आत्ता तुमच्या हातातच नसते!!

समानतेच्या परिणामांचा सदुपयोग

समानतेची जाणीव माणसांच्यात एकमेकांविषयी आत्मीयता, अधिक आवड निर्माण करते. एकमेकांचे म्हणणे मान्य करण्याकडे त्यांचा जास्त, साहजिक कल असतो असे अनेक संशोधनातून सिद्ध केले आहे. एकच जन्मतारीख, सारखे नाव असली वरकरणी नगण्य वाटणारी साम्यस्थळे, पहिली-वहिली भेट, केवळ काही क्षणांची ओळख अशी परिस्थिती निर्माण करून आखल्या गेलेल्या अनेक प्रयोगांद्वारे हीच गोष्ट सप्रमाण स्पष्ट केली गेली आहे.

तुमच्या संपर्कात येणाऱ्या लोकांच्यात आणि तुमच्यात जर तुम्ही समानता शोधू शकलात तर तुम्ही किती प्रभावी बनू शकाल याची कल्पना येते का तुम्हाला? सभा-समारंभात लोकांशी मैत्री जमवायची असेल, उद्योगधंद्याशी संबंधित अशा कार्यक्रमात संभाव्य ग्राहकांशी यशस्वी संबंध निर्माण करायचे असतील तर भेटलेल्यांना भरपूर प्रश्न विचारा. त्या प्रश्नोत्तरातून त्यांचा जन्म कुठला, ते कुठे शिकले, मोठे झाले, त्यांना कोणत्या खेळात रस आहे – फुटबॉल आवडतो का ते क्रिकेटचे वेडे आहेत ही आणि अशी कितीतरी माहिती जमवा. मात्र हे सगळे संभाषण 'चांभारचौकशा' आहेत, पोलिसी थाटातली उलटतपासणी आहे असे त्यांना अजिबात वाटू देऊ नका. संभाषणाचा ओघ वाहता ठेवा, त्यासाठी तुमच्याबद्दलच्याही काही गोष्टी तुम्हाला मधून-मधून सांगाव्या लागतील. हळूहळू पुढे सरका. ते करतात काय, काम कुठे करतात, पूर्वी कुठे करत होते, त्यांचे छंद कोणते आहेत, टीव्हीवरचे आवडते कार्यक्रम कोणते, प्रिय असलेली पुस्तके, चित्रपट, नेहमीचे हॉटेल सगळे-सगळे विचारा; अगदी सभ्यपणे, नम्रपणे विचारत राहा. 'नसत्या आगाऊपणा'चा वास येऊ देऊ नका. कळलेल्या तपशिलातून तुमच्या उभयतांच्या पार्श्वभूमीतील, आवडीनिवडीतील

साम्ये हेरा. लगेच त्यांचा उल्लेख करून ती त्यांच्या नजरेला आणा. 'मी पण अर्थशास्त्राचाच पदवीधर आहे', 'मलासुद्धा ते टीव्हीवरचे रिॲलिटी शोज मुळीच आवडत नाहीत.' जेवढ्या जास्त गोष्टी तुमच्यात समान सापडतील तेवढी तुमची एकमेकांबद्दलची आवड वाढेल, तुमचे संबंध आणखी दृढ होऊ शकतील. आणखी एक गोष्ट सांगतो, यासाठी तुम्हालाही कोणतेही सोंग आणावे लागणार नाही किंवा खोटी आपुलकी, जवळीक दाखवावी लागणार नाही. कारण सामाईक गोष्टींची (एक जन्मगाव, एक शाळा, एकच आवडता खेळ, एकच प्रिय लेखक इत्यादी इत्यादी) जाणीव दोघांपैकी एकाच व्यक्तीच्या मनात आवड, आकर्षण निर्माण करत नाही. ती भावना दोन्ही बाजूंच्या व्यक्तींच्यात निर्माण होते. समानतेच्या मानसशास्त्राचे अभ्यासक छातीठोकपणे हे सांगतात की, साम्य दोन्हीही मनात स्पंदने जागवतो.

तुम्हाला एखाद्या विशिष्ट व्यक्तीचा किंवा एखाद्याच प्रतिनिधी गटाचा दृष्टिकोन बदलून तुमच्या बाजूला वळवायचा असेल तर त्यांना भेटायला जाताना तुम्ही कोणता पेहराव करता याकडेही लक्ष द्या. मानसशास्त्रीय प्रयोगांतून हेही सिद्ध झालेले आहे की, साधारणपणे आपल्यासारख्याच पद्धतीचा पोशाख केलेल्यांशी लोक जास्त चांगले वागतात. माझ्या एका डेव्हिड नावाच्या मित्राने केलेली चूक तुम्ही करू नका. त्याला एका कारखान्यात बॉयलर सूट आणि हेलमेट्स घालून काम करणाऱ्या मेंटेनन्स खात्यातील कामगारांसमोर भाषण करायचे होते. डेव्हिड त्या भाषणासाठी जाताना अत्याधुनिक फॅशनचा, महागडा कडक सूट, चकचकीत बूट, रुबाबदार टाय अशा वेषात गेला. प्रसंग पाहून पोशाख निवडा. एरवी तुम्ही कला क्षेत्रात काम करत असलात किंवा स्वत:च फॅशन डिझायनर असलात, तरी कायम त्या पेशाला शोभणारे जरा चित्रविचित्र कपडे (चुरगळलेले शर्ट्स, विटक्या जीन्स) नेहमी घालू नका. बँकेच्या उच्चभ्रू, शिष्ट मॅनेजरला भेटायला जाताना तशा अवतारात जाऊ नका, जरा विचारपूर्वक कपडे निवडा.

कधी-कधी आपला हेतू साध्य करायला तिसऱ्या व्यक्तीची गरज पडते. दुसऱ्याचे मन वळवायला तिसऱ्याची मदत लागते. उदाहरणार्थ, तुमच्या सहा वर्षांच्या मुलाला रोज दात घासायची सवय लावायचा तुम्ही प्रयत्न करत आहात. त्या लहान मुलावर प्रभाव पाडायला तुमचा किंवा कुणा इतर मोठ्या माणसाचा आदर्श त्याच्या समोर ठेवण्यापेक्षा, रोज दात

घासून स्वच्छ, लखलखीत ठेवणाऱ्या त्याच्याच वयाच्या मुलाशी गाठ घालून द्या. त्याच्याचकडून त्याचे अनुभवसिद्ध बोल ऐकवू शकलात तर ते कितीतरी जास्त परिणामकारक ठरेल.

समाजाच्या बांधिलकीचा प्रभाव

आपल्याला ज्याबद्दल पूर्णपणे माहिती असते ते आपल्याला आवडते आणि आपल्याला सर्वांत जास्त माहिती तर स्वतःबद्दलच असते. म्हणूनच आपल्याला स्वतःसारखे लोक जास्त पसंत पडतात आणि त्यांचे ऐकायची, त्यांनी सांगितलेले मान्य करण्याची आपली साहजिक प्रवृत्ती बनते. पण या समानतेपोटी निर्माण होणाऱ्या आवडीपेक्षाही अधिक सामर्थ्यवान असा एक मुद्दा असतो. जो लोकांवर प्रचंड प्रभाव पाडू शकतो.

५० वर्षांपूर्वी डेनिस रेगन नावाचा एक तरुण मानसशास्त्रज्ञ हार्वर्ड युनिव्हर्सिटीमध्ये त्याच्या डॉक्टरेटसाठी अभ्यास करत होता. त्या काळात एकमेकांविषयी आवड निर्माण करून मनपरिवर्तन घडवण्याच्या सिद्धान्ताबद्दल बरेच संशोधन केले जात होते. रेगनला वेगळे काहीतरी करायचे होते. त्यासाठी त्याने एका चित्रकलेच्या प्रदर्शनाच्या जागी त्या कलेत रस असणाऱ्या काही जणांची 'सौंदर्यशास्त्राचा अभ्यास' करणाऱ्या एका वर्गासाठी, दोघा-दोघांच्या गटाने, नावनोंदणी करून घेतली.

वाचकहो, तुम्हाला परत थोडे काम देतो. समजा, एका जोडीतील एक अभ्यासक म्हणून तुमचे नाव नोंदलेले आहे. सांगितलेल्या वेळेला तुम्ही मानसशास्त्राच्या विभागात पोहोचता. एक चटपटीत सेक्रेटरी कमावलेले हास्य चेहऱ्यावर आणून तुम्हाला तिच्या समोरच्या स्वागतकक्षात बसायची विनंती करते.

तुम्ही आसनस्थ होऊन इकडे-तिकडे पाहत असतानाच आणखी एक साधारण विशीतला तरुण येतो. तो त्याच सेक्रेटरीला त्याचे नाव जॉन असून तो सौंदर्यशास्त्राच्या अभ्यासवर्गासाठी आल्याचे सांगतो. त्याचेही हसतमुखाने स्वागत करून त्यालाही, 'बसा, बोलावतीलच तुम्हाला एवढ्यात' असे म्हणून ती तुमच्याच जवळ बसायचा निर्देश करते.

तुम्ही दोघेही वाट पाहत बसलेले असताना सेक्रेटरीची लगबग चालूच असते. ती दोन-तीनदा तिच्या जागेवरून उठून एका कपाटाशी जाते, फाइल्स वर-खाली करते, एखादी फाइल बराबेर घेऊन परत जागेवर येते. फाइल पाहून मान हालवते, काहीतरी चुकत असावे किंवा सापडत नसावे. ती ते शोधायला अथवा काहीतरी दुसरे काम करायला एकदम खुर्चीवरून उठून, घाईघाईने, खोलीबाहेर निघून जाते.

तुम्ही दोघेही बसून वाट पाहता आहात. कंटाळा येऊ लागला असतानाच एकदम सेक्रेटरीच्या टेबलावरील फोन वाजू लागतो. तुम्ही दोघे एकमेकांकडे पाहता. पाच-सहा वेळा घंटा वाजल्यानंतर जॉन उठतो आणि टेबलाजवळ जाऊन फोन उचलतो.

पलीकडून फोनवर बोलणाऱ्या माणसाचे बोलणे ऐकताना तो दोन-तीन वेळा जोरजोरात नकारार्थी मान हलवतो.

एकदम तिरस्काराच्या स्वरात तो गुरकावतो, 'नाही, नाही, ती सेक्रेटरी आत्ता इथे नाही.' त्याच्या कपाळाला आठ्या पडतात, तो डोळे फिरवून छताकडे वळवतो. त्याचा रागाचा पारा चढलेला त्याच्या हालचालीतून दिसू लागते. तो जवळ-जवळ ओरडतोच, 'हे पाहा मॅडम, मी इथे काम करत नाही. ती आत्ता इथे नाही, तुम्ही नंतर फोन करा.' तुच्छता, अनादर, असभ्यता!

तो फोन आदळतो. पलीकडून बोलणाऱ्या बाईचे बोलणे त्याने मध्येच तोडले आहे हे स्पष्ट दिसते.

तो परत येऊन बसताना तुम्ही त्याच्याकडे पाहण्याचे टाळता. एकतर दुसऱ्याच्या भानगडीत नाक खुपसायचा तुमचा स्वभाव नाही. दुसरे, जरी तुम्ही त्याचे फोनवरील बोलणे ऐकले असले आणि त्याची ती तुसडी, उर्मट वागणूक तुम्हाला मुळीच आवडली नसली, तरी तसे त्याला दर्शवण्याचा उद्धटपणा तुम्ही नक्कीच करणार नाही. तुम्ही मनातल्या मनातच तुमची नाराजी व्यक्त करता, 'काय मूर्ख माणूस आहे!!'

असो. काही क्षणातच एक माणूस तिथे अवतरतो, स्वत:ची 'डेनिस' अशी ओळख करून देतो. तुम्हाला आणि जॉनला बाजूच्या एका खोलीत घेऊन जातो. अभ्यासामागील उद्देश समजावून सांगतो. तुम्हाला काही जगप्रसिद्ध चित्रांची प्रतिरूपे दाखवली जातील, तुम्ही त्याची प्रतवारी करायची आहे, अशीही सूचना देतो.

प्रयोग अगदीच साधा-सरळ असतो. तुम्हाला दोघांना शेजारी-शेजारी बसवून चित्रे दाखवली जातात. चित्रे पाहिल्यावर तुम्ही तुमच्या दृष्टीने त्यांच्या सौंदर्याचा दर्जा ठरवून १ ते १० यांपैकी योग्य त्या गुणाच्या आकड्यावर खूण करायची. बरीच चित्रे दाखवली गेल्याने तो प्रकार तुम्हाला चांगलाच कंटाळवाणा वाटू लागतो. पण तरीही तुम्ही उसन्या उत्साहाने प्रयोग शेवटाला नेता.

शेवटची काही चित्रेच उरलेली असताना शेजारी बसलेला जॉन नजरेनेच तुमचे लक्ष वेधून घेतो. तुम्ही चित्रातून लक्ष काढून घेऊन त्याच्याकडे बघता, तो तुमच्या हातात हलकेच एक कागद सरकवतो. वहीतून टरकावलेले पान असावे तशा त्या कागदावर काहीतरी मजकूर लिहिलेला दिसतो. तुम्ही सावधपणे डेनिसकडे पाहता. सुदैवाने त्याचे लक्ष दुसरीकडे आहे. तुम्ही कागदावरील मजकूर वाचता :

माझ्यावर एक मेहेरबानी करणार का? माझ्या शाळेत व्यायामशाळेची स्वतंत्र इमारत बांधण्यासाठी निधी जमवायचे काम मी करतो आहे. त्यासाठी शाळेने एक लॉटरी उघडली असून तिचे तिकीट २५ सेंट्स किमतीचे आहे. लॉटरी लागेल त्याला नवी कोरी कॉर्व्हेट गाडी मिळणार आहे. त्याहीपेक्षा महत्त्वाचे हे की, जो सर्वांत जास्त तिकिटे विकेल त्याला ५० डॉलर्सचे बक्षीस मिळणार आहे. मला त्या ५० डॉलर्सची फार-फार गरज आहे. तुम्ही काही तिकिटे घ्याल का? कितीही घेतलीत तरी चालतील. अर्थात जेवढी जास्त घ्याल तेवढे माझ्या दृष्टीने चांगले होईल. तुमचा आकडा याच कागदावर लिहून मला परत द्या, म्हणजे मी तेवढी तिकिटे तुमच्यासाठी काढून ठेवीन. मदतीबद्दल खूप-खूप आभार!!'

किती तिकिटे घ्याल तुम्ही? माझ्या अंदाजाप्रमाणे तुम्ही काही फार तिकिटे घेणार नाही. एकतर तो अनोळखी, तुम्ही या क्षणापर्यंत त्याच्याशी एक शब्दही बोललेला नाहीत, आणि त्याचे जे बोलणे तुम्ही ऐकलेले आहे, तेही त्या सेक्रेटरीच्या फोनवरून कुणालातरी ऐकवलेले, ते तुम्हाला अगदीच तुसडेपणाचे, असभ्यपणाचे वाटले आहे.

अशी होती डेनिस रेगनच्या प्रयोगाची रूपरेखा. तुमच्या लक्षात आले असेलच की, जॉन हे रेगननेच पढवलेले पात्र होते आणि तेच प्रत्येक प्रयुक्तामागोमाग तेथे येऊन त्याचे ठरलेले काम करत होते, लिहून दिलेले संवाद शिकवल्याप्रमाणे फोनवर बोलत होते. रेगनला हे बघायचे होते की, प्रामुख्याने जॉनचे फोनवरील बोलणे ऐकून प्रयुक्तांच्या मनात त्याच्याविषयी जी आवड अथवा नावड निर्माण झाली त्याचा परिणाम त्याच्याकडून विकत घेतलेल्या तिकिटांच्या संख्येवर होतो का? पण त्याचे बोलणे कुणाला आवडले असेल असा प्रश्न तुम्हाला पडला असेल. ते त्यांना ज्यांनी त्याचे 'दुसरे' संभाषण ऐकले असेल. होय, निम्म्या प्रयुक्तांच्या उपस्थितीत जॉनने फोनवर वर उल्लेखलेली उर्मट वाक्ये उच्चारली होती आणि उरलेल्या निम्म्यांना 'माफ करा, पण मी इथे काम करत नाही. सेक्रेटरी कुठेतरी गेली आहे, कुठे ते मात्र मला माहीत नाही. आपण कृपया थोड्या वेळाने फोन कराल का?' अशा सौम्य शब्दात अगदी सभ्य, प्रेमळ आणि जबाबदार असा प्रतिसाद दिला होता. 'मूर्ख, तुसडा, उद्धट' आणि 'चांगला, सज्जन, विश्वासार्ह' अशा जॉनच्या दोन टोकाच्या प्रतिमा प्रयुक्तांच्या मनात उभ्या केल्या गेल्या होत्या.

जॉनने प्रयुक्तांना त्यांच्या हातात हळूच सरकवलेल्या कागदावर ते विकत घ्यायला तयार असलेल्या तिकिटांची संख्या लिहायला सांगितली होती. रेगनने त्यांचा हिशेब केला तेव्हा ज्या प्रयुक्तांनी जॉनचे 'छान' बोलणे ऐकले होते,

जॉनबद्दल 'एक चांगला माणूस' असे ज्यांचे मत बनले होते त्यांनी जास्त तिकिटे खरेदी करायची तयारी दर्शवली होती असे दिसले. हे आश्चर्यकारक मुळीच नव्हते, अगदी अपेक्षितच होते. आपल्याला जी माणसे चांगली वाटतात, आवडतात त्यांचे ऐकायचा, त्यांच्या मनाप्रमाणे वागण्याचा आपला कल असतो या सिद्धान्ताशी हा निकाल सुसंगतच होता. पण येथे प्रयोग संपला नव्हता, सुरू झाला होता.

पुढील प्रयोग म्हणजे जॉनने चित्रे पाहताना प्रयुक्तांच्या हातात कागद सरकवेपर्यंत मागील प्रयोगाची पुनरावृत्तीच होती. प्रयुक्त मात्र नवे होते. सेक्रेटरी बाहेर गेल्यावर तिचा फोन वाजणे, जॉनचे दोन प्रकारांपैकी एका पद्धतीने बोलणे इत्यादी सर्व काही तसेच. परंतु प्रयोगाच्या या दुसऱ्या भागात चित्रे दाखवण्याचे काम चालू असताना मध्येच डेनिस थांबला आणि म्हणाला, 'मी जरा एक काम करून येणार आहे. तुम्ही थांबा इथेच. मी आलोच.' प्रयुक्त आणि जॉन दोघेच खोलीत राहिले.

काही क्षणातच जॉनही उठून बाहेर गेला आणि थोड्या वेळाने परत आला त्या वेळी त्याच्या हातात कोका-कोलाच्या दोन बाटल्या होत्या. एक बाटली प्रयुक्तासमोर धरून जॉन म्हणाला, 'घ्या. मी डेनिसला विचारले की, मी माझ्यासाठी थंड पेय आणू शकतो का? तो 'हो' म्हणाला. मग मी विचार केला की, आपल्याबरोबर एक तुमच्यासाठीही घेऊन जावी. घ्या.'

येथून पुढचे प्रसंगही परत पहिल्यासारखेच घडवले गेले. कागद, तिकिटे खरेदीची विनंती इत्यादी.

आता प्रयोगात चार प्रकारच्या अवस्था निर्माण झाल्या :

१) जॉन फोनवर छान पद्धतीने बोलला, त्याने प्रयुक्ताला कोका-कोला दिला नाही.
२) जॉन फोनवर वाईट पद्धतीने बोलला, त्याने प्रयुक्ताला कोका-कोला दिला नाही.
३) जॉन फोनवर छान पद्धतीने बोलला आणि त्याने प्रयुक्ताला कोकाकोला दिला.
४) जॉन फोनवर वाईट पद्धतीने बोलला, पण त्याने प्रयुक्ताला कोका-कोला दिला.

पहिल्या दोन अवस्थांचा निकाल आपण पाहिलेलाच आहे. पहिल्या अवस्थेतील प्रयुक्तांनी दुसरी अवस्था अनुभवलेल्यांपेक्षा जास्त तिकिटे खरेदी करण्याची तयारी दर्शवली. जे आपल्याला आवडतात त्यांचे म्हणणे मानण्याकडे आपला ओढा असतो या नियमाप्रमाणे तुसड्या वागणुकीने नावडत्या बनलेल्या जॉनपेक्षा चांगल्या

वागणुकीने प्रिय झालेल्या जॉनकडे प्रयुक्त जास्त झुकले.

तीन आणि चार या अवस्थांमध्ये काय घडले, ज्यात जॉनने प्रयुक्तांना आपण होऊन थंड पेय आणून देण्याचा अनाहूत चांगुलपणा दाखवला होता? जॉनचे फोनवरचे चांगले बोलणे पसंत पडलेल्या प्रयुक्तांना त्याच्या दुसऱ्या सत्कृत्याने तो जास्तच आवडला आणि त्या प्रमाणात तिकिटांची संख्याही वाढली. पण आश्चर्य म्हणजे चौथ्या अवस्थेतही तसाच परिणाम दिसला. तिथेही तिकिटांच्या संख्येत वाढ झाली. तुसड्या बोलण्याने अप्रिय झालेल्या जॉनच्या, नंतरच्या कोका-कोला आणून देण्यातल्या उमद्या स्वभावाच्या, मित्रत्वाच्या दर्शनाने बरेचसे प्रयुक्त चांगलेच विरघळले आणि त्यांच्या जॉनविषयीच्या सुधारलेल्या मताने त्यांना जास्त तिकिटे घ्यायला भाग पाडले. तिसऱ्या आणि चौथ्या अवस्थेतल्या प्रयुक्तांनी तिकिटांची संख्या चक्क सारखीच लिहिली होती. म्हणजेच जॉनने आपण होऊन, प्रयुक्ताने न मागता, न विचारता दिलेल्या कोका-कोलाच्या स्नेहपूर्ण भेटीने प्रयुक्तांवर त्याच्या आधीच्या वाईट वागण्याने झालेला दुष्परिणाम, निर्माण झालेली मनातील नावड पूर्णपणे धुवून काढली होती.

याचा अर्थ असा की, कोणी आपल्याला कितीही कमी अथवा जास्त आवडत असले अथवा मुळीच आवडत नसले, तरीही त्यांनी आपल्याशी जर चांगले वर्तन केले, आपली जराही अपेक्षा नसताना, खरेतर आपल्याला नको असताना आपल्यावर नकळत उपकार केले, कुठल्याही स्वरूपाची जराशीही मेहेरबानी केली, तर त्याची जास्तीत जास्त भरपाई करण्याची, त्यासारख्याच किंवा त्याच्या इतक्याच एखाद्या अन्य उपकाराने त्याची परतफेड करण्याची आपली प्रवृत्ती असते. त्या वेळी त्याच्याबद्दलची आवड अथवा नावड त्यामध्ये येत नाही. क्षणभर थांबून यातील सूचितार्थ समजून घेऊ या. या सगळ्याचे तात्पर्य असे दिसते की, लोकांवर सहजपणे अथवा सहेतुकपणे उपकार करणे, त्यांच्यावर एखादी मेहेरबानी करणे, अनपेक्षित चांगुलपणा दाखवणे हा मार्ग त्यांच्याबरोबर मैत्रीपूर्ण संबंध प्रस्थापित करणे, त्यांच्यातल्या आणि आपल्यातल्या साम्यस्थळांची जाणीव जागवून त्यांच्याशी जवळीक वाढवणे या अनेकविध तंत्रांच्या वापरापेक्षा, त्यांना जिंकण्याचा, त्यांच्यावर प्रभाव पाडण्याचा, तसेच त्यांच्याकडून आपले काम करून घेण्याचा जास्त परिणामकारक आणि हमखास यश देणारा मार्ग आहे.

एवढेच नव्हे, तर समाजशास्त्रज्ञांच्या संशोधनातून असे दिसून आले आहे की, नावडत्या माणसाने उपकार केला असला; मागितलेला नसतानाही केला असला, तरीही आपल्यावर कुठल्याही माणसाने, कुठल्याही प्रकारच्या केलेल्या लहानमोठ्या उपकाराची, कसेही करून परतफेड करण्याची ही देवाणघेवाणीची माणसाची प्रवृत्ती जगभरातील सर्व देश, धर्म, जाती, वंश आणि संस्कृतीत सारखीच अस्तित्वात

आहे. हे पुस्तक भारतात वाचत असा, सिंगापूरमध्ये, आफ्रिकेत, होंडुरासमध्ये, इटलीत, नाहीतर हाँगकाँगमध्ये वाचत असा. तुम्हाला या प्रवृत्तीचा अनुभव नक्कीच आला असेल, येतच असेल किंवा लवकरच येईल. एखाद्याला आवडेल अशी काहीतरी चांगली, उपयुक्त गोष्ट त्याच्यासाठी करणे, छोटी-मोठी मेहेरबानी करणे, उपकार करणे यामुळे त्याला संकोच वाटेल, क्वचित तो ओशाळवाणा होईल, त्याचे मन कृतज्ञतेने भरून येईल. पण कसेही असले तरी तो तुमच्या ऋणात, प्रभावाखाली राहील आणि तुमचे म्हणणे मन:पूर्वक मान्य करेल.

या प्रवृत्तीचा संबंध समाजशास्त्रज्ञांना मानव जातीच्या अस्तित्वाशी, उत्क्रांतीच्या प्रक्रियेशी जोडलेला असल्याचे सापडले आहे. माणूस एकट्याने जगणारा प्राणी नाही, त्याचे जीवन इतर माणसांशी बांधले गेले आहे. त्याचे अस्तित्व सभोवतालच्या माणसांवर अवलंबून आहे. आपले पूर्वज कायम टोळ्या करून, समूहाने राहिले आणि तसे एकत्रित जगणे शक्य व सुकर होण्यासाठी त्यांना काही नीतिनियमांची गरज भासली. एक-दोन जण नाही, तर पुरती जमात टिकून राहीला, गुण्यागोविंदाने नांदेल याकरिता काही रीतीरिवाज जरुरीचे वाटले. त्यातलाच एक रिवाज होता देवाणघेवाणीचा – चांगुलपणाच्या, मेहेरबानीच्या, उपकाराच्या आदानप्रदानाचा.

ॲटलांटा, जॉर्जिया येथील एमरी युनिव्हर्सिटीतील मानववंशशास्त्रज्ञ जेम्स रिलिंग आणि त्याची टीम यांनी नको असलेल्या उपकारांचीही परतफेड करण्याची माणसाच्या नैसर्गिक प्रवृत्तीला पुष्टी देणारे पुरावे एकत्र केले. त्यासाठी केलेल्या अनेक प्रयोगातील एक प्रयोग असा होता : प्रयुक्तांच्या जोड्या केल्या गेल्या. त्यांना काही खेळ खेळायला दिले गेले. जिंकणाऱ्यांना रोख बक्षिसे ठेवण्यात आली. त्या दोघांना एकत्र खेळून पैसे कमवायचा पर्यायही होता आणि एकमेकांच्या विरुद्ध खेळण्याचाही होता. लोक विरोधक होणे पसंत करतात का सहयोगी होणे, केव्हा कोणती भूमिका स्वीकारतात आणि ते पर्याय तसे का निवडले जातात, ते निर्णय तसे का घेतले जातात याचा अभ्यास करण्यासाठी अशा खेळांचा उपयोग शास्त्रज्ञ कित्येक वर्षांपासून करत आले आहेत. पण २००२ साली रिलिंगने त्याच्या प्रयोगात यापूर्वी कुणीही, कधीही न केलेले काम केले. प्रयुक्त पर्यायांचा विचार करत असताना, त्यावर निर्णय घेत असताना त्यांच्या मेंदूची अंतर्गत तपासणी करणारी उपकरणे वापरून त्याने मेंदूतील हालचाली टिपल्या. जेव्हा प्रयुक्तांनी सहकाराचा पर्याय निवडला तेव्हा मेंदूतील जे कक्ष दुसऱ्याच्या कृतीची भरपाई किंवा परतफेड करण्याची, त्याबद्दलचे समाधान, त्याविषयीचा आनंद त्याला बक्षीस अथवा इनाम देऊन अभिव्यक्त करण्याची इच्छा जागृत करतात ते सर्व कक्ष उद्दीपित झालेले दिसले.

अनेक वेळा साथीदाराविरुद्ध खेळून जास्त पैसे कमावणे शक्य आहे हे स्पष्ट

दिसत असूनसुद्धा प्रयुक्तांनी सहकाराचा, मनाला शांती, समाधान प्रदान करणारा, उदात्ततेची भावना जागवणारा पर्याय निवडलेला दिसला. यावरून असे खातरीलायकरीत्या समजायला हरकत नाही की, माणसाच्या मेंदूच्या रचनेतच दुसऱ्यावर विश्वास ठेवणे, सहकार्याचा हात पुढे करणे, सत्कृत्याला सत्कृत्यानेच प्रतिसाद देणे या वृत्ती रुजवलेल्या असतात. त्यामुळेच आपल्याला न आवडणाऱ्या माणसाने दाखवलेल्या मेहेरबानीचीसुद्धा आपण सढळ परतफेड करतो, यात आश्चर्य वाटण्यासारखे काहीच नाही!

देवाणघेवाणीच्या प्रवृत्तीतील वैचित्र्य

उपकारांच्या, मग ते नको असताना, मागितले नसताना केलेले असले तरीही, देवाणघेवाणीबद्दलच्या बांधिलकीची माणसाच्या मेंदूतील आणि मनातील तीव्रता कधी-कधी त्यांना अत्यंत अविचाराने, विचित्र वाटेल असे वागायला प्रवृत्त करते. या परतफेडीच्या आग्रही मनोवृत्तीच्या तर्कशून्य अशा काही परिणामांची उदाहरणे पाहायची असतील तर युनिव्हर्सिटी ऑफ मिशिगनतर्फे अमेरिकेतील जनतेचा टेलिफोनद्वारे केल्या जाणाऱ्या सर्वेक्षणांना मिळणारा प्रतिसाद वाढावा यासाठी शास्त्रीय दृष्टिकोनातून अभ्यास करून त्यावर उपाय सुचवण्यासाठीचा एक प्रकल्प हाती घेण्यात आला होता, त्याकडे वळावे लागेल.

त्याची थोडी पार्श्वभूमी आधी सांगतो. 'ग्राहकांच्या प्रवृत्तींचे सर्वेक्षण' (सर्व्हे ऑफ कन्झ्युमर ॲटिट्यूड) या नावाने अमेरिकेतील ग्राहक, उपभोक्ते यांच्या एकूण अर्थव्यवस्थेबद्दल आणि त्यांच्या स्वतःच्या आर्थिक स्थितीबद्दल काय अपेक्षा आहेत, हे जाणून घेण्यासाठी दर महिन्याला टेलिफोनच्या माध्यमातून त्यांच्याशी संपर्क साधला जातो. देशभरातील उपभोक्त्यांच्या अपेक्षा, दृष्टिकोन जास्तीत जास्त प्रातिनिधिक स्वरूपात नोंदले जावेत यासाठी ज्या फोननंबर्सवर फोन करून सर्वेक्षक मुलाखती घेतात ते फोननंबर्स पूर्णपणे अहेतुपूर्वक निवडून सर्वेक्षकांकडे दिले जातात. या सर्वेक्षणातून मिळालेल्या माहितीला, त्यावरून काढण्यात येणाऱ्या निष्कर्षांना फार महत्त्व असते. कारण त्याच्याच आधारावर संबंधित शासकीय खाती, त्यांचे अधिकारी आणि अशासकीय संस्था देशाच्या आर्थिक नियोजनाची दिशा ठरवतात.

या सर्वेक्षणातील एक कायमची अडचण अशी असते की, लोक या सर्वेक्षणात भाग घ्यायला मुळीच तयार नसतात. त्यांना त्याचे महत्त्व, उपयुक्तता पटवून देऊन फोनवर मोकळेपणाने, प्रामाणिकपणे मते सांगायला राजी करणे हे सर्वेक्षकांसमोरील फार मोठे आव्हान असते. दिवसभर काम करून थकून-भागून घरी आलेल्या खरेदीदाराला आराम करायचा असतो, मुलाबाळांशी खेळायचे असते, त्यांच्या समवेत वेळ घालवायचा असतो, रात्रीचे स्वयंपाकपाणी बघायचे असते. अशा वेळी

कुणातरी अनोळखी व्यक्तीशी बोलण्याची, 'तुमचे मासिक उत्पन्न किती?', 'अन्न आणि इंधन यांवर तुमचा मासिक खर्च किती असतो?', 'तुमच्या पुढील सुट्टीसाठी तुम्ही किती खर्च करायचे ठरवले आहे?' असल्या प्रश्नांची उत्तरे देत बसण्याची त्यांची अजिबात इच्छा नसते. अशा विरोधी मन:स्थितीवर मात कशी करायची, जास्तीत जास्त लोक सर्वेक्षकांशी बोलतील, प्रश्नांना समाधानकारक उत्तरे देतील, सर्वेक्षण आणि त्यावर आधारलेले निष्कर्ष खरोखर वास्तविक आणि प्रातिनिधिक होतील यासाठी सर्वेक्षकांनी कोणती तंत्रे आत्मसात करून वापरावीत याविषयी शास्त्रशुद्ध सल्ला देण्यासाठी युनिव्हर्सिटी ऑफ मिशिगनला पाचारण करण्यात आले होते.

असा सल्ला तुमच्याकडे मागितला गेला तर तुम्ही काय सुचवाल? सर्वेक्षणात भाग घेणाऱ्यांना काहीतरी बक्षिसे, सवलती यांचे प्रलोभन? १९९६ साली खरोखरच तसा प्रयत्न झाला होता. प्रथम ५, दोन-तीन महिन्यांनंतर वाढवून १० आणि मग २० डॉलर्सचीसुद्धा बक्षिसे द्यायला प्रारंभही केला गेला होता.

पण तरीही परिणाम शून्यच! वीस डॉलर्सचे आमिषही लोकांना सर्वेक्षणात स्वेच्छेने भाग घ्यायला भाग पाडू शकले नाही. संयोजक आणि उपाय सुचवणारे सल्लागार, संशोधक हेही यामुळे आश्चर्यचकित झाले. १९९६ साली २० डॉलर्स ही काही छोटी रक्कम नव्हती. त्याकाळी मिळणाऱ्या न्यूनतम ताशी वेतनाच्या तिप्पट पैसे होते ते. म्हणजे तीन तास काम करून मिळणारे २० डॉलर्स केवळ अर्धा तास नुसते घरबसल्या टेलिफोनवर बोलून मिळत होते; तरीही लोक त्याला तयार होत नव्हते. याचा असा अर्थ होतो की, एकतर लोक त्यांचा घरात घालवायचा किंवा वैयक्तिक वेळ हा जास्त मौल्यवान समजतात आणि दुसरे म्हणजे त्यांचे सहकार्य, त्यांची राजीखुशी पैशाने विकत घेता येत नाही.

हे पाहिल्यावर पुढील वर्षी संशोधकांनी मार्ग बदलला. त्यांनी लोकांना पत्रे पाठवायला सुरुवात केली. 'सर्व्हे ऑफ कन्झ्युमर्स ॲटिट्यूड'तर्फे सर्वेक्षक आपल्याला फोन करतील' अशी आगाऊ सूचना त्या पत्राद्वारे लोकांना देऊन त्यांच्या सहभागाबद्दल त्यांचे भरघोस आगाऊ आभारही मानण्यात येऊ लागले. अंदाज असा होता की, आधीपासून कल्पना दिलेली असली तर लोकांना फोनच्या व्यत्ययाची तीव्रता थोडी कमी वाटेल आणि प्रतिसाद वाढेल. पण नाही, त्याचाही उपयोग झाला नाही. आधी सूचना देऊनही अचानक केलेल्या फोनइतकेच नकार सर्वेक्षकांना पचवावे लागले.

शेवटी १९९८ साली संशोधकांनी एक आर्थिकच, पण जरा वेगळा, 'उत्क्षेपक' वापरला. आधीसारखीच पत्रे पाठवली, पण निम्म्या पत्रांसोबत पाकिटातच पाच डॉलरची कोरी करकरत नोट पाठवली. याचा परिणाम मात्र लक्षणीय झाला! बक्षिसाची नुसती आश्वासने देणारी पत्रे मिळालेल्या लोकांपेक्षा पत्रासोबतच चक्क

कोरी पाच डॉलरची नोट पोहोचलेल्या लोकांपैकी १६ टक्के जास्त लोकांचा फोनला प्रतिसाद मिळाला.

हे तर्कशुद्ध नक्कीच नव्हते. १९९६ साली २० डॉलर्सची लालूचसुद्धा लोकांनी धुडकावली होती आणि याखेपेला केवळ पाच डॉलरच्या प्रत्यक्ष नोटेने, डोळ्यांसमोर दिसलेल्या मेहेरबानीने, प्रतिसादाचे प्रमाण १६ टक्क्यांनी वाढवले होते!!

खरे पाहायला गेले असता पत्रासोबतच्या पाच डॉलरचा स्वीकार म्हणजे काही फोनला प्रतिसाद देण्याचा कायदेशीर करार नव्हता. ती नोट 'फुकटची कमाई' म्हणून लोकांना सहज खिशात घालता आली असती आणि तरीही फोनवर बोलायला नकार देता आला असता, पण तसे झाले नाही. लोकांनी तसे केले नाही. का? घेवाणीला देवाणीने, त्याच प्रमाणात उत्तर दिलेच पाहिजे, उपकारांची फेड केलीच पाहिजे या मेंदूत अतिशय खोल रुजलेल्या रिवाजाने त्यांच्यापैकी खूपशा लोकांना तरी तसे करू दिले नाही. न मागताही मिळालेल्या 'देणगी'चा मान राखणे त्यांना क्रमप्राप्त वाटले. त्यांनी सर्वेक्षणात सहभागी होऊन 'मेहेरबानी'ची परतफेड केली.

आपल्या मनाला वेढून बसलेल्या याच प्रवृत्तीचा विलक्षण प्रभाव दुसऱ्या एका संशोधनातून आणखी प्रकर्षाने दिसून आला होता. जीनी जेम्स आणि रिचर्ड बोलस्टाइन हे दोघे 'उद्योगविमा' या विषयावर पत्रांद्वारे एक सर्वेक्षण करत होते. लहान-लहान उद्योजकांना त्या सर्वेक्षणात सहभागी करून घेण्यासाठी त्या दोघांनी निरनिराळे 'प्रोत्साहक' वापरून पाहिले होते. एक प्रश्नपत्रिका भरून पाठवण्यासाठी त्यांनी काही उद्योजकांना 'प्रश्नपत्रिका भरून पाठवा, ५० डॉलर्स मिळवा' अशी घोषणापत्रेही पाठवली होती. तरीही त्या उद्योजकांपैकी प्रश्नपत्रिका भरून पाठवणाऱ्यांची संख्या, ज्यांना पत्रात एकाही डॉलरचे आश्वासन देऊ केले नव्हते अशा उद्योजकांच्या तुलनेत जरासुद्धा वाढली नव्हती. उद्योजक कामात फार व्यस्त असतात, त्यांना अशा कामांना वेळ काढणे शक्यच नसते. पण जीनी आणि रिचर्ड यांनी त्यानंतरच्या पत्रांसोबत फक्त एक डॉलरची नोट जोडून पाठवली आणि चमत्कार घडला, भरून आलेल्या प्रश्नपत्रिकांची संख्या खूपच वाढली!!

विश्वास नाही बसत ना? अशक्य वाटते ना? खरेच आहे. असंभवनीय, अनाकलनीय असेच आहे हे. पन्नास डॉलर्स रकमेचा प्रस्ताव लोकांना सगळी कामे सोडून प्रश्नपत्रिका भरायला बसवेल असे वाटत होते, तसे झाले नाही. पण तेच काम केवळ एका डॉलरच्या नोटेने केले. 'आदानप्रदान' या व्रताचे माहात्म्य, त्या मनोवृत्तीचे सामर्थ्य या दोन अभ्यासांतून स्पष्ट दिसून येते. फोन अथवा पत्रे यांद्वारे सर्वेक्षणात भाग न घेणाऱ्यांनी 'होकार' द्यायला काही बक्षीस मागितले नव्हते, कुठल्याही भेटीची अपेक्षाही दर्शवली नव्हती, पण तरीही तशी भेट जेव्हा त्यांना प्रत्यक्ष पोहोचली तेव्हा तिने त्यांना सर्वेक्षणात सहभागी व्हायलाच लावले.

या मानवी प्रवृत्तीचे महत्त्व अनेक उद्योगांनी, कंपन्यांनी, संस्थांनी ओळखले आहे. छोट्या-छोट्या भेटवस्तूंनी कर्मचाऱ्यांची, ग्राहकांची कृतज्ञता प्राप्त करून घेता येते हे त्यांना माहीत आहे. गाडीच्या काचेवर चिकटवायची चित्रे, आकर्षक की-चेन्स, लोकांची नावे आणि पत्ता लिहिलेली छापील कार्ड्स, ख्रिसमसची भेटपत्रे अशा कितीतरी प्रकारच्या प्रसंगोचित भेटी परोपकारी संस्थासुद्धा देणग्या मिळवण्याच्या उद्देशाने लोकांना पाठवत असतात. लोकांनी निदान त्यांच्या योजनांची तरी मागणी नोंदवावी म्हणून विमाकंपन्या त्यांच्या जाहिरातपत्रकांसमवेत मोफत फाउन्टन पेन्स पाठवतात.

लोकही या आणि 'इतर'ही अनेक पद्धतीचे उपयोग आपले प्यादे पुढे सरकवणे, बिनबोभाट काम करून घेणे यासाठी करून घेताना दिसतात. खूप गर्दीच्या वेळीही हॉटेलमध्ये टेबल हवे असेल तर टेबल देण्याची जबाबदारी असणाऱ्या तिथल्या माणसाच्या हातात एक कडक नोट कोंबावी हे अनेक धूर्त सुज्ञांना चांगलेच माहीत असते. ही लाच आहे, हे अनैतिक आणि निषेधार्ह आहे, ही लूट आहे, हा भ्रष्टाचार आहे असे याबद्दल अनेकांचे मत असले तरी काही देशात, काही संस्कृतीत तर आगाऊ 'बक्षिशी' दिल्याखेरीज, 'चिरीमिरी'शिवाय कामे होतच नाहीत!

काही न देता मिळवा

'काहीतरी मिळवण्यासाठी काहीतरी देणे' या प्रभावतंत्रात क्रांतिकारक असे काहीच नाही. पण समोरच्याला कोणत्याही स्वरूपात म्हणजे रोख रक्कम, भेटवस्तू असे काहीही न देतादेखील तुम्ही त्याच्यावर 'मेहेरबानी' करता आहात असे त्याला भासवता येते. तुमची विनंती किंवा मागणी त्यांच्यासमोर मांडतानाची योग्य, प्रभावी अशी शब्दरचना आणि वाक्यरचना ते काम करू शकते.

'चला, मोकळ्या हवेत, प्रसन्न उन्हात एक चक्कर मारू या.' एक माणूस येऊन तुमच्यासमोर थांबतो. खाली जीन्स आणि स्पोर्ट्स शूज, पण वर कडक इस्त्रीचा शर्ट आणि त्यावर भडक टाय असा. जरा विचित्र पोशाख जो थंड, पण बिनधास्त मनोवृत्तीचा द्योतक आणि चेहऱ्यावरचे हसू मैत्रीचे, पण याचनेचे द्योतक.

'हाय, मी ल्यूक. इथे जवळच इन्स्टिट्यूट ऑफ मेंटल हेल्थ आहे. तिथल्या डॉक्टर चुंग यांच्या हाताखाली मी काम करतो.' तो काही प्रस्तावनेशिवाय थेट बोलायला सुरुवात करतो. 'डॉक्टर एक स्वयंसेवी मानसिक-आरोग्य कार्यक्रम हाती घेत आहेत. त्यासाठी कोणतेही वेतन न घेता, ऑफिसमध्ये कारकुनी स्वरूपाचे किंवा समुपदेशक म्हणून काम करायला तयार असणाऱ्या स्वयंसेवकांच्या आम्ही शोधात आहोत. स्वयंसेवकाला फक्त एकदाच, कोणत्याही एका दुपारी किंवा संध्याकाळी इथल्या मेंटल हेल्थ एजन्सीमधे दोन तास काम करावे लागेल.'

सांगितलेली माहिती तुम्हाला पूर्णपणे समजली आहे याची खातरी करून घेत

तो क्षण-दोन क्षण थांबतो आणि विचारतो, 'तुम्हाला आवडेल स्वयंसेवक म्हणून या कामासाठी यायला?'

'हं...' मला नाही वाटत असा पूर्ण अनोळखी माणूस अचानक रस्त्यात तुम्हाला गाठून असे विचारू लागला तर तुम्ही त्याला 'हो' म्हणाल! तुम्ही विचार कराल, 'अरे, आपल्याला खूप कामे आहेत. एखादी दुपार किंवा संध्याकाळ रिकामी मिळालीच तर करण्यासारख्या आपल्याकडे इतर बऱ्याच गोष्टी आहेत.' तसेच झाले. त्या ल्यूक नावाच्या माणसाला, तो तुमच्यासारखाच ज्या अनेक लोकांशी बोलला त्यांच्यापैकी, त्याच्या विनंतीला होकार देणारे २९ टक्केच लोक सापडले.

पण त्यानंतर मात्र याच कामासाठी ल्यूकसारख्या परोपकारी कार्यकर्त्यांनी मिळून तिप्पट स्वयंसेवक मिळवले. कसे? विनंतीप्रश्नाच्या मांडणीत बदल करून. प्रमुख प्रश्नाआधी एक उपप्रश्न विचारून.

त्या वेळीही सुरुवात तशीच केली गेली, 'हाय, मी ल्यूक. इथे जवळच इन्स्टिट्यूट ऑफ मेंटल हेल्थ आहे. तिथल्या डॉक्टर चुंग यांच्या हाताखाली मी काम करतो. डॉक्टर एक स्वयंसेवी मानसिक-आरोग्य कार्यक्रम हाती घेत आहेत. त्यासाठी कोणतेही वेतन न घेता, ऑफिसमध्ये कारकुनी स्वरूपाचे किंवा समुपदेशक म्हणून काम करायला तयार असणाऱ्या स्वयंसेवकांच्या आम्ही शोधात आहोत'.

यानंतर त्याने एक वेगळाच प्रस्ताव ठेवला. 'स्वयंसेवकांना दर आठवड्याला दोन तास वेळ द्यावा लागेल आणि कमीत कमी दोन वर्षे त्या पद्धतीने काम करावे लागेल. आमचा जो नेहमीचा कायम काम करणारा कर्मचारीवर्ग आहे त्यांना तुम्हाला त्या दोन तासात मदत करायची आहे. तुमचे नाव देऊ इच्छिता का तुम्ही?'

दोन वर्षे? कमीत कमी दोन वर्षे कामाची हमी? प्रश्नच येत नाही! जमणारच नाही!! आपल्या ऐकण्यात काही चूक नाही ना होत?

श्रोत्याच्या चेहऱ्यावरील प्रचंड अविश्वास आणि मोठे प्रश्नचिन्ह पाहून ल्यूक निराश झाल्याचे दाखवत पुढे बोलू लागला, 'हे पाहा, आम्हाला आणखी एका प्रकारच्या कामासाठीही स्वयंसेवक हवे आहेत. एजन्सीच्या ऑफिसमध्ये विनावेतन, कारकुनी स्वरूपाचे किंवा समुपदेशकाचे काम करावे लागेल. त्यासाठी फक्त एकदाच, एखाद्या सोईस्कर दिवशी दुपारी अथवा संध्याकाळी फक्त दोन तास यायला लागेल. हे काम कराल का तुम्ही?'

'हां, हे जरा वाजवी आहे. दोन वर्षांपर्यंत दर आठवड्याला दोन तास देणे, सर्वस्वी अशक्य! पण, हां, एकदाच, आणि दोनच तास, तेही सोईस्कर दुपारी किंवा संध्याकाळी. हे जमेल. अगदी सहज जमेल. एवढा वेळ द्यायला काहीच हरकत नाही' असाच विचार जवळ-जवळ सगळ्या श्रोत्यांनी केला आणि स्वयंसेवक म्हणून नावे देणाऱ्यांची संख्या, बघता-बघता, तिप्पट झाली.

काही विद्वान या तंत्राला 'मोठ्याच्या पोटात छोटे' असे नाव देतात तर काही या चतुर योजनेला 'नकारापासून माघार आणि मग होकार' असे म्हणतात. पण त्याहीपेक्षा हा मार्ग 'दार बंद, दार उघडे' या नावाने जास्त करून ओळखला जातो. या तंत्रात पहिल्या सर्वस्वी अवाजवी मागणीच्या तोंडावर आपटून बंद केलेले दार, लोक त्या पाठोपाठच्या छोट्याशा, पण खऱ्या विनंतीसाठी उघडण्याची जी खूपच वाढती शक्यता संभवते, त्याचा उपयोग करून घेतला जातो.

मी असे म्हणालो होतो की, या तंत्राच्या मुळाशीही लोकांच्या परतफेडीची प्रवृत्तीच उपयोगात आणली जाते. ते कसे? लोक त्यांना उपलब्ध करून दिलेला सुलभ पर्याय, देऊ केलेली सवलत यालाही मेहेरबानी किंवा उपकार असेच समजतात. वरील उदाहरणात लोकांनी कसा विचार केला? मेंटल हेल्थ एजन्सीला खरे म्हणजे दर आठवड्याला दोन तास असे दोन वर्षे काम करायला स्वयंसेवक हवे आहेत. पण तरीही ते आपल्याला आपल्या सोयीने, दुपारी किंवा संध्याकाळी, एकच दिवस, दोनच तास काम करण्याची अगदीच मामुली विनंती करत आहेत, म्हणजेच ते त्यांच्या खऱ्या गरजेपासून माघार घेत आहेत. आपला नकार स्वीकारून, त्यांची ती मागणी मागे घेऊन, एक सहज शक्य अशा छोट्या कामाचा पर्याय, केवळ आपल्यासाठी, तडजोड करून आपल्यापुढे ठेवत आहेत; म्हणजे एका अर्थी ते आपल्यावर मेहेरबानीच करत आहेत.

आयुष्यात लोक पदोपदी तडजोड करत असतात. कामगार नेता कंपनीच्या पदाधिकाऱ्यांशी पगारवाढीसंबंधी बोलणी करत असताना सुरुवात चांगल्या घसघशीत १२ टक्के वाढीच्या मागणीने करतो, पण त्याने पाच टक्क्यांवर समाधान मानण्याची मानसिक तयारी केलेली असते. विक्रेता तुम्हाला त्याच्या दुकानातील सर्वांत सुंदर, वैशिष्ट्यपूर्ण आणि खरोखरच अतिमहाग अशा स्वयंपाकघरात वापरायच्या भांड्यांचे वर्णन ऐकवत असतो, त्या वेळी तुम्ही निदान मध्यम किमतीचे का होईना, काहीतरी खरेदी कराल एवढीच माफक अपेक्षा बाळगून असतो.

एखाद्या चाणाक्ष तरुण मुलाला अथवा मुलीला पालकांकडून शनिवारी रात्री उशिरापर्यंत घराबाहेर राहण्याची परवानगी मिळवायची आहे. तिला हे पक्के माहीत आहे की, तिने जर सुरुवातच मध्यरात्रीपासून केली तर तिला दहा वाजताच घरी यावे लागेल. त्यामुळे ती सांगायला लागते की, तिचे सगळे मित्र-मैत्रिणी दोन वाजेपर्यंत, काही तर तीन वाजेपर्यंत थांबणार आहेत. या तिच्या मागणीच्या तोंडावर साहजिकच पालक 'दार आपटतात'. मग ती माघार घेते, स्वतः जबाबदार असल्याचे, तडजोडीला तयार असल्याचे दाखवते आणि तिला हवी असलेली बारा वाजता घरी परत यायची परवानगी मिळवते.

क्लॉस एब्स्टर हा युनिव्हर्सिटी ऑफ व्हिएन्ना येथे उद्योग आणि विक्री या

विषयांचा प्राध्यापक आहे. उत्पादनांची विक्री वाढवण्याचे परिणामकारक उपाय शोधणे यात तो विशेष करून वाकबगार आहे. भोकरासारख्या चमकत्या डोळ्यांच्या, मध्यमवयीन, जराशा जाडगेल्या एब्स्टरने याच 'बंद आणि उघड्या दारा'च्या तंत्रावर अधिक प्रकाश टाकणारा एक 'उत्तुंग' प्रयोग केला होता. या प्रयोगासाठी त्याने तशाच एका 'उत्तुंग' जागेची, ऑस्ट्रेलियन आल्प्सच्या पर्वतराजीत, समुद्रसपाटीपासून ५,०६५ फूट उंच जागी खास गिर्यारोहकांसाठी बांधलेल्या एका विश्रांतिस्थळाची निवड केली होती. तेथे साहजिकच, धोकादायक पर्वतकड्यांवर चढाई करून जाणाऱ्या धाडसी गिर्यारोहकांचीच फक्त रहदारी असते. त्या विश्रांतिस्थळाच्या बाहेर, एका कडेला, एब्स्टरने घरगुती चीज विकण्याचा तात्पुरता स्टॉल टाकला.

अशा दूरवरच्या एकांत स्थळी, एका झोपडीवजा टपरीत चीजची विक्री चालू आहे, ते विकायला एक स्त्री बसलेली आहे, हे दृश्य खरोखरच तिथल्या येणाऱ्या-जाणाऱ्या गिर्यारोहकांसाठी अप्रूपच होते. ती तजेलदार चेहऱ्याची, उत्साही स्त्री विक्रेती आश्चर्यचकित गिर्यारोहकांच्या चेहऱ्यांकडे हसतमुखाने पाहत विचारायची, 'चीज घेणार? अगदी ताजे-ताजे, इथे, घरी बनवलेले आहे. हा पाहा, हा एका पौंडाचा तुकडा आहे, फक्त चार युरो.'

नऊ टक्के, केवळ नऊ टक्के लोकांनी तिच्याकडून चीज खरेदी केले. त्यांना काही त्या चीजची चव दिली गेली नव्हती. ती कशी असेल कुणास ठाऊक? काहीतरी विचित्र, अगदीच वाईट असली तर? शिवाय ते चीज पार खाली उतरून जाईपर्यंत बरोबर बाळगायला लागणार होते.

त्यानंतर विक्रेतीने 'दार बंद, दार उघडे' या तंत्राचा वापर केला. या खेपेस तिने आधी एक, निश्चित दार बंद होईल असा, पर्याय ग्राहकांसमोर ठेवला. 'चीज घेणार? अगदी ताजे-ताजे, इथे, घरी बनवलेले आहे. हा पाहा दोन पौंडाचा तुकडा आहे. आठ युरोचा.' अपेक्षेप्रमाणे सर्वांनीच ती अवाजवी मागणी ऐकून विक्रेतीच्या तोंडावर दार धाडकन बंद करून टाकले. त्या ठाम नकारापाठोपाठ, मग तिने पुढील प्रश्न टाकला, 'हा दुसरा बघा, छोटासा, फक्त एक पौंडाचाच आहे. किंमतही फक्त चार युरो.'

तिने घेतलेली माघार लोकांना जाणवली, दोन पौंडाऐवजी एका पौंडाची देऊ केलेली सवलत भावली आणि होकारांची टक्केवारी १९वरून २४वर गेली.

इथपर्यंतचे सगळे आपल्याला या तंत्राबद्दल माहीत झालेल्या परिणामांबरहुकूमच घडलेले दिसते. आधीची मागणी लोकांना सहसा मान्य न होणारीच केली आणि मग खरी विनंती समोर ठेवली की, ती ते मान्य करण्याची शक्यता वाढतेच. आपण आपल्या मागणीत तडजोड केली की, लोकही त्यांच्या स्पष्ट नकारात तडजोड करून आपली पुढील मागणी मान्य करतात. आपण त्यांची परतफेडीची प्रवृत्ती

जागवण्यासाठी त्यांना रोख रक्कम देऊ करत नाही, कोणतीही भेटवस्तू देत नाही, प्रत्यक्षपणे कोणत्याही स्वरूपाची मेहेरबानी त्यांच्यावर दाखवत नाही.

एब्स्टरच्या चीज विक्रेतीने विक्रीच्या तिसऱ्या पर्वात आणखी एक बदल केला. या वेळी तिने ग्राहकांना दोन पौंडाऐवजी एका पौंडाची सवलत देऊ करताना, पहिल्या मागणीच्या त्यांच्या नकाराची त्यांच्या मनातली सयुक्तिक अशी कारणे त्यांना स्पष्टपणे ऐकवली. दोन पौंड चीज घेण्याची पहिली विनंती ग्राहकांनी नाकारल्यावर ती म्हणाली, 'दोन पौंड जरा जास्त होते नाही? शिवाय तुम्हाला ते पार खाली जाईपर्यंत बरोबर वागवावे लागणार.'

या वाक्यापाठोपाठ मग तिने सादर केलेली एक पौंड चीज खरेदीची सवलतीची विनंती पहिल्यावेळेपेक्षा दुप्पट, म्हणजे ४० टक्के गिर्यारोहकांनी स्वीकारली. आधी नकाराने बंद केलेले दार 'हो' म्हणून उघडले.

एब्स्टरच्या या प्रयोगांवरून हे लक्षात येते की, आपण खास सवलत देऊ करत आहोत हे ग्राहकांना जर अत्यंत नि:संदिग्धपणे, स्पष्ट शब्दात समजावून सांगितले, तर या तंत्राचा परिणाम चांगलाच वाढतो. आधीच्या अवास्तव, कृत्रिमपणे फुगवलेल्या मागणीपासून माघार घेण्यात दाखवलेल्या समजूतदारपणामुळे नंतरची लहान मागणी मान्य करायला ग्राहक जास्त उद्युक्त होतात. पण जर आपण त्यांच्या हितासाठी किती आणि कसा समजूतदारपणा दाखवत आहोत, हे त्यांच्या मनावर बिंबवले तर त्यांचा होकार देण्याकडील झुकाव अधिकच वाढतो.

प्रत्यक्ष कृतीपेक्षा तिच्यामागचा विचार महत्त्वाचा

प्रकरणाच्या प्रारंभी, साम्य आणि त्या साम्यांची जाणीव यामुळे लोकांच्या मनात आपण आपल्याविषयी आवड निर्माण करू शकतो हे सिद्ध केले. चांगुलपणाचा अनुभव, एखादा छोटा-मोठा उपकार किंवा प्राथमिक मागणीत नुसती सवलत देतो आहे असे दाखवून त्यातून 'त्यांच्यासाठी काहीतरी' करत असल्याचा आभास यांद्वारे आपण त्यांच्यातील आदानप्रदानाची, देवाणघेवाणीची आणि परतफेडीची प्रवृत्ती बळावू शकतो.

लोकांवर केलेली मेहेरबानी किती मोठी यापेक्षा ती कशा पद्धतीने केली जाते यावर तिच्या परिणामांची तीव्रता, खोली आणि त्यावरील लोकांची प्रतिक्रिया, त्यांचा प्रतिसाद अवलंबून असतो. नाही पटत? १९९८ साली मॉनमाउथ युनिव्हर्सिटीतल्या डेव्हिड स्ट्रॉमेट्झ आणि त्याच्या संशोधक सहकाऱ्यांनी हेच पटवून देण्यासाठी केलेल्या 'चविष्ट' प्रयोगात, गर्दी खेचणाऱ्या हॉटेलमधल्या एका वेट्रेसला सहभागी करून घेतले.

हॉटेलमध्ये येणाऱ्यांना वेट्रेसकरवी देऊ केलेली छोटीशी भेट आणि तिचा वेट्रेसला मिळणाऱ्या बक्षिशीवरील परिणाम असा तो प्रयोग होता. त्यांनी वेट्रेसकडे लहान-लहान चॉकलेट्सनी भरलेली एक परडी दिली. वेट्रेस ग्राहकांची बिले घेऊन त्यांच्या टेबलांकडे निघाली की, ते तिच्या हातात चार प्रकारच्या कार्डांपैकी कुठलेतरी एक कार्ड देत. त्यात तिने काय करायचे याची सूचना लिहिलेली असे. चार कार्डांवर चार वेगवेगळ्या सूचना होत्या. त्या सूचनेचे ती पालन करत असे.

पहिल्या कार्डावर नुसते बिल देणे एवढीच सूचना होती. तिने काहीही वेगळे न करता तिला किती बक्षिशी मिळते त्याचा संदर्भ या कार्डानुसार तयार केला जाणार होता. दुसऱ्या कार्डावर टेबलावरील प्रत्येक ग्राहकाला तिच्याजवळच्या परडीतील एक एक आणि तिसऱ्या कार्डावर प्रत्येकी दोन-दोन चॉकलेट्स देण्याची सूचना होती. चॉकलेट्सच्या संख्येच्या प्रमाणात बक्षिशीची रक्कम वाढते का हे पाहायचे होते.

प्रत्येकी एका चॉकलेटने बक्षिशी तीन टक्के वाढली. ग्राहकांना वेट्रेसकडून छोटी भेट, ग्राहकांकडून वेट्रेसला बक्षिशीत छोटी वाढ.

प्रत्येकी दोन चॉकलेट्सने बक्षिशी, संदर्भ रकमेपेक्षा सरासरी १४ टक्क्यांनी वाढल्याचे आढळले. प्रत्येक टेबलावर सरासरी १४ टक्के जास्त बक्षिशी म्हणजे वेट्रेसच्या आठवड्याच्या एकूण मिळकतीत चांगलीच भर पडली.

चौथ्या कार्डावरील सूचना जरा खास होती. टेबलावर प्रत्येकी एकेक चॉकलेट द्यायचे, परत फिरायचे, दोन-तीनच पावले जायचे, क्षणभर थबकायचे, सहेतुक मागे फिरायचे, आणि परत टेबलापाशी जाऊन सर्वांना हसतमुखाने आणखी एकेक चॉकलेट द्यायचे. एकूण चॉकलेट्स प्रत्येकी दोन-दोनच पण देण्याच्या पद्धतीत, भेट खुशीने, उदारपणे, खास मेहेरबानी म्हणून दिल्याची प्रचिती. वेट्रेसच्या या कृतीचा ग्राहकांच्या दृष्टीने अर्थ काय? खरे म्हणजे एकेक चॉकलेट द्यायची आज्ञा असून या वेट्रेसने आपला अपवाद करून आपल्यावर विशेष मेहेरबानी दाखवली आहे. विशेष मेहेरबानीची 'घेवाण', जास्त बक्षिशीची 'देवाण'! बक्षिशीत २१ टक्क्यांची भरघोस वृद्धी!!

या प्रयोगातील हे निरीक्षण फार महत्त्वाचे आहे. कारण त्यावरून असे सिद्ध होते की, लोकांना जिंकून घ्यायला तुम्ही जे करता ते 'केवढे', 'किती' असते याला फारसे महत्त्व नसते. त्यामागचा विचार, दृष्टिकोन, त्यातून प्रकट होणारी औदार्याची भावना आणि तिच्या अभिव्यक्तीची

पद्धत जास्त महत्त्वाची असते. आल्प्स पर्वतावरील चीज विक्रीच्या प्रयोगात सवलतीच्या सहेतुक स्पष्टीकरणाने लोकांचे मन वळवणे सुलभ झाले. त्यांचे हित पाहिलेले त्यांना जाणवून दिले तर आपला चांगुलपणा त्यांच्या मनावर जास्त ठसतो आणि त्यामुळे ते आपली मागणी मान्य करायला सहजपणे राजी होतात. स्ट्रॉमेट्झने केलेल्या प्रयोगात वेट्रेसने तिच्या मेहेरबानीचे वैशिष्ट्य तिने, आधी एकेक चॉकलेट देऊन, निघून जाऊन, परत विचारपूर्वक मागे वळून, आणखी एक देण्याच्या कृतीने, मोठ्या चलाखीने ग्राहकांना प्रकर्षाने जाणवून दिल्यामुळे त्यांनी परतफेडही प्रकर्षाने जाणवणारी केली.

तेव्हा, तुम्हाला लोकांचे मन वळवायचे असेल तर केवळ चांगुलपणा दाखवून, मेहेरबानी करून थांबू नका. तुम्ही तसे करत असल्याचे त्यांच्या लक्षात आणून द्या. तुम्ही त्यांच्यासाठी तडजोड करत आहात हे त्यांना स्पष्ट करा. मग लोक तुम्हाला हवे ते करण्याची, तुमची विनंती स्वीकारण्याची स्वेच्छेने तयारी दर्शवतील.

प्रशंसा – खरी आणि खोटी

काही लोकांना केस कापणे मनापासून आवडते तर काहींना ते एक संकट, न टाळता येणारे कर्मकांड वाटते. तुमचे याबद्दलचे मत काहीही असो, पण मला सांगा की, तुमचे केशकर्तन करणाऱ्या कारागिराने, किंवा 'कारागिरीणी'ने केस कापून झाल्यावर तुमच्याविषयी स्तुतिपर उद्‌गार काढले तर तुम्ही तिला अथवा त्याला जास्त बक्षिशी द्याल?

उटाह स्टेट युनिव्हर्सिटीतील 'शाब्दिक संभाषण' या विषयाचा प्राध्यापक जॉन सीएटर आणि त्याचा सहकारी एरिक डटसन या दोघांनी मिळून याच प्रश्नाचे उत्तर शोधायचे ठरवले. पुरुष आणि स्त्रिया या दोघांसाठी असलेल्या सामाईक केशकर्तनालयात काम करणाऱ्या दोन स्त्री केशभूषाकारांना जॉन आणि एरिक यांनी अशा सूचना दिल्या की, केशभूषा करून संपल्यानंतर त्यांनी निम्म्या ग्राहकांना त्यांच्या केशभूषेविषयी प्रशंसोद्‌गार ऐकवायचे आणि उरलेल्या निम्म्यांशी काहीही बोलायचे नाही. प्रशंसा करणारी दोन वाक्ये त्यांनी तयार केली. दोन्ही केशभूषाकारांना खिशात तीन क्रमांक असलेले बिल्ले ठेवायला दिले. ग्राहकाला आरसा दाखवायला जाताना त्यांनी खिशात हात घालून एक बिल्ला बाहेर काढून त्यावरील क्रमांक पाहायचा. एक क्रमांकाचा बिल्ला आला तर काहीही बोलायचे नाही, दोन क्रमांकाचा आला तर म्हणायचे, 'तुमची केशभूषा अप्रतिम दिसते आहे!' आणि तीन क्रमांकाचा आला

तर म्हणायचे, 'कुठलीही केशभूषा ना, तुम्हाला छानच दिसते!'

ग्राहकांच्या प्रतिक्रिया जाणून घेण्याआधी दोन स्तुतिपर वाक्यांचा विचार करू या. 'तुमची केशभूषा अप्रतिम दिसते आहे'. यातून खरेतर त्या केशभूषाकारांच्या कौशल्याचेच कौतुक केलेले दिसत नाही का? त्यात स्तुती ग्राहकाची नसून त्या दोन्ही कुशल कारागीर स्त्रियांची नाही का?

पण तेच 'कोणतीही केशभूषा ना, तुम्हाला छानच दिसते' असे विधान करण्यात ग्राहकांची खोटी, बेगडी प्रशंसा उघडपणे दिसून येते. हा तोंडपुजेपणा लोकांना चीड आणू शकेल.

पण घडले ते वेगळेच होते. ज्या ग्राहकांना त्या दोघी केशभूषाकार 'तुमची केशभूषा अप्रतिम दिसते आहे' असे म्हणाल्या त्या ग्राहकांनी त्या काहीही न बोललेल्या ग्राहकांच्या तुलनेत दोघींना ४० टक्के अधिक बक्षिशी दिली. ज्यांची प्रशंसा 'कोणतीही केशभूषा ना, तुम्हाला छानच दिसते' या शब्दात केली होती त्यांनी ३७ टक्के अधिक बक्षिशी दिली.

स्तुतीचा फायदा केशभूषाकारांनाच झाला असे नाही. दुसऱ्या एका प्रयोगात जॉन सीटर याने एका हॉटेलमध्ये आलेल्या ग्राहकांवर तेथील वेटर्सकडून सुखद स्तुतीचा वर्षाव घडवला. काही ठरावीक टेबलांवरच वेटरनी ऑर्डर लिहून घेतल्यावर टेबलाजवळून परतताना 'तुमची पदार्थांची निवड फारच छान आहे' या शब्दात ग्राहकांची प्रशंसा केली. हा शेरा फारच दिखाऊ, निरर्थक आहे हे मला मान्य आहे, पण ग्राहकांना तो शेरा आणि पर्यायाने त्यांचा प्रशंसक वेटरही आवडला. ज्या ग्राहकांशी वेटर्स काहीच बोलले नव्हते त्यांच्यापेक्षा या 'प्रशंसनीय' ग्राहकांनी खूपच जास्त बक्षिशी दिली.

जरा विचार केलात तर तुमच्या लक्षात येईल की, अशी स्तुती, असे कौतुक हेही एक प्रकारची मेहेरबानीच आहे. पैसे न पडणारी छानशी भेट. बहुतेक लोकांना स्वत:विषयी चांगले ऐकायला नेहमीच आवडते. त्यांच्या मित्रपरिवाराने उच्चारलेले प्रशंसेचे शब्द, तेही विशेषकरून त्यांनी केलेल्या लहान-मोठ्या निवडींबद्दल असले तर, त्यांना फारच सुखावतात, कायमच स्वागतार्ह वाटतात. 'ए, काय मस्त ड्रेस आहे', 'जेवण फारच चविष्ट झालं आहे, तुझ्या हाताला अशी खास चव आहे ना', 'काय सुंदर सजवलं आहे तुम्ही घर' अशा स्तुतिपर शेऱ्यांनी त्यांना मूठभर मांस चढते.

ज्यांच्या मतांविषयी आदर असतो अशा व्यक्तींनी केलेले मनापासूनचे कौतुक लोकांना खरा आनंद देते. पण काही प्रशंसोद्गार हे मुळीच प्रामाणिक नसतात, तो कोणततरी स्वार्थ साधण्यासाठी केलेला तोंडपुजेपणा असतो हे लोकांना समजत नसेल का?

केशकर्तनालयात आलेल्या लोकांच्या मनात केस कापून घेताना ती केशभूषा आपल्याला कशी दिसेल, आपण त्या केशभूषेत कसे दिसू हाच विचार असतो. आपले रूप आकर्षक दिसावे याचसाठी ते तिथे पैसे मोजत असतात. त्यामुळे साहजिकच त्यांच्या 'दिसण्या'ची स्तुती त्यांना हवीशी वाटत असते. तसेच चविष्ट भोजनाचा हेतू मनात ठेवून हॉटेलमध्ये आलेले ग्राहक त्यांच्या पदार्थाच्या निवडीच्या कौतुकाने आपला हेतू निश्चित साध्य होणार या समाधानात अधिकच आनंदी बनतात. पण काही प्रसंगात त्यांची केली गेलेली वाखाणणी पोकळ आहे, खोटी आहे, वास्तविक ती खुशामत आहे हे त्यांना नक्कीच कळत असेल, नाही का?

हाँगकाँग युनिव्हर्सिटी ऑफ सायन्स ॲन्ड टेक्नॉलॉजीमधील 'उत्पादन विक्री' या विषयात संशोधन करणाऱ्या एलन चॅन आणि जयदीप सेनगुप्ता या दोघांनी त्यांच्या एका 'चतुर' प्रयोगात सहभागी झालेल्यांना एकत्र बोलावून त्या सर्वांना एका नव्याने सुरू झालेल्या दुकानाकडून आलेले छापील पत्रक वाचायला दिले. त्या दुकानाने म्हणे, तेथील संस्कृती, परंपरा यांचा वारसा जपण्याची जबाबदारी सांभाळण्याचा वसा घेतला होता. संशोधकांनी प्रयुक्तांना असे सांगितले की, त्यांना एका खरोखरीच्या, अस्तित्वात असलेल्या दुकानाचे खरेच पत्रक वाचायला दिले आहे, पण गोपनीयतेच्या कारणास्तव दुकानाचे नाव तेवढे बदलले आहे. पत्रकातील मजकूर असा होता :

'उत्कृष्ट' या दुकानाचा भव्य उद्घाटन सोहळा चुकवू नका!!
आमच्या दुकानात अमेरिका, युरोप, जपान या देशातील नावाजलेल्या, लोकप्रिय डिझायनरचे, जगभरातल्या सुप्रसिद्ध कंपन्यांनी तयार केलेले नाना प्रकारचे, विविध शैलीतले कपडे मिळतील.
या पत्रकाद्वारे आम्ही आपल्याशी थेट संपर्क साधतो आहोत, कारण आम्हाला या गोष्टीची पूर्ण कल्पना आहे की, आपण स्वतः कपड्यांचे शौकीन आहात आणि कपड्यांबद्दलचे आपले ज्ञानही अद्ययावत आहे. आपला पेहराव नेहमीच, नुसता दिमाखदारच नाही तर, अत्यंत आकर्षक असतो. आपल्यासारखे असाधारण आवड असणारे ग्राहक आमच्या दुकानातील नवीन शैलीचे कपडे नक्कीच पसंत करतील. 'आपल्याकडे असलेच पाहिजेत', अशा खास कपड्यांसाठी आमच्या या नवीन दुकानाला अवश्य भेट द्या.

या मजकुरातील उगीचच चिकटवलेल्या गुणांची अतिशयोक्ती कुणालाही उबग आणणारी आहे. बरोबर? पटले नसले तर पत्रक परत एकदा वाचून काढा.

यानंतर लगेचच संशोधकांनी लोकांना आणखी एका दुकानाचे, त्याला आपण 'अप्रतिम' असे नाव देऊ या, पत्रक प्रयुक्तांकडे दिले. मजकुरातील माहिती आणि

त्याचा आशय मुद्दाम तोच ठेवला होता, पण आधीच्या पत्रकातील अतिशयोक्ती यात टाळली होती.

पत्रकांच्या पाठोपाठ त्यातील निम्म्या प्रयुक्तांना असे सांगण्यात आले की, त्यांना ५० हाँगकाँग डॉलर्सचे एक मोफत कूपन देण्यात येईल आणि त्यांना त्या कूपनद्वारे दोन्ही दुकानांपैकी कुठल्यातरी एका दुकानात खरेदी करता येईल. दुकान त्यांनी निवडायचे होते. 'उत्कृष्ट' या दुकानाच्या पत्रकात 'आपला पेहराव नेहमीच नुसता दिमाखदारच नाही तर अत्यंत आकर्षक असतो' अशा खोट्या स्तुतीचे पूल बांधून ग्राहकांना हरभऱ्याच्या झाडावर चढवलेले आहे हे कळलेले असूनसुद्धा, ६० टक्के लोकांनी त्याच झाडावर चढून जाण्याचा निर्णय घेला. त्यांनी 'उत्कृष्ट' याच दुकानाचे कूपन निवडले! 'हांजी-हांजी'च्या देवाणीला 'जीहां-जीहां'च्या घेवाणीचे उत्तर मिळाले!!

उरलेल्या प्रयुक्तांना पत्रके वाचून झाल्यावर निरोप देण्यात आला आणि त्यांना तीन दिवसांनंतर परत यायला सांगण्यात आले. प्रयुक्त परतल्यावर त्यांच्या समोरही, वर उल्लेख केलेलाच, दोन दुकानांपैकी एका दुकानात कूपनद्वारे मोफत खरेदीचा पर्याय ठेवण्यात आला. दुकानाची खरी वैशिष्ट्ये सांगणाऱ्या 'अप्रतिम' या दुकानात तुम्ही खरेदी करणे पसंत कराल की तुमची नसलेली वैशिष्ट्ये वर्णन करणाऱ्या 'उत्कृष्ट' या दुकानात? तीन दिवस बेगडी स्तुतीचा डोस पचून सर्वांगात भिनल्यामुळे की काय, त्यातील ८० टक्के लोकांनी 'उत्कृष्ट' या धूर्त दुकानाच्याच कूपनला अग्रक्रम दिला.

तज्ज्ञांनी या निकालाचा अर्थ असा काढला की, पत्रक वाचल्यावर लोकांना 'उत्कृष्ट' हे दुकान 'अप्रतिम'पेक्षा जास्त आवडले आणि ते त्यांच्या लक्षातही राहिले. पत्रकातून भरलेल्या अतिशयोक्तिपर प्रशंसेच्या हवेने नाही म्हटले तरी त्यांच्या डोक्यात प्रवेश मिळवला होता. तिने त्यांच्या मनात त्या प्रशंसक दुकानाबद्दल चांगले मत निर्माण केले. ही स्तुती केवळ आपल्याला दुकानात खेचून नेण्यासाठीची, खरेदी करायला लावण्यासाठीची लालूच आहे या वस्तुस्थितीच्या ज्ञानाचाही त्यांच्या निवडीवर फारसा परिणाम झाला नाही.

तेव्हा, हे खरे आहे की, लोकांना सहेतुक केलेली खोटी-खोटी प्रशंसा व्यवस्थित कळते, पण त्यातील 'खोटी' हे विशेषण ते, विशेषत: जसजसा वेळ जातो तसतसे, विसरतात आणि फक्त 'प्रशंसा' आणि त्याचा 'कर्ता' जसे एखादी व्यक्ती, विक्रेती, वेट्रेस किंवा कंपनी, हॉटेल, दुकान वगैरे त्यांच्या आठवणीत राहतात. ते कौतुकाचे शब्द, त्यातील चांगुलपणा यांना गोंजारत राहतात. तेवढेच त्यांचे मन वळवायला, त्याचे वर्तन, त्यांची निवड, त्यांचे निर्णय बदलायला पुरेसे ठरतात. थोडक्यात काय? स्तुतीची अतिशयोक्ती, दिखाऊपणा, थोडीशी खुशमस्करी हीसुद्धा चांगलीच उपयोगी ठरते.

स्तुती की लाळघोटेपणा?

मनोवैज्ञानिकांचे संशोधन हे स्पष्ट करते की, स्तुती, प्रशंसा ही एक प्रकारची मेहेरबानी, उपकार याचाच एक प्रकार आहे. त्यामुळे तीही मानव जातीत युगानुयुगे खोल रुजलेली आदानप्रदानाची, परतफेडीची प्रवृत्ती लोकांच्या मनात जागृत करते. प्रशंसकांच्या मागण्यांच्या बाबतीत त्यांना उदारपणाचे धोरण अवलंबण्यास प्रवृत्त करते.

बऱ्याच लोकांची तर्कनिष्ठ बुद्धी कधी-कधी त्यांना बजावत असते की, समोरची व्यक्ती काहीतरी वेगळ्याच अंतस्थ हेतूने तुमची खोटी स्तुती करत आहे, उदाहरणार्थ, तुम्ही कपड्यांच्या दुकानात एखादा सूट घालून बघता त्या वेळी तिथला विक्रेता तुमच्यासमोर उभा राहून 'वा, वा, काय मस्त दिसतो आहे हा सूट तुम्हाला!' असे म्हणतो. हे उघड असते की, तो सूट त्याने तुम्हाला विकला तर त्याला पैसे मिळणार असतात. म्हणून तुम्ही सूट घ्यावा यासाठी तो तुमच्यावर, खोट्या का होईना, कौतुकाची 'मेहेरबानी' करून तुमचा कसोशीने पाठपुरावा करत असतो. परंतु संशोधनातून हे सिद्ध झाले आहे की, अशी स्वार्थाने प्रेरित प्रशंसा लोकांना खुपत नाही, उलट सुखावते. केशकर्तनालये, हॉटेल्स, दुकाने अशा ठिकाणी केल्या जाणाऱ्या वाखाणणीमागील आर्थिक हेतू उघडपणे दिसत असतानासुद्धा लोक ती आवडीने स्वीकारातात, इतकेच नव्हे तर त्याची परतफेडही करतात.

यातून असा अर्थ मात्र काढू नका की, लोकांचे मन वळवून आपले उखळ पांढरे करण्यासाठी त्यांना बरे वाटेल असे खोटेनाटेही ऐकवण्याच्या मार्गाचे मी समर्थन करतो आहे. वजन जरा वाढल्याचेच स्पष्ट कळत असताना एखाद्याला अथवा एखादीला 'काय वजन उतरवता आहात वाटतं? चक्क बारीक दिसता आहात' असे त्याच्या अथवा तिच्या तोंडावर म्हणताना तुम्हालाच विचित्र वाटेल. इतकेच नव्हे, तर तुमची चलबिचल तुमच्या देहबोलीतून प्रकट होईल किंवा तुमचे डोळे तुम्हाला फितूर होतील. पण एखाद्याविषयी खरोखरीच, अगदी मनापासून काही जाणवले, मनाला भिडले – 'हा रंग काय खुलून दिसतो हो तुम्हाला!' किंवा 'मला तुम्ही परवा फोनवर जो मौल्यवान सल्ला दिलात ना, खरंच त्याला तोड नाही!!' तर ते त्याच्यापर्यंत पोहोचवायला काय हरकत आहे? अशा सच्च्या मनाने केलेल्या प्रशंसेने जर लोक तुमच्या मनासारखे वागायला राजी होत असतील तर त्यात सगळ्यांचेच भले आहे, नाही का?

प्रकरण ७
बक्षिसे देण्याचे दुष्परिणाम

मोलाच्या कार्यासाठी जीव तोडून कष्ट करण्याची सुसंधी हे आपल्याला आयुष्याकडून मिळणारे सर्वांत श्रेष्ठ असे बक्षीस आहे.

– थिओडोर रुझवेल्ट

मी मध्यंतरी काही काळ एका सळसळत्या व्यक्तिमत्त्वाच्या टीव्ही-निर्मातीबरोबर काम करत होतो. आपण तिला ज्यूलिया म्हणू या. कारण तिला पाहिले, तिचे जिंकून घेणारे मोहक हास्य नजरेस पडले की, मला 'प्रीटी वुमन' या सर्वांगसुंदर चित्रपटाची 'प्रीटी' नायिका, अभिनयसम्राज्ञी ज्यूलिया रॉबर्ट्स हिची आठवण व्हायची. तिच्या कामाचा आवाका, कामाची पद्धत पाहिल्यावर खातरीच पटायची की, हिची जागा या क्षेत्रातल्या सर्वोच्च पदावरच आहे. काय होते तिच्या या यशाचे रहस्य?

ते तिने मला एकदा असेच आम्ही दोघे गप्पा मारत बसलो असताना तिच्या कुटुंबाबद्दल बोलताना सांगितले. त्यांचे घर एखाद्या लष्करी प्रशिक्षण संस्थेसारखे चालायचे आणि प्रशिक्षक असायचे तिचे वडील, जे एक कुशल वैमानिक होते आणि रॉयल एअरफोर्समध्ये विंग कमांडरच्या हुद्द्यावर होते. कामानिमित्त ते जगाच्या कानाकोपऱ्यात हिंडत असायचे. पण जो काही अल्प काळ ते घरी असायचे त्या वेळी ज्यूलिया आणि तिचे दोन धाकटे भाऊ यांची वागणूक आदर्श असावी यासाठी ते 'गुणपद्धती'चा वापर करायचे.

या पद्धतीत, आईला जेवण टेबलावर लावायला मदत करणे, खोलीची स्वच्छता करणे, घोड्यांच्या तबेल्यातील घाण काढणे अशा चांगल्या कामांबद्दल गुण दिले जायचे. ज्यूलिया हॉकीची मॅच छान खेळली, तिचे भाऊ रग्बी किंवा क्रिकेटच्या सामन्यात चमकले, तिघांपैकी कोणीही शाळेतील नाटकात, विविधगुणदर्शनात वाहवा मिळवली, चर्चमध्ये स्वयंसेवक म्हणून काम केले, संगीताची परीक्षा उत्तीर्ण झाले की, त्यांच्या गुणात वाढ व्हायची. सर्वांत जास्त गुण मिळायचे ते शाळेतील परीक्षेत पहिला वर्ग मिळवला की. महिन्याच्या शेवटी गुणांची बेरीज व्हायची आणि त्याप्रमाणात एक तारखेला दिल्या जाणाऱ्या 'पॉकेटमनी'ची रक्कम ठरायची. सद्‌गुणांना उत्तेजन, चांगले काम मोठे बक्षीस अशी ती पद्धती होती.

भरपूर कष्ट करणे, कडक शिस्त पाळणे, मोठ्या माणसांचा आदर करणे, चांगल्या गोष्टींची कास धरणे असे सद्‌गुण आपल्या तिन्ही मुलांच्यात बाणवायचे

अशी तिच्या वडिलांची महत्त्वाकांक्षा होती. त्यांनी ते सद्गुण त्यांच्यात बाणवले होते आणि त्यांचे फायदे त्यांनी आयुष्यात अनुभवले होते. तोच वारसा विंग कमांडरना त्यांच्या मुलांकडे सुपुर्द करायचा होता.

ज्यूलियाच्या वडिलांची ही 'गुणपद्धती' यशस्वी ठरली का? त्यांची तीनही मुले सद्गुणांची 'आदर्श' बनली का?

ज्यूलियाला तरी त्या पद्धतीने निश्चितच यश मिळवून दिले. तिने राज्यशास्त्राची पदवी प्राप्त केली आणि नंतर बीबीसी या प्रसिद्ध व प्रतिष्ठित दूरदर्शनवाहिनीवर, अनेक जण जे मिळावे म्हणून आस लावून बसलेले असतात, ज्यासाठी अटीतटीची स्पर्धा लागलेली असते, ते 'कनिष्ठ टीव्ही संशोधक' हे स्पर्धात्मक पद प्राप्त केले. त्यानंतर तिने मोठ्या झपाट्याने वाटचाल करत 'दुय्यम निर्माती', त्या पाठोपाठ 'निर्माती' आणि लगेचच 'दिग्दर्शक' अशी वेगात प्रगती केली. वयाच्या केवळ तिसाव्या वर्षी तिला दुसऱ्या एका स्वतंत्र दूरदर्शनवाहिनीने उन्नतीची, तिला अतिशय उज्ज्वल अशा भविष्याची अपवादात्मक संधी देऊन बीबीसी सोडायला प्रवृत्त केले. एक-दोन वर्षातच ती त्या वाहिनीच्या 'कार्यकारी निर्माती' या सर्वोच्च पदावर आरूढ झाली.

दूरदर्शन क्षेत्रात कनिष्ठ पदावर सुरुवात करून 'कार्यकारी निर्माता' हे अत्युच्च शिखर अल्पावधीत पादाक्रांत करण्याची नेत्रदीपक कामगिरी ४० किंवा ५० लोकांच्यात एखाद्यालाच करून दाखवता येते. ऐन विशीतील तरुण, सळसळते रक्त फार मोठ्या प्रमाणात, सातत्याने या क्षेत्रात उतरत असताना, त्यांच्याशी चुरस करून, पदोन्नती तर सोडाच पण स्वतःचे स्थान टिकवणेसुद्धा काहींना जड जाते आणि ते खालच्या पदांवरच झुरत राहतात. ज्यूलिया ज्या पदावर पोहोचली आहे तिथे पोचता-पोचता बऱ्याच जणांना म्हातारपण येते. त्या पदावरील मोजक्या व्यक्तींच्या सरासरी वयापेक्षा ज्यूलिया १० ते १५ वर्षांनी तरुण आहे. तिच्या विंग कमांडर पित्याला तिचे हे असाधारण यश पाहायला मिळाले असते, तर त्यांना महत्त्वाकांक्षापूर्तीचा आनंद, त्याविषयीचे समाधान आणि आपल्या मुलीच्या कर्तृत्वाचा सार्थ अभिमानच वाटला असता.

ज्यूलियाच्या दोन धाकट्या भावांना मात्र तिच्यासारखे यश मिळवता आले नाही. तिच्या एका भावाने पदवी परीक्षेला बसण्याआधी एक वर्ष सुट्टी घेऊन परदेशप्रवासाचा अनुभव घ्यायचे ठरवले. एकाची दोन, तीन, चार वर्षे झाली. तो कॉलेजमध्ये परतलाच नाही. स्वतःचा खर्च भागवण्यासाठी कॉफीशॉपमध्ये, मद्यशालेत, लाँड्रीचे कपडे घरपोच देणाऱ्या गाडीवर अशी छोटी-मोठी कामे करत राहिला.

सर्वांत धाकटा भाऊ पर्यटन आणि उद्योग या विषयातील पदवी परीक्षा कसाबसा तिसऱ्या वर्गात उत्तीर्ण झाला. पण त्याला नोकरी काही मिळवता आली

नाही. तो त्यांच्या घरीच, विधवा आईजवळ राहू लागला. मी शेवटचे त्याच्याबद्दल ऐकले तेव्हाही तो आईजवळच राहत होता.

याचा अर्थ विंगकमांडर यांच्या महत्त्वाकांक्षी गुणपद्धतीचे मिश्र परिणाम दिसले. ज्यूलियाच्या कर्तबगारीला आकाश अपुरे पडले. तिचे दोन्ही भाऊ मात्र जमिनीवरच वळवळत राहिले. पण या अशा 'गुण-अवगुणाच्या पद्धतीं'चा, बक्षिसे, लाभांश, प्रलोभने यांचा लोकांच्या वर्तनावर काय आणि किती परिणाम होतो, कसा प्रभाव पडतो याबद्दल शास्त्रीय संशोधन काय सांगते?

बक्षिसांची खरी किंमत

पाळणाघरात, शिशुशाळेत कधीही डोकावून पाहिले तरी तेथे शाळेच्या 'वर्गा'ची शांतता आणि शिस्त कधीच दिसत नाही, 'रात्रंदिन आम्हा युद्धाचा प्रसंग' अशी अणीबाणीची परिस्थितीच दिसते. मुले सुसाट धावत असतात, एकसुरात ओरडत; नव्हे किंचाळत असतात. काही अपवादात्मक शांत आत्मे कागदावर रेघोट्या ओढत बसलेले असतात किंवा रंगकाम करत असतात, पण बहुतेक सगळे चळवळे खुर्च्या, टेबले, कपाटे यांवर चढत कमी, पण पडत जास्त असतात. खेळण्यांनी खेळण्यापेक्षा ती हातात घेऊन आपटतच जास्त असतात. लहान मुले अशीच असतात! अशीच असायला हवीत!! त्यांच्यातला चौकसपणा ओतप्रोत भरून वाहत असतो. त्यांना नावीन्याची हाव असते, सगळे पाहून, हाताळून, चाखून, पाहायचे असते. प्रत्येक गोष्ट अनुभवायची असते, भरपूर खेळायचे, हुंदडायचे असते. नवे-नवे खेळ शोधायचे असतात, हातात मिळेल त्याचा 'विध्वंस' करायचा असतो, ते तोडून-मोडून टाकायचे असते.

कॅलिफोर्नियातील स्टॅन्फोर्ड या शहरातील एका पाळणाघरातल्या मुलांना हे सारे करायची, हवे ते अनिर्बंधपणे खेळायची मुभा दिली जाते. तेथे खेळायला ठोकळे आहेत; रंगवायला कागद, रंग, उभ्याने येता-जाताही रंगकाम करता यावे म्हणून कागद लावायला लाकडी घोडे आहेत; स्वयंपाकघरातील भांडीकुंडी, घरसफाईची साधने हे भातुकलीचे साहित्य आहे; बाहेर, मोकळ्यावर सुसाट धावायला, शिवाशिवी खेळायला, पडायला, अंग, कपडे मळवायला, गुडघे फोडून घ्यायला प्रशस्त पटांगणही आहे.

त्या शाळेतील शिक्षिका कधी-कधी सगळ्या मुलांना एकत्रितपणे काही गोष्टी करायला लावतात. एक दिवस त्यांना रंगीत पेन्सिली, क्रेयॉन्स आणि कागद देऊन चित्रे काढायला सांगतात. दुसऱ्या एखाद्या दिवशी भरपूर चित्रे असलेली मासिके, मुलांना इजा न होईल अशा सुरक्षित कातऱ्या, डिंक आणि कोरे कागद मुलांना देऊन, कातरीने मासिकातील हवी ती चित्रे कापून, त्यांच्या कल्पनाशक्तीला मोकाट

वाव मिळेल अशा पद्धतीने एका कागदावर चिकटवून त्यातून त्यांच्याच लाडक्या पालकांसाठी मनोवेधक अशी भेटकार्डे तयार करण्यात गुंतवतात.

मुलांच्या वर्तणुकीवर बक्षिसांचा परिणाम काय होतो याचा अभ्यास करण्यासाठी स्टॅनफोर्ड युनिव्हर्सिटीतील मनोवैज्ञानिक मार्क लेपर आणि त्याचे सहकारी या अशा सदैव सावळा गोंधळ चालू असणाऱ्या या शिशुशाळेत दाखल झाले. मुलांसमोर जर 'ही गोष्ट छान पूर्ण केलीत तर तुम्हाला खास बक्षीस मिळणार आहे' असा प्रस्ताव ठेवला तर मुले किती जास्त कसोशीने, अधिक प्रयत्नांनी ती गोष्ट करतात हे त्यांना तपासायचे होते.

आजपर्यंत मुलांना रंगीत पेन्सिली, क्रेयॉन्स आणि क्वचित ब्रश याच गोष्टी रंगकामासाठी दिल्या गेल्या होत्या. मार्क लेपर आणि त्याचे सहकारी मुद्दाम जाड टोकांची, ठळक रंगांची आकर्षक 'मार्कर' पेन्स आणि चित्रकार वापरतात तसे चित्रकलेचेच थोडेसे पिवळसर असे खास कागद यांसारख्या त्या मुलांना नवलाच्या वाटतील, त्यांचा वापर करून त्यांना चित्र काढणे, रंगवणे यांबाबत अप्रूप वाटेल अशी साधनसामग्री ते घेऊन गेले. मुले खूश झाली, चेकाळलीच. लेपरने त्यांना सुमारे एक तास त्या अपूर्व आनंदाचा आस्वाद घेऊ दिला आणि नंतर त्याने ती सामग्री त्यांच्या हातातून काढून घेऊन दृष्टिआड नेली. मुले निराश झाली, हिरमुसली.

थोड्याच दिवसांनी लेपरचा एक साहाय्यक परत शाळेत आला. त्याने वर्गातील निम्म्या मुलांना, एका वेळी एक असे एका स्वतंत्र खोलीत बोलावले. प्रत्येकाला परत एकदा तसलीच जाड मार्कर पेन्स आणि तो पिवळसर कागद देऊन चित्र काढायला सांगितले. या वेळी त्यांना चित्रे काढण्यासाठी फक्त सहा मिनिटांचा अवधी दिला गेला. ही बाब लक्षात घ्यायला हवी की, ती मुले अगदी लहान होती, कुठलीही गोष्ट लक्ष देऊन करत राहण्याची, तिच्यावर चित्त एकाग्र करण्याची त्यांची क्षमता अगदीच मर्यादित होती. सहा मिनिटांनी प्रत्येक मुलाच्या हातातून, परत एकदा पेन्स, कागद काढून घेतले गेले आणि चित्रे काढणे बंद करून त्यांना खोलीतून बाहेर पाठवून दिले गेले.

नंतर उरलेल्या निम्म्या मुलांना जेव्हा एकेक करून खोलीत आणण्यात आले तेव्हा त्या साहाय्यकाने त्यांच्यापुढे असा प्रस्ताव ठेवला की, त्यांनी जर उत्तम चित्र काढले तर त्यांना तो छानसे बक्षीस देणार आहे. बक्षीस काय होते? एक सोनेरी रंगाचा चमचमता तारा, त्याच्या बाजूला 'कुशल चित्रकार' असे ठसठशीत शब्द आणि त्याच्याखाली मुलाचे आणि शाळेचे नाव लिहिलेला, एका लालचुटूक रिबिनीने छातीवर लटकवून मिरवता येईल असा एक साधा, सुबक बिल्ला. त्या साडेतीन ते पाच वर्षांच्या मुलांना त्या बिल्ल्याचे खूपच आकर्षण आणि कौतुक वाटले. समोर ठेवलेल्या बिल्ल्यांकडे पाहत-पाहत चित्रे काढताना त्यांचे डोळे

विस्फारले जात होते, चेहऱ्यावर वेगळीच चमक होती. तो बिल्ला मानचिन्हासारखा छातीवर लावून घरी, दारी, दोस्त, मित्र यांच्यासमोर मिरवण्याच्या कल्पनेनेच ते हरखून गेले होते. त्यांची इवलीशी छाती बिल्ला मिळायच्या आधीच, अधिकच फुगली होती. याही वेळी प्रत्येकाला, त्याची कलाकृती कागदावर उतरवण्यासाठी, आधीच्या निम्म्या मुलांसारखाच सहाच मिनिटांचा वेळ दिला गेला होता. प्रत्येक मुलाचा वेळ संपला की, तो साहाय्यक त्याचे चित्र पाहून, कौतुकाने त्या बालचित्रकाराला त्याचे नाव लिहून एक बिल्ला देत असे.

प्रयोगाचा सर्वांत महत्त्वाचा भाग त्या नंतरच घडला. एका आठवड्यानंतर संशोधक शाळा सुरू होण्याआधीच आले. त्यांनी तसलीच पेन्स आणि कागद वर्गातल्या मध्यभागी असलेल्या एका टेबलावर ठेवून दिली. आता मुलांना त्यांच्या नेहमीच्या खेळण्यांच्या, इतर साधनांच्या बरोबरीनेच नावीन्यपूर्ण मार्कर पेन्सनी चित्रे रंगवण्याचा पर्यायही उपलब्ध होता. ते बाहेर पटांगणात जाऊन दंगामस्ती करू शकत होते, रोजच्यासारखे ठोकळे घेऊन खेळू शकत होते किंवा ती पेन्स घेऊन चित्रे काढू शकत होते. मुलांचे लक्ष मुद्दाम होऊन पेन्सकडे वेधण्याचा कोणताही प्रयत्न न करता संशोधक दूर उभे राहून मुले कोणता पर्याय निवडतात आणि जर त्यांनी पेन्स उचलून चित्रे काढायला सुरुवात केली तर त्यात ती किती वेळ रमतात या गोष्टींचे बारीक निरीक्षण करत राहिले. त्यांना हे पाहायचे होते की, वर्गातील निम्म्या मुलांना त्यांनी आठवड्यापूर्वी जी 'बक्षिसे' दिली होती त्याची आठवण, त्या 'सन्माना'च्या पुनरावृत्तीचे आमिष किती मुलांच्या रोजच्या वर्तनात, नेहमीच्या खेळांच्या निवडीत, काय बदल घडवते?

संशोधकांच्या निरीक्षणांचे निष्कर्ष आश्चर्यजनक होते. ते सर्वस्वी अनपेक्षित तर होतेच पण मुलांचे शिक्षण, त्यांचे पालन-पोषण यांसंबंधीच्या प्रस्थापित आणि प्रचलित सिद्धान्तांना धक्का पोहोचवणारे होते. लक्षात आहे ना की, संशोधकांनी वर्गातील निम्म्याच मुलांना बक्षिसाची 'चव' दिली होती. पण तरीही, जी मुले बक्षिसाचे बिल्ले लावून मिरवली होती त्यांनी त्या बक्षिसे मिळवून देणाऱ्या खेळात, ज्या निम्म्या मुलांना तसला बिल्ला, ते बक्षीस अनुभवायला मिळाले नव्हते त्यांच्यापेक्षाही कमी वेळ घालवला. ज्यांनी बक्षिसाची चव चाखलीच नव्हती त्यांनी पेन्सनी चित्रे रंगवण्याचा आनंद निर्भेळपणे लुटला. पण जी मुले केवळ बक्षिसाच्या मोहाने त्या रंगकामाकडे आकर्षित झाली होती, त्यांनी 'या वेळी बक्षीस नाही' हे लक्षात येताच त्याकडे पाठ फिरवली होती. म्हणजेच बक्षिसांनी मुलांच्यातील चित्रकलेबद्दलची प्रेरणा वाढेल ही अपेक्षा व्यर्थ ठरली, ती वाढण्याऐवजी कमीच झालेली लक्षात आली होती!

संशोधक या त्यांच्या वैशिष्ट्यपूर्ण निरीक्षणांवर थांबले नाहीत, त्यांनी त्यांचे

आणखी विश्लेषण केले. त्यासाठी त्यांनी मुलांनी बक्षिसे न देता काढलेली चित्रे चित्रकलेच्या अशा विद्वान समीक्षकांना दाखवली की, ज्यांना या प्रयोगाच्या हेतूबद्दल काहीही माहिती नव्हती. संशोधकांनी त्या तज्ज्ञांना चित्रांची वर्गवारी करायला सांगितली होती. दोन्ही वेळी बक्षिसे न देऊ केलेल्या मुलांची चित्रे, आधीच्या वेळेला बिल्ले मिळवलेल्या मुलांच्या चित्रांच्या तुलनेत, कलाकौशल्य, कसब व क्षमता या कसोट्यांवर जास्त वरच्या दर्जाची आढळून आली. म्हणजे बक्षिसाची सवय लागलेल्या मुलांनी, त्यांना निवडीचे स्वातंत्र्य मिळाल्यावर परत त्याच प्रकारच्या 'बक्षीस देणाऱ्या' चित्रकलेसाठी वेळ तर कमी दिलाच, पण चित्र उत्तम वठावे यासाठी त्यांनी म्हणावे तसे प्रयत्नही केलेले दिसले नाहीत.

लेपर आणि त्याच्या सहकाऱ्यांनी १९७०च्या दशकाच्या सुरुवातीला या विषयावर केलेल्या या पहिल्याच, महत्त्वपूर्ण प्रयोगातील या धक्कादायक निष्कर्षांवर बरेच वादळ उठले. त्यांच्या सत्यतेविषयी संशय घेतले गेले. 'त्यांचे निश्चितच काहीतरी चुकले असले पाहिजे' असा सूर इतर बऱ्याच संशोधकांनी काढला. परंतु हे निष्कर्ष मिथ्या ठरवण्याच्या, आपला संशय फेडून घेण्याच्या उद्देशाने जगातील अनेक संशोधकांच्या त्यापाठोपाठच्या प्रयोगातही तसेच निरीक्षण नोंदवले गेले. जेव्हा एखादी गोष्ट मुलांना आवडीची वाटते, ती करताना त्यांना गंमत वाटते, आनंद मिळतो ती करण्यासाठी त्यांना बक्षिसांचे, पारितोषिकांचे आमिष दाखवले तर त्यांचा ती गोष्ट करत राहण्यातील रस कमी होतो, आकर्षण घटते. त्यांच्या नैसर्गिक आवडीवर त्या बक्षिसांचा मोह कुरघोडी करतो, नवनिर्मितीची, आगळ्या-वेगळ्या कल्पनांची त्यांची तहान शमते आणि बक्षिसांची भूक वाढते. 'फलेच्छा' ही भावना मनाचा पगडा घेते. मग बक्षीस नसले, मोबदला मिळणार नसला तर ते ती गोष्ट करायला निरुत्साह दाखवतात, कंटाळा करतात. तेव्हा या प्रयोगाचे अगदी उघड तात्पर्य आहे की, मुलांची स्वाभाविक, आंतरिक प्रेरणा मारायची असेल; उपजत औत्सुक्य, उत्साह दडपून टाकायचा असेल तर त्यांना बक्षिसाची लालूच दाखवा. हेच वेगळ्या शब्दात सांगायचे, तर ज्या गोष्टी खरोखरच मुलांच्या हिताच्या आहेत, त्यांनी त्या करणे गरजेचे, महत्त्वाचे आहे असे आपल्याला वाटत असेल त्या करण्यासाठी त्यांना बक्षिसांचे आमिष दाखवू नका. 'हे केले की ते मिळते' असे हिशेब त्यांच्या डोक्यात घालू नका, त्यांना लाडांची लाच देऊ नका.

बक्षिसे नाहीत तर मग काय उपयोगी पडते?

बक्षिसांची आशा, अपेक्षा केवळ लहान मुलांनाच त्यांच्या जन्मजात आवडींच्या गोष्टींपासून दूर नेते, त्यांची उमेद खच्ची करते असे नाही. या बाबतीत गेल्या काही वर्षांत, थोडेथोडके नाही, चांगले भरपूर संशोधन झाले आहे, एक मोठी लाटच

आली आहे असे म्हटले तरी चालेल. त्यातून असे सिद्ध झाले आहे की, बक्षिसे देण्याने प्रौढही महत्त्वाच्या अथवा त्यांना उपजत आवड, रस असणाऱ्या गोष्टींपासून परावृत्त होतात, त्यांच्या बाबतीत निरुत्साही बनतात. बक्षिसांची, मोबदल्याची आमिषे सर्वच वयाच्या लोकांना मागे ओढतात, त्या बाबतीत सर्वांनाच काहीसे अलिप्त बनवतात.

या संशोधनातील एक गोष्ट मला तुमच्या लक्षात आणून द्यायची आहे की, यात ज्या क्रियांचा तसेच कृतींचा समावेश केलेला आहे त्या सर्व अशा आहेत ज्या लोकांना मनापासून आवडत असतात, त्या करताना त्यांना मजा अनुभवता येते, त्यात गंमत येते. संशोधकांनी त्यांच्या प्रयोगात कधी स्वच्छतागृहे साफ करणे, जमीन घासणे, कचरा उचलणे अशा रूक्ष नित्यकर्मांचा समावेश केलेला सापडत नाही. परंतु यशस्वी खेळाडू, क्रीडाक्षेत्रातील चमकते तारे यांच्यावर ज्या पद्धतीने बक्षिसांची खैरात केली जाते त्याच्या परिणामांची मात्र ते गांभीर्याने नोंद घेतात.

एखाद्या खेळाची आत्यंतिक आवड असणारे, त्याचे विलक्षण वेड असलेले, त्यातील वेगाने किंवा जिंकण्यासाठी लागणाऱ्या कौशल्याने उत्तेजित होणारे आणि त्यात झिंगून जाणारे काही खेळाडू घेऊ या. त्यातील काही जण १०० मीटर अंतर माशापेक्षा वेगाने, सुळकन पोहून जायचे या जिद्दीने पोहोतात, क्षणाक्षणाला विजयाचे पारडे दोन्ही बाजूंना झुकण्याने मनाच्या होणाऱ्या घालमेलीची मजा लुटण्यासाठी फुटबॉल, ताकदीचा कस लागतो, रग जिरते म्हणून रग्बी; शारीरिक हालचालीतील चापल्य आणि प्रतिस्पर्ध्याच्या आक्रमणाला त्वरित आणि तोडीस तोड प्रतिसाद देण्यातील लालित्यासाठी टेनिस असे विविध खेळ खेळतात. स्वत:ची क्षमता वाढावी, खेळाला आवश्यक ते कौशल्य अंगी बाणावे, ते पराकोटीला पोहोचावे यासाठी प्रयत्नांची पराकाष्ठा करतात. हे सगळे कष्ट, हा आटापिटा करण्यात, स्वत:ला त्रास करून घेण्यात त्यांना उच्च कोटीचा आनंद मिळतो, अतीव समाधान लाभते. शिवाय मैदानावर सहखेळाडूंबरोबर खेळताना, त्यांच्याबरोबर वावरताना मनात संघवृत्तीचा परिपोष होतो, सच्ची दोस्ती निर्माण होते आणि अतूट विश्वासाचे घट्ट नाते जोडले जाते या गोष्टींचेही आगळेवेगळे सुख त्यांना मोह घालते.

अशी कल्पना करा की, अशा खेळाचा ध्यास घेतलेल्या, त्यासाठी जीव ओतणाऱ्या खेळाडूंना आपण खेळात सहभागी होण्यासाठी रोख रक्कम देऊ केली. एखादा सामना जिंकला तर हे बक्षीस मिळेल, एवढे गुण मिळवले तर हे इनाम प्राप्त होईल असे जाहीर केले. कुणीही असेच म्हणेल, विशेषत: संघांचे कर्तेधर्ते, संघाचे किंवा खेळाडूंचे वैयक्तिक प्रशिक्षक तर खातरीच देतील की, असे झाले तर त्यांचे शिष्य त्यांचा सर्वोत्तम खेळ करून दाखवतील. त्यांचे म्हणणे तोपर्यंतच खरे

सिद्ध होते जोपर्यंत तशी बक्षिसे मिळत राहतात, इनाम प्राप्त होणारे विजय मिळत राहतात. पण जर संघ हरला, किंवा वैयक्तिक स्पर्धेत मानाची जागा गमावली आणि बक्षीस गेले, करंडक मिळाला नाही, तर? आजवरील संशोधन हे स्पष्टपणे नजरेस आणून देते की, तसे होऊ लागल्यास खेळाडूंचा आधीचा न दमता खेळण्याचा उत्साह मावळतो, त्यांच्या ईर्षेला ग्रहण लागते. खेळातील निर्भेळ आनंद, निरोगी समाधान काळवंडते. त्यातील गंमत, मजा पळून जाते. त्यांना खेळ म्हणजे एक 'कर्मकांड', मोबदला देणारे काम वाटू लागते.

मला यातून असे ध्वनित करायचे नाही की, व्यावसायिक खेळाडूंनाही पैसे देऊ नयेत. आजच्या जगात क्रीडा, खेळ हा व्यवसाय म्हणून गणला जातो, काहींच्या तर उपजीविकेचे साधनच असतो. खेळाडूंना त्यांच्या ऐन बहराच्या काळात उत्तुंग यश मिळवून, सामने जिंकून, उच्चांक स्थापित करून प्रचंड पैसे मिळवायचे असतात. हे ध्यानात घेऊन केलेली संशोधने या दृष्टिकोनावर भर देतात की, जर खेळाडूंकडून उत्तम कामगिरी हवी असेल, त्यांची खेळातील एकाग्रता विचलित होऊ द्यायची नसेल तर या गोष्टींचे अवधान बाळगले पाहिजे की, पैसा हे खेळाडूंचे प्रमुख लक्ष्य बनत नाही. खेळातील आनंदापेक्षा, आपले उत्तम देऊन लोकांना आणि स्वतःला समाधान देण्याच्या जिद्दीपेक्षा पैसा मिळवण्याला ते खेळाडू अधिक महत्त्व देत नाहीत, खेळापुढे पैसा त्यांच्यासाठी कायम गौणच राहतो.

अशा खेळाडूंना जसा खेळात तसाच इतर लोकांना काही विशिष्ट गोष्टीत अतिशय रस असतो. त्यांची आवड त्यांनी जोपसलेली असते, त्यात त्यांना उपजतच कौशल्य प्राप्त झालेले असते, किंवा त्यांनी ते प्रयत्नपूर्वक कमावलेले असते. खेळाडूंना खेळात आणि इतर लोकांना त्यांच्या अशा आवडीच्या गोष्टीत जोमाने चढते यश मिळवण्यासाठी, त्यासाठी आवश्यक असणारे परोपरीचे प्रयत्न करण्यात त्यांनी जराही कुचराई करू नये. यासाठी जर पैसा अथवा अन्य स्वरूपातील बक्षिसे, पारितोषिके अयोग्य असतील, उपयोगी पडत नसतील तर त्यासाठी अन्य योग्य असे उपाय कोणते आहेत?

सुदैवाने, शास्त्रीय संशोधन हे प्रश्नचिन्ह आपल्यापुढे उभे करून थांबत नाही. अभ्यासक, संशोधक त्यासाठी परिणामकारक शाबीत होतील, व्यवहारात वापरता येतील अशा नानाविध पद्धतींचा शोध घेऊन, त्या संकलित करून, त्यांच्या परिणामकारकतेचा अभ्यास करून शास्त्रसिद्ध अशा स्वरूपात त्या आपल्यासमोर ठेवत आले आहेत.

त्या संशोधकांपैकी एक आहे प्रभाव, प्रेरणा, प्रोत्साहन या यांच्या मानसशास्त्राच्या क्षेत्रात देदिप्यमान कामगिरी बजावणारा, पिंगट कुरळा केशसंभार डौलात वागवणारा, उंच आणि सडसडीत, मार्टीन व्हान्स्टिनकिस्ट या विचित्र आडनावाचा बेल्जियममधील

घेंट युनिव्हर्सिटीतील मानसशास्त्राचा प्राध्यापक. लोकांनी अंगीकारलेले कोणत्याही प्रकारचे कार्य निष्ठेने, चिकाटीने करत राहायला प्रेरित करतील अशी आव्हानात्मक परिस्थिती आणि धाडसी ध्येये शोधून काढण्याचे काम तो गेली कित्येक वर्षे सातत्याने करत आहे. डोळ्यांसमोर ठेवलेली निरनिराळ्या प्रकारची उद्दिष्टे लोकांच्या प्रयत्नांवर, कार्यपद्धतींवर, जिद्दीवर कोणते आणि कसे परिणाम घडवतात हे पाहण्यासाठी तो आणि त्याच्या साहाय्यकांची फौज यांनी महत्त्वपूर्ण प्रयोगांची मालिकाच लावली आहे. त्यातील दोन प्रयोगांचा आपण येथे परामर्श घेणार आहोत.

पहिला प्रयोग पणनशास्त्र (खरेदी-विक्रीचे शास्त्र) विषय घेतलेल्या विद्यार्थ्यांना घेऊन केलेला आहे. एका वर्गातील विद्यार्थ्यांना त्यांच्या प्राध्यापकांकरवी असे सांगण्यात आले की, संवादशैली या विषयावरील एक निबंध त्यांना अभ्यासायचा आहे. संशोधकांनी विद्यार्थ्यांचे दोन गट पाडले. पहिल्या गटाला त्यांनी 'आत्मविकास ध्येयगट' असे नाव दिले. त्याचा हेतू स्पष्ट केला गेला की, 'संवादशैली या विषयावरील निबंधाचे वाचन काळजीपूर्वक ऐकल्याने तुमच्या वैयक्तिक विकासाला फार मोठा हातभार लागणार आहे.' म्हणजेच संवादशैलीच्या अभ्यासाने आपली मानसिक, वैचारिक वाढ होणार आहे अशी अपेक्षा या पहिल्या गटातील विद्यार्थ्यांच्या मनात ठसवली गेली. त्यातून त्यांचा वैयक्तिक विकास होणार होता, त्याने त्यांचे हित साधणार होते. कोणत्याही बाह्यात्कारी लाभाचे आकर्षण, मोह त्यांच्यापुढे नव्हते. दुसऱ्या गटाला म्हणजे 'बाह्यविकास ध्येयगटा'ला निबंधवाचनाचा उद्देश हा 'संवादशैली या विषयावरील निबंधाचे वाचन काळजीपूर्वक ऐकल्याने तुम्हाला उत्तम पगाराची नोकरी मिळण्याची संधी प्राप्त होऊ शकेल' असा सांगण्यात आला होता. या गटाच्या बाबतीत कामाच्या फळाची आशा, व्यावहारिक लाभ, सुरक्षित आणि उज्ज्वल भविष्याची शक्यता यांवरच जास्त भर दिला गेला होता.

या दोन भिन्न उद्देशांचा विद्यार्थ्यांवर होणारा परिणाम मोजण्यासाठी संशोधकांनी बऱ्याच गोष्टींचे निरीक्षण केले. निबंध वाचून झाल्यावर लगेच विद्यार्थ्यांच्या स्मरणशक्तीची पहिली चाचणी घेण्यात आली. वाचलेले किती ध्यानात राहिले आहे हे तपासले गेले. तशीच दुसरी चाचणी दोन आठवड्यांनंतर परत घेतली गेली. सर्वांना एकत्र बसवून त्या विषयावर चर्चा घडवण्यात आली आणि त्यात कोणते विद्यार्थी कसे, किती सहभागी होतात, परिणामकारक कशी चर्चा करतात हे पाहिले गेले. चर्चेच्या वेळी विद्यार्थ्यांनी मांडलेल्या मुद्द्यांचा, विचारांचा काही स्वतंत्र तज्ज्ञांकडून दर्जाही ठरवण्यात आला. दोन स्मरणशक्तीच्या चाचण्यांचे निकाल आणि चर्चेतील कामगिरी यांचा आढावा घेतला तेव्हा असे दिसून आले की, 'आत्मविकासा'चे ध्येय ज्या पहिल्या गटावर बिंबवले गेले होते त्यातील विद्यार्थी दुसऱ्या गटापेक्षा सरासरी २४.५ टक्के अधिक गुण मिळवून वरचढ ठरले होते.

येथेच न थांबता, या निमित्ताने विद्यार्थ्यांमध्ये 'संवादशैली' या विषयात जो रस निर्माण झाला होता तो तसाच राहतो, वाढतो, का कमी होतो हे पाहण्यासाठी संशोधकांनी एक छान मार्ग अवलंबला. वर्गाच्या प्राध्यापकांमार्फत त्यांनी विद्यार्थ्यांना त्या बाबतीतल्या आणखी चार संधी उपलब्ध करून दिल्या :

- प्राध्यापकांनी असे जाहीर केले की, त्या निबंधावर आधारित आणखी माहिती असलेले एक टिपण त्यांच्याजवळ आहे आणि इच्छुक विद्यार्थ्यांना ते प्राध्यापकांकडून मागून घेऊन संदर्भासाठी त्यांच्याबरोबर नेता येईल. निरीक्षकांनी या गोष्टीची नोंद ठेवली की कोणते विद्यार्थी ते टिपण आवर्जून मागून घेतात.
- त्यानंतर तीन दिवसांनी त्या विषयाच्या ज्ञानात भर घालणारे काही नवीन, अद्ययावत साहित्य त्यांच्याकडे आल्याचे प्राध्यापकांनी सर्वांना सांगितले. ते साहित्य आणि त्याबरोबरच आपल्या ज्ञानाची परीक्षा स्वत:लाच करता येईल अशा, घरी सोडवण्याच्या, चाचणीप्रश्नपत्रिकाही विद्यार्थी प्राध्यापकांकडून नेऊ शकतील अशी वर्गात सर्वांसमक्ष घोषणाही करण्यात आली. प्राध्यापकांनी हेही स्पष्ट केले की, त्या प्रश्नपत्रिका सोडवणे सक्तीचे नाही. ज्यांना त्या विषयात रस असेल, आपल्या ज्ञानात वृद्धी करायची असेल त्यांच्याकरता ही सुविधा आहे. त्या सोडवण्याने त्यांच्या कॉलेजमधील गुणांमध्ये कोणतीही वाढ होणार नाही. या घोषणेनंतरही कोणते विद्यार्थी पुढे येऊन ते साहित्य आणि प्रश्नपत्रिका घेतात याचे निरीक्षण केले गेले.
- दोन दिवसांनी कॉलेजमध्ये एक तज्ज्ञ आला आणि त्याने त्याच विषयावरील एक चर्चासत्र घेतले. त्याला हजर राहणेही अनिवार्य नव्हते. तो निर्णय विद्यार्थ्यांवर सोडलेला होता. त्याला उपस्थित राहिलेल्यांचीही नोंद करण्यात आली.
- या काळात कोणते विद्यार्थी कॉलेजच्या ग्रंथालयात जाऊन त्या विषयावरील पुस्तके, अवांतर साहित्य याची चौकशी करतात, ते घेऊन वाचतात हेसुद्धा संशोधकांनी तशी खास परवानगी कॉलेजच्या अधिकाऱ्यांकडून मिळवून, तपासले.

या सर्व नोंदींचा एकत्रित विचार केल्यावर असे लक्षात आले की, ज्यांना वैयक्तिक विकासासाठी निबंधाचे वाचन ऐकायला सांगितले गेले होते त्या आत्मविकास गटातील विद्यार्थ्यांनी त्या विषयात जास्त रस दाखवला. चार संधींपैकी सरासरी

३.९८ टक्के संधींचा या गटातील विद्यार्थ्यांना लाभ घेतला. दुसऱ्या, बाह्यविकास गटातल्यांनी चारापैकी सरासरी २.५७ टक्के संधींचा फायदा उठवला.

व्हान्स्टिनकिस्ट याच्या या प्रयोगात दोन गोष्टी उघड झाल्या. एक, 'आत्मविकास ध्येय' गटातील मुलांनी त्या विषयावरील जास्तीत जास्त माहिती मिळवली. दोन्ही स्मरणशक्तीच्या चाचण्या आणि सक्तीच्या नसूनही वर्गात उपलब्ध करून दिलेल्या सर्व पर्यायांच्या बाबतीतही ते, भरपूर पगाराच्या नोकरीच्या आशेने निबंध वाचनाकडे लक्ष देणाऱ्या 'बाह्यविकास ध्येय' गटातील मुलांपेक्षा, अधिक क्रियाशील दिसले. दुसरे, त्याच पहिल्या गटातील मुलांनी, त्यानंतरही बराच काळ, स्वत:हून ग्रंथालयात जाऊन, त्यासंबंधीची अवांतर माहिती शोधून काढून त्या विषयाचा पाठपुरावा केला. उत्तम नोकरीच्या लालसेने निबंधवाचनात सहभागी झालेल्यांच्यात त्या विषयाच्या अधिक खोलात शिरण्याचा उत्साह अजिबात दिसला नाही.

या प्रयोगातील वरील निष्कर्षांवर आणखी काही भाष्य करण्यापूर्वी आपण व्हान्स्टिनकिस्ट याच्या दुसऱ्या प्रयोगाचा आढावा घेऊ या. हा प्रयोगही वरीलप्रमाणेच दोन प्रकारच्या, आंतरिक आणि बाह्यात्कारी ध्येयांच्या परिणामांची तुलना करणाराच होता. पण या वेळी बौद्धिकपेक्षा शारीरिक क्षमतेचा वापर जास्त करायचा होता. एका शाळेतील मुले नवीन व्यायामप्रकारात कितपत स्वेच्छेने आणि उत्साहाने सहभागी होतात हे संशोधकांचा गट तपासणार होता. पंधरा-सोळा वयोगटातील मुलांना त्यांच्या नेहमीच्या शारीरिक शिक्षणाच्या तासाला 'ताइ-बो' खेळाचे प्रात्यक्षिक दाखवण्यात आले. ताइ-बो हा मुष्टियुद्ध आणि 'क्वॉन-डो' या दोन खेळांचे मिश्रण असलेला खेळ आहे. अर्थातच याही प्रयोगात मुलांचे दोन गट केलेच होते. पहिला गट 'आत्मविकास गट अथवा आंतरिक ध्येय' गट. त्यांना या खेळाची ओळख करून देताना असे सांगण्यात आले की, 'या खेळाने त्यांचे शरीर बलवान होईल आणि प्रकृती निरोगी बनेल'. दुसऱ्या 'बाह्यविकास गट अथवा बाह्यात्कारी ध्येय गट'ला मात्र 'हा खेळ आत्मसात केलात तर जाडी वाढणार नाही, शरीरयष्टी आकर्षक बनेल, लोक तुमच्याकडे नक्कीच वळून-वळून पाहतील, तुमची लोकप्रियता वाढेल' असे वर्णन करण्यात आले. याही प्रयोगात 'आंतरिक ध्येया'ने प्रेरित झालेल्यांनीच त्या खेळात जास्त प्रावीण्य मिळवले आणि त्यांनीच त्यातील पुढच्या संधींचाही लाभ घेतला.

तात्पर्य काय?

व्हान्स्टिनकिस्टचा पहिला प्रयोग हे दर्शवतो की, जे लोक 'आंतरिक ध्येयां'नी प्रेरित होऊन एखाद्या गोष्टीच्या मागे लागतात, ते त्यासंबंधीच्या कुठल्याही वाचलेल्या, ऐकलेल्या गोष्टींचा चौफेर तसेच सखोल अभ्यास करतात. त्याच्या दुसऱ्या प्रयोगात असे दिसले की, ते लोक बौद्धिकच नव्हे तर शारीरिक क्षेत्रातही जास्त

चांगले काम करून दाखवतात. हेच तात्पर्य इतर अनेक संशोधकांच्या प्रयोगातूनही निघाले आहे. आपण बघितलेले प्रयोग ही त्याचीच प्रातिनिधिक उदाहरणे आहेत. आंतरिक, आत्मविकास साधणारी ध्येये लोकांपुढे (किंवा स्वत:पुढे) ठेवली तर लोकांची (किंवा आपली) कामगिरी बाह्यात्कारी, बाह्यविकास ध्येयासाठी काम करणाऱ्यांपेक्षा कितीतरी जास्त परिणामकारक होते. ते लोक (किंवा आपण) जीवनाच्या अधिक चांगल्या मार्गाची निवड करतात. नवे काही शिकताना, एखादे काम करताना त्यात जे कोणी आत्मोन्नतीचा दृष्टिकोन ठेवतात, त्यात रस घेऊन, त्यातली मजा अनुभवून ते करत राहतात त्यांचा अनेक प्रकारे आणि खूप जास्त फायदा होतो.

ध्येये मनाला प्रेरित करणारी हवीत, नाउमेद करणारी नकोत (भाग १)

आजही कित्येक संस्था, कंपन्या, ऑफिसेस, त्यातील अनेक वरिष्ठ अधिकारी, पालक – पुढे काठीला गाजर बांधून पळायला लावण्याचे जुने पुराणे, पारंपरिक तंत्र वापरतात. पण शास्त्रीय संशोधनांतून ते परिणामकारक ठरत नाही असेच सिद्ध झाले आहे. विज्ञान असे सांगते की, काही लोक जात्याच चौकस असतात, स्वयंप्रेरित असतात. नवे शिकण्याची, कौशल्य आत्मसात करण्याची, जे हातात घेतील ते यशस्वीरीत्या तडीला नेण्याची त्यांच्यात उपजत प्रवृत्ती असते. त्यांना त्या काहीतरी नवे शिकण्याच्या, करण्याच्या प्रक्रियेतूनच असीम आनंद मिळतो, समाधान प्राप्त होते आणि तेच त्यांच्यासाठी सर्वांत मौल्यवान बक्षीस असते. त्यांना अधिक काम करायला, त्यांचा जोम वाढवायला कोणत्याही पारितोषिकाच्या, इनामाच्या आमिषाची गरज पडत नाही.

मानसशास्त्रज्ञ ध्येयांची दोन प्रकारांत विभागणी करतात :

◆ आंतरिक ध्येये – ही माणसाच्या उपजत गरजा भागवतात, जीवनातील आशा-आकांक्षा पूर्ण करतात. बहुतेक लोकांना शिकणे आवडते, प्रगतिपथावरील वाटचाल सुखावते. आपण सक्षम, समर्थ आहोत ही जाणीव त्यांची मान उंचावते. आयुष्यावर स्वत:चे नियंत्रण असणे हेच त्यांना मानवते. समविचारी, आवडत्या लोकांसमवेत वेळ घालवणे, हातात हात घालणारी, खांद्याला खांदा देणारी घट्ट, उबदार अशी नाती जोडणे, ती संवर्धित करणे यात त्यांना परमानंद मिळतो. जेव्हा लोक स्वत:च्या उन्नतीसाठी, प्रगतीसाठी झटत असतात, स्वत:च्या ज्ञानात भर

घालण्यासाठी एखाद्या विषयाचा अभ्यास करत असतात तेव्हा ते आंतरिक ध्येयांचाच पाठपुरावा करत असतात.

◆ बाह्यात्कारी ध्येये – ही समोर दिसणाऱ्या आमिषांचा, मोबदल्यांचा परिपाक म्हणून मनात निर्माण होणाऱ्या महत्त्वाकांक्षांचे प्रयोजन असतात. संपत्ती, प्रसिद्धी, सन्मान यांमागे धावणे, त्यासाठी गरज पडली तर इतरांना बाजूला ढकलून, पण अटीतटीच्या स्पर्धेत जिंकणे ही बाह्यात्कारी ध्येये होत. वर वर्णन केलेल्या ताइ-बोच्या प्रयोगातील 'बाह्यसौंदर्यवृद्धीने आकर्षक बनून लोकप्रियता मिळवणे' हेही तसेच बाह्यात्कारी ध्येय होते. कारण तेही इतर लोकांच्या प्रतिसादावर म्हणजेच बाह्यप्रतिसादावर अवलंबून असते. आपण सगळेच सामान्य आयुष्य जगताना दोन्ही प्रकारची ध्येये समोर ठेवून काम करतो. प्रत्येकाला पगारवाढ, मिळकतीत वृद्धी हवीच असते (जे बाह्यात्कारी ध्येय आहे), पण त्याबरोबरच बरेच जण एखादा खेळ केवळ आनंदासाठी खेळून, एखादी कला जोपासून त्यात पारंगत होण्याचा, त्याचा आनंद घेण्याचा ध्यास घेऊन जगत असतात. (आंतरिक ध्येय). मानसशास्त्रज्ञांनी आजवर केलेल्या संशोधनातून मात्र असे सिद्ध झाले आहे की, आंतरिक म्हणजे आत्मविकास, आत्मानंद यांच्या प्राप्तीचे ध्येय समोर ठेवून आयुष्य जगणे हे बाह्यात्कारी, सकाम अशा ध्येयांसाठी धडपडण्यापेक्षा खूप जास्त प्रेरणा देणारे, उत्साह वाढवणारे आणि समाधान देणारे असते. अशा ध्येयांच्या पूर्तीसाठी जगणारी माणसे कुठल्याही गोष्टीत असामान्य दर्जाचे कौशल्य मिळवण्यासाठी, एखाद्या विषयाचे सखोल ज्ञान प्राप्त करण्यासाठी, बाह्यात्कारी ध्येयांच्या मागे धावणाऱ्यांपेक्षा अनेक पटींनी, जास्त कष्ट करायला, प्रयत्नांची पराकाष्ठा करण्यास तयार असतात. त्या गोष्टी ते एक अल्पकालीन 'फॅड' किंवा एक 'टूम' म्हणून करत नसतात. त्या गोष्टींबद्दलचा त्यांचा ध्यास, त्याबद्दलची विलक्षण ओढ दीर्घकाळापर्यंत टिकते.

कोणत्याही गोष्टीच्या या आंतरिक, आत्मिक बाजूवर लक्ष केंद्रित का करायचे याची आणखीही काही कारणे आहेत. न्यू यॉर्क येथील युनिव्हर्सिटी ऑफ रॉचेस्टरमधल्या टिम कैसर आणि रिचर्ड रायन या मनोवैज्ञानिकांच्या मते आंतरिक आणि बाह्यात्कारी या दोन्ही प्रकारांपैकी कोणत्या प्रकारच्या ध्येयांना माणूस आयुष्यात किती महत्त्व देतो, यावर त्याच्या आयुष्यातील सुख, समाधान अवलंबून राहते. जे लोक आंतरिक ध्येयांवर अधिक भर देतात ते बाह्यात्कारी ध्येयांना महत्त्व देणाऱ्यांच्या तुलनेत मानसिकदृष्ट्या

जास्त सुदृढ असतात. बाह्यात्कारी ध्येयांची भूक माणसाच्या मनावर विपरीत परिणाम घडवते. ती माणसे मानसिक तणावाखाली राहतात, लवकर निराश होतात, इतकेच नव्हे; तर त्यांना शारीरिक व्याधीही जास्त चिकटतात. परंतु केवळ आंतरिक, आत्मसमाधान देणारी ध्येये समोर ठेवून आयुष्य कंठणे व्यवहारात नेहमीच शक्य होत नाही, हे सत्य स्वीकारावेच लागते. आपल्या पुढ्यात येणाऱ्या गोष्टीतील बाह्यात्कारी अवडंबराकडे दुर्लक्ष करून, त्यातील आंतरिक गुणांचा शक्यतो अंगीकार करण्याचा कसोशीने प्रयत्न करणे हे आपल्या हातात नक्कीच असते आणि ते तसे करणेच आपल्यासाठी जास्त श्रेयस्कर ठरते.

तेव्हा, तुम्हाला जर तुमचा एखादा प्रकल्प पूर्ण करण्यात तुमच्या सहकर्मचाऱ्यांचे सहकार्य मिळवायचे असेल तर तो प्रकल्प किती आव्हानात्मक आहे ते त्यांना सांगाच, पण त्याहीपेक्षा त्या प्रकल्पावर काम करताना त्यांचे ज्ञान कसे विकसित होईल, अनुभवांच्या कक्षा कशा रुंदावतील, त्यांचा मानसिक विकास कसा साधेल या गोष्टी त्यांच्या मनावर बिंबवा. त्या कामासाठी ते घालवणार असणाऱ्या वेळाचे त्यांना जादा वेतन मिळणार आहे, याची आठवणही मग तुम्हाला त्यांना करून द्यावी लागणार नाही.

तुमच्या मुलांना एखाद्या विषयाचा जास्त अभ्यास करण्यासाठी तुम्हाला उद्युक्त करायचे असेल, तर त्या विषयाबद्दलचे असे काहीतरी त्यांच्यासमोर ठेवा की, त्यांच्या मनात त्या विषयाची आवड, त्याबद्दल कुतूहल व औत्सुक्य निर्माण होईल. त्या विषयाच्या अभ्यासाने परीक्षेत चांगले यश मिळेल आणि परिणामी उत्तम नोकरी मिळेल असल्या गोष्टींचा उल्लेख आवर्जून टाळा.

व्यावहारिक लाभांच्या लालसेपेक्षा आंतरिक समाधान देणारे हेतू सतत समोर ठेवणे, ही आपल्या संपर्कातील लोकांना अशा हितकारक मार्गावर चालण्यासाठी 'उत्साहित' करण्याची एक चांगली सुरुवात आहे, पण त्यांना 'प्रोत्साहित' करण्यासाठी, त्यांचा वेग, शक्ती वाढवण्यासाठी आणखी एक परिणामकारक युक्ती आहे.

आपण मार्टिन व्हान्स्टिनकिस्ट याने केलेल्या प्रयोगाबद्दल माहिती घेतलेलीच आहे. त्याच शोधनिबंधात त्याने लोकांना एखादी गोष्ट करायला प्रवृत्त करताना वापरल्या जाणाऱ्या भाषेचा लोकांच्या क्रियाशीलतेवर काय बरेवाईट परिणाम होतात याचाही अभ्यास केलेला सापडतो. त्यासाठी त्याने दोन प्रकारच्या भाषांचा

वापर केला :

- 'तुम्हाला हे करता येईल', 'हे तुम्ही करू शकता', 'तुम्ही जर करायचे ठरवलेत तर...', 'तुम्ही हे करावेत असे आम्ही सुचवतो' अशा प्रकारची, लोकांना निवड करण्याचे स्वातंत्र्य देणारी, निर्णय त्यांच्यावर सोपवलेला आहे हे लोकांना स्पष्टपणे दाखवून देणारी भाषा.
- 'तुम्ही हे करा', 'तुम्हाला करावे लागेल', 'केलेच पाहिजे' अशी लोकांवर सक्ती करणारी, त्यांना भाग पाडणारी, आज्ञावाचक भाषा.

प्रयोगात मार्टिनने शिक्षक होण्यासाठीचे प्रशिक्षण घेणाऱ्या प्रशिक्षार्थींना एकदा वापरलेल्या साहित्यावर विशिष्ट प्रक्रिया करून त्याचा पुन्हा वापर करणे (रिसायकलिंग) हा विषय अभ्यासायला सांगितला. त्या विषयाच्या बाजूची आणि विरुद्ध अशी विधाने, मते, ती प्रक्रिया करण्याची विविध साधने व पद्धती आणि ते प्रशिक्षार्थी पुढे शिक्षक झाल्यावर ज्या विद्यार्थ्यांना शिकवतील ते त्यांचे भावी विद्यार्थीही त्या प्रक्रियेचा जास्तीत जास्त वापर करतील यासाठीचे मार्गदर्शनपर उपाय, असे त्या विषयाचे सर्व पैलू त्यांनी अभ्यासायचे होते. त्यातील निम्म्या प्रशिक्षार्थींना संशोधकांनी वर उल्लेख केलेल्या पहिल्या प्रकारच्या भाषेचा, 'या अत्यंत उपयुक्त आणि महत्त्वपूर्ण प्रक्रियेचा अभ्यास करण्याचा निर्णय तुम्ही घेऊ शकता' अशा वाक्यांचा वापर केला. उरलेल्यांना 'हा अभ्यास तुम्ही करा, तुम्ही केला पाहिजे' ही ठाशीव स्वरूपाची भाषा वापरली.

'करू शकता' आणि 'करा' किंवा 'केला पाहिजे' या दोन्हीतला वेगळेपणा हा तसा पाहिल्यास फार मोठा आहे असे वाटत नाही. हा क्षुल्लक शब्दच्छल सामान्यांपेक्षा भाषातज्ज्ञ, व्याकरणाचे आग्रही यांनाच जाणवेल असा आहे असेच वरवर पाहता वाटते, पण तसे नाही. तो फरक फार अर्थपूर्ण आहे. व्हान्स्टिनकिस्ट याने केलेल्या त्या तिसऱ्या प्रयोगात (आणि त्या नंतरच्या अनेक प्रयोगांत) असे स्पष्ट दिसून आले की, विषयाचे महत्त्व विशद केल्यावर त्या विषयाचा पाठपुरावा करायचा की नाही; हा निर्णय लोकांच्यावर सोडण्याचा परिणाम असा होतो की, जे आपण होऊन तो मार्ग चोखाळायचे ठरवतात ते त्याचा चौफेर अभ्यास करतात. परीक्षा घेऊन पाहिली तर तो विषय त्यांच्या जास्त चांगल्या प्रकारे स्मरणात राहतो आणि कालांतरानेसुद्धा आठवतो असे ध्यानात येते. एवढेच नव्हे, तर त्याविषयाबद्दल अधिकाधिक माहिती मिळावी अशी त्यांची इच्छा, त्या विषयाबाबतची आस्था, आवड त्यांच्यात खूप काळ कायम राहते; नव्हे, ती वाढत राहते.

या निष्कर्षांचे स्पष्टीकरण देताना व्हान्स्टिनकिस्ट म्हणतो की, लोकांवर निवड सोपवणाऱ्या भाषेमुळे त्यांना घडणाऱ्या घटना त्यांच्या नियंत्रणाखाली असल्यासारखे

वाटते. ते जे करतात, ते त्यांनी 'केलेच पाहिजे' अशा भावनेने ते करत नाहीत, अनिवार्यतेपोटी, नाइलाज म्हणून करत नाहीत. तर त्यांना करावेसे वाटले आहे, त्यांनी स्वत: करायचे ठरवले आहे म्हणून करत आहेत असे उत्साहजनक विचार त्यांच्या मनात उठतात. त्यांना स्वेच्छेने, त्यांच्या मर्जीनुसार ते काम करण्यात मनस्वी आनंद मिळतो, मनाला आगळे समाधान लाभते. त्यातील मजा, गंमत ते मोकळेपणाने अनुभवू शकतात.

ध्येये मनाला प्रेरित करणारी हवीत, नाउमेद करणारी नकोत (भाग २)

आत्तापर्यंत शिकलो ते एकत्रितपणे मांडायचे म्हटले, तर लोकांना एखाद्या गोष्टीकरता प्रेरित करण्याचे, उद्युक्त करण्याचे दोन पर्याय आहेत आणि त्या प्रत्येकाचे परत दोन उपपर्याय आहेत. आंतरिक किंवा बाह्यात्कारी ध्येयांची निवड हे दोन पर्याय आणि ते लोकांसमोर ठेवताना निवडीची, स्वेच्छेची भाषा वापरायची अथवा सक्तीची, आज्ञेची हे दोन उपपर्याय. या तंत्राचा व्यवहारात उपयोग कसा करायचा?

समजा, तुम्हाला तुमच्या मित्राला व्यायाम करायला लावायचा आहे. शारीरिक तंदुरुस्ती, आरोग्य यांचे महत्त्व, त्यांचे दीर्घकालीन फायदे हे केंद्रस्थानी ठेवणे म्हणजे आंतरिक ध्येय आणि व्यायामाने शरीरयष्टी अशी होईल की, सगळ्यांना आकर्षित करशील, चर्चेचा विषय बनशील असे दुसऱ्यांच्या दृष्टीतून घडणाऱ्या लाभांचा मोहक उद्देश समोर ठेवणे म्हणजे बाह्यात्कारी ध्येय. आता ही दोन्ही ध्येये समजावून सांगताना निवडीचे स्वातंत्र्य अथवा निवडीचा दबाव दर्शवणाऱ्या भाषेचा वापर यातून एकूण चार पर्याय संभवतात :

- निवडीचे स्वातंत्र्य देणारे आंतरिक ध्येय – 'व्यायामाने तुझी तब्येत उत्तम राहील, शिवाय व्यायाम केलास तर तुला खूप छान वाटेल!'
- आज्ञायुक्त आंतरिक ध्येय – 'व्यायामाने तुझी तब्येत उत्तम राहील. त्यासाठी तू व्यायाम केला पाहिजेस.'
- निवडीचे स्वातंत्र्य देणारे बाह्यात्कारी ध्येय - 'व्यायामाने वजन घटून आकर्षक दिसायला लागशील, त्यासाठी व्यायाम केलास तर तुला खूप छान वाटेल!'
- आज्ञायुक्त बाह्यात्कारी ध्येय - 'व्यायामाने वजन घटून आकर्षक दिसायला लागशील. त्यासाठी तू व्यायाम केला पाहिजेस.'

आज्ञायुक्त बाह्यात्कारी ध्येय स्वीकारायला लावण्याने लोकांच्यातील ऊर्जा अल्पकाळातच आणि झपाट्याने शमते. निवडीचे स्वातंत्र्य मनावर ठसवणारे आंतरिक ध्येय मनातील सुप्त प्रेरणेलाही जागवते, स्फुल्लिंगाला वारा घालते. तसे करू शकलात तर तुमचा दोस्त मोठ्या उत्साहाने व्यायामशाळेची वाट धरेल.

हे तंत्र आता तुमच्यासमोर स्पष्ट उघडून ठेवले गेले आहे. या तंत्राचा वापर लोकांचे मन वळवायला जरूर करा; पण मी काय म्हणतो, त्याचा शुभारंभ तुमच्या स्वत:पासूनच का नाही करत?

पैशाभोवती जग फिरते – खरे का?

हे सर्व खरे असले, तरी रोजच्या जीवनात केवळ लोकांच्या आंतरिक प्रेरणा जागवून, कार्याचे सुखवर्धक, हितकारक स्वरूप दाखवून त्यांना आपल्या साहाय्यासाठी राजी करणे या उपायावर नेहमीच, सर्वच बाबतीत विसंबून राहणे शक्य होत नाही. काही गोष्टी खरेच खूपच रटाळ, कंटाळवाण्या असतात किंवा काही वाईट, कटकटीच्या, त्रासदायक असतात. काही तर कंटाळवाण्या आणि कटकटीच्या दोन्ही असतात. समजा, तुम्हाला एक माहितीपत्र हजार लोकांना पाठवायचे आहे. त्या पत्राच्या घड्या घालायच्या, ते पाकिटात ढकलायचे, पाकीट बंद करायचे आणि त्याला पोस्टाचे तिकीट चिकटवायचे या कामात तुमच्या आजूबाजूच्या कुणालाही आंतरिक सुख-समाधानाचा साक्षात्कार होईल, मजा वाटेल असे मला तरी नाही वाटत. किंवा घरातील तुंबलेले ड्रेनेज साफ करायला कोणी उत्साहाने पुढे येईल अशी अपेक्षा धरणेही चुकीचेच ठरेल. बिनपैशाने असले काम करायला कोणी 'स्वयंसेवक' तुम्हाला गवसला तर तुमचे परमभाग्यच म्हटले पाहिजे.

म्हणूनच काम करून घ्यायचे आणि त्याचा मोबदला (मजुरी किंवा पगार) मोजायचा हा या जगातला रूढ व्यवहार आहे. नियमित वेतनाखेरीज जास्तीच्या पैशाचे आकर्षण दाखवून कर्मचाऱ्यांकडून जास्त काम करून घेणे हाही अनेक कंपन्यांनी, मालकांनी आणि वरिष्ठांनी पाडलेला पायंडा आहे. पण जास्त पैशाने जास्त काम मिळते का? पैशाचे प्रलोभन उत्पादनक्षमता वाढवते का?

या प्रश्नाच्या उत्तरासाठी आपल्याला जर्मनीतील युनिव्हर्सिटी ऑफ बॉनमधील अर्थशास्त्राचा प्राध्यापक सेबॅस्टियन क्यूबे याच्याशी परिचय करून घ्यावा लागेल. किरकोळ शरीराचा पण काटक, दाट पिंगट मऊ विसकटलेल्या केसांचा हा अर्थशास्त्रज्ञ नव्या पिढीचा प्रतिनिधी आहे. या पिढीतल्या अर्थशास्त्रज्ञांना चलनवाढ, जगातील बेकारीचे प्रमाण, आंतरराष्ट्रीय व्यापार आणि त्यांचे परस्परसंबंध असल्या

अर्थशास्त्रातील परंपरागत गंभीर, तसेच व्यापक प्रश्नांपेक्षा वास्तवातील आर्थिक परिस्थितीला सामान्य माणसे कशा पद्धतीने तोंड देतात, त्यांची वर्तणूक कशी असते, त्यात कोणते बदल कसे घडतात यांचा अभ्यास करण्यात जास्त रस आहे. २००७ सालच्या मे महिन्यात क्यूबे याला उत्पादन क्षेत्रात कर्मचाऱ्यांसमोर त्यांची उत्पादनक्षमता वाढवण्यासाठी ठेवली जाणारी निरनिराळ्या प्रकारची प्रलोभने आणि त्यांचा उत्पादनक्षमतेवर होणारा परिणाम यासंबंधीचा अभ्यास करण्याची एक विशेष संधी चालून आली. विद्यापीठाच्या ग्रंथालयातील सर्व पुस्तकांची यादी करण्याचे काम विद्यार्थ्यांकडून करून घ्यायचे ठरले. विद्यार्थ्यांनी रोज तीन तास ग्रंथालयाच्या संगणकांसमोर बसून तेवढ्या वेळात जास्तीत जास्त ग्रंथांची माहिती त्यात भरायची होती आणि त्याबद्दल त्यांना तासाला १२ युरो मोबदला दिला जाणार होता.

क्यूबेने ग्रंथपालांशी बोलून विद्यार्थ्यांची अशा प्रसंगाला सामोरे जाण्यातील मुलभूत मानसिकता जाणून घेणारा एक प्रयोग गुप्तपणे करायची परवानगी मिळवली. विद्यार्थ्यांच्या नकळत त्याने त्यांचे तीन गट बनवले. पहिल्या गटाने ग्रंथालयाने नेमून दिलेल्या प्रत्येक पुस्तकाचे नाव, लेखकाचे नाव, प्रकाशक, प्रकाशनवर्ष आणि त्याचा आयएसबीएन क्रमांक यांची संगणकात नोंद करणे हे काम करायचे होते. त्याबद्दल त्यांना १२ युरो हा दर ताशी जाहीर झालेला मोबदला मिळणार होता. दुसऱ्या गटाला असे सांगण्यात आले की, त्यांनी ग्रंथालयाचे हे उपयुक्त काम करायची तयारी दाखवली म्हणून त्यांना ७ युरो बोनस, म्हणजे मूळ वेतनाच्या २० टक्के जास्त वेतन देण्यात येणार आहे. तिसऱ्या गटाला ते जास्तीचे सात युरो रोख मिळणार नव्हते, पण त्यांना त्यांच्या मौल्यवान सेवासाहाय्याबद्दल (तेवढ्याच किमतीचा) सुंदरशा वेष्टणात गुंडाळलेला एक छानसा थर्मास खास भेट म्हणून दिला जाणार होता.

विद्यार्थी किती काम करतात, हे अचूक मोजणे सहज शक्य होते. कारण प्रत्येक विद्यार्थ्याने किती पुस्तकांची संगणकात नोंद केली हेच त्याचे मोजमाप होते. वेगवेगळ्या मोबदल्यांच्या बदल्यात तीन गटातील विद्यार्थ्यांच्या कामातील तफावत पाहणे हा प्रयोगाचा प्रमुख हेतू होता. निकाल काय लागला?

१२ युरो मिळवणाऱ्या विद्यार्थ्यांपेक्षा, ७ युरो जास्त मिळवणाऱ्यांनी जास्त काम केलेले दिसले नाही. 'जास्त पैसा, जास्त काम' हे प्रस्थापित समीकरण खोटे ठरले. जुन्या परंपरेतील अर्थशास्त्रज्ञांच्या विश्वासाला तडा गेला.

पण ज्यांना थर्मासची खास भेट दिली गेली होती त्यांनी मात्र १२ युरो वेतन मिळालेल्या विद्यार्थ्यांपेक्षा घसघशीत ३० टक्के अधिक पुस्तकांच्या नोंदी केल्या. रोख रकमेपेक्षा त्याच किमतीची, प्रत्यक्ष हातात पडलेली खास वस्तू जास्त परिणामकारक, प्रोत्साहक आणि उत्तेजक ठरली.

निकालाचे पृथक्करण करताना क्यूबेला अशी शंका आली की, मिळालेला थर्मास विद्यार्थ्यांना खूपच जास्त किमतीचा वाटला आणि म्हणून त्यांनी देवाणघेवाणीच्या प्रवृत्तीने, त्या जास्त वाटलेल्या किमतीच्या मोबदल्यात खूप जास्त काम केले असावे. त्या शंकेचे निरसन करण्याच्या उद्देशाने त्याने आणखी एक गट बोलावला. परत त्यांना तीन तासांकरता १२ युरोचे दर ताशी वेतन आणि त्यांच्या सेवेचे बक्षीस म्हणून थर्मासची खास भेटही देऊ केली. मात्र या वेळी थर्मासची नेमकी किंमत विद्यार्थ्यांना स्पष्टपणे सांगण्यात आली.

या गटातील मुलांनीही थर्मासची किंमत माहीत नसलेल्या आधीच्या तिसऱ्या गटातल्या मुलांइतकेच, म्हणजे ३० टक्के जास्त काम केले. थर्मासची किंमत किती, यावर कामाचे प्रमाण बदललेले दिसले नाही.

अशा ग्रंथालयातील पुस्तकांची संगणकात नोंद करण्याच्या कामाची पावती म्हणून दर तासाच्या नियमित मोबदल्याच्या वर खास बक्षीस म्हणून जादा रोख रक्कम किंवा थर्मास असे पर्याय तुमच्यासमोर ठेवले गेले असते, तर तुम्ही कोणता पर्याय निवडला असता? हा प्रश्न जेव्हा क्यूबेने एका नवीन विद्यार्थिगटाला विचारला तेव्हा १७२ पैकी १५९ जणांनी (म्हणजे ९२.४ टक्के) दर तासाला ७ युरो जास्त रोख रकमेच्या मोबदल्याचा पर्याय निवडला. यातील एक शक्यता अशी असू शकते की, काही जणांकडे थर्मास आधीपासून असेलच, काही जणांना गरम पेये आवडत नसतील, काहींना थर्मास बाळगण्यापेक्षा एकदा वापरून टाकून देण्यासारखे कपच पेय प्यायला जास्त बरे वाटत असतील. कारण काहीही असो, मुद्दा एवढाच की, पैसे जास्त उपयोगी पडतात, त्यातून हवे ते खरेदी करता येते आणि म्हणूनच जास्त विद्यार्थ्यांनी रोख रकमेचा पर्याय निवडला.

असे असले तरीही प्रत्यक्षात त्या प्रयोगातही आणि एरवी लोकांचे वर्तन या समजुतीशी सुसंगत नसते असाच अनुभव आला आणि येतो. पैशापेक्षा छानशी भेटवस्तू लोकांना जास्त काम करायला प्रवृत्त करते. क्यूबेचे त्यावरील स्पष्टीकरण असे आहे की, लोकांना पैशातील मोबदला हा रोखठोक व्यवहार वाटतो, पण भेटवस्तू म्हणजे औदार्य, मेहेरबानी वाटते आणि ते व्यवहारापेक्षा भेटवस्तू देण्यामागील भावनेला (दयाळूपणा, उदारता) साहजिकच जास्त प्रकर्षाने प्रतिसाद देतात.

खरे सांगायचे तर पैशाहून भेटी का अधिक परिणामकारक ठरतात याचे नेमके कारण अजून कळलेले नाही. या संशोधकांच्या प्रयोगांमधून एक धडा मात्र आपल्याला नक्कीच घेता येईल की, लोकांना कामासाठी पगार हा मिळतच असला तरी नेमून दिलेल्या कामापेक्षा त्यांच्याकडून जास्त काम करून घ्यायचे असेल, तर रोख रक्कम तितकीशी उपयोगी ठरत नाही, पण एखादी छानशी भेटवस्तू मात्र तुम्हाला त्यांच्याकडून अपेक्षित तेवढे जास्त काम मिळवून देऊ शकेल.

भेट देण्याचे बरेवाईट परिणाम

क्यूबेचे म्हणणे असे आहे की, भेटी देणे हा तुमच्या सभोवतालच्या लोकांना प्रेरित व प्रोत्साहित करण्याचा सामर्थ्यशाली पण काहीसा कमी वापरला जाणारा मार्ग आहे. मिनिसोटा येथील युनिव्हर्सिटी ऑफ सेंट थॉमसमधील प्राध्यापक जेम्स हेमन याचे संशोधन मात्र जास्त कामासाठी लोकांना पैशांऐवजी भेट देऊ करण्याबद्दलच्या या उपायासंबंधी एक प्रश्नचिन्ह उभे करते.

हेमन आणि त्याच्या सहकाऱ्यांनी लोकांना एखादे कंटाळवाणे काम करायला राजी करण्याकरता त्यांना छोट्या-मोठ्या भेटींचे आमिष दाखवण्याचा काय आणि कितपत परिणाम होतो, हे पाहण्यासाठी प्रयोगांची एक मालिकाच पार पाडली. त्यातील काम कंटाळवाणे म्हणजे खरोखरीच कमालीचे रटाळ आणि यंत्रवत होते.

असे दृश्य डोळ्यांसमोर आणा की, अगदी मंद प्रकाश असणाऱ्या निरुत्साही खोलीत एका संगणकाच्या पुढ्यात तुम्हाला आणून बसवले आहे. संगणकाच्या पडद्यावर डाव्या बाजूला एक फिकट राखी रंगाचा गोल आहे. उजव्या बाजूला गडद राखी रंगाची एक पेटी आहे. खोलीतील माणूस काम समजावून सांगतो की, पडद्याच्या डाव्या हाताला दिसणारा गोल हा एक चेंडू आहे आणि तो चेंडू संगणकाच्या माउसच्या साहाय्याने उजवीकडच्या पेटीत टाकायचा. तो पेटीत पडला की, डाव्या बाजूला परत एक तसाच चेंडू अवतरेल. मग काय करायचे? तो चेंडूही माउसने हालवून पेटीत टाकायचा.

हीच 'कौशल्यपूर्ण' कृती सतत तीन मिनिटे करायची! 'एक चेंडू टाकू बाई दोन चेंडू टाकू, दोन चेंडू टाकू बाई तीन चेंडू टाकू' असे जास्तीत जास्त चेंडू पेटीत टाकायचे. काय छान खेळ आहे की नाही? खरेतर त्या खेळाचे सॉफ्टवेअर विकत आणून घरी सतत हाच मनोवेधक खेळ खेळायला मिळाला तर काय बहार येईल असेच तुम्हाला मनापासून वाटेल ना?

पहिल्या गटाला हा खेळ तीन मिनिटे खेळत राहण्यासाठी हेमनने प्रत्येकी ४ डॉलर्स देऊ केले. दुसऱ्या गटातील लोकांना त्याने या 'मनोरंजक' कामाबद्दल फळांच्या स्वादाच्या चविष्ट गोळ्यांचा एकेक मोठा डबा खेळायला बसण्याआधीच भेट म्हणून दिला. तिसऱ्या गटालाही त्याने एक भेट दिली, पण ती गोळ्यांच्या मोठ्या डब्याची नव्हती. खेळ खेळायला तयार झाल्याबद्दल त्यांचे मनःपूर्वक आभार मानून त्याने त्या डब्यातल्या फक्त पाचच गोळ्या प्रत्येकाच्या हातावर भेट म्हणून ठेवल्या.

काय घडले असेल? गोळ्यांच्या मोठ्या डब्याने लोकांना वेगाने खेळायला प्रवृत्त केले असेल? पाच गोळ्या हातावर टेकवण्याच्या कद्रुपणाने लोकांना खेळाबद्दल उदासीन बनवले असेल?

नाही, चार डॉलर्स, गोळ्यांचा डबा किंवा पाच गोळ्या कशानेच विशेष फरक घडवून आणला नाही. तीनही गटातील लोकांची कामगिरी सारखीच दिसली, सगळे सारख्याच वेगाने खेळले. मोबदला कितीही, कोणताही असला तरी लोक विशेष उत्तेजितही झाले नाहीत, फार कंटाळलेलेही दिसले नाहीत आणि त्यांच्या खेळात निराशाही डोकावलेली आहे असे वाटले नाही. याचा अर्थ असा समजायचा का की भेट केवढी, कुठली यापेक्षा 'वा, भेट दिली जाते आहे' अशी जी भावना लोकांच्या मनात जागृत होते, तिच्यातच त्यांच्या कामातील गुंतवणुकीत, ते काम मन लावून करण्याच्या प्रवृत्तीत लक्षणीय फरक घडवून आणण्याची क्षमता असते? कमीत कमी देऊन जास्तीत जास्त हवे असणाऱ्या जगभरातील कृपण, कंजूस लोकांसाठी अगदी स्वस्तातल्या स्वस्त उपायाची ही खूशखबरच म्हणायची!!

हेमनचे मात्र अजून पूर्ण समाधान झाले नव्हते. लोकांना जर दिलेल्या भेटीचे पैशातील मूल्य माहीत झाले तरीही भेट लहान आहे की मोठी, याचा विचार न करता ते काम करतील का, या प्रश्नाचे उत्तर त्याला मिळाले नव्हते. त्यासाठीच्या प्रयोगात हेमनने लोकांना एक वेगळेच काम दिले. या वेळी संगणकापुढे बसून पडद्यावरील आकड्यांची कोडी सोडवायची होती. खालील आकृतीत त्यातील एक कोडे दाखवले आहे, ते पाहा. बारा आकडे आहेत, प्रत्येक आकड्याशेजारी एक छोटा चौकोन आहे. काम हे होते की, त्या १२ आकड्यांमधून १०० बेरीज होईल असे आकडे शोधून काढून त्या निवडलेल्या आकड्यांच्या नजीकच्या चौकोनात बरोबरची खूण करायची. तुम्हीसुद्धा प्रयत्न करू शकता. खाली दाखवलेल्या कोड्याचे बरोबर उत्तर मी पुस्तकाच्या शेवटी दिले आहे. एक सूचना देऊन ठेवतो, खालच्या आकृतीत दाखवलेली कोडे सोडवायला केलेली सुरुवात चुकीची आहे.

असे आकडे शोधून काढा ज्यांची बेरीज १०० होईल.

☐	१९	✓	२०	☐	२६	☐	२७
✓	५	☐	१०	✓	१३	☐	३८
☐	१७	☐	४०	☐	३४	☐	३१

आकड्यांची बेरीज = ३८ **'मी खेळ सोडू इच्छितो'**

प्रयोगात सहभागी झालेल्यांना असे सांगण्यात आले की, त्यांना यासारखीच १२ कोडी सोडवायला दिली जातील. वेळेची काही मर्यादा नाही. ते कितीही वेळ खेळू शकतील. पण त्यांना जर मध्येच खेळ सोडून द्यावासा वाटला तर आकृतीच्या खाली उजव्या कोपऱ्यात 'मी खेळ सोडू इच्छितो' असे लिहिलेला एक चौकोन आहे, त्यात खेळाडूला 'क्लिक' करून नोंद करावी लागेल. हा 'बौद्धिक' खेळ खेळण्यात सहभागी झालेल्या सर्वांना खेळ सुरू करण्याअगोदरच त्यांचे आभार मानून त्याचे प्रतीक म्हणून एक भेट देण्यात आली. त्यांचे दोन गट पाडण्यात आले. एका गटाला जगप्रसिद्ध 'गोडिवा' कंपनीच्या, तोंडात विरघळणाऱ्या अप्रतिम चॉकलेट्सची एक भली मोठी बॉक्स देण्यात आली. दुसऱ्या गटाला त्याच कंपनीचे फक्त एकच चॉकलेट देण्यात आले. हेमनने खेळ सुरू करण्यापूर्वी दोन्ही गटांना त्यांना दिलेल्या छोट्या आणि मोठ्या भेटीची किंमत स्पष्टपणे सांगून भेटीचे मूल्य त्यांच्या मनावर ठसवले. बॉक्स पाच डॉलर्सची होती, एक चॉकलेट ५० सेंट्स किमतीचे होते.

एक गोष्ट मात्र खेळाडूंपासून लपवली होती ती ही की, कोडी बारा नव्हतीच, पाचच होती, आणि त्यातली पहिली चारच बरोबर सोडवता येतील अशी होती. शेवटच्या पाचव्या कोड्यात १०० बेरीज होऊच शकणार नाही असेच आकडे घातले होते. हेमनला लोकांची चिकाटी पाहायची होती, कोणती भेट मिळालेले किती कसोशीने प्रयत्न करत राहतात, किती लवकर कंटाळून खेळ सोडून देतात हेच शोधायचे होते. कोडी सोडवण्याच्या अवघड आव्हानाला तोंड देण्याची लोकांची क्षमता, प्रयत्नांची तीव्रता ही भेटीच्या पैशांतील किमतीवर अवलंबून राहिली का?

होय, तसेच झाले. दोन गटातील एक गट, अर्थातच पाच डॉलर्सची आख्खी चॉकलेटची बॉक्स मिळालेला, नेटाने खेळला. ज्यांना क्षुल्लक, ५० सेंटच्या एका चॉकलेटची भेट दिली होती त्यांनी खूपच लवकर हार मानली आणि खेळ सोडून दिला. पन्नास सेंट किमतीच्या भेटीसाठी किती कष्ट करायचे, असा हिशेब त्यांनी मांडला. त्यांची हिरिरीने खेळत राहण्याची इच्छा भेटीच्या किमतीच्या प्रमाणात कमी झाल्याचे दिसून आले.

वेगवेगळ्या प्रयोगांच्या वेगवेगळ्या निष्कर्षांनी थोडा गोंधळच उडाला आहे, नाही? जरा नीट पाहू या :

हेमनच्या पहिल्या प्रयोगाने दाखवून दिले की, पाच गोळ्यांची नगण्य भेटसुद्धा प्रेरक ठरली. पण लोकांना भेटीची व्यावहारिक, पैशातली किंमत कळली की, मात्र त्यांच्या मनात हिशेब सुरू झाले. जेवढे दाम तेवढे काम, मोबदल्याच्या प्रमाणात कष्ट, प्रयत्न असे समीकरण तयार झाले. पाच डॉलर्सची चॉकलेट बॉक्स लोकांनी

डोके खाणारी आकडेवारी करण्याचे कष्ट घेण्याच्या लायकीची ठरवली, ते कोडी सोडवत राहिले. परंतु पन्नास सेंट्सचे एक चॉकलेट त्यांना फारच थोडा वेळ त्या क्लिष्ट कामात अडकवून ठेवू शकले, त्यांनी सहजपणे खेळ सोडून दिला.

तेव्हा भेट देताना ती स्वीकारणाऱ्याच्या समोर तिची पैशांत किंमत जाहीर करताना आपण काळजी घेतली पाहिजे. जोपर्यंत लोकांच्या मनात पैशांचा विचार प्रवेश करत नाही तोपर्यंत त्यांच्या कामाचे कौतुक, साहाय्याबद्दलची कृतज्ञता यांचे प्रतीक म्हणून मिळणारी कोणतीही, केवढीही भेट त्यांना भावते; त्यामागची देणाऱ्याच्या आभाराची भावना त्यांना सुखावते; ते किमतीचा विचार न करता अपेक्षित कार्य पार पाडण्याचा प्रामाणिक प्रयत्न करतात. पण ती भेट जर किंमत, पैसा यांच्या पारड्यात पडली तर मग त्यांच्या विचारांचे पारडेही वेगळ्याच दिशेला झुकते. औदार्याची, आभाराची ते मनोमन 'किंमत' करू लागतात. 'अगदीच कंजूस', 'चेष्टाच केली आहे' असे त्यांच्या मनाने घेतले की, त्यांचा उत्साह किमतीच्या प्रमाणात कमी होतो, लवकरच मावळतो; नव्हे, कोसळतोच.

प्रकरण ८
मन वळवण्याच्या परिस्थितिजन्य उपायांचे विलक्षण सामर्थ्य

तुम्हाला वाटते ते सर्वांगीण सत्य असते असे नाही. तत्कालीन परिस्थिती, ते सांगण्याची पद्धती, त्यामागची कारणे आणि त्याचा श्रोता ही त्याची अंगेही विचारात घ्यावी लागतात.

– व्हाक्लाव्ह हॅवेल

काही वर्षांपूर्वी माझी एक लांबची बहीण ॲनेट आणि तिचे पती या दोघांना त्यांच्या मुलीच्या प्रकृतीविषयी एक फार मोठा निर्णय घ्यावा लागला होता. ती त्या वेळी कॅनडामध्ये होती, त्यामुळे त्या कठीण समयी मी प्रत्यक्ष त्यांच्यासोबत राहू शकत नव्हतो. पण ई-मेल्सची देवाणघेवाण, रात्री-बेरात्री फोन्स ज्यांमध्ये कधी शब्दांचे अमर्याद लोट तर कधी दीर्घ, बोलके मौन अशा माध्यमातून आम्ही एकमेकांशी सतत जागता संवाद साधत होतो. त्यांचे दुःख, वेदना आणि काळज्या हलक्या करण्याचा सर्वतोपरी प्रयत्न करत होतो. अर्थात माझ्या काळजीला तिच्या पोटच्या गोळ्याविषयी तिला वाटणाऱ्या घोर चिंतेची सर येणे शक्यच नव्हते, पण आजही मी त्या प्रसंगाबद्दल येथे लिहितो आहे तर माझे हात थरथरत आहेत, माझ्या गळ्यात आवंढा दाटून आला आहे.

मिली, त्यांची मुलगी, तीन वर्षांची असताना, एका सकाळी न्याहारी करत होती. तिला अचानक जोराचा ठसका लागला आणि ती खोकू लागली. तिच्या आईवडिलांनी तिच्या पाठीवरून हात फिरवला, पाणी पाजले, तिला जवळ घेऊन धीर दिला. खोकल्याची ढास थांबली. मुलांच्या घाईघाईने घास खाण्याच्या सवयीने कदाचित तो घशात जाऊन कधी-कधी ठसका लागतो, खोकला येतो, जीव घाबरा होतो. त्याचे त्यांना काही विशेष वाटले नाही.

पण तो खोकला वारंवार येत राहिला. काही दिवसात त्याचा जोरही वाढला. संत्र्याच्या रसातल्या संत्राच्या छोट्या फोडींनी तिला खोकला येतो असे काही दिवसांच्या निरीक्षणावरून ॲनेटला वाटू लागले. पण लवकरच दूध पिताना, पाणी पितानासुद्धा मिलीला खोकल्याची ढास लागू लागली.

डॉक्टरकडे न्यायला त्यांनी मुळीच विलंब केला नाही. डॉक्टरांनी विशेषज्ञाकडे जायची शिफारस केली. विशेषज्ञाने तपासण्यांची यादी दिली. त्या सर्व त्रासदायक, काळजी वाढवणाऱ्या तपासण्यांमध्ये बरेच आठवडे गेले. निदान असे झाले की, मिलीच्या पोटात कुठलेतरी आम्ल तयार होत असून ते तिच्या फुप्फुसात पोहोचते

आहे; त्यामुळे तिला खोकला येतो आहे. गंभीर भाग हा होता की, त्याचा परिणाम म्हणून तिला संसर्गाचा धोका निर्माण झाला होता, फुफ्फुसदाह किंवा त्याहीपेक्षा भयानक रोगांनी ती पछाडली जाण्याची शक्यता होती.

डॉक्टरांच्या हरप्रयत्नांना न जुमानता मिलीची शारीरिक स्थिती पुढील काही महिन्यात जास्तच बिघडत गेली. अन्नमार्गातून तिचा घसा वगळला जावा म्हणून डॉक्टरांनी तिच्या पोटाला छेद घेऊन त्यातून एक प्लॅस्टिकची नळी तिच्या पोटात सोडली. अन्न आता त्या नळीवाटे थेट तिच्या पोटातच पोहोचू लागले. या मार्गाने तिचा जीव वाचेल असे डॉक्टरांचे मत होते. ती बोचरी नळी पोटात सतत वागवताना त्या छोट्या, कोवळ्या जिवाला किती यातना होत असतील हे मी काही तुम्हाला वर्णन करून सांगायला नको.

दुर्दैवाने त्या नळीचाही काही रास्त उपयोग होईना. मिलीची तब्येत खालावतच गेली. डॉक्टरांनी शेवटी मिलीच्या पालकांसमोर दोन पर्याय ठेवले आणि त्यातून एकाची निवड करायला सांगितली. पहिला पर्याय होता की, सुधारणेची आशा बाळगून त्याच परिस्थितीत आणखी सहा महिने वाट पाहायची. परंतु यातील धोके असे होते की, या अवधीत अन्न तोंडात घालून, चावून ते गिळणे या क्रिया मिली विसरूनच जाण्याची शक्यता होती. शिवाय तिची तब्येतही आहे तशी राहील अशी खातरी नव्हती. तिच्या शारीरिक स्थितीबद्दलचा अंदाज विचारल्यावर डॉक्टरांनी ॲनेट आणि तिच्या पतीला सांगितले की, तिच्या प्रकृतीच्या समस्या वाढण्याची शक्यता ३० ते ४० टक्के आहे.

दुसरा पर्याय शस्त्रक्रिया करण्याचा होता. त्या मार्गाने प्रश्न सुटण्याची शक्यता होती, पण त्या मार्गावरही काही अडथळे होतेच. शस्त्रक्रिया करतानाचा जरासा गलथानपणाही जीवघेणा ठरला असता. शिवाय ऑपरेशन पूर्णपणे यशस्वी होण्याची शक्यताही १०० टक्के नव्हतीच, डॉक्टर ७० ते ८० टक्क्यांपर्यंतचीच खातरी देत होते.

अशा परिस्थितीत तुम्ही काय निर्णय घेतला असतात?

अन्य डॉक्टांशी चर्चा करून, तत्सम रोगांविषयीच्या माहितीचा, उपायांचा शोध घेऊन, तासन्‌तास चर्चा, विचारविनिमय, अनेक रात्रींची चिंतातूर जागरणे करून या सर्वांनंतर अखेरीस ॲनेट आणि तिच्या पतीने शस्त्रक्रियेचा पर्याय निवडला. निर्णय खूपच कठीण होता. शस्त्रक्रियेनंतरचा काळ जास्तच तणावपूर्ण होता. पण सुदैवाने तोही काळ सरला, सुधारणा कासवाच्या गतीने, पण होत गेली. मिली वाचली. आज सहा वर्षांची मिली खूपच बरी आहे, जवळ-जवळ सामान्य जीवन जगते आहे. तिला नियमितपणे डॉक्टरकडे जाऊन तपासणी करून घ्यावी लागते, पण ती खाऊ-पिऊ शकते. तिच्या वयाच्या मुलांना आवडणाऱ्या सर्वसाधारण

गोष्टींचा ती आनंद घेऊ शकते.

मिलीच्या बाबतीतील पर्याय डॉक्टरांनी जर वेगळ्या पद्धतीने ॲनेटसमोर ठेवले असते तर परिस्थिती, निवड तसेच परिणामही निराळेच झाले असते. डॉक्टरांनी दिलेले पर्याय परत एकदा पाहू या :

पर्याय 'अ' : पोटातील नळी तशीच ठेवून वाट पाहणे. प्रकृतीच्या समस्या वाढण्याचा धोका ४० टक्के.

पर्याय 'ब' : शस्त्रक्रिया करणे. यशाची शक्यता ८० टक्के.

हेच पर्याय जर डॉक्टरांनी थोडे वेगळ्या पद्धतीने मिलीच्या पालकांसमोर समोर मांडले असते तर? मार्ग तेच, यश-अपयशाच्या शक्यतेची आकडेवारीही तीच, पण 'अ' पर्यायात भर अपयशाऐवजी यशावर दिला असता आणि 'ब'पर्यायात तो अपयशावर दिला असता तर? ते पर्याय असे मांडले गेले असते :

पर्याय 'अ' : पोटातील नळी तशीच ठेवून वाट पाहणे. प्रकृतीच्या समस्या न उद्‌भवता सुधारणेची शक्यता ६० टक्के.

पर्याय 'ब' : शस्त्रक्रिया करणे. अपयशाची शक्यता २० टक्के.

या मांडणीने निर्णयात फरक पडला असता?

सुदैवाने घड्याळाचे काटे, कालाचे चक्र उलटे फिरवता येत नाहीत. या दुर्दैवी प्रसंगाशी संबंधित असणाऱ्या कुणालाच ते तसे फिरवायला आवडणारही नाही. पण विज्ञान, शास्त्रीय संशोधन आपल्याला असे वारंवार दाखवून देते की, माहिती कोणत्या स्वरूपात, कुठल्या पद्धतीने समोर प्रस्तुत केली जाते यावर बऱ्याच गोष्टी अवलंबून असतात, परिणामात प्रचंड बदल घडवून आणू शकतात.

दिलेली माहिती स्वीकारणे आणि त्यावर सारासार विचार करणे या गोष्टी लोकांनी शांत चित्ताने, समंजसपणाने, विचारपूर्वक केल्या पाहिजेत. कोणताही महत्त्वाचा निर्णय घेताना माहिती सांगण्याच्या, तपशील सादर करण्याच्या, पर्यायाच्या भाषेच्या किरकोळ फरकाने त्यांनी प्रभावित होता कामा नये, पण ते होतात. वापरलेले संदर्भ, शब्द, त्यावर दिलेला जोर, वाक्याचा स्वर, सूर या सर्व गोष्टींनी लोकांचे निर्णय, त्यांच्या निवडी, त्यांची वर्तणूक बदलते. हे वास्तव माणसाच्या मनातील गुंतागुंतीवर प्रकाश तर टाकतेच; पण त्याबरोबरच माणसाचे मन वळवण्याच्या परिस्थितिजन्य अशा हमखास उपायावरही झोत टाकते. लोकांनी आपल्याला हवा तसा निर्णय घ्यायला हवे असेल, त्यांनी आपल्या अपेक्षेप्रमाणेच निवड करायला

हवी असेल तर, मग ते पर्यावरणाचे रक्षण असो, आर्थिक संयोजन असो, आरोग्याची बाब असो नाहीतर दुकानातील खरेदी असो, आपण माणसाच्या या स्वभाववैशिष्ट्याचा फायदा निश्चितपणे उठवू शकतो. लोकांवर 'प्रभाव' पाडण्याचे 'प्रभावी' तंत्र म्हणून वापरू शकतो.

जीवनमरणाचा प्रश्न

बार्बरा मॅकनील हिच्या गोल आणि सोज्ज्वळ चेहऱ्याला तिचा जरासा मोठ्या आकाराच्या फ्रेमचा चश्मा एखाद्या अभ्यासू ग्रंथपालाचा भारदस्तपणे आणतो, पण हार्वर्ड मेडिकल स्कूलच्या आरोग्यधोरण खात्याची प्रमुख आणि ब्रायम ॲन्ड विमेन हॉस्पिटलमधील ख्यातनाम प्राध्यापक या तिच्या पदांसाठी मात्र तो थोडासा विशोभित दिसतो. १९८० साली बार्बरा एक तरुण रेडिऑलॉजिस्ट होती. तिच्याकडे क्ष-किरण चिकित्सेसाठी येणाऱ्या रुग्णांना त्यांच्या पुढील उपचारपद्धतींबद्दलचा योग्य, डोळस निर्णय घेण्याच्या प्रक्रियेत तिला मोलाची मदत कशी करता येईल, त्यासाठी तिने काय करायला हवे हे समजून घेण्याची तिला अगदी मनापासून तीव्र इच्छा होती. त्यासाठी तिने स्वत: बराच अभ्यासही केला होता. त्यातून कळलेल्या उपायांचे प्रत्यक्ष परिणाम आजमावण्याकरिता, लोक निर्णयांची निवड कशी, कुठल्या कसोट्यांवर करतात हे समजून घेण्याकरता तिने अनेक प्रयोग केले. त्यात तिने प्रयोगाकरता निवडलेल्या विद्यार्थ्यांसमोर निरनिराळ्या घटना उभ्या केल्या. तुम्हीही त्या प्रयोगात सहभागी होऊन पर्याय निवडू शकता.

उदाहरणादाखल एक प्रसंग घेऊ या. अशी कल्पना करा की, तुम्हाला फुफ्फुसाचा कर्करोग झाल्याचे निदान झाले आहे आणि तोही बऱ्याच गंभीर अवस्थेला पोहोचल्याचे लक्षात आले आहे. दुर्दैवाची गोष्ट अशी आहे की, या भयकारी रोगापासून सहजासहजी मुक्ती मिळणे हे इतके दुरापास्त आहे की नुसते हातावर हात ठेवून बसणे परवडणारे नाहीच. तुमच्यापुढे दोन मार्ग आहेत, एक शस्त्रक्रिया किंवा दुसरा रेडिएशन – 'क्ष-किरण' चिकित्सा. दोन्ही मार्गांची परिणामकारकता खाली दिली आहे :

अ) शस्त्रक्रिया : शंभर लोकांपैकी ९० जणांवरील शस्त्रक्रिया यशस्वी होतात. त्यापैकी ६८ जण त्यानंतर एक वर्षापर्यंत जिवंत राहतात आणि ३४ जण पाचवे वर्षही पार करतात.

ब) 'क्ष-किरण' चिकित्सा : या उपायात सर्व १००च्या १०० जण यशस्वीपणे चिकित्सा पूर्ण करतात. त्यातले ७७ जण पहिल्या वर्षअखेर जिवंत राहतात आणि २२ जण पाच वर्षांनंतरही हयात असतात.

कोणता पर्याय निवडाल तुम्ही?

प्रथम म्हणजे पर्याय परत एकदा वाचा आणि तुमची निवड सांगा. मी माझ्या अनेक मित्रांना हाच प्रश्न विचारला तेव्हा माझ्या असे लक्षात आले की, त्यांच्या दृष्टीने निवडीसाठीचा महत्त्वाचा मुद्दा ठरला तो पाच वर्षांनंतर काय होणार हा, म्हणजे दोन्ही उपाययोजनांच्या दीर्घकालीन परिणामांचा! पहिल्या वर्षानंतर शस्त्रक्रिया झालेले जेवढे लोक जिवंत राहतात त्यापेक्षा जास्त 'क्ष-किरण' चिकित्सा घेतलेले राहतात या गोष्टीने त्यांच्यावर कमी परिणाम केला. त्यांनी शस्त्रक्रियेचा पर्याय निवडणाऱ्या १०तले ३ जण पाच वर्षांनंतरही या जगात असतात आणि 'क्ष-किरण' चिकित्सेनंतर मात्र १०तले दोनच लोक ५ वर्षांपर्यंत टिकतात या अनुभवसिद्ध माहितीच्या आधारावर त्यांच्या निर्णयाची दिशा ठरवली, कारण त्यांना जास्त वर्षे जगायची इच्छा होती. बार्बरा आणि तिच्याबरोबरच्या कुशल संशोधकांच्या गटाने घेतलेल्या प्रयोगात सहभागी झालेल्यांनीही लोकांच्या याच विचारसरणीचा पुरावा दिला. फक्त १८ टक्के लोकांनी 'क्ष-किरण' चिकित्सा या पर्यायाच्या बाजूने कौल दिला.

मग बार्बराने पर्यायांची भाषा बदलली. तेच पर्याय तिने लोकांसमोर असे ठेवले :

अ) शस्त्रक्रिया : १०० पैकी १० जण शस्त्रक्रिया करताना किंवा त्यानंतर लगेचच्या काळात दगावतात. पहिल्या वर्षअखेरीस त्यातले ३२ जण हे जग सोडून जातात आणि ६६ जण पाच वर्षांपर्यंतच्या काळात निवर्ततात.

ब) 'क्ष-किरण'चिकित्सा : ही चिकित्सा पूर्ण होईपर्यंत १०० पैकी कोणीही दगावत नाहीत. पहिल्या वर्षअखेरीस त्यातले २३ जण हे जग सोडून जातात आणि ७८ जण पाच वर्षांपर्यंतच्या काळात निवर्ततात.

आता तुमची निवड कोणती असेल? या पुस्तकाद्वारे मानवी मनाचा धांडोळा घेण्याच्या माझ्या या प्रयत्नांचाच तुम्ही एक भाग झाला आहात, त्यामुळे कदाचित तुम्ही या भाषेच्या खेळाने विचलित होणार नाही. पण पर्यायांच्या या नव्या मांडणीतून काय सत्य प्रकर्षाने पुढे येते? शस्त्रक्रियेनंतरच्या पाच वर्षांत ६६ आणि 'क्ष-किरण' चिकित्सेनंतरच्या पाच वर्षांत ७८ लोक मृत्युमुखी पडतात. म्हणजे तर्कशुद्ध, वस्तुनिष्ठ दृष्टीने आणि संख्याशास्त्राला धरून विचार केला तर दोन्ही वेळेला पुढे ठेवलेले पर्याय तेच, अगदी सारखेच असले तरी त्यांच्या सादरीकरणाची पद्धत बदलली आहे. चित्र तेच; पण तसबीर, चौकट वेगळी वापरली आहे. पहिल्यांदा जगण्याच्या प्रमाणावर प्रकाशझोत टाकला होता, दुसऱ्या वेळी मृत्यूच्या

प्रमाणावर. हा फरक मामुली की महत्त्वाचा? या दुसऱ्या प्रकाराने मांडलेले पर्याय ऐकल्यानंतर 'क्ष-किरण' चिकित्सेचा पर्याय निवडण्याचा निर्णय घेतलेल्यांची टक्केवारी १८ वरून ४४ वर गेली यावरून काय ते ठरवा!!

लोकांच्या मतांची ही उडी चांगलीच मोठी आहे. हे नव्या पेहरावातील पर्याय ऐकल्यावर लोकांच्या मनांवर आणि म्हणूनच त्यांच्या मतांवर सर्वांत अधिक प्रभाव पडला तो उठावदारपणे पुढे आणलेल्या मृत्यूच्या प्रमाणांचा. दोन्ही उपाययोजनांच्या तत्काळ परिणामांचा. 'क्ष-किरण' चिकित्सेच्या काळात एकही रोगी दगावत नाही, पण शस्त्रक्रियेच्या टेबलावर दहातील एक मरण पावू शकतो या सत्याचा.

आत्तापर्यंत आपण विचारात घेतलेल्या संशोधकांच्या प्रयोगातील एका गोष्टीवर काही जण आक्षेप घेऊ शकतील की, यातील बहुतेक सगळे प्रयोग कॉलेज, विद्यापीठातील विद्यार्थ्यांवरच करण्यात आले. काही खट अथवा तिखट टीकाकार असे म्हणतील की, त्या तरुण, काहीशा अपरिपक्व मनांना अशा प्रकारचे शब्द, भाषा यांचे खेळ, संशोधकांच्या क्लृप्त्या हव्या त्या बाजूला वळवू शकल्या, कदाचित फसवू शकले. त्यांना आयुष्य अजून नीटसे कळलेले नसते, त्यांनी जीवनाचा पुरेसा अनुभव घेतलेला नसतो. बार्बराने या सार्थ टीकेची नोंद घेऊन विद्यार्थी प्रयुक्तांसमोर ठेवलेले तेच दोन भिन्न रचनेतील पर्याय काही कर्करोगाने पीडित रुग्णांसमोरही मांडले. ती तिथेही थांबली नाही, तिने तोच प्रयोग काही अनुभवी डॉक्टरांवरही केला. निकालात काहीही फरक पडला नाही. तेच पर्याय कसे, कोणत्या भाषेत, कशावर भर देऊन लोकांना सांगितले जातात यावरून त्यांच्या पर्यायाच्या निवडीतही लक्षणीय बदल घडतो हेच त्या आयुष्य जवळून पाहिलेल्या, जीवनाचाच नव्हे तर त्या विशिष्ट दुःखाचाही प्रत्यक्ष अनुभव घेतलेल्यांनी, अगदी तज्ज्ञांनीही दाखवून दिले.

दोन भिन्न प्रकारांनी पर्याय शब्दांकित केल्यावर शस्त्रक्रिया की 'क्ष-किरण' चिकित्सा या निवडीत जी तफावत आढळली त्यामागे त्यातील भाषेने लोकांच्या विचारांना दिलेल्या दिशेतील फरक होता. काय मिळते, काय गमावले जाऊ शकते, हवे ते घडण्याची शक्यता किती, जे नको ते किती प्रमाणात होऊ शकते याचा लोकांनी विचार केला, या बेरीज-वजाबाकीच्या उत्तरावरून त्यांनी त्यांची निवड निश्चित केलेली दिसली. जेव्हा पर्याय जगण्याच्या प्रमाणात समोर आले, फायद्याची बाजू लोकांच्या मनांवर ठसवली गेली तेव्हा जास्तीत जास्त जगवणारा उपाय कोणता याच्या विचाराने प्रामुख्याने लोकांच्या मनाचा ताबा घेतला, आणि त्यांनी पाच वर्षांनी जास्त रोगी जिवंत ठेवणाऱ्या शस्त्रक्रियेच्या उपायाची निवड केली. तेच पर्याय जेव्हा मृत्यूचे प्रमाण दाखवू लागले, कोणत्या मार्गाने हानी जास्त होईल हे त्यांच्या नजरेत भरवले गेले त्या वेळी शस्त्रक्रियेपेक्षा खूपच कमी मृत्यू

घडवणाऱ्या 'क्ष-किरण' चिकित्सेच्या पर्यायाच्या बाजूने कितीतरी जास्त लोकांनी मत दिले.

या विषयावरील इतर प्रयोगात आणि या प्रयोगात एक फार मोठा फरक होता. हॉटेलमध्ये जाऊन कुठले पदार्थ मागवायचे, कोणत्या प्रकारचे घर खरेदी करायचे असल्या गौण, किरकोळ बाबतीतील निर्णय घेणे आणि स्वत:च्या जीवन-मरणाचा प्रश्न हाताळणे हा तो फरक होता. यातील निवड गंभीर स्वरूपाची होती, निर्णय अतिमहत्त्वाचा, 'जिवावरचा' होता.

आपली अशी रास्त अपेक्षा असते की, आपल्या सभोवतालच्या वर्तुळातील लोकांनी असे महत्त्वाचे निर्णय घेताना, उचित मार्गाची निवड करताना डोके अगदी थंड ठेवावे, चित्त शांत राखावे. पण लोक सहसा तसे वागत नाहीत. फायदे आणि तोटे, कमावणे आणि गमावणे याबद्दल ते अगदी भिन्न-भिन्न पद्धतीने विचार करतात. ती पद्धत, त्यांची विचारसरणी ठरवायला पर्यायांची भाषा, तिचा रोख, कमी-जास्त भर दिलेले मुद्दे या सगळ्या गोष्टी खूपच जास्त प्रमाणात कारणीभूत ठरतात हे प्रयोगसिद्ध तत्त्व आपण समजून घेतले आहे. त्यावरून असा निष्कर्ष काढण्यास कोणताच प्रत्यवाय नसावा की, निर्णय घेताना, निवड करताना माणसाच्या मनात अनाकलनीय, रहस्यमय अशा प्रचंड उलाढाली घडून येत असल्या पाहिजेत.

उत्क्रांतिवादी मनोवैज्ञानिक असे प्रतिपादन करतात की, मानवी मनाची जडणघडणच अशी होत आली आहे की ती फायद्यांपेक्षा तोट्यांवर जास्त लक्ष देते, लाभांपेक्षा हानीचा जास्त विचार करते. हे त्यांचे विधान समजून घेण्यासाठी अतिप्राचीन युगातील परिस्थितीचा विचार करावा लागेल. त्या काळात आपल्या पूर्वजांना त्यांच्या कुटुंबकबिल्याला थोडे दिवस पुरेल इतके अन्न जवळ असले की, उगीचच जास्त अन्नधान्याचा साठा करत बसण्याचे काही कारणच पडत नसे. ही हजारो वर्षांपूर्वीची, रेफ्रिजरेटरसारखी अन्न साठवून ठेवण्याची उपकरणे अस्तित्वातही नव्हती त्या काळातील स्थिती होती. जरुरीपेक्षा जास्त अन्न साठवणे म्हणजे ते वाया घालवणे, त्याची नाहक नासधूस करणेच होते. त्यामुळे गरजेपुरतेच राखायचे हीच माणसाच्या मनाला शिकवण मिळत गेली. आपल्या पूर्वजांच्या मनाने 'जास्ती'कडे कधी ओढ घेतली नाही, ज्याने 'अधिका'ची प्राप्ती संभवते अशा मार्गाची निवड करण्याची प्रेरणा त्यांना त्यांच्या मनाने कधीच दिली नाही.

पण 'कमतरते'च्या परिणामांचा विचार केला तर? त्या काळी माणसांना अन्नाचे अतिसेवन, त्यातून उद्भवणारा लठ्ठपणा, चरबीची वाढ असल्या 'आधुनिक' समस्यांचा सामना करावा लागत नसे. सामान्यपणे पोटाला कसेबसे पुरेल एवढेच अन्न सहजी मिळत असे. वन्य प्राण्याची शिकार करण्याचे अतिकष्ट केल्याशिवाय पौष्टिक मांस खायला मिळत नसे आणि कंदमुळांसाठीही जंगल धुंडाळायला लागत

असे. पोटापुरतेही मिळाले नाही की, उपाशी राहण्याची वेळ त्यांच्यावर बऱ्याच वेळा येत असे.

जवळ जरा जास्त असणे परवडण्यासारखे होते, पण कमी पडण्याची समस्या फारच गंभीर ठरत असे. जे अशा दुर्भिक्ष्याला, 'नसण्या'ला रुळले होते, गमावणे; हानी होणे ज्यांच्या अंगवळणी पडले होते त्यांचा एक फायदा मात्र झाला. अन्न हातातून जाणे किंवा कोणी हिरावून घेणे या धोक्याबद्दल ते अतिशयच जागरूक बनले, त्याचा कसून विरोध करू लागले. जे जवळ आहे त्याचे जिवापाड रक्षण करू लागले. अशा हानिकारक गोष्टींविरुद्धची त्याची प्रतिक्रिया अत्यंत तीव्र बनली. या परिस्थितीने जी मनाची विशिष्ट ठेवण बनली, विचारांची दिशा ठरली त्यानुसार वागणारे स्वतःला आणि कुटुंबाला उपासमारीपासून आणि त्यामुळे येणाऱ्या दुर्दैवी मृत्युपासून वाचवू शकले. जे मनाला असे घडवू शकण्यात कमी पडले, ज्यांनी सर्वशक्तिनिशी अशा लुटीचा, त्रुटीचा सामना हिरिरीने केला नाही ते तग धरून राहू शकले नाहीत. ते संपले, त्यांचे वंश कायमचे नष्ट झाले.

हजारो वर्षांच्या या मानवी मनाच्या परिस्थितिजन्य विचारसरणीचा परिणाम त्याची मूळ ठेवणच फायद्यापेक्षा तोट्याविषयी, लाभापेक्षा हानिविषयी अधिक संवेदनशील बनली असेल हे सयुक्तिक वाटते, योग्य आहे हे पटते. या संकल्पनेच्या बाजूने बोलताना लॉस एंजेलिस येथील युनिव्हर्सिटी ऑफ कॅलिफोर्नियाचा मार्टी हॅसेल्टन आणि युनिव्हर्सिटी ऑफ न्यू कॅसलचा डॅनियल नेटल या उत्क्रांतिवादी मानसशास्त्रज्ञांनी असे दाखवून दिले आहे की, आपल्या मनातील काही विशिष्ट भीतीच्या भावना, मनाने ठरवलेल्या काही प्रतिक्षिप्त निवडी या मनाच्या आकृतिबंधाचा एक अविभाज्य भागच बनून गेलेल्या असतात. उदाहरणादाखल ते याकडे लक्ष वेधतात की साप, विंचू यांच्याविषयीची भीती आपल्या मनात जन्मजातच असते. पण त्यांच्याहून कितीतरी जास्त धोकादायक शाबीत होणाऱ्या आपल्या सभोवतालच्या, जिवंत विद्युतप्रवाह वाहत असणाऱ्या उघड्या विजेच्या तारांसारख्या प्राणघातक गोष्टींची आपण फारशी चिंता, फिकीर करत नाही. अन्नातील भेसळ, रस्त्यावरील बेदरकार वाहतूक याने जीव जाण्याची भीती असताना आपण मात्र जखमांनी त्रस्त, रोगांनी ग्रस्त अशा रोग्यांना जास्त घाबरतो.

एफएमआरआय तंत्राने मेंदूच्या प्रतिमा काढू शकणाऱ्या उपकरणांचा वापर करून मज्जातंतुविशारदांनी प्रयोगशाळेत केलेल्या संशोधनातूनही या कल्पनेला भरीव पुष्टी मिळली आहे की, हानी, तोटा, उणीव यांच्याबद्दलची नावड, तिटकारा हा मेंदूच्या पायाभूत रचनेचाच भाग असतो. २००७ साली प्रसिद्ध झालेल्या एका शोधनिबंधात युनिव्हर्सिटी ऑफ ओटावा येथील जोशुआ वेलर आणि त्याच्या सहकारी संशोधकांनी केलेल्या एका प्रयोगाबद्दलचा उल्लेख आहे. त्या प्रयोगात

मेंदूशी संबंधित रोगांनी पीडित असलेल्या काही रुग्णांना संशोधकांनी असे काही खेळ खेळायला लावले होते, ज्यात पैसे जिंकण्याची अथवा हरण्याची समान संधी होती. त्या प्रयोगात ज्या रुग्णांच्या मेंदूतील सर्वांत वरच्या नियंत्रक कक्षाच्या अगदी पुढच्या भागाला (ज्याला प्रीफ्रंटल कॉर्टेक्स म्हणतात) इजा झालेली होती त्यांची संभाव्य धनलाभ किंवा हानी यांच्या बाबतीतील निर्णय घेण्याची क्षमता अतिशय क्षीण झालेली दिसून आली.

मानवी मेंदू आणि इतर अनेक सस्तन प्राणी, पक्षी अगदी सरडेसुद्धा यांच्या मेंदूत ॲमिग्डाला नावाचा बदामाच्या आकाराचा भाग समान असतो. त्या भागात दोष असलेल्या रुग्णांच्या बाबतीतील निरीक्षण असे होते की, ते फक्त पैसे मिळण्याची संधी असलेले निर्णय घेण्यात कमजोर पडायचे. हानी होत असेल तर त्याबद्दल मात्र ते व्यवस्थित विचार करू शकायचे. यावरून हे स्पष्ट होते की आपल्या मेंदूला त्याची लाभ, फायदा यांपेक्षा तोटा, हानी यांचे मूल्यमापन करण्याची क्षमता जास्त चांगल्या पद्धतीने सुरक्षित ठेवण्याची शक्ती उपजतच असते.

या सर्व चर्चेनंतर आपण नि:संशयपणे असा निष्कर्ष काढू शकतो की, माणसे लाभापेक्षा हानिकडे जास्त लक्ष देतात. ही माणसांची जन्मजात प्रवृत्ती त्यांचे मन वळवायला, त्यांच्या विचारांची दिशा, त्यांची निवड, त्यांचे निर्णय बदलायला परिणामकारकरीत्या कशी उपयोगी पडते?

मनपरिवर्तन करताना लाभ आणि हानी यावर भर द्या

लोकांच्या मनात काहीतरी कमावण्याच्या लालसेपेक्षा काहीतरी गमावण्याची भीती जास्त असते हे सत्य पचवायला जरा कठीणच पडते, नाही? काही रोजच्या व्यवहारातली उदाहरणे पाहू; म्हणजे त्याची सत्यताही पटेल आणि मनपरिवर्तनासाठी त्याचा वापर कसा करायचा तेही समजेल.

आज जगभरात 'ऊर्जा वाचवा' ही घोषणा गाजते आहे. सर्वच देशांची शासने नागरिकांना त्यासाठी आटोकाट प्रयत्न करण्याचा आग्रह करत आहेत. ऊर्जाबचतीमुळे पर्यावरणाचे संरक्षण होते, याबरोबरच लोकांच्या पैशाचीही फार मोठी बचत होते या मुद्द्याचा उपयोग करून केलेले ऊर्जा बचतीचे आवाहन नागरिकांना जास्त पटेल. त्यांचा खर्च कमी झाल्याने त्यांना अप्रत्यक्षपणे किती पैसे मिळू शकतील, त्यांचा लाभ काय आणि किती होईल हे आपण सांगू शकू ('कमी ऊर्जा वापरा आणि प्रत्येक आठवड्याला दोन डॉलर्स मिळवा!') किंवा पैशाचा अपव्यय टाळल्याने त्यांची हानी किती कमी होईल हे त्यांच्या मनावर बिंबवू शकू ('कमी ऊर्जा

वापरा कारण तुम्ही सध्या प्रत्येक आठवड्याला दोन डॉलर्स गमावता आहात!'). अशा दोन भिन्न आवाहनांनी त्यांच्या प्रतिक्रियेत फरक पडेल? होय, एका अभ्यासात तसे स्पष्टपणे दिसून आले आहे. असे दोन प्रकारे आवाहन केल्यावर, ज्या नागरिकांना 'तुम्ही रोज तुमचे पैसे गमावत आहात' असे सांगण्यात आले त्यांनी शासनाने प्रायोजित केलेल्या ऊर्जाबचतीच्या योजनांमध्ये ५५ टक्के जास्त सक्रिय सहभाग घेतला. म्हणजे परत एकदा, काय कमावता हे ऐकलेल्या लोकांपेक्षा काय, किती गमावता हे मनावर ठसलेल्यांची प्रतिक्रिया जास्त प्रकर्षाने, योग्य दिशेने व्यक्त झाली.

काही लोक क्रेडिट कार्ड घेतात, पण त्याचा वापरच करत नाहीत. एका क्रेडिट कार्ड कंपनीने अशा ग्राहकांशी फोनवरून संपर्क साधला. त्यातील काही लोकांशी बोलताना कंपनीने क्रेडिट कार्ड वापरणे हे कसे फायदेशीर असते यावर भर दिला. काहींना पैशांचे रोख व्यवहार करण्यातील प्रचंड तोटे वर्णन करून सांगितले. त्या फोनवरील संभाषणानंतर कुठल्या ग्राहकांनी कार्डाचा वापर सुरू केला यावर कंपनीने लक्ष ठेवले. ज्यांना कार्डचे फायदे सांगितले होते, त्यांच्यापेक्षा ते न वापरता रोखीने व्यवहार करण्यातले तोटे ज्यांना दाखवून दिले होते त्यांची संख्या कार्ड वापरायला लागणाऱ्यांच्यामध्ये कितीतरी अधिक असल्याचे लक्षात आले.

जेव्हा आपण लोकांच्या समोर दोन पर्याय ठेवतो, तेव्हा काही विशेष उपाय योजून त्यातील आपल्याला हवा असणारा पर्यायच त्यांनी निवडावा यासाठी आपण त्यांना उद्युक्त करू शकतो. समजा, तुम्ही लोकांना त्यांच्या गाड्या धुऊन देण्याची सेवा पुरवण्याचा व्यवसाय करता. त्यात ग्राहकांना दोन प्रकारच्या सेवा उपलब्ध करून देता. एक म्हणजे त्वरित स्वच्छता सेवा आणि दुसरी संपूर्ण स्वच्छता सेवा. संपूर्ण स्वच्छतेत आणि त्वरित स्वच्छतेत फक्त एकच फरक असतो. तो असा की, संपूर्ण स्वच्छतेत गाडीचे बाह्यांग मेण लावून पॉलिश केले जाते, ज्यामुळे तिचे रंगरूप चमकू लागते. त्वरित सेवेचा दर आहे ४० डॉलर्स आणि संपूर्ण सेवेचा ५० डॉलर्स. ग्राहकांनी जास्त मोबदला देणाऱ्या संपूर्ण स्वच्छतासेवेची निवड करावी असे तुम्हाला अपेक्षित असेल तर ग्राहकांना असे सांगा की, त्वरित सेवा ही संपूर्ण सेवेशी केलेली तडजोड आहे. त्यात काही गोष्टी त्यांना कमी मिळतात आणि म्हणूनच केवळ ती जराशी स्वस्त आहे. पण जर कमी वेळ आणि श्रम खर्च करून एका दिवसात जास्त गाड्या धुऊन तेवढीच किंवा थोडीशी जास्तच कमाई होऊ शकते म्हणून त्वरित

सेवाच ग्राहकांनी निवडली तर बरे असा तुमचा विचार असल्यास त्यांना असे दर्शवा की, संपूर्ण सेवेसाठी त्यांना त्वरित सेवेच्या किमतीवर १० डॉलर्सचा 'अधिभार' द्यावा लागतो. या १० डॉलर्सच्या तोट्याची, हानिची तोशीस पडवून घेण्यास ग्राहक नक्कीच खळखळ करतील आणि तुम्हाला हवा असलेला, त्वरित स्वच्छता सेवेचा पर्याय निवडतील.

निवडींच्या, निर्णयांच्या बाबतीत लोकांचे मन वळवायला बहुतेक सर्व प्रसंगात तुम्ही हेच धोरण वापरू शकता. अशा एका प्रसंगाची कल्पना करा की, तुम्ही काम करत असलेल्या कंपनीत तुम्हाला कंपनीचे २० हजार डॉलर्स वाचवणाऱ्या एका प्रकल्पात सर्व सहकर्मचाऱ्यांचे सक्रिय सहकार्य हवे आहे. तुम्ही लोकांना कशा प्रकारे सर्वांत जास्त प्रोत्साहित करू शकाल? चाकोरीतील मार्ग असा की, त्या प्रकल्पामुळे होणारा सर्वांत महत्त्वाचा म्हणजे मोठ्या बचतीचा लाभ आणि इतरही छोटे-मोठे फायदे लोकांसमोर मांडायचे. पण तज्ज्ञ तुम्हाला असा सल्ला देतील की, तुम्ही त्यांना असे सांगा की, 'हा प्रकल्प जर आपण सर्वांनी मिळून तडीस नेला नाही तर कंपनीचे २० हजार डॉलर्स इतके प्रचंड नुकसान होईल'. ते कंबर कसून तुमच्याबरोबर उभे राहतील.

दुसरा एक प्रसंग : तुम्हाला अशा वेगवान संगणकाबद्दल माहिती मिळाली आहे की, ज्यामुळे तुमच्या गटामधील सदस्यांची रोज पंधरा मिनिटे वाचू शकतील. तुम्हाला ते संगणक खरेदी करून कंपनीत आणायला तुमच्या वरिष्ठांची परवानगी मिळवायची आहे. वरिष्ठांकडे तो प्रस्ताव मांडण्यापूर्वी तो कसा, कुठल्या शब्दात सादर करायचा याचा नीट विचार करा. वेळेच्या बचतीच्या भावी फायद्यापेक्षा सध्या वेळेचे नाहक नुकसान किती होते आहे यावर जोर द्या. नवीन संगणक येऊन कार्यान्वित होत नाहीत तोपर्यंत प्रत्येक सदस्याची १५ म्हणजेच कंपनीची अमूल्य अशी अगणित मिनिटे वाया जात आहेत हे अधोरेखित करा. यात थोडीशी फसवणूक वाटते आहे ना? असेलही थोडीशी. पण माणसाचे मनच तसे आहे, नाही का?

खूप मोठ्या आकांक्षा

कधी-कधी वाइनचा एक ग्लास घ्यायला आवडतो तुम्हाला? ऐन उन्हाळ्यातल्या गरम, घामेजल्या दुपारी थंड गार वाइनचा घोट घशातून खाली उतरताना कसे वाटते? आणि त्याच्यासोबत चविष्ट सीझर सॅलड असेल तर? किंवा हिवाळ्यातील

कुडकुडत्या थंडीत गरम-गरम स्ट्यू आणि बरोबर चिलीयन रेड वाइन! कदाचित तुम्ही कॅलिफोर्निया किंवा न्यूझीलंड किंवा ऑस्ट्रेलिया येथील वाइनचे शौकीन असाल, का तुम्हाला फ्रान्स नाहीतर इटलीतील परंपरागत जुनी, वर्षानुवर्षे मुरवलेली वाइन जास्त आवडते? तुमच्या खिशाला कोणती सर्वांत चांगली परवडते हे तर तुम्हाला नक्कीच माहिती असेल. काही अतिमहाग वाइन्स चवीला अप्रतिम असतात, पण त्यांच्या किमतीमुळे त्या नेहमी प्यायला सोईस्कर ठरत नाहीत. तुमची आवड, पसंती कोणतीही असो, उत्तम वाइनची चव कशी असते हे तर तुम्ही निश्चितच जाणत असाल. पण मी तुम्हाला असे विचारू इच्छितो की, तुमची खरी आवड कोणती हे तुम्हाला १०० टक्के माहीत आहे ना?

२००७ -०८च्या दरम्यान सुमारे नऊ महिने अमेरिकेतील नावाजलेला वाइन आणि खायच्या पदार्थांच्या चवींचा तज्ज्ञ आणि समीक्षक रॉबिन गोल्डस्टाइन याने वाइनच्या चवीच्या बाबतीत अतिशय नामी चाचण्या घेतल्या. त्या त्याच्या प्रयोगात त्याने वाइनची चव पाहण्याच्या खास तंत्राचे जराही शिक्षण न घेतलेल्या, त्यासंबंधीचे ज्ञान, अनुभव मुळीच नसणाऱ्या ५०० लोकांना सहभागी करून घेतले. चाचणीसाठी वापरलेल्या वाइनचे नाव, गाव अशी कोणतीही माहिती चव घेणाऱ्यांना कळणार नाही याची दक्षता घेतली होती. त्यासाठी वाइन्स त्यांच्या मूळच्या बाटल्यांतून दुसऱ्या पात्रांत ओतून ठेवलेल्या होत्या. या क्षेत्रातील संशोधक ज्याला 'दुहेरी आंधळी (डबल ब्लाइंड) पद्धत' म्हणतात तिचा वापर करण्यात आला होता. चव पाहाणाऱ्यांना वाइन्ससंबंधी, तिच्या रंगाखेरीज, कोणतीही माहिती नव्हतीच; पण लोकांच्या ग्लासमध्ये वाइन ओतून देणाऱ्यालाही नव्हती. वाइन्सच्या नावांबद्दल, गुणा-अवगुणांबद्दल – त्या वाइन्स बनवताना कोणत्या प्रकारची द्राक्षे वापरली गेली आहेत, त्या कोणत्या देशात बनवल्या गेल्या आहेत, आणि सर्वांत महत्त्वाचे म्हणजे त्यांच्या किमती किती, याबद्दल दोघेही सर्वस्वी अनभिज्ञ (आंधळे) असतात म्हणूनच या पद्धतीला 'दुहेरी आंधळी पद्धत' असे म्हणतात.

वाइन्सच्या चवी चाखणाऱ्या प्रत्येक व्यक्तीने दिलेली वाइन चाखायची आणि केवळ तिच्या चवीवरून 'ही वाइन तुम्हाला एकंदरीत कशी वाटली?' या प्रश्नाच्या उत्तराकरता 'वाईट', 'बरी', 'चांगली' आणि 'उत्तम' या चारपैकी एक विशेषण निवडून आपला प्रामाणिक अभिप्राय द्यायचा अशा सूचना सर्वांना देण्यात आल्या होत्या.

आपला प्रयोग शास्त्रशुद्ध व्हावा याकरता स्वत: शास्त्रज्ञ नसलेल्या रॉबिन गोल्डस्टाइन याने हार्वर्ड आणि येल युनिव्हर्सिटीज आणि स्वीडनमधील रिसर्च इन्स्टिट्यूट ऑफ इंडस्ट्रियल इकॉनॉमिक्स येथील अर्थतज्ज्ञांना वाइन्सचे सर्व तपशील आणि लोकांची उत्तरे यांचे पृथक्करण करून अंतिम निकाल देण्यासाठी

खास पाचारण केले होते. त्या विद्वानांनी असा निकाल दिला की, वाइन्सच्या किमती आणि त्यांच्या चवी यांचे समीकरण व्यस्त आहे. सोप्या शब्दात सांगायचे तर सामान्यपणे जास्त किमतीच्या वाइन्सच्या चवी लोकांना जरा कमीच आवडल्या.

जरा अधिक समजावून सांगायचे म्हटले तर समजा, दोन वाइन्स आहेत, 'अ' आणि 'ब'. 'ब' ही वाइन 'अ'च्या दसपट महाग आहे. त्या दोन्ही वाइन्सबद्दलची उत्तरे अभ्यासली तेव्हा असे दिसले की 'ब' ही वाइन लोकांना 'अ'पेक्षा चार टक्के कमी आवडली. चार टक्के हा फरक आपल्या दृष्टीने विशेष नाही, पण संख्याशास्त्रानुसार तो लक्षणीय समजला जातो. त्यामुळे हा फरक 'चुकून पडलेला', 'योगायोगाने घडलेला', 'दुर्लक्ष करावा' असा आहे असे आपण म्हणू शकत नाही. प्रयोगातील निरीक्षणे ५०० उत्तरांवर आधारलेली होती आणि ती निरीक्षणे त्या क्षेत्रातील तज्ज्ञांनी, मान्यवर अर्थशास्त्रज्ञांनी त्यांच्या विद्वत्तेचा वापर करून, उपलब्ध माहितीचा सखोल, काळजीपूर्वकरीत्या अभ्यास करून त्यावरील निष्कर्ष काढले होते हे लक्षात ठेवले पाहिजे. तेव्हा निष्कर्ष निःसंशय आणि निर्विवाद होता तो असा की, 'आपण ज्या वाइनसाठी जास्त, खूप-खूप जास्त किंमत मोजतो ती आपल्याला जरासा कमी आनंद देते.'

हा निष्कर्ष बऱ्याच जणांना आश्चर्यकारक वाटतो. मी ज्या लोकांना हा निष्कर्ष सांगितला त्यांचा त्यावर विश्वासच बसला नाही. तो खरा असलाच पाहिजे. मी ज्यांच्यासाठी काम करतो त्यांच्यातील बहुतेक जण उच्चशिक्षित आणि श्रीमंत असतात. त्यांचे म्हणणेही असे पडले की, वाइन्सच्या चवीतील 'अप्रतिम' आणि 'चांगली' यातील सूक्ष्म फरक त्यांनासुद्धा बऱ्यापैकीच बरोबर ओळखता येतो, पण 'बरी' आणि 'वाईट' चवीच्या वाइन बाजूला काढणे कोणालाही अगदी अचूकपणे करता येईल.

शिवाय या प्रयोगात तर कुठल्याच पक्षपातीपणाचा, चुकीचा संभवच नव्हता. कारण संशोधनातील सर्वोच्च दर्जाच्या, दुहेरी आंधळी पद्धतीचा वापर केला गेला होता. प्रयोगात भाग घेणाऱ्या कुणालाच (ना वाइन देणाऱ्याला, ना ती घेऊन चाखणाऱ्याला) तिच्याबद्दल, तिच्या किमतीबद्दल काही म्हणजे काही माहीत नव्हते.

आपण जेव्हा वाइन पितो तेव्हा आपल्याला तिच्याविषयीची आवश्यक तेवढी सगळी माहिती असते. ती जर आपण स्वतःच विकत आणलेली असली तर तिची नेमकी किंमतही आपल्याला ठाऊक असते, तिच्याबद्दलचे अभिप्रायही कदाचित आपल्या वाचनात आलेले असतात. ती जेथे विकत घेतली त्या दुकानात, तिच्या विक्रेत्याने तिच्याविषयी काही अनुकूल गोष्टी सांगून आपल्या अपेक्षा वाढवलेल्या असतात, बाटलीचा आकार आकर्षक असतो, ती पिढ्यान्‌पिढ्या वाइन बनवण्याचे

कौशल्य जोपासलेल्या घराण्याने कशी बनवलेली आहे वगैरे असे वेष्टणावरील तिचे गुणवर्णन आपण रस घेऊन वाचलेले असते, चर्चिलेले असते. थोडक्यात काय, त्या वाइनच्या अंगभूत चवीत या सर्व 'मसाल्याची' आणि विशेषत: तिची किंमत आणि तिच्याविषयी आपल्या मनात निर्माण झालेल्या अपेक्षा यांचीही फोडणी पडून तिची खुमारी आधीच वाढलेली असते.

आपल्याला ज्या वाइन्स आवडतात त्या खरेच का आवडतात हे आपला विश्वासू मित्र म्हणजे मेंदूच्या प्रतिमा काढणारे यंत्र (एफएमआरआय ब्रेन स्कॅनर) नीट, पुराव्यानिशी समजावून देतो. हाइक प्लासमन ही अत्यंत नितळ कांतीची, लांब सोनेरी केसांची जर्मन स्त्री सध्या फ्रान्समधील फॉटेनब्ल्यू शहरातील प्रसिद्ध बिझनेस स्कूल इनसेडमध्ये (आयएनएसईडी) पणनशास्त्र (मार्केटिंग) या विषयाची प्राध्यापक म्हणून कार्यरत आहे. हे पद स्वीकारण्याआधी प्लासमनने काही संशोधकांच्या साहाय्याने एक आगळावेगळा प्रयोग केला होता. त्या प्रयोगात, मद्याचा घोट घेतल्यापासून जीभ या ज्ञानेंद्रियाने त्याची चव घेऊन तो संदेश मेंदूपर्यंत पोहोचवेपर्यंतच्या काळात मेंदूच्या अंतर्भागात होणाऱ्या हालचाली तिने टिपल्या. काही प्रौढ व्यक्तींना बोलावून तिने एफएमआरआय हे उपकरण त्यांना जोडले. कॅबर्ने सॉव्हिन्यॉन या जगप्रसिद्ध द्राक्षांपासून बनवलेल्या पाच निरनिराळ्या वाइनची चव त्यांना देण्यात आली. प्रत्येक प्रकारची वाइन देताना तिची किंमत त्यांना स्पष्ट आवाजात ऐकवली गेली.

आपल्या मनात वस्तूच्या किमतीशी जोडलेल्या काही कल्पना घट्ट बसलेल्या असतात, त्यानुसार निर्माण झालेल्या काही साहजिक अपेक्षा वसलेल्या असतात. संशोधकांना खरेतर वाइनच्या किमतीशी संबंधित मनातील आकांक्षा मेंदूत काय हालचाली घडवून आणतात हेच अभ्यासायचे होते. संशोधकांनी चलाखीने प्रत्यक्षात पाचाऐवजी तीनच प्रकारच्या वाइन आणल्या होत्या. त्यातील दोन प्रकार प्रयुक्तांना, त्यांच्या नकळत, दोनदा देण्यात येणार होते. वाइन्स खाली दिलेल्या माहितीसह दाखवलेल्या क्रमाने देण्यात आल्या :

- प्रकार १ - याची किंमत ५ डॉलर्स सांगितली गेली.
- प्रकार २ - याची किंमत १० डॉलर्स सांगितली गेली.
- प्रकार ३ - याची किंमत ३५ डॉलर्स सांगितली गेली.
- प्रकार ४ - ही वाइन प्रत्यक्षात प्रकार एकचीच होती, पण आता तिची किंमत ४५ डॉलर्स सांगितली गेली.
- प्रकार ५ - ही वाइन प्रत्यक्षात प्रकार दोनचीच होती, पण आता तिची किंमत ९० डॉलर्स सांगितली गेली.

संशोधकांच्या अपेक्षेप्रमाणे किमतीच्या प्रमाणात वाइनची चव जास्त-जास्त

चांगली, सुखदायी होत गेली. जितकी किंमत जास्त तितकी प्रयुक्तांना तिची चव अधिक आवडली. त्यांच्या मते प्रकार चारची वाइन प्रकार एकपेक्षा जास्त चविष्ट होती, पण संशोधकांना हे माहीत होते की त्या दोन्ही वाइन एकच होत्या. प्रकार पाच आणि प्रकार दोन या वाइन्स एकच असूनसुद्धा प्रकार पाच ही वाइन प्रयुक्तांनी दोनपेक्षा श्रेष्ठ ठरवली. किमतीने भारावून प्रयुक्त खोटेच मत देत होते का? प्रयुक्त त्यांची मते नोंदवत असताना मेंदूच्या ज्या प्रतिमा काढल्या गेल्या त्यांनी असे दर्शवले की, प्रयुक्त खोटे बोलत नव्हते. वाइन खूप महाग आहे हे प्रयुक्तांनी ऐकले की, त्यांच्या मेंदूतील 'मिडीयल ऑर्बिटोफ्रंटल कॉर्टेक्स' हा भाग उत्तेजित झाल्याचे एफएमआरआय उपकरणाने स्पष्ट दर्शवले.

यातून आपल्यासमोर मानवी मनाचे असे कप्पे उघडले गेले की, ज्यांच्या अस्तित्वाची आपण अपेक्षाच काय कल्पनाही केलेली नसेल. वाइनची चव घेणारे त्यांना वाइन किती आवडली यासंबंधीचे मत जिभेने पुरवलेल्या चवीच्या ज्ञानावर बनवतच नव्हते. कारण त्यांचा मेंदू जिभेचा संदेश डावलून वाइनच्या किमतीने त्याच्यात घडवलेल्या बदलाने जास्त प्रभावित होत होता. संशोधकांना जो सिद्धान्त मांडायचा होता त्याच्याशी जणू प्रयुक्तांचे मेंदू सहमत होते आणि त्याच्या सिद्धतेसाठी योग्य ते पुरावे संशोधकांना पुरवत होते. प्रयुक्तांचे मेंदू त्यांना या गोष्टीची स्पष्ट जाणीव देत होते की, ते अतिशय महाग अशी वाइन पीत आहेत की कमी किमतीची. याचा अर्थ असा की, रॉबिन गोल्डस्टाइन याने वापरलेली 'दुहेरी आंधळी पद्धत' आणि प्लासमनची एफएमआरआय उपकरणे हेच सांगत आहेत की, आपल्या अनुभवांबद्दलचे निर्णय प्रामुख्याने आपल्या मनातील अपेक्षा, आकांक्षा घेतात.

इतर अनेक प्रयोगातून निघालेले अशाच पद्धतीचे आणखी काही निष्कर्ष असेही दर्शवतात की, किंमत हीच एक बाब अनुभवांवर परिणाम करते असे नाही. २००९ साली प्रसिद्ध झालेल्या एका शोधनिबंधाचे उदाहरण देता येईल. लंडन बिझनेस स्कूलमधील मार्को बर्टिनी आणि त्याचे सहकारी यांनी युनिव्हर्सिटीच्या परिसरात कॉफीच्या चवीवर आधारित एक 'फसवा' प्रयोग केला होता. प्रयोगाच्या पहिल्या दिवशी येणारे-जाणारे विद्यार्थी, प्राध्यापक, व्यवस्थापकीय अधिकारी या सर्वांनाच त्यांनी कॉफीची चव पाहायची विनंती केली आणि त्यांच्या आवडीनुसार तिला १ ते १० गुण द्यायला सांगितले. एक गुण म्हणजे वाईट चव आणि १० म्हणजे अत्युत्तम.

दुसऱ्या दिवशी त्यांनी सुबक, नक्षीदार अशा बरण्यात लवंग, मिरे, संत्र्याची साले, वेलदोडे यांसारखे मसाल्याचे पदार्थ घालून त्या कॉफीच्या पात्राशेजारी ओळीने मांडून ठेवल्या. कॉफीची चव पाहायला थांबलेल्यांना त्या आकर्षक बरण्यातील

एखाद-दुसरा 'मसाला' कॉफीत मिसळून हवा आहे का, असा प्रश्न विचारला गेला. कुणीच फारसा त्याला होकार दिला नाही, परंतु गमतीची गोष्ट अशी घडली की, तो 'चविष्ट' देखावा पाहून आदल्या दिवशीच्याच कॉफीचे सरासरी गुण मात्र २३.७ इतक्या टक्क्यांनी वाढले!

तिसऱ्या दिवशी संशोधकांनी तेच मसाले कसल्यातरीच कपात ठेवले आणि आदल्या दिवशीसारखीच ते कॉफीत घालून पाहण्याची लोकांना विनंती केली. तेही कोणी घालून घेतले नाहीत; पण नाके मात्र मुरडली. त्या अनाकर्षक मांडणीने आधीच लोकांच्या तोंडाची चव कडू केली आणि त्याच कॉफीच्या चवीने पहिल्या दिवशीच्या तुलनेत चांगले १३ टक्के गुण गमावले!!

'स्टारबक्स' या जगप्रसिद्ध कॉफी उत्पादकांच्या सगळ्या दुकानातही ग्राहकांना त्यांच्या आवडत्या कापूचीनोमध्ये लवंग किंवा जायफळ मिसळण्याचा पर्याय उपलब्ध असतो. कारण स्टारबक्सला एवढे खातरीशीररीत्या समजले आहे की, ग्राहक ते पर्याय निवडोत वा न निवडोत, त्यांचा त्याच कॅाफीचा अनुभव त्यामुळे नक्कीच जास्त चविष्ट बनतो आणि अर्थातच स्टारबक्सचाही!!

तेव्हा या सगळ्याचा साकल्याने विचार केला तर असे स्पष्ट होते की संदर्भ, परिस्थिती, परिसर आणि वातावरण या सर्व गोष्टींचा फार मोठा परिणाम लोकांच्या आवडीनिवडींवर घडत असतो. फक्त किंमतच नाही तर या सगळ्या गोष्टी एकत्रितपणे लोकांचा अनुभव कमी-जास्त समृद्ध, सुखकारक तसेच समाधानकारक बनवत असतात.

पार्श्वभूमीला जरा पुढे आणू या

माझी एक मैत्रीण पाककलानिपुण आहे. मॅरियट तिचे नाव. तिचा नवरा आणि मुले जागी व्हायच्या आत ती तिची सायकल बाहेर काढून, अगदी भल्या पाहाटेच भरणाऱ्या शेतकऱ्यांच्या खास बाजारात जाते आणि स्वयंपाकासाठी लागणारे पदार्थ ताजे-ताजे, उत्तम प्रतीचे, निवडून खरेदी करून घेऊन येते. ते वापरून तिने केलेला स्वयंपाक 'तोंडात बोट घालण्यासारखा' असतो. मला तिने बनवलेले पदार्थ खूप आवडतात. पण सगळ्या मानसशास्त्रज्ञांनी मिळून प्रसंगाचे संदर्भ, भोवतालची परिस्थिती, वातावरण यांचे माणसाच्या आवडीतील महत्त्वाचे स्थान दाखवून दिल्यानंतर माझ्या मनात असा विचार येतोच की, खरेच मॅरियटचा स्वयंपाक नि:संदेह उत्तम असतो का?

तिच्याकडे जेवायला गेले म्हणजे जेवणाचे टेबल सुंदर सजवलेले असते.

रंगसंगती साधलेले टेबलक्लॉथ, डिशखालचे रुमाल, कलात्मक बोन चायनाच्या शानदार लखलखत्या डिश, बिलोरी ग्लासांमधून चमकणारे मधाळ मद्य, मेणबत्त्यांचा मंद प्रकाश, टेबलाच्या मध्यभागी फ्लॉवरपॉटमध्ये सजवलेले टवटवीत फुलांचे गुच्छ, सगळे कसे मन प्रसन्न करणारे व मोहून टाकणारे. त्या प्रसंगाला उठाव आणेल, त्याचे सौंदर्य वाढवेल असा चपखल पोशाख हे तर मॅरियटचे खास वैशिष्ट्य.

या सर्व गोष्टींमुळे तर तिच्या पदार्थांची चव वाढत नसेल? हे तितकेच खरे आहे की, मुळातच जर चव वाईट असेल तर या गोष्टी काही ती चांगली बनवू शकत नाहीत; पण तुमचे पाककलानैपुण्य लोकांच्या जिभेवर, पोटात आणि मनात रेंगाळावे असे वाटत असेल तर उत्तम टेबलक्लॉथ, मनमोहक ग्लास, डिश, एखादा फ्लॉवरपॉट या गोष्टींसाठी अवश्य पैसे खर्च करा. हे तत्त्व नीट आत्मसात करा, कारण ते याच नाही तर बहुतेक सर्व बाबतीतच परिणामकारक ठरते.

तुम्ही तुमच्या व्यवसायात ग्राहकांना काही उत्पादने अथवा सेवा पुरवत असाल तर त्यांची किंमत अतिशय विचारपूर्वक ठरवणे फार आवश्यक आहे. खूप जास्त किंमत बऱ्याच ग्राहकांना न परवडणारी ठरू शकते, पण ती खूप कमी ठेवणे हेही धोकादायक ठरू शकते. 'किंमत कमी म्हणजे दर्जाही कमी' अशी अनेक लोकांनी पक्की समजूत करून घेतलेली असते. 'योग्य' किमतीचा तयार 'फॉर्म्युला' काही माझ्याकडे नाही, पण किंमत केवळ 'कमी म्हणजे चांगली' नव्हे एवढा इशारा तरी मी नक्कीच देऊन ठेवतो.

ग्राहकांनी मोजलेली किंमत एखादे उत्पादन, सेवा यांबाबतीतलाच अनुभव प्रभावित करते असेही नाही. २००८ सालच्या एका अभ्यासाने, लोकांना पुरवला गेलेला सल्ला हाही याच प्रकारात मोडतो असे सिद्ध झाले आहे. जो सल्ला पैसे मोजून प्राप्त केलेला असतो तो विनामूल्य मार्गदर्शनापेक्षा जास्त प्रसंगात, अधिक प्रमाणात लोक मानतात तसेच पाळतात व त्याप्रमाणे वागतात. ज्याची किंमत मोजलेली असते तो उपदेश लोकांसाठी जास्त 'किमती' ठरतो. तेव्हा 'फुकटचा सल्ला' देण्यापूर्वी, खरेतर तुमचा कोणताच पर्याय लोकांसमोर विनामूल्य प्रस्तुत करण्यापूर्वी १० वेळा विचार करा. जर सल्ला देणे हेच नेमके तुमच्या कामाचे प्रमुख अंग असेल आणि तुमच्या मार्गदर्शनाप्रमाणे लोकांना वागायला लावणे हाच जर तुमच्या कामाचा प्रमुख उद्देश असेल तर तुमच्या सल्ल्याची लोक रोख, किंवा अन्य

काहीतरी स्वरूपात तरी योग्य किंमत मोजतात याची काळजी घ्या. 'ज्याचे मोजले मोल, तो सल्ला अनमोल' अशी लोकांची प्रवृत्ती असते. अनाहूत सल्ला सहसा वाऱ्यावर उडवून लावला जातो.

छोट्या-छोट्या गोष्टी फार मोठा फरक घडवतात, महत्त्वाच्या ठरतात. तरुण, प्रौढ तर सोडाच, तीन ते पाच वर्षे वयाच्या बालकांचे निर्णय, त्यांच्या आवडीनिवडी यांवरदेखील त्यांच्या मनातील आशा-आकांक्षांचा प्रभाव पडतो. थॉमस रॉबिनसन नावाच्या एका लहान मुलांच्या आरोग्याविषयी संशोधन करणाऱ्या संशोधिकेने २००७ साली त्याच वयोगटातील मुलांसमवेत एक प्रयोग केला. त्या मुलांच्या पुढ्यात तिने पाच-पाच खाद्यपदार्थ आणि पेये यांच्या जोड्या ठेवल्या. त्यासाठी वापरलेल्या कागदी पिशव्या, बॉक्सेस आकाराने, दिसायला अगदी सारख्या होत्या, पण त्यातल्या पाच जोड्यांच्या पिशव्यांवर, बॉक्सेसवर कुठल्याही कंपनीचे नाव व चित्र नव्हते. त्या कोऱ्या होत्या. दुसऱ्या पाच जोड्या मात्र 'मॅकडोनल्ड्स' या जगातील अतिशय लोकप्रिय खाद्यपदार्थ, पेये विकणाऱ्या कंपनीच्या सर्वपरिचित पिशव्यांत, बॉक्सेसमध्ये भरलेल्या होत्या. उदाहरणार्थ, दोन एकाच प्रकारच्या, सारख्याच चवीच्या हॅम्बर्गर्सपैकी एक मॅकडोनल्ड्सचे प्रसिद्ध चिन्ह असलेल्या पांढऱ्या कागदात गुंडाळलेला होता आणि दुसरा तसल्याच, फक्त ते चिन्ह नसलेल्या, कोऱ्या, पांढऱ्या स्वच्छ कागदात. एक छोटे रसरशीत गाजर मॅकडोनल्ड्सच्या ओळखीच्या पांढऱ्या रंगाच्या फ्रेंच फ्राइजच्या पिशवीवर ठेवले होते आणि तसलेच दुसरे गाजर फ्रेंच फ्राइजच्याच, मॅकडोनल्ड्स सारख्याच, पण बिनचिन्हाच्या पांढऱ्या पिशवीवर ठेवले होते. मुलांना ते पदार्थ खाऊन बघून त्यांना आवडलेले पदार्थ निवडायला सांगितले.

प्रत्येक जोडीतील पदार्थ अगदी सारखेच असून मुलांनी जास्त मार्क्स दिलेले पाचापैकी चार पदार्थ मॅकडोनल्ड्सच्या चिन्हांच्या पिशव्यांत, पिशव्यांवर ठेवलेले, त्या कंपनीच्या बॉक्सेसमधील होते. निकालाची चव पालकांना फारशी रुचकर लागणार नाही, पण मॅकडोनल्ड्ससारखे उत्पादक मात्र या निकालामुळ खूश होतील!

उत्पादक, दुकानदार, जाहिरातदार त्यांचे नाव, त्यांचे चिन्ह, बाह्यवेष्टणे, पिशव्या, बॉक्सेस, त्यावरील माहिती या तपशिलांकडे सर्वांत जास्त लक्ष पुरवतात हे निश्चितच सकारण आहे, सयुक्तिक आहे, फार-फार महत्त्वाचे आहे. ग्राहकांनी खरेदी केलेल्या अतिशय महागाईच्या सुवासिक सेंट्सच्या बाटल्या आणि इतर सुखचैनीच्या वस्तू विकणारे दुकानदार ती उत्पादने

साध्या प्लॅस्टिकच्या पिशव्यांमध्ये भरून ग्राहकांच्या हातात कधीच ठेवत नाहीत. आसमंत दरवळवणाऱ्या सेंट्सच्या सुबक, विविध वैशिष्ट्यपूर्ण आकाराच्या बाटल्यांसाठी ते नेहमीच जाड, टिकावू, सुखद रंगांच्या, कलापूर्ण, एखाद्या नाजूक रिबिनीचे बंद असलेल्या आकर्षक पिशव्यांचाच वापर करतात.

'काय भुललासी वरलिया रंगा' असे शहाणे सांगून गेले आहेत. केवळ मुखपृष्ठावरून पुस्तकाची किंमत करू नये म्हणतात. पण लोक तसेच, नेहमीच करतात. लोकांना पदोपदी निर्णय घ्यावे लागतात, निवड करावी लागते, प्रत्येक वेळी तपशिलात शिरून छाननी करणे शक्य नसते, तेवढा वेळच नसतो. दरवेळी त्या लांबलचक प्रक्रियेत वेळेचा अपव्यय करण्यापेक्षा ते जवळच्या मार्गाचा अवलंब करणेच पसंत करतात. ३० डॉलर्स किमतीची वाइन ५ डॉलर्सच्या वाइनपेक्षा नक्कीच चांगली असली पाहिजे हे ते गृहीतच धरतात. एखाद्या शर्टावर झळकणारे प्रसिद्ध उत्पादन कंपनीचे लेबल असेल तर तो शर्ट आतल्या बाजूला कुठल्यातरी अज्ञात कंपनीचे लेबल लागलेल्या शर्टपेक्षा लोकांच्या निश्चितच डोळ्यात भरतो. तेच अन्न, गल्लीतल्या एखाद्या सामान्य सजावटीच्या, साध्या हॉटेलमध्ये खाल्ले तर एवढे गोड लागत नाही जितके ते हमरस्त्यावरच्या झकपक हॉटेलमध्ये वातानुकूलित वातावरणात आरामात बसून आस्वाद घेतल्यावर लागते.

उत्पादकाचे नाव, त्या भोवतालचे वलय, उत्पादनांची बांधणी, वेष्टण, दुकानातील वातावरण, विक्रेत्याची वृत्ती आणि अर्थातच किंमत या सर्वांचा लोकांच्या अनुभवावर, आकांक्षांवर आणि अखेरीस निवडीच्या निर्णयावर प्रभाव पडतो, परिणाम घडतो. खरेतर तसे व्हायला नको, पण होते. लोकांच्या मनात ज्या अपेक्षा निर्माण केल्या जातात, त्या ज्या पद्धतीने जोपासल्या जातात त्यानुसारच त्यांच्या अनुभवाचा दर्जा, त्याचा परिणाम ठरतो. कुठल्याही बाबतीत त्यांच्या मनातील अपेक्षांची परिपूर्ती झालेलीच अनुभवायला त्यांना आवडते. मग तो एखादा खायचा पदार्थ असो, पेय असो, चित्रपट पाहायचा असो किंवा केशकर्तनालयाला भेट द्यायची असो, अगदी डॉक्टरकडे जाऊन तब्येत दाखवायची असो. तात्पर्य काय? आपल्याला जेव्हा लोकांचे मन वळवायचे असेल, त्यांच्या मनावर प्रभाव पाडायचा असेल, आपले उत्पादन, आपण देऊ करत असलेली सेवा उच्च दर्जाचे आहेत असे त्यांना पटवायचे असेल तेव्हा तज्ज्ञ आपल्याला सांगतात की, अगदी लहानसहान, क्षुल्लक वाटणाऱ्या गोष्टींकडेही दुर्लक्ष करू नका, त्यासाठी आवश्यक ते सर्व कष्ट घ्या, भरपूर घाम गाळा.

कागदाचे महत्त्व

आपला संदेश लोकांपर्यंत कसा पोहोचवला जातो याला फार महत्त्व आहे हे आता आपल्याला चांगलेच माहीत झाले आहे. संदेशात काय सांगितलेले आहे, कुठली माहिती आहे, कुठल्या उत्पादनाचे वा सेवेचे वर्णन केलेले आहे एवढेच लोक लक्षात घेत नाहीत. तो कशावर लिहिला आहे, कसा लिहिला आहे, त्यांच्यापर्यंत कोणी, कसा पोहोचवला आहे, त्याचे सादरीकरण किती परिणामकारकरीत्या झाले आहे यालाही ते तितकेच, किंबहुना थोडे जास्तच महत्त्व देतात.

मला एक सांगा, तुम्हाला संगणकावर ई-मेल्स टाइप करायला आवडते का कागद-पेन घेऊन पत्र लिहायला? काही कागदपत्रे पाठवायची असतील तर ती तुम्ही ई-मेलला जोडून पाठवणे पसंत करता का ती छापून पत्रासोबत टपालातून पाठवणे?

समजा, तुम्हाला तुमच्या एका ग्राहकाला मोठ्या खरेदीचा एक महत्त्वाचा प्रस्ताव द्यायचा आहे किंवा तुमच्या मित्रमंडळींना तुमच्या वाढदिवसाच्या अथवा लग्नाच्या वाढदिवसाच्या समारंभाचे आमंत्रण पाठवायचे आहे. तुमचा प्रस्ताव तुमच्या ग्राहकाला स्वीकारणे तुम्हाला भाग पाडायचेच असेल, तुमच्या जास्तीत जास्त मित्रांना समारंभाला उपस्थित राहायला लावायचे असेल तर तुम्हाला ओहायो युनिव्हर्सिटीच्या पी.के. मर्फी या संशोधिकेने तिच्या सहकाऱ्यांसह केलेल्या एका संशोधनाची दखल घ्यावी लागेल.

युनिव्हर्सिटीच्या शैक्षणिक धोरण आणि नेतृत्वप्रशालेतील या संशोधकांच्या गटाने काही विद्यार्थ्यांना 'टाइम' या प्रतिष्ठित नियतकालिकात प्रसिद्ध झालेले दोन वादग्रस्त विषयांवरील लेख वाचायला सांगितले. त्यासाठी दोन पर्याय ठेवले होते. एक म्हणजे कागदांवर छापलेले लेख वाचायचे किंवा दुसरा ते संगणकाच्या पडद्यावर वाचायचे. अमेरिकेतील न्यायालयाने नुकताच एक निकाल दिला होता. त्यानुसार ज्यांच्या जगण्याची काहीही आशा नाही अशा असाध्य व्याधीने पीडित रोग्यांच्या, डॉक्टरांच्या साहाय्याने केलेल्या आत्महत्येला कायद्याने परवानगी दिली होती. त्या दोन लेखांतील एक लेख त्या निकालावर आधारित होता. डॉक्टरांनी पदवी प्राप्त केली की, ती स्वीकारताना त्यांना व्यावसायिक नैतिकतेची शपथ (हिपोक्रेटिक ओथ) घ्यावी लागते. हिपोक्रेटिस हा पाश्चिमात्य वैद्यकशास्त्राचा आद्य जनक समजला जातो. त्याच्या नावाने ही शपथ प्रसिद्ध आहे. त्या शपथेतील 'मी कोणालाही नुकसान पोहोचवणार नाही' या अर्थाच्या वाक्यावरून त्या लेखाचे शीर्षक 'पहिले आणि अखेरचे, कुणालाही नुकसान पोहोचवू नका' ('फर्स्ट ॲन्ड लास्ट, डु नॉट हार्म') असे दिले होते. दुसऱ्या लेखात अमेरिकेतील मागासलेल्या

भागात काळ्या आणि गोऱ्या वंशाच्या मुलांना, विशेषत: शैक्षणिक बाबतीत, एकत्र आणण्याच्या प्रयत्नांचा आढावा घेण्यात आला होता. त्याचे शीर्षक होते 'वर्णभेद – का आपण आकाशपाताळ एक करतो आहोत?' ('डिव्हायडिंग लाइन : व्हाय वुई नीड टू रेझ हेल')

विद्यार्थ्यांच्या एका गटाला दोन्ही लेख संगणकाच्या पडद्यावर वाचायला दिले आणि दुसऱ्या गटाला तेच दोन लेख कागदांवर, छापलेले दिले. माध्यमाची निवडसुद्धा परिणामात बदल घडवते असे मी तुम्हाला सांगितले तर तुम्हाला मुळीच आश्चर्य वाटणार नाही, हो ना? या प्रयोगात कोणते माध्यम अधिक सामर्थ्यशाली सिद्ध झाले असेल याविषयी तुमचा काय अंदाज आहे?

प्रथम दोहोतील साम्यस्थळ पाहू या. दोन्ही माध्यमातून लेख वाचल्यानंतर त्या विषयांसंबंधीच्या त्यांच्या ज्ञानात भर पडल्याचे सर्वांनी एकमताने सांगितले. परंतु संगणकाच्या पडद्यावर वाचलेल्यांना दोन्ही लेख फारसे वेधक वाटले नाहीत, त्यांना ते समजायलाही कठीण पडले. अन्य गटातील विद्यार्थ्यांपेक्षा त्यांना लेखांच्या लेखकांबद्दल विश्वासही कमी वाटला असे मत त्यांनी व्यक्त केले.

असे का झाले असावे? ते काही संगणकाबद्दल आकस असणारे, जुन्या पिढीतील म्हातारे लोक नव्हते. एकविसाव्या शतकातील तरुण विद्यार्थी होते, संगणक त्यांच्या रोजच्या वापरातील गोष्ट होती. आठवड्यातील १३ तास ते संगणकाच्या सान्निध्यात इंटरनेट धुंडाळत होते, ई-मेल्स हाताळत होते, त्यांच्या अभ्यासाचा भाग म्हणूनही बरेच लिखाण करत होते. त्या माध्यमाशी ते नुसतेच परिचित नव्हते, तर त्याच्याशी त्यांची चांगली सलगी होती.

ज्यांनी लेख कागद समोर ठेवून वाचले त्यांना ते समजायला जास्त सोपे, रस घेऊन वाचावे असे का वाटले, त्यातील गोष्टींवर, त्या सांगणाऱ्या लेखकांवर विश्वास ठेवावासा का वाटला, त्यांच्या मनावर लेखांचा प्रभाव जास्त का पडला याच्या नेमक्या कारणावर संशोधकांनाही बोट ठेवता आले नाही. कदाचित लहानपणी त्यांनी गोष्टींची परंपरागत चित्रमय पुस्तके वाचूनच शब्दांशी, भाषेशी ओळख करून घेतली असेल, त्यातूनच त्यांची वाचनाची आवड जोपासली गेली असेल म्हणून ते माध्यम त्यांना जास्त जवळचे वाटले असेल. या पुढील २०, नाही १०, वर्षांतच संपूर्ण पिढी वाचनाची कला संगणकावरच शिकेल. केवळ 'ॲपल'चे आय पॅड आणि ॲमेझॉनचे 'किंडल' यांच्या साहाय्यानेच, आणि फक्त 'डिजिटल' स्वरूपातील पुस्तके, लिखाण वाचतच ती मोठी होईल. पण आज, आत्ता तरी कागदावरील शब्द, चित्रे यांचेच प्राबल्य अधिक आहे. आपले म्हणणे लोकांपर्यंत प्रभाविपणे पोहोचवण्याचे तेच सामर्थ्यशाली माध्यम आहे.

छापील मजकूर आणि मनपरिवर्तन

एखादा मजकूर संगणकाच्या पडद्यावर वाचण्यापेक्षा कागदावर लिखित किंवा छापील स्वरूपात वाचणे सर्वच दृष्टीने अधिक परिणामकारक ठरते हे पाहताना आणखी एक खास संदेशवहनाचा प्रकार विचारात घेतलेलाच नाही – तो आहे पत्र. आजकाल सगळेच सर्रास ई-मेलचाच वापर करतात, कारण ते खूपच सोपे पडते. कागद पेन घेऊन लिहिण्याचे कष्ट नाहीत, पाकीट, त्यावर पत्ता लिहिण्यासाठी पत्त्याची वही आणि पोस्टाचे तिकीट हेही शोधावे लागत नाही, काही छापील स्वरूपात पाठवायचे असेल तर प्रिंटर, कोरे कागद हाही त्रास पडत नाही. संगणकावर टाइप करा आणि 'सेंड' करा, बस, क्षणार्धात मेल पोहोचूनही जाते. ई-मेल पाठवण्यातील आणि ती पोहोचण्यातील हा जो कमालीचा साधेपणा, सोपेपणा आहे ना त्यामुळे ती एक विनाकष्ट घडलेली क्रिया ठरते आणि त्यामुळेच कदाचित ती ई-मेल वाचकही तशीच, पटकन, फारसे कष्ट न घेता, वरवर वाचून टाकत असेल का? वाचलेले त्याच्या मनापर्यंत पोहोचतच नसेल का? त्याच्या मनाच्या आत शिरत नसेल का? मनाचा ठाव घेत नसेल का?

जे लोक कारणपरत्वे त्यांच्या संगणकापासून अगदी थोडा काळ जरी दूर राहतात, त्यातले बरेच जण परतल्यावर ई-मेल उघडायला कचरतात, घाबरतात, कारण तेवढ्या अल्पशा काळातही ढिगाने मेल्स येऊन तुंबलेल्या असतात. मग ते त्यातील बऱ्याच मेल्सकडे दुर्लक्ष करतात. केवळ कामाच्या, महत्त्वाच्या मेल्स तेवढ्या बाजूला काढण्याच्या कामी लागतात. पत्रांचा असा ढीग टपालपेटीत कधीच पडत नाही. अगदी मोजकी पत्रे येतात. त्यातील बरीचशी पाठवणाऱ्याचे आणि आपलेही नाव वर छापलेली, पांढऱ्या रंगाची पाकिटे म्हणजेच बिले, बँकेची निवेदने, कंपन्यांचे वृत्तान्त असतात. 'आपल्या माणसांनी' लिहिलेली खरीखुरी पत्रे यायला म्हणजे हल्ली नशिबी भाग्ययोगच असावा लागतो!

तुम्हाला तुमचा इतरांबरोबरचा संवाद अधिक प्रभावी व्हायला हवा असेल, लोकांची मने योग्य दिशेला वळवण्याची त्याची शक्ती वाढायला हवी असेल तर तुम्ही त्यासाठी अक्षरांचा आकार, प्रकार, शैली (ज्याला इंग्रजीत 'फॉन्ट' असे म्हणतात) याचाही विचार करणे अत्यावश्यक आहे. मी जेव्हा माझा स्वतंत्र व्यवसाय सुरू केला तेव्हा त्यासंबंधीचे सर्व लिखित साहित्य,

छापीलपत्रके, माहितीपत्रे, कागदपत्रे ही कोणत्या 'फॉन्ट'मध्ये छापली जातील यावर मी आणि माझ्या सहकाऱ्यांनी सखोल संशोधन, कित्येक तास चर्चा व थोडे वादविवादही केले होते. कारण त्याचे महत्त्वच तेवढे मोठे आहे. युनिव्हर्सिटी ऑफ मिशिगनमधील पीएचडीचा अभ्यास करणारा ह्यूजिन साँग आणि मानसशास्त्राचा प्राध्यापक नॉर्बर्ट श्वाझ्र या दोघांनी २००८ साली याच संबंधातील एक प्रयोग केला होता. नेहमीप्रमाणे विद्यार्थ्यांचे दोन गट होते. त्यांना एका व्यायामप्रकारासंबंधी सूचना वाचायला दिल्या होत्या. एकच मजकूर, सारख्याच कागदावर, पण भिन्न आकार, प्रकार, शैलीतल्या अक्षरात (फॉन्ट) छापलेला. संशोधकांनी दोन्ही गटांना एकेका प्रकारच्या फॉन्टमधील व्यायामाच्या सूचना वाचायला दिल्या. तुम्हीही त्या पाहू शकता.

पहिला कागद

यावर मजकूर 'ब्रश स्क्रिप्ट' (१२) यामध्ये लिहिला होता.

Take your chin into your chest, and then lift your chin upward as far as possible, 6-12 repetitions.

Lower your left ear toward your left shoulder and then your right ear toward your right shoulder. 6-12 repetitions.

(प्रथम हनुवटी छातीत चांगली रुतेल इतकी मान खाली वळवा. मग हनुवटी वर उचलून मान जास्तीत जास्त मागे जाऊ द्या. असे ६ ते १२ वेळा करा.

आता मान डाव्या बाजूला वळवून तुमचा कान खांद्याला लावण्याचा प्रयत्न करा. मग मान उजव्या बाजूला वळवून उजवा कान उजव्या खांद्याला टेकवण्याचा प्रयत्न करा. असे ६ ते १० वेळा करा.)

दुसऱ्या कागदावर त्याच सूचना, पण एरिअल (१२) फॉन्टमध्ये छापलेल्या होत्या :

Take your chin into your chest, and then lift your chin upward as far as possible, 6-12 repetitions.

Lower your left ear toward your left shoulder and then your right ear toward your right shoulder.6-12 repetitions.

(प्रथम हनुवटी छातीत चांगली रुतेल इतकी मान खाली वळवा. मग हनुवटी वर उचलून मान जास्तीत जास्त मागे जाऊ द्या. असे ६ ते १२

वेळा करा.
आता मान डाव्या बाजूला वळवून तुमचा कान खांद्याला लावण्याचा प्रयत्न करा. मग मान उजव्या बाजूला वळवून उजवा कान उजव्या खांद्याला टेकवण्याचा प्रयत्न करा. असे ६ ते १० वेळा करा.)

दोन्ही प्रकारांपैकी कोणता वाचायला सोपा, सोईस्कर आहे याबद्दल फारसे मतभेद झाले नाहीत. पण फॉन्टमधील फरकांमुळे आणखीही काही, अनपेक्षित, असे परिणाम घडू शकले असतील का?

सूचना सर्वांनी वाचल्यानंतर संशोधकांनी त्यांना काही प्रश्न विचारले. ज्या गटातील विद्यार्थ्यांनी शोभिवंत शैलीतील अक्षरात लिहिलेल्या सूचना वाचल्या होत्या त्यांनी ते त्या सूचनांप्रमाणे व्यायाम करून पाहायला राजी नसल्याचे सांगितले. त्यांचा असा पक्का समज झाला होता की, तो व्यायामाचा प्रकार खूप वेळखाऊ आणि कंटाळा आणणारा होता. एका प्रश्नाच्या उत्तरात त्यांनी व्यक्त केलेले मत फारच महत्त्वाचे होते. ते म्हणाले की, हा व्यायाम त्यांच्या दररोजच्या वेळापत्रकात समाविष्ट करायला ते अजिबात उत्सुक नाहीत. बाकदार, वळणदार अक्षरात लिहिलेला मजकूर वाचकांचे मन काही वळवू शकला नाही.

ज्या सूचना वाचायला सोप्या नाहीत त्या प्रत्यक्षात आणायलाही सोप्या नसणार, त्याप्रमाणे सांगितलेला व्यायाम करणेही कठीण असणार अशी ठाम समजूत विद्यार्थी वाचकांनी करून घेतलेली दिसली. सूचना समजून घ्यायला कष्ट पडल्याने, आलेल्या मानसिक थकव्याने त्यांना त्यानुसार व्यायाम करण्याचा उत्साह उरलाच नाही. त्या अलंकारिक अक्षरातील अर्थ शोधून काढता-काढताच ते ढेपाळून गेले.

प्रयोगाचे सार काय? तर नेहमीच साधी, सोपी, स्पष्ट, सहजी वाचनीय अशीच अक्षरे निवडून लोकांशी संपर्क साधला पाहिजे. पण साधी अक्षरेच चांगली असा निष्कर्ष काढण्याआधी प्रिन्स्टन युनिव्हर्सिटीतील कौनॉर डीमंड यौमन या विचित्र नावाच्या संशोधकाच्या नेतृत्वाखालील गटाने या अक्षर-प्रकारासंबंधी केलेल्या अभ्यासाविषयी मला तुम्हाला सांगायला हवे.

त्याने प्रयुक्तांना दोन काल्पनिक प्राण्यांची तीन-तीन वैशिष्ट्ये कागदावर लिहून दिली. त्यांना ९० सेकंदांचा वेळ देण्यात आला. तेवढ्या वेळात त्यांनी कागदावरील मजकूर काळजीपूर्वक वाचून ती वैशिष्ट्ये लक्षात ठेवायची होती.

पहिल्या काल्पनिक प्राण्याचे नाव होते 'नॉरग्लेटी'. त्याची वैशिष्ट्ये अशी होती :

- दोन फूट उंची.
- पिंगट डोळे.
- खाद्य - फुलांच्या पाकळ्या आणि पराग.

दुसरा होता 'पँगेरीश'. त्याची वैशिष्ट्ये होती :

- दहा फूट उंची.
- निळे डोळे.
- खाद्य - हिरव्या पानांच्या भाज्या.

प्रयुक्तांचे दोन गट केले होते. एका गटाला दिलेल्या कागदांवर वरील माहिती छापण्यासाठी नेहमीच्या, प्रचलित, साध्या, सरळ, स्पष्ट अशा फॉन्टचा वापर केला होता आणि दुसऱ्या गटाच्या कागदांवर तीच माहिती खास, वेगळ्या, सुशोभित, शैलीदार, वळणा-वळणाच्या आकर्षक फॉन्टमध्ये छापलेली होती. वाचन पूर्ण झाल्यानंतर १५ मिनिटांनी सर्व प्रयुक्तांची स्मरणचाचणी घेण्यात आली. ज्या गटाने साध्या, सरळ अक्षरात छापलेली माहिती वाचली होती त्या गटाने चाचणीत सरासरी ७३ टक्के गुण मिळवले आणि वेगळ्या, आकर्षक अक्षरातील माहिती वाचलेल्यांच्या ती जास्त लक्षात राहिलेली दिसून आली, त्यांनी ८७ टक्के गुण मिळवले. संशोधकांच्या सक्त देखरेखीत, नियंत्रित वातावरणात पार पडलेल्या प्रयोगांचे निष्कर्ष रोजच्या व्यवहारात खरे ठरतातच असे नाही. पण डीमंड योमन आणि त्याच्या सहकाऱ्यांनी अशाच पद्धतीचा म्हणजे अक्षरांच्या शैलीचा शिक्षणाच्या परिणामकारकतेवर पडणारा, प्रभावाचे मोजमाप करणारा एक प्रयोग प्रत्यक्ष एका माध्यमिक शाळेत, शाळेतील अधिकाऱ्यांच्या परवानगीने तेथील विद्यार्थ्यांवरच करून पाहिला. शिक्षक विद्यार्थ्यांना जे लिखित स्वरूपात अभ्यासाचे साहित्य देत होते, संगणकावर जी माहिती 'पॉवर पॉइंट'च्या पारदर्शिकांतून देत होते त्यात संशोधकांनी वेगवेगळ्या अक्षर-प्रकारांचा वापर केला. हा प्रयोग एक महिनाभर चालू ठेवण्यात आला आणि तो एकाच विषयापुरता मर्यादित न ठेवता, इंग्लिश, इतिहास, भूगोल, पदार्थविज्ञान, रसायनशास्त्र अशा विविध विषयांतील माहितीसाठी वापरण्यात आला. त्यात अनेक वर्गातील निरनिराळ्या प्रकारच्या विद्यार्थ्यांचा समावेश करण्यात

आला. महिनाभरानंतर घेण्यात आलेल्या परीक्षेत ज्या विद्यार्थ्यांनी नेहमी वापरात नसणाऱ्या, अलंकारिक, वैशिष्ट्यपूर्ण अक्षर-प्रकारात त्यांच्यासमोर ठेवण्यात आलेली माहिती वाचली, अभ्यासली होती त्यांनी शाळेत वर्षानुवर्षे वापरात असणाऱ्या फॉन्टमध्ये लिहिलेली माहिती वाचलेल्या विद्यार्थ्यांवर बाजी मारली, त्यांच्या तुलनेत बरेच जास्त गुण पटकावले.

शेवटी, आपण काय करणे श्रेयस्कर? साधे, सोपे, ठसठशीत अक्षरप्रकार वापरायचे का शोभिवंत, बाकदार, नक्षीदार अक्षरशैलीचा अवलंब करायचा? या प्रश्नाचे उत्तर 'ते बऱ्याच गोष्टींवर अवलंबून राहाते' असे आहे. साँग आणि श्वाई़ यांचे संशोधन असे सांगते की, ज्या बाबतीत तुम्हाला लोकांना काहीतरी नवे करायला किंवा वापरायला लावायचे असेल, एखादा नवा पदार्थ किंवा एखादे उत्पादन खरेदी करायला राजी करायचे असेल आणि ते करायचे अथवा नाही हा निर्णय सर्वस्वी त्यांच्यावरच अवलंबून असेल तेथे साधी, सरळ, सोपी, ठळठळीत अक्षरे वापरावीत. जर तुम्हाला लोकांनी एखादी गोष्ट नीट समजावून घ्यायला हवी असेल, तिचा अभ्यास करून ती आत्मसात करायला हवी असेल, त्यांनी एखादी चाचणी किंवा एखादी परीक्षा चांगल्या प्रकारे पार पाडावी अशी तुमची अपेक्षा असेल आणि ग्रहण केलेली माहिती लगेच विसरून न जाता दीर्घकाळपर्यंत ध्यानीमनी ठेवायला हवी असेल तर एखादा वेगळा, लक्षवेधक अक्षर-प्रकार वापरणे श्रेयस्कर ठरेल.

एक चित्र हजार शब्दांचे काम करते हे लक्षात ठेवा

प्रभाव पाडण्याचा, मनपरिवर्तन साधण्याचा आणखी एक छान, 'रंगदार' उपाय सुचवतो. अक्षरांच्या प्रकाराच्या निवडीबद्दल मनात संदेह असेल तर सरळ अक्षरांना बाजूला ठेवा आणि तुमच्या संदेशात चित्रांचा वापर करा. प्रिन्स्टन, येल आणि शिकागो या बलशाली शिक्षणसंस्थातील अर्थशास्त्रज्ञांनी मरियन बर्नार्ड हिच्या नेतृत्वाखाली केलेल्या संशोधनावर आधारित एक शोधनिबंध २०१० साली प्रकाशित केला गेला होता. त्यात या संशोधक गटाने एका मोठ्या बँकेच्या सहकार्याने केलेल्या प्रयोगाचा वृत्तान्त छापला होता. त्या बँकेच्या बऱ्याच ग्राहकांनी या ना त्या कारणाने त्या बँकेकडे पाठ फिरवली होती. त्यांचे मन जिंकून त्यांना परत एकदा आपल्याकडे खेचून आणण्याचा बँक प्रयत्न करत होती. त्या प्रयत्नांचा एक भाग म्हणून

बँकेतर्फे त्या सर्व ग्राहकांना एक विनंतीपत्र पाठवण्याची कल्पना पुढे आली होती. त्या पत्राची रचना करण्यात या संशोधकगटाने भाग घेतला. बँकेची अल्पकालीन मुदतीची कर्जे ग्राहकांनी घ्यावीत यासाठी त्यांना गळ घालणारे एक पत्र बँक नेहमी वापरत असे. त्या पत्राच्या आधारावरच संशोधकांनी त्या विनंतीपत्राच्या निरनिराळ्या आवृत्त्या तयार केल्या आणि अशी अनेक प्रकारची पत्रे जवळ-जवळ ५३,००० ग्राहकांकडे पाठवण्यात आली. उदाहरणार्थ, एका प्रकारच्या पत्रात मासिक व्याजाचा दर, ग्राहक कल्पनाही करू शकणार नाहीत इतका कमी, ३.२५ टक्के असल्याचे लिहिले होते तर दुसऱ्या आवृत्तीत तोच व्याजदर कल्पनातीत जास्त, दरमहा ११.७५ इतका दाखवला होता.

पत्रात अन्य काही क्लृप्त्याही वापरल्या होत्या. पत्रातील शब्द निरनिराळे वापरले होते. काही पत्रात 'खास आपल्याकरिता विशेष व्याजदर' असे लिहिले होते तर काहीत 'खास आपल्याकरिता कमी केलेले व्याजदर' असा उल्लेख केला होता. काही पत्रात ग्राहकांवर बक्षिसांची खैरात केली होती ('दर महिन्याला १० सेलफोन्स जिंकण्याची सुवर्णसंधी'), काही पत्रात अगदीच कोरडी भाषा वापरली होती. काही पत्राच्या मजकुरात कलात्मकरीत्या एका देखण्या पुरुषाचा आणि काहीत एका आकर्षक स्त्रीचा आनंदी, हसरा चेहरा समाविष्ट केला होता. संशोधकांना या वेगवेगळ्या गोष्टींचा स्वतंत्रपणे आणि संमिश्रपणे ग्राहकांच्या मनावर काय आणि किती, बरावाईट, योग्य-अयोग्य परिणाम होतो हे पाहायचे होते. कोणत्या प्रकारचे पत्र सर्वांत अधिक प्रभाव पाडते, ग्राहकांचे मन वळवण्यात जास्तीत जास्त यशस्वी होते, हे पाहणे हाच त्यांच्या या जराशा किचकट प्रयोगाचा उद्देश होता. पत्र पाठवल्यानंतर कित्येक आठवडे, महिने, ते संशोधक या गोष्टीवर लक्ष ठेवून होते की, कोणत्या प्रकारचे पत्र अधिकाधिक ग्राहकांना बँकेकडे कर्जाचे अर्ज करायला उद्युक्त करते. पहिले निरीक्षण अगदी अपेक्षित असेच होते. कमी व्याजदर कळवलेल्या ग्राहकांनी त्वरेने आणि जास्त संख्येने बँकेशी संपर्क साधला. कर्जफेड जेवढी सोईस्कर आणि स्वस्त तेवढे कर्ज लोकप्रिय हे तर्काला धरूनच होते. लोकांनी अगदी व्यवहार्य विचार केला होता.

पण ज्या ग्राहकांनी त्यांच्या पत्रात एक आनंदी, समाधानी, हसरा चेहरा पाहिला त्यांची संख्या कर्जाचे अर्ज घेऊन आलेल्या ग्राहकांत, आश्चर्यात पाडण्याइतकी जास्त होती. त्यातही संशोधकांना असे लक्षात आले की,

पुरुषापेक्षा हसऱ्या, समाधानी स्त्रीचा फोटो अधिक ग्राहकांना मोह पाडणारा ठरला. त्यातही असे दिसले की, स्त्रीच्या चेहऱ्याने आकर्षित झालेल्या ग्राहकांत केवळ पुरुष ग्राहकच नव्हते, तर स्त्री ग्राहकांवरही स्त्रीच्याच हसऱ्या फोटोने जादू केली होती. अर्थशास्त्रातील या तज्ज्ञ संशोधकांचा असा एक हिशेब असतो की, कर्जाचा व्याजदर एका टक्क्याने कमी केला की अमुक इतके ग्राहक वाढतात. हसऱ्या चेहऱ्याच्या स्त्रीच्या फोटोने घडवलेली ग्राहकांच्या संख्येतील वाढ त्या हिशेबाने मोजली असता व्याजदरातील दोन टक्के घटमुळे वाढणाऱ्या ग्राहकांच्या संख्येइतकी, तिच्याशी समतुल्य होती.

तसा विचार केला तर केवळ एका हसऱ्या स्त्रीच्या चेहऱ्यावरून काही कोणी शहाणा माणूस कर्जाच्या गुणावगुणांची परीक्षा करणार नाही, त्याबद्दल निर्णय घेणार नाही. कुठल्याच दृष्टीने तसे करणे उचित ठरणार नाही. व्याजाचा दर, कर्जफेडीचे इतर नियम आणि इतर बँकांच्या कर्जाच्या योजनांशी केलेली सर्वांगीण तुलना हेच मुद्दे लोकांनी निवडीच्या वेळी विचारात घेतले पाहिजेत. फोटो दिसणे न दिसणे, तो पुरुषाचा की स्त्रीचा या गोष्टींनी खरेतर काहीही फरक पडायला नको. पण तरीही तो पडला! या प्रकरणात या आधीच्या अनेक प्रयोगातून आपल्याला या गोष्टीचा प्रत्यय आलेला आहे की, अशा क्षुल्लक, असंबंधित, तर्काला न पटणाऱ्या तपशिलाचा अतिशय अनपेक्षित असा, भरीव परिणाम लोकांच्या मनावर, विचारांवर आणि त्यामुळे त्यांच्या निवडीवर आणि निर्णयांवर होत असतो. अशा प्रकारे बँकेने, काहीही कष्ट न घेता आणि एक कपर्दिकही खर्च न करता, केवळ असंख्य संकेतस्थळांवरून विनामूल्य उपलब्ध होणाऱ्या हसऱ्या टवटवीत चेहऱ्यांच्या ललनांचे फोटो पत्रातून दाखवून कितीतरी बिचाऱ्या ग्राहकांना हकनाक चढ्या व्याजदराच्या खर्चात पाडले! जरा वेगळ्या, 'आर्थिक परिभाषेत' सांगायचे तर पत्रात फोटो समाविष्ट केल्याने बँकेला नफ्यात दोन टक्के वाढीचा फायदा मिळाला.

या प्रयोगाच्या निष्कर्षाने मला एक छान, फायदेशीर कल्पना सुचली आहे. माझ्या स्वत:च्या सल्लागार कंपनीचे संकेतस्थळ आता मी जेव्हा अद्ययावत करेन तेव्हा त्यात मी एक दोन हसरे, सुखी समाधानी स्त्रियांचे चेहरे त्यात समाविष्ट करणार आहे. नाही, मला वाटते, एक-दोनने काम भागणार नाही, बरेच घेतलेले बरे, नाही का?

'कमी'ही कधीकधी 'जास्त' परिणाम करते

निवडीला वाव असणे केव्हाही चांगलेच. तुम्ही गेलेल्या हॉटेलमध्ये फक्त एकाच प्रकारची म्हणजे दुधाची, साखर घातलेलीच कॉफी मिळत असेल, बिनदुधाची मिळत नसेल, कमी अथवा जास्त साखरेचीही मिळत नसेल, ते हॉटेल चहा किंवा हॉट चॉकलेटही देत नसेल, आणि देव न करो, तुम्हाला मात्र त्या दिवशी नेमके कोणतेतरी थंड पेयांचे मस्त 'कॉकटेल' पिण्याची तल्लफ आलेली असेल, तर?

तुम्ही आइसक्रीम खायला गेला आहात. तुमच्या खास आवडीचा एकच आइसक्रीमचा प्रकार आहे, किंवा दोन-तीनच आइसक्रीम्स अशी आहेत जी तुम्ही सहसा खायला उत्सुक असता. त्या मॉलमधल्या आइसक्रीमच्या दुकानात फक्त व्हॅनिला आइसक्रीमच मिळते. चॉकलेट नाही, त्यात 'नट्स' नाहीत, 'कॅरॅमल' तर नाहीच नाही. तिथली घोषणा 'फोर्ड' मोटर कंपनीच्या काळ्या रंगाच्या गाडीच्या जाहिरातीसारखी म्हणजे 'तुमच्या पसंतीचे आइसक्रीम तुम्हाला मिळेल, पण तुमची पसंती 'व्हॅनिला' अशी असली पाहिजे!!'

पर्याय असणे आणि त्यातील हवा तो निवडायचे स्वातंत्र्य असणे या दोन्ही गोष्टी लोकांना आवडतातच. केवळ खायच्या-प्यायच्याच नाही तर हे तत्त्व सर्वच बाबतीत लागू होते, अगदी आपल्या आयुष्याच्या बाबतीतसुद्धा. आपले जीवन कसे जगायचे त्याचे, आपल्याला हवे तेथे राहण्याचे, आपल्या आवडीच्या कार्यक्षेत्रात कामगिरी गाजवण्याचे, ज्यांच्या सहवासात आपल्याला आनंद लाभतो त्या माणसांबरोबर मैत्री करण्याचे स्वातंत्र्य आपल्याला असावे असे प्रत्येकालाच वाटत असते. ते स्वातंत्र्य आपल्याला आहे हा विचारसुद्धा माणसाला सुखदायी वाटतो. नाहीतर मग लोकांना ते परिस्थितीच्या हातातील बाहुले आहेत असे वाटते, ते अनिच्छेने, गाडे ओढल्यासारखे काम करत राहतात, ढकलल्याप्रमाणे जीवनाच्या चाकोरीतून पाय ओढत चालत राहतात.

पण भरपूर पर्याय उपलब्ध असणे, निवडीची पूर्ण शक्यता असणे हेही कधी वाईट ठरू शकते? 'नको इतके पर्याय' अशी मन:स्थिती होऊ शकते?

उत्तरासाठी आपल्याला तीन प्रयोगांचा विचार करावा लागेल. आपण सातव्या प्रकरणात शिशुशाळेतील मुलांना चित्रे काढायला प्रवृत्त करण्यासाठी बक्षिसाचे आमिष त्यांच्या पुढ्यात ठेवणाऱ्या मार्क लेपर या संशोधकाला भेटलो आहे. त्याने आणखी एक मानसशास्त्रज्ञ शीना अय्यंगार हिच्या सहकार्याने हे तीन प्रयोग केले होते. पहिल्या प्रयोगाकरिता कॅलिफोर्नियातील मेन्लोपार्क या सधन वस्तीच्या उपनगरातील उच्चभ्रू असे 'ड्रेजर्स मार्केट' नावाचे दुकान त्यांनी निवडले. त्याला एक विशेष कारण होते. ड्रेजर्स मार्केट हे दुकान प्रत्येक गोष्टीचे अतोनात प्रकार

विक्रीला ठेवण्याबद्दल प्रसिद्ध होते. त्यांच्याकडे स्वयंपाकासाठी वापरण्याचे ऑलिव्ह ऑइल ७५ प्रकारचे होते, २५० निरनिराळ्या प्रकारच्या मोहऱ्या होत्या, ३०० जॅम होते. मार्क लेपर आणि शीना अय्यंगार यांनी त्या दुकानात एक छोटा स्टॉल उभा केला.

शनिवारी दुकानात प्रचंड गर्दी होती. दोघा संशोधकांनी त्यांच्या स्टॉलवर 'विल्किन अॅन्ड सन्स' या जगप्रसिद्ध कंपनीच्या (या कंपनीची उत्पादने ब्रिटनची राणी वापरते) वैशिष्ट्यपूर्ण उत्पादनांपैकी उत्तमोत्तम जॅम्स विक्रीस ठेवले. पहिला एक तास स्टॉलवर ग्राहकांना जॅमचे सहा प्रकार सादर करण्यात आले. दुसरा तास सुरू झाला तसे त्यात आणखी १८ प्रकार वाढवण्यात आले. तिसऱ्या तासाला २४ ऐवजी परत सहाच प्रकार निवडीसाठी ठेवले गेले. हे दर तासानंतर जॅम्सची संख्या बदलती ठेवण्याचे वेळापत्रक पूर्ण दिवसभर चालू राहिले.

या पर्यायांच्या बदलत्या उपलब्धतेचा ग्राहकांच्या वर्तणुकीवर, खरेदीच्या प्रमाणावर परिणाम झाला का?

होय, झाला. तो परिणाम आपल्या सर्वसाधारण अपेक्षेप्रमाणे झालाही आणि नाहीही झाला. म्हणजे काय ते सांगतो. ज्या-ज्या तासात २४ प्रकारचे जॅम ग्राहकांना खुणावत होते त्या-त्या तासात स्टॉलसमोरून जाणाऱ्यांपैकी ६० टक्के ग्राहकांनी थांबून एका अथवा जास्त प्रकारच्या जॅमची चव बघितली आणि जेव्हा सहाच जॅम स्टॉलवर दिसत होते तेव्हा ४० टक्केच ग्राहकांनी चव पाहायला मागितली. म्हणजेच 'जेवढे जास्त पर्याय, तेवढे जास्त ग्राहक' असे चित्र दिसले.

पण, ग्राहकांच्या प्रत्यक्ष खरेदीचे चित्र याच्या अगदी उलट दिसले. २४ जॅम विक्रीसाठी असताना स्टॉलवर थबकलेल्या, जॅम्सची चव बघितलेल्या ग्राहकांपैकी फक्त तीन टक्के एखादी बाटली खरेदी करून गेले. तेच निवडीचे पर्याय ज्या-ज्या तासात केवळ सहाच होते, त्या-त्या तासात मात्र चव पाहाणाऱ्यांपैकी ३० टक्के लोकांचे हात पाकिटातून पैसे काढण्यासाठी खिशात गेले. जेवढे जास्त पर्याय, तेवढी खरेदी कमी! आणि तीही थोडी कमी नव्हे, चांगली दहापट कमी!! बापरे!!!

दुकाने ग्राहकांना पदार्थांच्या चवी विनामूल्य पाहायला देतात, त्यासाठी ग्राहकांना या ना त्या कारणाने प्रवृत्त करतात, ते अखेरीस त्यांची विक्री वाढावी म्हणून. हे व्यवसाय वाढवण्याचे धूर्त धोरण वापरणाऱ्या दुकानांना, त्यांच्या जबाबदार अधिकारीवर्गाला वरील प्रयोगातील निरीक्षण डोळ्यात अंजन घालणारेच ठरेल. हे लक्षात ठेवणे गरजेचे आहे की, 'जेवढे पर्याय जास्त, तेवढी खरेदी कमी' म्हणजेच 'कमीही कधीकधी जास्त परिणाम करते'!!

आता मार्क आणि शीनाचा दुसरा प्रयोग पाहू या. तो म्हणजे चॉकलेटप्रेमींसाठी गोड स्वप्नच होता. एका सुशोभित केलेल्या वातानुकूलित खोलीत तुम्ही प्रवेश

करता. खोलीत मांडलेल्या टेबलांवर अगणित चॉकलेट्स! जगप्रसिद्ध 'गोडिव्हा' या कंपनीची एकाहून एक अप्रतिम उत्पादने तुमच्या दृष्टीस पडतात! डार्क, मिल्क, व्हाइट अगदी तोंडाला पाणी सुटेल असे विविध प्रकार एकाच ठिकाणी! असे दृश्य यापूर्वी कधीही तुमच्या डोळ्यांना पाहायला न मिळालेले!! चॉकलेट्सच्या प्रत्येक प्रकाराचे नाव सांगणाऱ्या छोट्याशा पाट्या शेजारी ठेवलेल्या. 'ग्रँड मरिनर ट्रफल', 'स्ट्रॉबेरी कॉर्डियल' ही आजवर नुसती वाचलेली-ऐकलेली गोड, चविष्ट नावे. आज त्या नावांची चॉकलेट्स चक्क तुमच्या नजरेसमोर. तुमचे डोळे विस्फारलेले, तोंडाला पाणी सुटलेले!

तेथील विक्रेता तुम्हाला समजावून सांगू लागतो, 'लोक चॉकलेट्सची निवड कशी करतात याचा अभ्यास आम्ही येथे करणार आहोत. कृपया, आपल्या समोरील चॉकलेट्सची नावे पाहा, वाचा. चॉकलेट्स प्रत्यक्ष पाहा आणि तुम्ही कोणती चॉकलेट्स तुमच्यासाठी खरेदी करण्यासाठी निवडाल ते मला सांगा.'

ज्या चॉकलेटची निवड तुम्ही कराल त्यातील एक चॉकलेट तो विक्रेता तत्परतेने तुम्हाला नमुना म्हणून देतोच, शिवाय तुम्ही या त्यांच्या प्रयोगात सक्रिय योगदान दिलेत त्याबद्दल तुम्हाला चक्क गोडिव्हा चॉकलेट्सची एक बॉक्स 'साभार भेट' म्हणून देतो. वा! अशा डोळ्याचे पारणे फेडणाऱ्या, जिभेचे लाड करणाऱ्या प्रयोगात भाग घ्यायला मीही अगदी एका पायावर तयार होईन!

पण तो 'पर्यायांच्या संख्येचा ग्राहकांच्या वागणुकीवरील परिणामां'चा अभ्यास करणारा, एक संशोधनात्मक प्रयोग होता. त्यामुळेच तेथे प्रत्यक्षात दोन भिन्न खोल्या होत्या. एका खोलीत प्रयोगात सहभागी झालेल्यांपैकी निम्म्यांचा एक गट होता आणि त्या गटासमोर फक्त सहा प्रकारची चॉकलेट्स मांडून ठेवली होती आणि दुसऱ्या खोलीत उरलेल्या निम्म्या जणांना चॉकलेट्सच्या ३० प्रकारांतून निवड करायची संधी देण्यात आली होती.

निवडीसाठी प्रयुक्त किती वेळ घेतात हेही संशोधकांनी मोजले. ज्यांना सहा चॉकलेट्समधून निवड करायची होती त्यांनी सरासरी नऊ सेकंदात निवड केली आणि ३०मधून आपल्या आवडीच्या चॉकलेटवर बोट ठेवायला लोकांना खूप जास्त वेळ म्हणजे २४ सेकंद लागले. यात काही विशेष नव्हतेच, कारण सहापेक्षा ३० चॉकलेट्स पाहून, त्यांची नावे वाचून एक बाजूला काढायला अधिक वेळ लागणे हे अगदी साहजिक आणि सयुक्तिकच होते.

माणसाच्या मानसिकतेतील एका मजेशीर प्रवृत्तीचा संशोधकांना बोध झाला तो प्रयुक्तांना विचारलेल्या एका प्रश्नाच्या उत्तरातून. प्रश्न असा होता की, तुम्हाला दिलेल्या पर्यायांच्या संख्येबद्दल तुमचे काय मत आहे? ३० चॉकलेट्सच्या खोलीतील लोकांनी सांगितले की, 'फारच जास्त पर्याय होते' आणि सहामधून

निवड करणाऱ्यांचे मत असे होते की 'सहा म्हणजे अगदी योग्य, पुरेसे पर्याय होते.'

या दोन प्रयोगांवरून मार्क आणि शीनाने असा निष्कर्ष काढला की, जेव्हा खूप पर्याय समोर येतात तेव्हा आपल्या मनाला गतानुभवांनी शिकवलेल्यापेक्षा काहीतरी वेगळ्या, अपरिचित परिस्थितीला सामोरे जायची वेळ येते. काहीशा विचित्र भावना मनाला गोंधळवतात. आपले मन अतिपर्यायांनी दबून जाते आणि परिणामी निवड न करण्याकडे त्याचा कल झुकतो. वरील प्रयोगात ३० पर्यायांतून निवड करायला लोकांनी वेळही खूप जास्त घेतला आणि त्यांनी 'फारच जास्त पर्याय' असल्याचीही तक्रार केली. ड्रेजर्स मार्केटमधील ज्या ग्राहकांना जॅमचे २४ प्रकार दिसले त्यांचे लक्ष विचलित झाले, त्यांच्यापैकी फारच थोड्या लोकांनी निर्णयापर्यंत पोहोचून जॅम खरेदी केला.

थांबा, अजून तिसरा प्रयोग बाकी आहे. त्यातील निरीक्षणे याहूनही दूरगामी परिणाम करणारी आहेत. एका अमेरिकेतील युनिव्हर्सिटीमध्ये समाजमानसशास्त्र या विषयाच्या प्राथमिक वर्गात प्रवेश घेतलेल्या विद्यार्थ्यांना या प्रयोगात सहभागी करून घेण्यात आले होते. १९७ विद्यार्थ्यांनी प्रयोगासाठी नावे नोंदवली. या १९७ विद्यार्थ्यांना त्यांच्या नियमित तासांव्यतिरिक्त आठवड्याच्या शेवटी, या प्रयोगासाठी प्राध्यापकांच्या मार्गदर्शनाखाली होणाऱ्या एका चर्चेत भाग घ्यावा लागे.

एका आठवड्यात चर्चेऐवजी उपस्थितांना 'ट्वेल्व्ह अँग्री मेन' नावाचा एक अत्यंत गाजलेला चित्रपट दाखवण्यात आला. हे १२ जण एका खुनाच्या खटल्यात ज्यूरी म्हणून निवडले गेलेले असतात. आरोपी हाच खुनी आहे अशा निर्णयाप्रत पोहोचलेल्या ११ जणांना त्यांच्यापैकी १२वा एकेका पुराव्याकडे वेगळ्या नजरेने पाहायला लावून, अतिशय शांतपणे असे पटवून देतो की, खटला जसा कोर्टात सादर झाला, त्यांना जसा वाटला तसा साधा सरळ नाही. अखेरीस तो एकटा, शांतपणे, धीरगंभीरपणे उरलेल्या ११ जणांचे मत पालटतो. आरोपी एकमताने निर्दोष घोषित होतो. (या बाराव्या धीरगंभीर ज्यूरीची प्रभावी भूमिका हेन्री फोंडा या अभिनयनिपुण नटाने केली असून त्याला त्या भूमिकेसाठी अकॅडमी ॲवॉर्ड मिळाले आहे.)

विद्यार्थ्यांना चित्रपटाच्या प्रदर्शनापूर्वी काही लिखित सूचना दिल्या गेल्या. 'हा चित्रपट पाहिल्यानंतर त्यासंबंधीची तुमची प्रतिक्रिया तुम्ही देऊ शकता. ती जर तुम्ही निबंधस्वरूपात लिहून दिलीत तर पुढील परीक्षेत तुम्हाला दोन जादा गुण मिळतील. तुमच्या मदतीसाठी खाली निबंधाचे काही विषय दिले आहेत. त्यातील एक विषय निवडून त्यावर तुम्ही तुमचा निबंध लिहू शकता. निबंध एक किंवा दोन पानांचा, सुवाच्य (टाइप केलेला) असावा. निबंध आणून देण्याची शेवटची मुदत आहे, मंगळवार, ३ डिसेंबर.'

मानसशास्त्रीय प्रयोगांशी एव्हाना तुमची चांगलीच घनिष्ठ ओळख झाली

असल्याने तुम्हाला आता हे वेगळे सांगायला नकोच की, निबंधासाठी मदत म्हणून दिलेल्या विषयांच्या दोन याद्या होत्या. एक यादी ३० विषयांची, लांबलचक होती आणि दुसरी फक्त सहा विषयांची. साप्ताहिक चर्चेसाठी आधीच विद्यार्थ्यांचे छोटे-छोटे १० गट केलेले होते. त्यातील पाच गटांना ३० विषयांची आणि पाच गटांना सहा विषयांची यादी दिली गेली. म्हणजे एका गटाला ३० निवड करायला ३० पर्याय होते आणि दुसऱ्या गटाला केवळ सहाच.

प्रतिक्रिया लिहून देण्याची सक्ती नव्हती, पण देण्याबद्दल बक्षीस होते. त्यामुळे किती विद्यार्थी ती देण्याचा पर्याय निवडतात तेही पाहणे संशोधकांना महत्त्वाचे वाटत होते. निकाल फारसा अनपेक्षित नव्हता. ज्यांना ढीगभर पर्यायांतून निवड करायची होती त्या गटातून निबंध कमी आले. सहा विषयातून निवड केलेल्या गटातील ७४ टक्के विद्यार्थ्यांनी निबंध सादर केले, दुसऱ्या गटातील ६० टक्के विद्यार्थ्यांनीच ३० विषयांतून निवड करण्याचे अवघड काम पार पाडून निबंध लिहून आणून दिले.

प्रयोग अजून संपला नव्हता. सुरुवातीला विद्यार्थ्यांना हे स्पष्ट शब्दात सांगण्यात आले होते की, त्यांनी निबंध लिहून दिला की त्यांना परीक्षेत दोन जादा गुण मिळणार होते. त्यांच्या मार्गदर्शकांनीही या गोष्टीचा पुनरुच्चार केला होता की, जादा गुण निबंध देण्याबद्दल मिळणार आहेत. तो कसा लिहिला आहे यावर, म्हणजेच त्याच्या गुणवत्तेवर, ते जादा गुण अवलंबून असणार नाहीत. म्हणजेच विद्यार्थ्यांना परीक्षेत दोन जादा गुण प्राप्त करून घेण्यासाठी निबंधावर फार कष्ट घेण्याची गरज नव्हती. तो कसाही लिहिला तरी चालणार होते. निबंध वाईट असला तरी दोनच गुण मिळणार होते आणि खूप चांगला लिहिल्याने काही त्यात वाढ होणार नव्हती.

म्हणूनच संशोधकांनी सादर झालेले सर्व निबंध काळजीपूर्वक वाचून काढले. शिवाय तेच निबंध त्यांनी या प्रयोगाशी मुळीच संबंधित नसलेल्या अशा दोन तज्ज्ञांकडून स्वतंत्रपणे तपासून घेतले. त्या तज्ज्ञांना निबंधांचा दर्जा ठरवताना दोन गोष्टींवर भर देण्यास सांगितले होते, एक, निबंधांची साहित्यिक मूल्ये आणि दोन, त्यातील स्पेलिंग आणि व्याकरण. या दोन्ही बाबतीत सरस ठरलेले सर्व निबंध सहा मर्यादित पर्यायांतून विषयाची निवड केलेल्या गटातील विद्यार्थ्यांचे होते. त्यांनी चित्रपटाचे केलेले मूल्यमापनही अधिक चांगले होते आणि त्यांचे लिहिणे स्पेलिंग आणि व्याकरण या दृष्टीनेही जास्त व्यवस्थित होते.

हे लक्षात घेतले पाहिजे की, निबंध तपासले जाणार नाहीत, त्यांच्या गुणवत्तेला परीक्षेच्या गुणांच्या संदर्भात काहीच महत्त्व नव्हते हे सर्वच विद्यार्थ्यांना माहीत होते, त्यांच्या मार्गदर्शकांनी त्यांना तसे स्पष्टपणे सांगितले होते. याचा अर्थ असा होतो की, सहा पर्यायांतून निवड केलेल्या गटातील विद्यार्थी परीक्षेत गुण मिळवण्याच्या

बाह्यात्कारी ध्येयाने नव्हे, तर त्या विषयाविषयी निर्माण झालेल्या आंतरिक आवडीने प्रेरित झाले होते. ३० पर्यायांच्या गर्दीत हरवलेल्या विद्यार्थ्यांनी दिलेले काम फारशा गांभीर्याने घेतले नाही, त्यात पुरेसे लक्ष आणि प्रयत्न घातले नाहीत.

मार्क आणि शीना यांच्या या तीन प्रयोगांचा एकत्रित आढावा घेतला तर आपण या निष्कर्षाप्रत येऊन पोहोचतो की, फार पर्याय असणे, निवडीला अवाजवी वाव असणे हे हितकारक आणि श्रेयस्कर ठरत नाही. त्यामुळे मनाचा मोठा गोंधळ उडतो, संभ्रम निर्माण होतो. लोक भांबावतात, हतबल, काहीसे निष्क्रिय बनतात, त्यांच्या विचारशक्तीवर घाला पडतो. आता काही तर्कनिष्ठ समीक्षक असे म्हणतील की, या निष्कर्षांना काहीही अर्थ नाही. आधीच सीमित पर्याय असले आणि त्यात नेमका आपल्याला हवा तो नसला तर? निदान जास्त पर्याय असले की, तसे घडण्याची शक्यता तरी कमीत कमी असते, उलट आपली आवड पूर्ण होण्याची संभावना वाढते. पण दुर्दैवाने आपला मेंदू या तर्कनिष्ठ पद्धतीने काम करत नाही.

एकाच वेळी अनेक कामे करणे कितीतरी अवघड असते. आपल्या मेंदूत बऱ्याच गोष्टींबद्दलचे विचार घोळत असले की, आपला गोंधळ उडतो. मग काहीतरी विसरते, करायचे राहते किंवा अर्धवटच केले जाते. आणि आपण जे करत असतो त्यात छोट्या-मोठ्या चुका घडतात. प्रत्येकाच्या मेंदूची गोष्टी हाताळायची एक शक्ती; एक मर्यादा असते. त्यापलीकडे जाऊन काही गोष्टी करायची वेळ आली – जी भरमसाट पर्याय त्याच्यासमोर आले की हमखास येते – की त्यांचे जड ओझे त्याला पेलत नाही. तो ते झुगारून द्यायला बघतो, त्याखाली दबतो. मग बावरतो, निर्णय घेण्यास असमर्थ ठरतो किंवा त्या गोष्टी कशातरी, अयोग्य पद्धतीने, उरकून टाकल्यासारख्या 'करून टाकतो'!

'कमी'चे 'जास्ती'त रूपांतर

मार्क लेपर आणि शीना अय्यंगार या संशोधकद्वयीच्या तीन प्रयोगांचा साकल्याने विचार केल्यावर स्पष्ट चित्र समोर उभे राहते. लोक खूप जास्त पर्याय नीट हाताळू शकत नाहीत. चॉकलेट्सच्या प्रयोगात लोकांनी निर्णय घ्यायला जास्त वेळ घेतला आणि 'फारच जास्त पर्याय' असल्याबद्दल नाराजीही व्यक्त केली. जॅमच्या स्टॉलवर २४ प्रकारचे जॅम्स बघितल्यावर लोकांनी त्यांच्या चवी पाहिल्या, पण त्यातून नेमकी निवड करून खरेदीच्या निर्णयापर्यंत काही ते पोहोचू शकले नाहीत. निबंधाचे विषयही जेव्हा अपरिमित दिसले तेव्हाही ते गोंधळले, ते काम करायला फारसे उद्युक्त झाले नाहीत आणि जे काम केले, निबंध लिहिले, तेही बळे-बळेच,

कसेतरी, असमाधानकारक, कमी दर्जाचे.

उत्पादने अथवा सेवा थेट ग्राहकांपर्यंत पोहोचवणारे हॉटेल्सचे चालक, दुकानांचे मालक, इतर व्यावसायिक या सर्वांनी वरील प्रयोगसिद्ध निरीक्षणांकडे विशेष लक्ष दिले पाहिजे, त्यापासून धडा घेतला पाहिजे. हॉटेलमध्ये किती प्रकारचे खाद्यपदार्थ, पेये उपलब्ध असावीत याचा तेथील जबाबदार व्यक्तींनी पुनर्विचार करायला हरकत नाही. लठ्ठ मेनूकार्ड्सची पाने पुढे-मागे उलटून त्यातून बरोबरच्या सर्वांच्या पसंतीचे पदार्थ निवड करण्याचे श्रम जरा कमी झाले, वेळ वाचला तर वाजवी पर्यायातून आपली आवड शोधून ग्राहक चटकन ऑर्डर देऊ शकतील. त्यांचा हॉटेलमध्ये येऊन सग्यासोयऱ्यांबरोबर मजेत खाण्यापिण्याचा एकंदर अनुभव जास्त सुखाचा, समाधानकारक होईल.

हा 'सल्ला' शेअरबाजारातील अथवा सर्वच आर्थिक बाबतीतील 'सल्लागारांना'ही फायदेशीर ठरेल. निवृत्तीनंतरच्या गुंतवणुकींच्या पर्यायांची त्यांच्या वयस्कर निवृत्त ग्राहकांपुढे ठेवलेली 'जंत्री' जर फारच लांब असेल तर ते वैतागून त्या सल्लागारापासून जंत्रीइतकेच लांब पळतील. तेच जर आधीच कष्ट घेऊन, फापटपसारा टाळून, 'अगदी तुम्हाला योग्य' अशा थोड्याच गुंतवणुकी सुचवणाऱ्या सल्लागाराचीच ते 'निवड' करतील. 'मोजके, योग्य पर्याय हा उचित उत्तम पर्याय!'

कामाच्या ठिकाणी उद्‌भवणारे व्यवस्थापकीय अथवा तांत्रिक प्रश्न यशस्वीपणे आणि त्वरेने कसे सोडवावेत हे जर तुम्ही तुमच्या सहकर्मचाऱ्यांना शिकवत असाल किंवा तुमच्या मित्रांना त्यांच्या एखाद्या समस्येवरील उपाय सुचवत असाल तर त्यांच्यासमोरचे पर्याय कौशल्याने कमी, मर्यादित केलेत तर त्यांना खरी मदत होईल. त्यांच्यासमोर अनेक उपलब्ध मार्ग उघडून ठेवण्यापेक्षा, त्यातील काही खरोखरच त्यांच्या जोगते नाहीत हे त्यांना पटवून द्या. अयोग्य दालनांचे दरवाजे आधीच बंद करून टाकणे केव्हाही त्यांच्यासाठी आणि तुमच्यासाठीसुद्धा जास्त उपकारक ठरेल. त्यांचे मन आणि मेंदू सहजपणे हाताळू शकेल एवढ्याच कल्पना निवडायला त्यांच्यासमोर असल्या, तर ते त्यांच्या दृष्टीने योग्य ती निवड करून तिच्या मागे संपूर्ण तयारीनिशी जातील, मनापासून तिचा पाठपुरावा करायला प्रेरित होतील आणि ती चांगल्याप्रकारे, यशस्वीपणे पूर्णही करतील. लक्षात घ्या, त्यांना त्यांच्या प्रश्नाचा उचित तोडगा, त्यांच्या समस्येची योग्य उकल शोधायला कारणीभूत तुम्ही ठराल.

प्रकरण ९

तत्काळ प्रभाव : त्वरेने मन वळवण्याची वेगवान तंत्रे

सक्तीपेक्षा मनपरिवर्तन नेहमीच जास्त परिणामकारक ठरते.

– इसाप

एक मानसशास्त्रज्ञ या भूमिकेतून माझे अंतिम ध्येय हे असणार आहे की, लोकांवर प्रभाव पाडणे आणि त्यांचे मन वळवणे यासाठीची एक एकत्रित आणि हमखास पद्धती शोधायची. लोक का आणि कसे प्रभावित होऊ शकतात, त्यांचे मनपरिवर्तन करणे का आणि कसे शक्य असते याबद्दलचा सर्वसमावेशक असा एक आदर्श 'फॉर्म्युला' तयार करायचा. या माझ्या महान ध्येयप्राप्तीच्या ध्यासापायी अंगीकारलेल्या प्रवासातील आठ महत्त्वपूर्ण टप्पे मी मागच्या आठ प्रकरणातून तुमच्याबरोबरीने ओलांडले आहेत. त्या प्रवासात ज्या विविध विषयांवर प्रकाश टाकला गेला आहे, चर्चा केल्या गेल्या आहेत, स्पष्टीकरणे दिली गेली आहेत, शास्त्रशुद्ध आणि शास्त्रसिद्ध पुरावे दिलेले आहेत त्यावरून काही विशिष्ट पद्धती, काही खास योजना, काही चतुर डावपेच आपल्याला अधिक प्रभावी बनायला का आणि कसे जास्त उपयोगी पडतात हे तुमच्या लक्षात आलेच असेल.

माणसाचे मन कसे काम करते, ते एखाद्या दिशेनेच विचार करायला का प्रवृत्त होते, काही विशिष्ट तंत्रांचा सुयोग्य वापर केला की, आपल्या सभोवतालच्या लोकांची मने आपल्या बाजूला का आणि कशी वळवता येतात, त्यांना आपलेसे करून, आपल्या कह्यात घेऊन, आपले हेतू साध्य करता येणे का व कसे शक्य होते याबद्दलचे जे आणि जेवढे ज्ञान मानसशास्त्राचा अभ्यास करणाऱ्या जगातील वैज्ञानिकांनी आजवर जमवले आणि जाणले आहे त्यातील जास्तीत जास्त भाग मागील आठ प्रकरणांत समाविष्ट करण्याचा मी प्रयत्न केला आहे. पण वास्तवात मानवी मन हे 'मनस्वी' गुंतागुतीचे आहे, अनाकलनीय आहे. विस्मयकारक नव्हे, अक्षरश: स्तिमित करणारे आहे. ते मन अत्यंत रहस्यमय अशा असंख्य वाटांनी धावत असते. त्याच्या या आगळ्या पद्धती शास्त्राच्या, विज्ञानाच्या, संशोधकांनी दिलेल्या स्पष्टीकरणांच्या चौकटीत बसवताच येत नाहीत. तरीही या अखेरच्या प्रकरणात धोरणीपणाने, हुशारीने लोकांच्या मनावर प्रभाव पाडणे आणि त्यांचे मनपरिवर्तन करणे यासाठी उपयोगी पडतील अशा पाच युक्त्या मी तुमच्यासमोर

सादर करणार आहे.

एवढेच नव्हे, तर...

उन्हाळ्याचे दिवस होते. एका दुपारी मी लंडनमधील ऑक्स्फर्ड स्ट्रीटवरील एका भव्य दुकानात काही खरेदीसाठी गेलो होतो. तेथील ध्वनिवर्धकावर एक घोषणा केली गेली, 'स्वयंपाकघरातील साहित्य आणि उपकरणे यांच्या आमच्या तिसऱ्या मजल्यावरील विक्रीविभागात ग्राहकांना एक उत्तम प्रतीचा चाकू मोफत भेट म्हणून दिला जात आहे. तुमची फक्त १० मिनिटे द्या, 'स्कायशार्प' या कंपनीच्या नव्या ब्लेड्सच्या विविध प्रकारांच्या असामान्य कार्यक्षमतेचे प्रात्यक्षिक पाहा आणि एक धारदार चाकू विनामूल्य मिळवा.'

मोफत चाकू? माझ्या मनाने नोंद घेतली. मी खरेतर माझ्या मित्राला त्याच्या लग्नानिमित्त द्यायच्या भेटवस्तूची खरेदी करायला गेलो होतो, पण फुकटचा एक धारदार चाकू मिळत असेल तर का सोडायचा, असा विचार माझ्या मनात आला.

मी तिसऱ्या मजल्यावर गेलो. तेथे एका उंचवट्यावर स्वयंपाकघरात वापरले जाणारे लांबट, अरुंद टेबल ठेवले होते आणि त्याच्या मागे पांढरास्वच्छ एप्रन परिधान केलेला – बहुधा तो शेफ असावा – एक मध्यमवयीन पुरुष उभा होता. त्याच्याकडे लोकांचे लक्ष वेधले जावे, यासाठी त्याच्यावर दिव्यांचा प्रखर प्रकाशझोत पाडण्यात आला होता. त्याच्या डोळ्यात एक विचित्र चमक झळकत होती. त्याच्याभोवती २५-३० ग्राहक बघ्यांची, पुरेशी गर्दी जमली तसे त्याने तीन चाकूंच्या साहाय्याने त्याचे प्रात्यक्षिक सुरू केले. माझी खातरी आहे तुम्हीही तसले एखादे प्रात्यक्षिक टेलिव्हिजनमधील कार्यक्रमात नक्कीच पाहिले असेल. कशाही प्रकारच्या कडक, चिवट अथवा किचकट भाज्या ती सक्षम, धारदार पाती कशी लीलया चिरतात, निरनिराळ्या लांबीची पाती निरनिराळ्या कामांसाठी कशी उपयोगी पडतात; ती हाताळायला, वापरायला कशी आणि किती सोपी, सोईस्कर आहेत हे सगळे त्याने कमावलेल्या सफाईदारपणे आणि सरावाने मिळवलेल्या कौशल्याने दाखवले. त्याच्या हातांबरोबर त्याचे तोंडही सतत चालू होते. कामाचा वेळ कसा वाचतो, स्वयंपाकाची तयारी किती वेगाने पूर्ण करता येते, धार चांगली नसली की कापणे किती कटकटीचे होते, सोप्या कामांचाही कसा वैताग येतो, तो त्या चाकूंच्या उपयोगाने कसा टाळता येतो; एक ना दोन!

प्रात्यक्षिक संपवताना त्याने प्रेक्षकांना विचारले, 'हे माझे प्रात्यक्षिक पाहिल्याबद्दल आभार. तुम्हाला कबूल केलेली तुमची भेट, विनामूल्य चाकू, देण्याआधी आपण सर्व जण कृपया आता मी जी एक अफलातून योजना जाहीर करणार आहे, ती ऐकून घ्यायला आणखी थोडा वेळ थांबाल का?'

सर्वांनीच अनाहूतपणे मान डोलावली.

'आमच्या या धारदार तीन चाकूंचा संच आम्ही नेहमी २९.९९ पौंडांना विकतो. पण आज आम्ही तुमचा विश्वास बसणार नाही अशी एक योजना घेऊन आलो आहोत. आज या तीन चाकूंच्या संचासोबत तुम्हाला एक चाकू मोफत मिळणार आहे, एवढेच नव्हे, तर आम्ही या चाकूंच्या उत्पादकांशी बोलून, फक्त तुमच्यासाठी, खास ब्रेड कापण्यासाठी बनवलेला एक चाकूही तुम्हाला देणार आहोत. थांबा, एवढ्यावरच संपले नाही, आणखी एक 'सरप्राइझ' आहे. या दुकानाच्या संचालकांनीही या आमच्या अफलातून योजनेत सहभागी होऊन तुम्हाला भाज्या वगैरे कापताना हे चाकू सोईस्कररीत्या वापरता यावेत म्हणून एक सुबक आकाराचा लाकडाचा चॉपिंग बोर्डही मोफत देण्याचे मान्य केले आहे.'

श्रोत्यांकडून या घोषणेबद्दलची प्रतिक्रिया यायच्या आतच तो चलाख शेफ – विक्रेता पुढे झुकून, तोंडापाशी हाताची करंजी धरत, लोकांच्या कानात गुपित सांगितल्याच्या कुजबुजत्या स्वरात, डोळे मिचकावत म्हणाला, 'तुमच्या माझ्यातच ठेवा हं! या सगळ्यात हे उत्पादक आणि दुकानदार कसे पैसे कमावणार आहेत की गमावणार आहेत हे मलासुद्धा कळत नाही!!'

तो परत नाटकी ढंगात ताठ उभा राहिला आणि त्याने खणखणीत स्वरात लोकांना कळीचा प्रश्न विचारला, 'लोकहो, कुणाकुणाला हा तीन चाकूंचा संच आणि त्याबरोबरचे दोन चाकू आणि लाकडी बोर्ड या मोफत भेटीही हव्या आहेत?'

त्याच्यासमोर बऱ्याच लोकांनी रांग लावली हे वेगळे सांगायला नकोच.

विक्रेत्याचे पाठ केलेले, कमावलेल्या रंगाढंगातले ते खोटे-खोटे वटवटवजा भाषण तुम्ही ऐकले असतेत, तर त्याला कोणीही फशी पडणार नाही असेच तुम्हाला वाटले असते. पण तसे झाले नाही, भरपूर विक्री झाली, आणि दुकानदार आणि उत्पादक दोघांनीही पैसे कमावले. आजवरच्या संशोधनाच्या आधारे शास्त्र असे सांगते की 'एवढेच नाही तर...' हे ग्राहकांना प्रभावित करण्याचे अस्सल तंत्र आहे.

नाही म्हणताच येणार नाही असे...

आपल्याला 'खास सवलत' दिली जात आहे, 'सौदा आपल्या फायद्याचा' होतो आहे अशी जाणीव ग्राहकांना होणे हे फार महत्त्वाचे आहे. सँटा क्लारा युनिव्हर्सिटीत जेरी बर्गर नावाच्या संशोधकाचे 'प्रभाव आणि मनपरिवर्तन' या क्षेत्रातील काम फार नावाजले गेले आहे. त्याने त्यासंबंधी अनेकविध प्रयोग केले आहेत. त्यातील एकामध्ये त्याने एका कलाप्रदर्शनात छोटे

केक्स, ज्याला 'कप केक्स' म्हणतात, आणि बिस्किटे, जी 'कुकीज' या आधुनिक नावाने ओळखली जातात, यांच्या विक्रीचा एक स्टॉल लावला. स्टॉलवर येणाऱ्या ग्राहकांपैकी निम्म्यांना तेथील विक्रेता एक केक आणि दोन बिस्किटे यांची किंमत ७५ सेंट्स सांगत असे. उरलेल्या निम्म्या जणांना ७५ सेंट्समध्ये एकच केक मिळेल असे सांगे. पण त्याचे बोलणे पूर्ण होता होताच स्टॉलवरील दुसरा विक्रेता, त्याला अडवल्यासारखे करून, ग्राहकांना म्हणत असे की, 'पण आज एक खास योजना आहे, एक केक घेणाऱ्यास दोन बिस्किटे मोफत मिळणार आहेत'. ज्यांना एक केक आणि दोन बिस्किटांची किंमत सरळ-सरळ ७५ सेंट्स सांगितली गेली त्यातील ४० टक्के ग्राहकांनी खरेदी केली आणि ज्यांना 'एका केकसोबत दोन बिस्किटे जादा आणि मोफत' अशी खास योजना सांगितली गेली त्यातील खरेदी करणाऱ्या ग्राहकांची टक्केवारी जवळ-जवळ दुप्पट, ७३ टक्के इतकी जास्त होती!

या परिणामांवर चर्चा करण्याआधी बर्गरने केलेल्या दुसऱ्या प्रयोगाबद्दल तुम्हाला सांगतो. त्यात पहिल्या प्रयोगाचीच पुनरावृत्ती होती, फक्त किमती आणि त्या ग्राहकांना सांगण्याची पद्धत वेगळी होती. निम्म्या ग्राहकांना पूर्वीप्रमाणेच एक केक ७५ सेंट्सना मिळेल असे सांगितले गेले. मात्र बाकीच्या निम्म्यांना एक विक्रेता एका केकची किंमत एक डॉलर सांगायचा आणि लगेच दुसरा विक्रेता त्याला थांबवून, 'एवढेच नव्हे तर...' या तंत्राचा वापर करून ग्राहकांना म्हणायचा की, 'किंमत एक डॉलर आहे, पण आमचा स्टॉल थोड्याच वेळात बंद होणार आहे, म्हणून आम्ही माल लवकर संपवण्यासाठी केकची किंमत कमी करत आहोत, तुम्हाला केक फक्त ७५ सेंट्सना मिळेल!' ज्या ग्राहकांना सुरुवातीलाच केकची किंमत ७५ सेंट्स सांगण्यात आली होती, त्यातील ४४ टक्के ग्राहकांनी केक खरेदी केले आणि ज्यांना आधी एक डॉलर ही चढवलेली किंमत सांगून नंतर २५ सेंट्सची सवलत देऊ केली गेली होती त्यातल्या ७३ टक्के लोकांनी केक विकत घेऊन 'फायद्याचा सौदा' मिळाल्याचे समाधान मिळवले!

आता या केक आणि बिस्किटांच्या या दोन्ही प्रयोगांची 'गोडी' चाखू या. अपेक्षेपेक्षा जास्त काहीतरी मिळते आहे ही समजूत ग्राहकांना मोहात पाडते असे पहिल्या प्रयोगाने दाखवून दिले. दुसऱ्या प्रयोगात केवळ 'किंमत तीच, प्राप्ती अधिक' हाच विचार काम करतो असे नाही, तर नुसता आभास का होईना पण कोणत्याही स्वरूपातील सवलत, एवढेच नव्हे, तर तिची

नुसती जाणीवसुद्धा लोकांची पैशांची पाकिटे बाहेर काढते हे सिद्ध झाले. 'एवढेच नव्हे तर...' हे तंत्र अपेक्षित परिणाम करते याचे कारण असे असू शकते की, विक्रेत्याने आपण होऊन सवलत दिलेली असली तरीसुद्धा ती आपणच मिळवलेली आहे, किमतीचे अधिक मोल हे आपणच घासाघीस करून पदरात पाडून घेतले आहे, विक्रेता आधी देत होता त्याहून कितीतरी जास्त आपण त्याच्याकडून यशस्वीपणे 'काढून घेतलेले' आहे असे ग्राहकांना वाटते आणि ती 'प्रयत्नांती प्राप्ती' त्यांना सुखावते, जिंकल्याचे समाधान देते. तो विजयाचा कैफ त्यांना खरेदी करायला भाग पाडतो. आणखी एक मानवी मनाची प्रवृत्तीही कदाचित काम करत असेल. विक्रेता सवलत देतो म्हणजे ग्राहकावर मेहेरबानी, छोटासा उपकारच करतो, निदान तो तसे भासवतो, आणि मग उपकाराची परतफेड, 'देवाणघेवाण' ही माणसाची सहज वृत्ती उफाळून बाहेर येते आणि त्यापोटी ग्राहक खरेदी करायला प्रवृत्त होतो. या अनेक शक्यतांपैकी नेमक्या कशामुळे ग्राहकाचे मन खरेदी करण्याकडे वळते, यातल्या नेमक्या कशाचा ग्राहकाच्या मनावर प्रभाव पडतो हे संशोधकही निश्चितपणाने सांगू शकत नाहीत. पण प्रत्यक्षात तसे घडते हे मात्र नक्की!

या 'एवढेच नव्हे तर...' तंत्राचा यशस्वी वापर करताना ही काळजी घ्यायला हवी की, उत्पादनाची जी किंमत प्रथम ग्राहकांना सांगितली जाईल ती त्यांच्या मेंदूपर्यंत नीट पोहोचली पाहिजे, त्यावरील त्यांचा विचार पूर्ण झाला पाहिजे आणि मग तुम्ही त्याच किमतीत जास्त काहीतरी देण्याचा किंवा तिच्यात सवलती जाहीर करण्याचा मोहक प्रस्ताव त्यांच्यासमोर सादर केला पाहिजे. युक्ती कोणतीही वापरा, पण ग्राहकांना असे काहीतरी, वरीलपैकी कोणत्यातरी एका वा अनेक पद्धतींनी द्या की, ते त्यांच्यासाठी 'नाही म्हणताच येणार नाही असे'च ठरेल.

समजूतदारपणा

माझे कॉलेज शिक्षण संपल्यावर माझ्या मनाने असे घेतले की, आपले बिऱ्हाड पाठीवर घेऊन अमेरिकेची सफर करावी. म्हणून मी प्रथम बोस्टनला विमानाने गेलो, तेथून मॅसेच्युसेट्स गाठले आणि मग आगगाडीने अख्खी अमेरिका पालथी घातली. आठ दिवसांच्या त्या दौऱ्यात मी काही काळ लुइझियाना प्रांतातील न्यू ऑर्लिन्स या शहरात तेथील यूथ हॉस्टेलमध्ये मुक्काम केला होता. एका संध्याकाळी मी हॉस्टेलच्या पोहण्याच्या तलावावर पोहायला गेलो होतो. तलावाजवळ हाताने

लिहिलेली एक सूचना लावली होती, 'रात्री आठ वाजेपर्यंत कोणीही तलावात उतरू नये.' सात वाजून गेले होते आणि तलावावर बाकी कोणीच नव्हते. हवेत इतका विलक्षण उकाडा होता की, मला आणि माझ्याबरोबरच्या मित्रांना मोकळ्या तलावातल्या पाण्याच्या गारव्याचा मोह मुळीच सोडवेना. आम्ही सूचनेकडे कानाडोळा केला आणि अंगावरचे कपडे ओरबाडून काढून सरळ पाण्यात उड्या घेतल्या.

बहुतेक आमच्या हासण्या-खिदळण्याचा, थट्टामस्करीचा आवाज चांगलाच मोठा होत असावा, कारण काही मिनिटांतच एक माणूस – तलावाचा पर्यवेक्षक तेथे हजर झाला. सूचनेच्या पायमल्लीने तो रागावणार असे वाटले, पण त्याने शांतपणे पण ठामपणे, दाक्षिणात्य हेल काढत आम्हाला सांगितले की, 'सूचना मुद्दाम लावलेली होती, त्याने काही वेळापूर्वी पाण्यात शुद्धीकरणासाठी क्लोरीन हे जंतुनाशक टाकलेले आहे आणि अजून ते पाण्यात पूर्णपणे विरघळलेले नसेल, त्यामुळे इतक्यात तशा पाण्यात पोहणे सुरक्षित नाही.' त्याची ताकीद ऐकल्यावर आम्ही शरमलो आणि काही न बोलता पटापट तलावातून बाहेर येऊन बाथरूममध्ये घुसलो.

या प्रसंगानंतर बरेच वर्षांनी एक असा 'जादूचा शब्द' माझ्या वाचनात आला की, तो वापरून जर ती सूचना लिहिली गेली असती तर ती सूचना आम्ही धुडकावली नसती, तिचे आम्हीही तंतोतंत पालन केले असते.

एलन लॅंगर ही १९७८ साली हार्वर्ड युनिव्हर्सिटीत मानसशास्त्रज्ञ होती. ती आणि तिचे सहकारी यांनी मिळून एक अत्यंत साधा दिसणारा, क्षुल्लक वाटणारा, पण अतिशय महत्त्वाचा ठरलेला असा एक प्रयोग केला. त्यासाठी त्यांनी दोन साहाय्यकांची (एक स्त्री आणि एक पुरुष) सिटी युनिव्हर्सिटीतील ग्रंथालयात नेमणूक केली. त्यांना काम दिले गेले की, त्यांनी काही कागद हातात धरून ग्रंथालयातील फोटोकॉपीयरपासून (कागदाच्या प्रती काढण्याचे झेरॉक्स मशीन) काही अंतरावर उभे राहायचे आणि त्या मशीनकडे नीट लक्ष ठेवायचे. कोणीही व्यक्ती ते मशीन वापरायला म्हणून येताना दिसली की, त्यांच्यापैकी कुणीतरी एकाने त्या व्यक्तीच्या मागोमाग लगबगीने मशीनजवळ पोहोचायचे आणि तिने मशीन वापरायच्या आत तिला थांबवून म्हणायचे, 'माफ करा, माझी पाचच पाने आहेत. मी प्लीज तुमच्या आधी हे झेरॉक्स मशीन वापरू का?'

अशी थेट विनंती ऐकल्यावर ६० टक्के लोक स्वत: होऊन बाजूला झाले आणि त्यांनी त्या आगाऊ साहाय्यकांना आधी मशीन वापरू दिले.

पुढच्या खेपेला विनंती मानणाऱ्यांची टक्केवारी ६०वरून एकदम ९४ टक्क्यांवर गेली. कशी? हे नवल कसे घडले?

विनंतीचे शब्द बदलले. 'माफ करा, माझी पाचच पाने आहेत, मी प्लीज तुमच्या आधी हे झेरॉक्स मशीन वापरू का? कारण की; मी खूप घाईत आहे.'

कुणीतरी घाईत असलेल्याने अशी विनंती केल्यावर, माझी खातरी आहे, तुम्हीसुद्धा बाजूला होऊन त्याला पुढे जाऊ द्याल. एलनच्या साहाय्यकांनाही ती विनंती ऐकलेल्यांपैकी ९४ टक्के लोकांनी त्यांच्यापुढे जाऊ दिले, यात खरेतर फारसे आश्चर्यकारक काही नव्हते.

जे कारण सांगितले गेले त्यामुळे हे नवल घडले की केवळ 'कारण की' एवढेच शब्दही सामर्थ्यवान ठरू शकतात याची परीक्षा घेण्याच्या उद्देशाने एलनने परत एकदा विनंतीची भाषा बदलली. 'माफ करा, माझी पाचच पाने आहेत, मी प्लीज तुमच्या आधी हे झेरॉक्स मशीन वापरू का? कारण की, मला कॉपीज हव्या आहेत.'

कारण काय? कॉपीज हव्या आहेत? हे कसले कारण? मशीन कॉपीज काढायचेच आहे, तिथे लोक कॉपीज काढायलाच येणार, कॉफी प्यायला नाही!! 'झेरॉक्स मशीन वापरू का, कारण की मला कॉपीज हव्या आहेत' ही निरर्थक द्विरुक्तियुक्त विनंती ऐकल्यावर 'काय खुळा/खुळी आहे!' असेच त्या साहाय्यकांबद्दल लोकांनी मनात म्हटले असणार! पण तरीही, तसली खोटी, लंगडी सबब पुढे करूनसुद्धा एलनच्या साहाय्यकांना त्यांच्याआधी मशीन वापरू देणाऱ्या लोकांची टक्केवारी तेवढीच, ९३ टक्के, राहिली.

एलन आणि तिच्या सहकाऱ्यांचे असे म्हणणे आहे की 'कारण की' या शब्दात विशेष ताकद आहेच. सहसा त्या शब्दांपुढे एखादे सबळ, सयुक्तिक कारण असते ही गोष्ट लोकांच्या मनात रुजलेली असते, त्यांच्या मनांच्या सवयीची झालेली असते म्हणून कदाचित असेल, पण 'कारण की' या शब्दांपाठोपाठ ऐकू येणारी अथवा वाचली जाणारी विनंती कशीही असली तरी लोक ती मान्य करतात, झिडकारत नाहीत.

न्यू ऑर्लिन्समधील यूथ हॉस्टेलच्या पोहण्याच्या तलावावरील सूचनेत जर 'रात्री आठपर्यंत कोणीही तलावात उतरू नये, कारण की—' असे लिहून मग कोणतेही खरे, खोटे कारण जरी लिहिलेले असते तरी आम्ही तलावात उतरलो नसतो. 'कारण की पाण्यात क्लोरीन मिसळलेले आहे' किंवा 'कारण की तलावाचे शुद्धीकरण चालू आहे' असे वाक्य पुरेसे परिणामकारक ठरले असते.

पण 'कारण की' या शब्दाच्या सामर्थ्याबद्दल फार गैरसमज मात्र मनात ठेवू नका. त्याच्या शक्तीलाही मर्यादा आहेत. त्याच जाणून घेण्यासाठी एलन आणि तिच्या सहकाऱ्यांनी वरील प्रयोग परत एकदा केला. या वेळी त्यांनी कॉपीजची संख्या पाचचे ठिकाणी २० केली. कोणतेही कारण दिले नाही.

आता मात्र लोक बधले नाहीत. वीस ही अवाजवी संख्या ऐकल्यावर फक्त २४ टक्के लोकांनी साहाय्यकांना त्यांच्यापुढे जाऊ दिले. ही गोष्ट लक्षात घेण्यासारखी

आहे की, त्या काळात म्हणजे १९७०च्या दशकाच्या उत्तरार्धात फोटोकॉपीयर्स अजून नवे होते, आजच्यासारखे इथे-तिथे उपलब्ध नव्हते, लोकांच्या सवयीचेही झालेले नव्हते. शाई संपणे, अचानक बंद पडणे अशा तक्रारी वारंवार असायच्या. त्यामुळे ते विनातक्रार चालत नव्हते आणि मुख्य म्हणजे कॉपीज काढायला आजच्यापेक्षा चौपट वेळ लागत होता.

मग एलनच्या साहाय्यकांनी लोकांना 'कारण की मी खूप घाईत आहे म्हणून मला आधी मशीन वापरू द्या' हे पटेल असे, सयुक्तिक कारण दिले तेव्हा कॉपीजची संख्या २० असूनही ४२ टक्के लोकांनी त्यांना पुढे जाऊ दिले. म्हणजेच कारण ऐकल्यावर विनंतीला मान्यता देणाऱ्याची संख्या, 'विनाकारण' विनंतीला मान्यता देणाऱ्यांच्या जवळ-जवळ दुप्पट होती. याचा अर्थ लोकांनी आपली विनंती मान्य करायला हवी असेल तर काहीतरी कारण सांगणे हे निश्चितपणे आवश्यक आहे. कारणासकट केलेली मागणी नेहमीच अधिक प्रभावी सिद्ध होते.

परंतु एलनच्या साहाय्यकांनी दुबळे कारण देऊन कॉपीजची संख्याही जेव्हा अवास्तव वाढवली, पाचाची २० केली, तेव्हा फक्त २४ टक्के लोकांनीच ती मानली. म्हणजे फार मोठी मागणी करताना लोकांचा विश्वास बसणार नाही, त्यांना खरे वाटणार नाही असे लंगडे कारण देणे म्हणजे कुठलेच कारण न देण्यासारखे आहे. किंबहुना कारण न देण्यापेक्षाही अधिक वाईट परिणाम घडवणारे आहे.

एलन लँगर आणि तिच्या सहकाऱ्यांनी त्यांच्या सर्व प्रयोगांच्या अखेरीस असा निष्कर्ष काढला की, मागणी बेतातली व वाजवी असेल तर कुठलेही खरे, सयुक्तिक, पटेल असे किंवा एखादे लंगडे, खोटे, दुर्बळ कारण देऊनही लोकांना मागणी मान्य करायला लावणे शक्य होते. चार-पाच कॉपीज, थोडाच वेळ लागणार, इतपत तडजोड करायला, रांग मोडून पुढे जाऊ द्यायला लोक तयार होतात, तेवढे सौजन्य दाखवतात. पण २० कॉपीजसारखी अवास्तव विनंती केली गेली, तर 'कारण की' हे शब्दसुद्धा सामर्थ्यहीन बनतात, लोकांवर प्रभाव पाडण्याची त्यांची शक्ती अपुरी ठरते. अशा वेळी नुसते कारण सांगणे मुळीच पुरे पडत नाही. अगदी भक्कम कारण, नाइलाजाची परिस्थिती व्यक्त करणारे कारणच असावे लागते.

कारण की...

तेव्हा या सगळ्यातून मिळणारा संदेश अगदी स्पष्ट आहे : आपली विनंती लोकांच्या गळी हमखास उतरायला हवी असेल, आपल्या मागणीला नकार मिळायची शक्यता पूर्णपणे टाळायची असेल तर 'कारण की...' आणि त्यापुढे त्या मागणीमागचे सबळ, भक्कम कारण यांचा समावेश

तुमच्या मागणीत किंवा विनंतीत करायला विसरू नका. 'यात विशेष काय आहे? कारण तर आपण सांगतोच', असे म्हणून त्याकडे दुर्लक्ष करू नका. बऱ्याच वेळा घाईत असल्याने किंवा आपल्याच विचारात गर्क असतो म्हणून आपण विस्मरणाचे शिकार होत असतो. लोकांनी आपल्यासाठी एखादी गोष्ट, आपण म्हणू तशी, का करायला हवी याचे पुरेसे, त्यांना पटेल असे कारण देण्यासारखी अत्यंत महत्त्वाची गोष्ट नेमकी आपल्या हातून राहून जाण्याचा संभव असतो. तसे होऊन देता कामा नये.

कधीकधी आपल्याला असे वाटत असते की, जी गोष्ट आपण लोकांना करायला, मान्यता द्यायला सांगतो आहोत तिचे कारण अगदी स्पष्ट, उघड, कुणालाही निश्चित माहीत असणारेच आहे. ते तर लोकांना सांगितल्याविनाही समजेल, त्यांना आपल्या मनात काय चालले आहे ते कळते. अशा कोणत्याही गोष्टी गृहीत धरणे सर्वस्वी चुकीचे आहे.

आपल्या विनंतीच्या शेवटी कारण जोडायला काही क्षण लागतात. तुमचे सहकारी, मित्र अथवा तुमचे कुटुंबीय यांची एखाद्या कामात तुम्हाला मदत मागायची असेल तर ती विनंती, 'मला मदतीची नितांत आवश्यकता आहे कारण की, मी कामात गळ्यापर्यंत अडकलो असल्याने मला वेळ अगदीच कमी आहे', अशी कारणासकट केलीत तर ती कानाबाहेर न टाकता, ते पुढे होऊन तुम्हाला कामात नक्की हातभार लावतील.

आपण जेव्हा एखादी गोष्ट करा अथवा करू नका असे आपल्या मुलांच्या कानी-कपाळी ओरडत असतो, तेव्हाही त्याचे कारण त्यांना स्पष्टपणे सांगणे परिणामकारक ठरते. आईवडील ओरडतात, 'अरे, काडेपेटीतल्या काड्यांशी खेळू नको', 'रस्त्यात न बघता धावत सुटू नको'. त्याऐवजी, 'अरे, काडेपेटीतल्या काड्यांशी खेळू नको कारण की, त्यामुळे आग लागू शकते' किंवा 'रस्त्यात न बघता धावत सुटू नको कारण की, तू वेडावाकडा धावताना पडशील आणि तुला लागेल' असे सकारण सांगितले तर मुले त्याप्रमाणे वागण्याची शक्यता निश्चितच वाढेल.

'लॉरिअल' ही सौंदर्यप्रसाधनाचे उत्पादन आणि विक्री करणाऱ्या जगप्रसिद्ध कंपनीच्या दूरदर्शनवरील जाहिरातींची शेवटची ओळ असते, '...कारण की, आमच्यात ती क्षमता आहे!' मला वाटते, त्यांच्या विक्रीविभागात 'प्रभाव आणि मनपरिवर्तन तंत्रा'चा अभ्यास केलेले अधिकारी असावेत!!

'उत्तेजना' तंत्र

मानसशास्त्रज्ञांना ते करत असलेल्या चित्रविचित्र प्रयोगात त्यांना मदत करणाऱ्या त्यांच्या साहाय्यकांची परिस्थिती कधीकधी अगदी दयनीय होते. 'एवढेच नव्हे तर...' हे लोकांवर प्रभाव पाडणारे विक्रीतंत्र शोधून काढणारा, मानवी मनाच्या रहस्यांचा भेद करणारा, मुरब्बी, अतिहुशार आणि अतिविक्षिप्त मनोवैज्ञानिक जेरी बर्गर याच्या एका अशाच भन्नाट प्रयोगात त्याला साहाय्य करणाऱ्या चार जणांना त्याने रस्त्यावर लोकांना थांबवून त्यांच्याकडे पैशांची याचना करण्याचे लाजिरवाणे काम करायला लावले होते. त्या कामात त्यांना एखाद्या तापट माणसाकडून मार बसण्याचा, इजा पोहोचण्याचाही धोका होता. म्हणूनच जेरीने त्यांच्या सुरक्षिततेसाठी त्या चौघांना दोघा-दोघांच्या जोडीत काम करण्याची आणि पैसे मागताना पादचाऱ्यापासून कमीत कमी तीन फूट अंतर ठेवण्याचीही सक्त ताकीद दिली होती.

जेरीचा हा प्रयोग फार जुना नाही, २००७ सालचा आहे. सॅन फ्रान्सिस्को बे एरियातील एका मोठ्या शॉपिंग कॉंप्लेक्सच्या बाहेरच्या रस्त्यावर तो प्रयोग करण्यात आला होता. जेरीचे साहाय्यक अगदी साध्या, सामान्य पोशाखात होते. रस्त्याने जाणाऱ्या-येणाऱ्या अनोळखी लोकांपैकी एखाद्याचे लक्ष वेधून घ्यायचे, त्याला थांबवायचे आणि 'माफ करा, मला थोडे पैसे देता?' असे ओशाळल्या आवाजात विचारायचे अशा सूचना साहाय्यकांना देण्यात आल्या होत्या.

तुम्ही रस्त्यावर येता-जाता असे खरेच पैशाची भीक मागणारे बघितले असतील, तर सततच्या नकारांना पचवून परत-परत हात पसरणे अत्यंत त्रासदायक, यातनामय असते या निरीक्षणाशी तुम्ही नक्कीच सहमत व्हाल. या प्रयोगातही जेरीच्या बिचाऱ्या साहाय्यकांना नकारांमागे नकार ऐकून घ्यावे लागले. फक्त १८.८ टक्के लोकांनी त्यांना पैशांची भीक घातली, आणि तीही सरासरी सात सेंट्सची! म्हणजे मागणाऱ्याला हाता-तोंडाची गाठ पडायलासुद्धा शेकडो लोकांपुढे हात पसरायला लागले असते.

लोकांच्या मनात कुतूहल निर्माण होईल, जराशी खळबळ माजेल, त्यांची उत्सुकता चाळवली जाईल अशा पद्धतीने जर पैशांची मागणी केली तर देणाऱ्यांच्या संख्येत आणि मिळणाऱ्या पैशात वाढ होते का, हे जेरी आणि त्याच्या संशोधक गटाला पाहायचे होते. त्यांनी साहाय्यकांचे वाक्य बदलले. त्यांचा नवा प्रश्न होता, 'माफ करा, मला प्लीज ३७ सेंट्स देता?'

३७ सेंट्स असा मदतीचा नेमका आकडा ऐकल्यावर काही पादचारी तरी नक्कीच, 'का? कशासाठी हवेत?' असा प्रतिप्रश्न करतील याची संशोधकांना पूर्वकल्पना होतीच. म्हणूनच त्यांनी साहाय्यकांना त्या प्रश्नाची दोन भिन्न उत्तरे पढवून ठेवली होती. प्रश्न विचारणाऱ्यांपैकी निम्म्या लोकांना ते 'मला काही गोष्टी

विकत घ्यायच्या आहेत' असे गुळमुळीत उत्तर देणार होते आणि उरलेल्यांना 'मला ३७ सेंट्सचे पोस्टाचे एक तिकीट विकत घ्यायचे आहे' असे सांगणार होते.

ही नवी विनंती एकूण ३०० लोकांना करण्यात आली. काही लोकांनी ३७ सेंट्स हा विशिष्ट आकडा ऐकूनही साहाय्यकांना कोणताच प्रश्न विचारला नाही, त्या आकड्याकडे दुर्लक्ष करून त्यातल्या २५.९ टक्के लोकांनी सरासरी १० सेंट्स साहाय्यकांच्या हातावर टेकवले. लक्षणीय सुधारणा! आधी पैशांची याचना केली होती तेव्हाच्या मदतीची सात सेंट्सची सरासरी या नव्या नेमक्या आकड्याने १० सेंट्सवर आणि पैसे काढून देणाऱ्यांची टक्केवारीही १८.८वरून २५.९वर नेऊन ठेवली! संशोधकांच्या विचारांची दिशा योग्यच होती.

या बदलाची कारणमीमांसा स्पष्ट करताना संशोधकांनी असे सांगितले की, नेहमीपेक्षा वेगळी, विचित्र वाटणारी मागणी ऐकल्यावर जास्त लोकांचे कुतूहल जागे झाले असेल, त्यांचे मन एकदम उत्तेजित झाले असेल. म्हणूनच या प्रभावतंत्राला त्यांनी 'उत्तेजना तंत्र' असे संबाधले. मानसशास्त्र असे सांगते की, सामान्यपणे माणसाच्या प्रतिक्रियेची पद्धती ठरलेली असते. मनाला त्याच पद्धतीने प्रतिसाद द्यायची सवय पडलेली असते, ती जवळ-जवळ प्रतिक्षिप्त क्रियाच झालेली असते. काही लोकांकडे कुणीही, कुठेही, कसेही पैसे मागितले की, ते 'नाही'च म्हणतात. असा प्रतिक्षिप्त प्रतिसाद देताना मेंदूला विचार करण्यात त्याची शक्ती खर्च करावी लागत नाही, वेळही घालवावा लागत नाही. अतिप्राचीन काळी आपल्या पूर्वजांना अन्नाच्या दुर्भिक्षाला तोंड देण्यासाठी ऊर्जेची बचत करण्याची फार आवश्यकता पडत असे. ती बचत केवळ शरीरापर्यंत मर्यादित नव्हती, त्यात मेंदूला लागणाऱ्या 'इंधना'चाही समावेश होता. बचतीचे जे अनेक उपाय त्या वेळी शरीराने आणि मेंदूने आत्मसात केले त्यात रोज घडणाऱ्या लहानसहान गोष्टींवर, सतत ओढवणाऱ्या परिस्थितीवर प्रत्येक वेळी काळजीपूर्वक, तपशीलवार विचार करून प्रतिक्रिया ठरवण्याऐवजी काही ठरीव साचे मनाला, ज्ञानेंद्रियांना, अवयवांना शिकवूनच ठेवायचे हेही होते. अशा पद्धतीनेच मेंदू घडत गेला. त्याचाच परिपाक म्हणजे या अशा प्रतिक्षिप्त प्रतिक्रिया. त्यामुळे ठरीव साचाच्या बाहेरचे, नेहमीपेक्षा निराळे, मेंदूची सवय मोडायला लावणारे काहीतरी समोर आले की, लोकांच्या मनाला उत्तेजना मिळते, ते टवकारते, मेंदू सजग होतो. त्या विनंतीवर किंवा मागणीवर नव्याने, ताजा विचार सुरू होतो; विचारांची चक्रे नव्याने फिरू लागतात.

पण वरील प्रयोगात आणखी मजा आणली ती साहाय्यकांच्या नव्या विनंतीनंतरच्या प्रश्नोत्तरांनी. लोकांनी 'का? कशासाठी हवेत?' असे विचारल्यावर ज्या लोकांना साहाय्यकांनी 'मला काही गोष्टी विकत घ्यायच्या आहेत' असे मोघम उत्तर दिले त्यांच्यापैकी ७० टक्के लोकांनी प्रत्येकी सरासरी ३७ सेंट्स काढून दिले. ज्यांना

'मला पोस्टाचे एक तिकीट घ्यायचे आहे' हे विशिष्ट कारण सांगितले गेले, त्यातील पैसे देणाऱ्यांची टक्केवारी चक्क ८७.१ इतकी दिसून आली आणि प्रत्येकाने सरासरी पैसे किती दिले माहीत आहे? ३७ नव्हे, तर ३८ सेंट्स!!

'मला काही गोष्टी विकत घ्यायच्या आहेत' यासारखे काहीतरी मोघम कारण ऐकल्यावरसुद्धा लोकांचे औदार्य काही प्रमाणात प्रकट झाले. पण नेमके आणि तेही सबळ, खरे वाटावे असे कारण कानी पडल्यावर तर ते उफाळूनच वर आले. खूप लोकांनी आणखी सढळ हाताने मदत देऊ केली.

ग्रंथालयातील झेरॉक्स मशीनवर एलन लँगर हिने केलेल्या प्रयोगाची तुम्हाला आठवण झाली ना? तिच्या साहाय्यकांनी काहीतरी, अगदी अर्थहीनसुद्धा, कारण दिले तरी थोड्या कागदांच्या कॉपीज लोकांच्या आधी काढून घेण्यात त्यांना चांगले यश मिळवता आले, आणि जेव्हा त्यांनी शहाणे, समजूत पटेल असे योग्य कारण पुढे केले तेव्हा तर बहुतेक सर्वच लोकांनी त्यांची विनंती मानली.

आपला बहुमूल्य असा १३८ सेकंदांचा वेळ खर्च करून कृपया हे वाचाल का?

बहुतेक लोक त्यांच्या कानावर पडणाऱ्या विनंत्या किंवा याचना सराईतपणे दुसऱ्या कानाने बाहेर टाकण्यात तरबेज असतात. पण 'उत्तेजना तंत्र'संबंधी केल्या गेलेल्या संशोधनातून असे दिसून आले आहे की, काही चाकोरीबाहेरच्या, नावीन्यपूर्ण पद्धतीने, कानाला अनोळखी वाटेल अशा कुतूहलजनक भाषेत, मनाला उत्तेजना देणाऱ्या विनंत्यांनी त्यांचे लक्ष वेधून घेता येते. त्या कानातून प्रवेश मिळवून त्यांच्या मेंदूपर्यंत पोहोचवता येतात, त्यांना मान्यता द्यायला त्यांना राजी करता येते.

दुकानात नेहमीच काही ना काही सवलतीच्या योजना चालू असतात. 'एक तृतीयांश किमतीत उपलब्ध', '५० टक्के सूट' इत्यादी. पण अशा योजनांसाठी एखादा सहसा न वापरला जाणारा, अगदी वेगळाच आकडा का वापरू नये? लोक लगेच थबकतील, तो विचित्र आकडा पाहून डोके खाजवत राहतील. पाहा, 'सर्व वस्तूंवर २३ टक्के सूट' हा २३ आकडा कसा वाटतो? किंवा 'काही निवडक वस्तूंवर ५१ टक्क्यांपर्यंत विविध सवलती' अशा जाहिराती ग्राहकांना तुमच्या दुकानाकडे खेचून आणतील. ते असल्या असाधारण, कुतूहलजनक घोषणांबद्दल तुमच्याकडे मुद्दाम चौकशी करतील.

युरोपमधील काही संशोधकांनी एका प्रयोगात अनोळखी पादचाऱ्यांना

रस्त्यात थांबवून लॉटरीची तिकिटे विकत घेण्याची विनंती केली. त्यांनी तिकिटाची किंमत जेव्हा 'साडेतीन युरो' अशी सांगितली तेव्हा त्यांना २५ टक्के लोकांच्या गळ्यात तिकिटे मारता आली. तीच किंमत जेव्हा त्यांनी '३५० युरोसेंट्स' अशा, क्षणभर विचित्र वाटणाऱ्या; पण लक्षवेधी पद्धतीने जाहीर केली तेव्हा खरेदीदारांची टक्केवारी २५वरून एकदम ४३वर गेली! हे जरा विचित्र वाटते, सहजी विश्वास न बसणारे भासते. पण आपल्याला जर संस्थेसाठी निधी जमवायचा असेल, एखाद्या मित्राकडून रक्कम उसनी मिळवायची असेल तर असले काहीतरी आगळेवेगळे आकडे वापरले पाहिजेत. तुम्ही समाजकार्यासाठी देणग्या गोळा करत असाल, तर त्या १० पौंड किंवा अशाच एखाद्या पूर्ण आकड्यात मागण्याऐवजी १२.३८ पौंड अशा अपूर्णांकात मागितल्यात तर? अर्थात तुम्हाला अशा विचित्र आकड्यामागचे सयुक्तिक कारण तयार ठेवावे लागेल. उदाहरणार्थ, ती आफ्रिकेत एका नांगराची किंमत आहे, एका विद्यार्थ्याच्या शाळेची सरासरी मासिक फी आहे किंवा रोगावरील औषधांच्या गोळ्यांच्या एका बाटलीची किंमत आहे. मला खातरी आहे तुम्हाला जास्त लोक देणग्या देतील.

दोन दिवसांसाठी मित्राची गाडी वापरायला हवी असेल तर 'अरे, दोन दिवस गाडी देशील?' असा सरळ, साधा प्रश्न विचारण्याऐवजी 'अरे, मला ४२ तासांसाठी जरा गाडी लागत होती, देशील?' अशी जरा वेगळ्या धाटणीची विनंती करून पाहा. तो हे जाणून घ्यायला नक्कीच उत्सुक असेल की '४२ तास' का? हा आकडा कुठून आला? पण, 'कारण की...' अशी सुरुवात करून तुम्ही त्याचे स्पष्टीकरण देत असतानाच, ते कारण पूर्ण ऐकण्याआधीच त्याच्या मनाने तुमच्या बाजूने कौल दिलेला असेल.

वाचकांनी हे लक्षात घेणे जरुरीचे आहे की, या पुस्तकात समजावून सांगितलेल्या तंत्रांचा वापर अंतिम परिणामात निश्चितच मोलाची भर घालतो. जेरी बर्गरचे 'उत्तेजना तंत्र' हे जसे आपले यश द्विगुणित करते, तसेच एलन लँगरने सुचवलेल्या विनंतीला 'कारण की...' याची जोड देण्याचा उपायही. या पुस्तकातील तंत्रे स्वतंत्रपणे, एकेकटी वापरण्याऐवजी त्यांचा एकत्रित, संयुक्त प्रयोग म्हणजेच उपयोग करण्याबद्दल जरूर विचार करा. त्यांचे एकत्रित सामर्थ्य तुमची दुसऱ्यावर प्रभाव पाडण्याची, मनपरिवर्तन घडवून आणण्याची क्षमता अनेक पटीने वाढवेल.

जेवणाच्या टेबलावर –

मी मानसशास्त्रज्ञ असलो तरी माझे प्रमुख काम हे उद्योगधंदे चालवणाऱ्या कंपन्यांना सल्ला देण्याचे म्हणजे 'औद्यागिक सल्लागारा'चे असते. कंपन्यांनी मला त्यांचे सल्लागार म्हणून नेमावे यासाठी मला त्यांच्यावर 'इंप्रेशन' पाडावे लागते, स्वत:ची जाहिरात करावी लागते, आणि त्यांनी माझीच निवड करावी यासाठी प्रयत्न करावे लागतात. माझ्या सल्ल्याने त्यांचे एखादे काम, एखादी योजना यशस्वीरीत्या पूर्ण झाली की, ते यश साजरे करण्यासाठी मी त्यातल्या संबंधितांना बाहेर जेवायला घेऊन गेलो आहे. या पुस्तकासाठी मी जेव्हा या विषयावरील शोधनिबंधांचे वाचन, त्यांचा सखोल अभ्यास, त्यांचे संकलन व संपादन करत होतो तेव्हा त्यातून माझ्या असे लक्षात आले की, तसे करणे बरोबर नाही; मी, आमची एकमेकांशी ओळख होत असताना, प्रकल्पाच्या आरंभीच त्यांना जेवायला न्यायला हवे.

१९३०च्या दशकाच्या उत्तरार्धात ग्रेगरी राझरान या मनोवैज्ञानिकाने त्याच्या एका प्रयोगात सहभागी झालेल्यांना काही राजकीय विधाने, घोषणा वाचायला दिल्या आणि ते त्यांच्याशी किती प्रमाणात सहमत अथवा असहमत आहेत, याची नोंद करायला सांगितले. विधानांची यादी चांगलीच मोठी होती. सर्वांनी ते भरगच्च काम पूर्ण केल्यावर 'तुम्ही सर्व जण कंटाळले असाल' असे म्हणून ग्रेगरीने त्या सर्वांना, विरंगुळा मिळावा म्हणून, त्याच्या खर्चाने जेवायला नेले. तेथे, जेवणाच्या टेबलवर त्याने त्याच भल्यामोठ्या यादीतल्या, त्यांनी आधी सहमतीचे प्रमाण ठरवलेल्यापैकीच काही निवडक विधाने आणि घोषणा त्यांच्यासमोर ठेवल्या, त्यांना त्या परत वाचायला लावल्या, त्यासंबंधी बोलायला लावले. त्या मोकळ्या वातावरणात मोफत मिळालेल्या जेवणाचा आनंद उपभोगून झाल्यावर ग्रेगरीने उल्हसित झालेल्या त्या सर्वांना परत कामाच्या जागी नेले. आधीचीच लांबलचक यादी परत एकदा त्यांच्या पुढ्यात ठेवून, त्यातील विधाने पुन्हा एकवार, नव्याने वाचून, पुनर्विचारातून बनवलेली त्यांची मते सहमतीच्या प्रमाणात लिहायला सांगितली. आता ग्रेगरीकडे विधानांबद्दलची प्रत्येकाची दोन-दोन मते जमा झाली होती. निरीक्षण फार मजेशीर होते. जेवणाच्या टेबलावर ज्या विधानांचा आणि घोषणांचा उल्लेख केला गेला होता, ज्यांवर बोलले गेले होते, चर्चा घडल्या होत्या त्यांच्याशी लोकांच्या सहमतीचे प्रमाण चांगलेच वाढलेले लक्षात आले!

आहारतज्ज्ञ नेहमीच असे म्हणतात की, 'तुमच्या आहाराप्रमाणे तुमचा आचार असतो.' मला वाटते हे सुवचन जरा वेगळ्या रितीने मांडता येईल, 'जेवताना तुमच्या मनात चाललेले विचार तुमचा आचार घडवतात.'

असे का घडत असावे? ग्रेगरी राझरानचे स्पष्टीकरण असे आहे की खाणे,

जेवणे, पोट भरणे ही क्रिया मानवजातीच्या उत्पत्तीपासूनच त्याला आनंद देणारी, सुखावणारी ठरली आहे. त्यामुळे त्या क्रियेबरोबर जे बोलणे होते, ऐकणे होते, विचार करणे होते, त्या सगळ्या प्रक्रिया हर्षदायी भावनेशी जोडल्या जातात आणि त्या मनात रुजतात. याच कल्पनेला पाठिंबा देणारा निष्कर्ष येल युनिव्हर्सिटीच्या जेम्स डॅब्स आणि आयर्व्हिंग जेनिस या दोन संशोधकांनीही एका प्रयोगाद्वारे काढला आहे. त्या दोघांनी प्रयोगात सहभागी झालेल्यांच्या (प्रयुक्तांच्या) एका गटाला काही प्रभावी संदेश ऐकवले आणि ते ऐकवत असतानाच त्यांना चविष्ट असे पदार्थही खायला दिले. दुसऱ्या गटाला त्यांनी आधी खायला घातले आणि तद्‌नंतर पहिल्या गटाला जे संदेश ऐकवले होते तेच त्या गटालाही ऐकवले. त्या मनपरिवर्तन करणाऱ्या संदेशांचा दोन गटांतील प्रयुक्तांवर किती परिणाम झाला याचा जेम्स आणि आयर्व्हिंग यांनी तुलनात्मक अभ्यास केला. तेव्हा त्यांना असे दिसून आले की, ज्या गटाने खाता-खाता संदेश ऐकले होते त्यातील जास्त जण त्या संदेशाने प्रभावित झाले होते. ज्या गटाने आधी खाणे संपवले होते आणि त्यानंतर संदेश ऐकले होते त्यांच्या वर्तणुकीत फारसा बदल झालेला दृष्टोत्पत्तीस आला नाही.

यातून स्पष्ट संदेश हाच मिळतो की, लोकांना तुमच्या बाजूला वळवायचे असेल तर हे लक्षात ठेवा की 'माणसाच्या हृदयाचा मार्ग पोटातून जातो.' अन्न लोकांच्या पोटात जात असतानाच तुमचे म्हणणे, तुमच्या मागण्या त्यांच्या कानात जातील याची काळजी घ्या. अन्नभक्षणाने शरीराच्या मूलभूत गरजा भागत असल्याचे समाधानच बहुधा त्यांना तुमच्या विनंत्या मान्य करायला राजी करते.

लोकांना त्यांच्या निवडीच्या स्वातंत्र्याची आठवण करून द्या

लोकांना त्यांनी काय करावे आणि काय करू नये, हे दुसऱ्या कोणी सांगितलेले अजिबात आवडत नाही हे प्रत्येकाला स्वानुभवाने पटलेले सत्य मनोविज्ञानानेही पुराव्यानिशी सिद्ध केले आहे. 'दारूचे प्रमाण अंमळ वाढलं आहे बरं का, कमी करा' अथवा 'अरे, असले 'जंक फूड' खाऊ नकोस' असे तुमच्या मित्रांना सांगून पाहा, ते तुमचे ऐकणार तर नाहीतच; उलट तुमच्यावर रागावतील. एखाद्या सहकाऱ्याला त्याची कामाची पद्धत बरोबर नाही, फार संथ आहे असे म्हणा, तो मान उडवून तुम्हाला 'मला असंच आवडतं' असेच सुनावेल. 'ड्रग्ज'चे व्यसन लावून घेऊ नको, अशा तुमच्या सक्त ताकिदीचा उलटाच परिणाम होऊन ताकीद दिलेला तरुण त्याच्या जास्तच आहारी जाण्याची शक्यता अधिक वाढेल.

हीच माणसाची मानसिक प्रवृत्ती उलट बाजूने वापरली की, त्याचे मन वळवण्याला साहाय्यभूत ठरते. फ्रेंच संशोधकांनी त्यांच्या काही साहाय्यकांना रस्त्याने जाणाऱ्यांना थांबवून त्यांचा पाच ते आठ मिनिटांचा वेळ खर्च करून ते

एका विक्री सर्वेक्षणात सहभागी होतील का, असे विचारायला सांगितले.

उत्फुल्ल चेहऱ्याच्या साहाय्यकांनी दोन भिन्न-भिन्न वाक्यांनी लोकांशी बोलायला सुरुवात केली. ज्यांना 'माफ करा, एक विनंती करायची होती. आम्ही एक सर्वेक्षण करतो आहोत...' अशी सरळपणे प्रस्तावना केली गेली त्यातील ७५.६ टक्के लोक सर्वेक्षणात सहभागी व्हायला तयार झाले.

दुसऱ्या प्रकारात साहाय्यकांनी लोकांना याची स्पष्ट जाणीव करून दिली की, विनंती स्वीकारायची वा नाकारायची हे ठरवणे पूर्णपणे त्यांच्याच हातात आहे. 'माफ करा, मी आपल्याला एक विनंती करणार आहे आणि ती मान्य करायची की नाही हे सर्वस्वी आपल्यावर अवलंबून आहे. आम्ही एक सर्वेक्षण करतो आहोत...' असा प्रारंभ केल्यावर ९०.१ टक्के लोकांनी सर्वेक्षणात भाग घेण्याची विनंती मान्य केली.

दोन्ही वाक्ये जर नीट अभ्यासली तर हे लक्षात येईल की, एकतर त्या दोन्ही वाक्यांनी लोकांसमोर सादर केलेल्या परिस्थितीत कुठलाच फरक झाला नव्हता, आणि दुसरे म्हणजे पहिल्या प्रकारच्या विनंतीलाही 'हो' अथवा 'नाही' म्हणण्याचे स्वातंत्र्य त्या वाक्यात लोकांना नव्हते असे मुळीच नाही. ते होतेच. पहिल्या विनंतीतही त्यांना सर्वेक्षणात 'भाग' घ्यायला 'भाग' पाडणारे असे काहीच ध्वनित केलेले नव्हते. परंतु होकार-नकाराची निवड त्यांच्या नियंत्रणाखाली आहे असे वेगळे आणि स्पष्टपणे सांगितल्याचे लोकांनी ऐकले तेव्हा त्या हव्याशा हमीने त्याच परिस्थितीकडे पाहण्याच्या त्यांच्या दृष्टिकोनात फरक पडला. तो फरक त्यांचा होकार मिळवायला जास्त परिणामकारक ठरला.

मला आशा आहे की, वाचकांना यातील गर्भितार्थ समजला असेल. 'मान्य-अमान्यतेची निवड करायला तुम्ही स्वतंत्र आहात' असे म्हणणे क्वचित जरासे अवघड, गैरसोयीचे वाटेल; पण त्याची परिणामकारकता अनेक निरनिराळ्या प्रसंगात सिद्ध झाली आहे. लोकांना त्यांच्या निवडीच्या स्वातंत्र्याची मुद्दाम आठवण करून द्यावी, हा शहाणपणाचा धडा आपल्या सर्वांनाच या सगळ्यातून शिकता येईल. अर्थात तो शिकायचा की नाही, याच्या निवडीचे स्वातंत्र्यही आपल्याला आहेच!!

परिस्थिती त्यांच्या नियंत्रणाखाली आहे याची लोकांना करून दिलेली जाणीव

'बक्षिसे देण्याचे दुष्परिणाम' या सातव्या प्रकरणात 'तुम्हाला हे करता येईल', 'हे तुम्ही करू शकता', 'तुम्ही जर करायचे ठरवलेत तर...', 'तुम्ही हे करावे असे आम्ही सुचवतो' अशा भाषेतील सूचना 'तुम्ही हे करा', 'तुम्हाला करावे लागेल', 'केलेच पाहिजे' अशा आज्ञांपेक्षा जास्त

प्रभावी ठरतात. त्या लोकांचा कामातील सहभाग खूपच वाढवतात हे मी सोदाहरण, सविस्तर समजावून सांगितले आहे. (पाहा - 'ध्येये मनाला प्रेरित करणारी हवीत, नाउमेद करणारी नकोत (भाग १ व २)' या चौकटी.) लोकांवर दबाव आणला, सक्ती केली की ते तोंड फिरवतातच. 'विनंती मान्य करायची की नाही, हे सर्वस्वी आपल्यावर अवलंबून आहे' असे सांगणे लोकांना तुमची विनंती मान्य करायला प्रोत्साहित करते हा आत्ताच सांगितलेला निष्कर्ष, सातव्या प्रकरणातील वर उल्लेख केलेल्या विधानाशी सुसंगत असाच आहे.

माझा स्वत:चा अनुभव असा आहे की, शब्दांपेक्षा भावना महत्त्वाची ठरते. मागच्याच आठवड्यातील गोष्ट आहे. 'द एक्स्ट्रा वन पर्सेंट – हाउ स्मॉल चेंजेस मेक एक्सेप्शनल पीपल' या माझ्या पुस्तकाच्या प्रसिद्धी मोहिमेत भाग घेण्यासाठी मी अतिपूर्वेकडील देशांच्या दौऱ्यावर गेलो होतो. तेथील रेडिओ स्टेशन्स, वर्तमानपत्रे, नियतकालिके यांच्या प्रतिनिधींना मुलाखती देण्यात एक पूर्ण आठवडा घालवून मी लंडनला परतण्यासाठी सिंगापूरच्या चांगी विमानतळावर पोहोचलो. माझी बॅग मला 'हातातले सामान' म्हणून माझ्याबरोबर विमानात घेऊन जायची इच्छा होती. लंडनला पोहोचल्यानंतर पट्ट्यावर सामान येईपर्यंत खोळंबून राहायला लागू नये, हातातल्या बॅगेसकट सरळ बाहेर पडता यावे असा त्यामागे माझा स्वार्थी हेतू होता. 'बॅगचे वजन १० किलोपेक्षा जास्त आहे, तेव्हा नियमानुसार ती बरोबर नेता येणार नाही' असे विमानतळावरील स्त्री अधिकाऱ्याने मला सांगितले. जास्त म्हणजे वजन चांगलेच जास्त, मर्यादेच्या जवळ-जवळ दुप्पट म्हणजे १८ किलो होते.

मी चेहऱ्यावर जास्तीत जास्त प्रेमळ भाव आणि थोडे शरमिंदे हसू आणले. स्वरात दिलगिरी, अजिजी आणली आणि मी त्या अधिकारी स्त्रीला म्हटले, 'मला माफ करा, मी खरंच दिलगीर आहे. मला हा वजनाच्या मर्यादेचा नियम लक्षातच आला नाही. मला याची पूर्ण जाणीव आहे की, ही बॅग हातातून न्यायला परवानगी देणे किंवा न देणे हे सर्वस्वी तुमच्या अखत्यारीत आहे आणि तुम्ही ती नाकारूही शकता. पण या वेळी, फक्त एकदाच, जर तुम्ही नियमाला मुरड घालू शकलात, एक अपवाद करू शकलात तर मला खूप सोयीचे होईल. प्लीज, नेऊ का मी ही बॅग हातात?'

ती स्त्री काही क्षण माझ्याकडे पाहत राहिली आणि मग निर्विकार चेहऱ्याने म्हणाली, 'ठीक आहे.'

मनपरिवर्तनाच्या नीतिमान मार्गाचा वापर : काही निष्कर्ष

जेवढे सामर्थ्य अधिक तेवढी जबाबदारीही मोठी.
– अंकल बेन

मी 'कॉमिक बुक्स'चा फार मोठा चाहता आहे. मला त्या पुस्तकांचे, त्यातील कल्पनारम्य कथांचे आणि विशेषत: त्यातील वैशिष्ट्यपूर्ण व्यक्तिमत्त्वांचे तसेच त्यातील महानायकांचे जबरदस्त वेड आहे. म्हणूनच मला एका जगप्रसिद्ध 'कॉमिक' वीराचा संदर्भ दिल्यावाचून चैन पडणार नाही – 'स्पायडर मॅन'! या अतिलोकप्रिय 'कॉमिक हिरो'वर २००२ साली प्रदर्शित झालेल्या चित्रपटाने उत्पन्नांचे उच्चांक मोडले होते – ८२ कोटी डॉलर्स! दहा वर्षांपूर्वीचे ८२ कोटी म्हणजे आजचे, सगळी शून्ये लिहायची म्हटली तर, १,०००,०००,००० डॉलर्स!! पीटर पार्कर नावाच्या एका, कोणाचेही लक्ष जाणार नाही अशा साध्यासुध्या, सामान्य विद्यार्थ्याला एक आठ पायांचा किरणोत्सर्गी किडा – एक कोळी दंश करतो आणि त्या निरुपद्रवी तरुणाचे रूपांतर विस्मयकारक अशा 'स्पायडर मॅन' मध्ये होते. बिचाऱ्या पीटरला जेव्हा त्याच्या या रूपांतराची पहिली-वहिली जाणीव होते, म्हणजेच तो एक अत्यंत वेगवान, लवलवते चापल्य अंगी असलेली, अचाट सामर्थ्य प्राप्त झालेली अशी एक अमानवी शक्ती बनला आहे हे त्याला कळते तेव्हा आपल्या या असाधारण क्षमतेचा उपयोग स्वत:च्या वैयक्तिक लाभासाठी करून घ्यावा असेच त्याच्या मनात येते. मोठमोठ्या रकमेची बक्षिसे असणाऱ्या कुस्त्यांच्या सामन्यात भाग घेऊन तो त्या प्रचंड रकमा लीलया जिंकू लागतो. पण त्याच्या अतिशय आवडत्या, दयाळू, प्रेमळ अशा अंकल बेन नावाच्या काकांना एक गुन्हेगार गोळी घालून ठार मारून टाकतो!

कुडीतून प्राण निघून जाण्याआधी, अंकल बेन यांनी उच्चारलेले, त्यांचे अखेरचे शब्द पीटरचे आयुष्य बदलून टाकणारे ठरतात. 'जेवढे सामर्थ्य अधिक तेवढी जबाबदारीही मोठी' या अंकल बेनच्या शेवटच्या संदेशाने पीटर भानावर येतो. आपली अमानवी शक्ती फक्त सत्कार्यासाठी, परोपकारासाठी वापरायची असा निर्धार करतो.

या कथेतील कोणता मुद्दा मला अधोरेखित करायचा आहे?

मनावर प्रभाव पाडणे आणि मनपरिवर्तन करणे यामागच्या मूलभूत, शास्त्रसिद्ध तत्त्वांचे आणि तंत्रांचे अमोघ 'रामबाण' तुमच्या भात्यात भरून या माझ्या पुस्तकांच्या नऊ प्रकरणांनी तुम्हाला शस्त्रसिद्ध बनवले आहे. या तत्त्वशुद्ध तंत्र शस्त्रांचा विचारपूर्वक उपयोग केलात, तर तुम्ही उच्च दर्जाचे 'प्रभावतंत्रप्रवीण' आणि वाकबगार असे 'मनपरिवर्तनकार' बनाल! लोकांना त्यांची इच्छा नसली तरी तुमच्या इच्छेप्रमाणे वागायला भाग पाडू शकाल. मानसशास्त्राची मर्म आणि वर्म यांचे या पुस्तकाने दिलेले ज्ञान तुम्हाला लोकांच्या मनाचे सगळे बंद दरवाजे उघडून त्यांच्या मनात प्रवेश मिळवून देऊ शकेल. एकदा त्यांच्या मनाचा ताबा मिळाला की, मग त्यायोगे तुम्हाला तुमचा स्वार्थही साधून घेता येईल. तुम्ही ग्राहकांना नको असलेलेसुद्धा त्यांच्या गळ्यात मारू शकाल किंवा तुमचे कुटुंबीय, मित्र, सहकारी यांना, त्यांच्या मनाविरुद्ध, तुमची सेवा करायलाही भाग पाडू शकाल.

पण तुम्ही तुमचे हे कौशल्य जर असे लोकांना लुबाडण्यासाठी वापरण्याचा विचार करत असाल तर माझे ऐका, तुमच्या मित्रांची, सहकाऱ्यांची संख्या आधीच खूप वाढवून ठेवा, लांब-लांबचे नातेवाईकही शोधून ठेवा. का? कारण, हे तुमचे धोरण धोकादायक आहे, कारण ते अल्पकालीन, अल्पजीवी आहे. हे 'रामबाण' दुधारी आहेत. तुम्हाला तुमच्या नात्यांची पर्वा नसेल, ती दीर्घकाळ भक्कम राहिली नाहीत तरी तुम्हाला चालणार असेल, तुमचा जनसंपर्क पूर्णपणे आटलेला चालणार असेल, एकटे पडायची तुमच्या मनाची तयारी असेल तरच त्यांचा अशा पद्धतीने वापर करण्याचा धोका पत्करा. या आयुधाची ही धार चोर, लफंगे, लबाड, फसवे किंवा विक्री करून जाणारे दारावर येऊन एकदाच आपला माल विकणारे फिरस्ते यांच्यासाठीच उपयुक्त ठरेल (माफ करा, विक्रेत्यांचा उल्लेख केवळ गमतीने केला आहे. मला जाणीव आहे की, त्यातील बरेच जण त्यांचे काम नैतिक मूल्यांना धरून करत असतात.)

आपले सगेसोयरे, आपला मित्रपरिवार यांच्यापासून दूर राहणे बहुतेक कोणालाच धार्जिणे नसते. ते परवडणारेही नसते. आपले सहकारी, सहकर्मचारी यांच्याबरोबर आपल्याला आज व रोज आयुष्यातला बराचसा काळ कंठायचा असतो. तसेच आपले पुरवठादार, ग्राहक यांच्याशीही आपल्याला जवळचे, जिव्हाळ्याचे, दीर्घकाळ टिकणारे संबंध प्रस्थापित करायचे असतात. नवे नातेसंबंध जोडणे, त्यासाठी सतत विशेष प्रयास घेणे हे सोपे नसते.

नुसत्या शब्दांनी हे तुम्हाला सांगण्यापेक्षा जगभरातील मनोवैज्ञानिक मानवी मनाची गुंतागुंतीची जडणघडण समजावून सांगण्यासाठी ज्या एका प्रायोगिक खेळाचा उपयोग करतात त्याच्याशी तुमची ओळख करून देतो. त्याचे नाव आहे

'निर्वाणीचा खेळ' (अल्टिमेटम गेम). त्याचे नियम तुम्हाला सांगतो, मग तुम्हीही, हवे तर, माझ्याबरोबर खेळू शकाल.

सरळ साधा खेळ आहे; दोन खेळाडू, दोन सत्र. दोघा खेळाडूंनी प्रथम हे ठरवायचे की एक रक्कम, उदाहरणार्थ १० पौंड, दोघांत कशी वाटून घ्यायची. खेळाच्या पहिल्या फेरीत दोघांपैकी एका खेळाडूला ती रक्कम दोघांत कशी वाटून घ्यायची याचा हक्क दिला जातो. समजा, त्याने ७०:३० अशी वाटणी ठरवली. सात पौंड त्याला, तीन पौंड दुसऱ्याला किंवा बरोबर निम्मे-निम्मे भाग केले, प्रत्येकी पाच-पाच पौंड. वाटणी कशीही करायला परवानगी असते. त्याने वाटणीच्या प्रस्तावाबद्दलचा त्याचा निर्णय जाहीर केला की, तेथे खेळाची पहिली फेरी संपते. दुसऱ्या फेरीत उरलेल्या खेळाडूला तो प्रस्ताव स्वीकारायचा अथवा नाकारायचा अधिकार असतो. त्याने वाटणी मान्य केली तर पैसे त्याप्रमाणे वाटले जातात. जर तो 'नाही' म्हणाला तर मात्र ते पैसे कोणालाच मिळत नाहीत. होकार अथवा नकार, पैसे दोघांत वाटले जातात किंवा कोणालाच मिळत नाहीत. येथेच खेळाची दुसरी फेरी आणि तो खेळ संपतो.

एकच डाव. दोघांना त्यांच्या भूमिकांची अदलाबदल करून खेळायची संधी नाही. कोणतीही चर्चा होत नाही, पटवापटवी नाही, घासाघीस तर नाहीच नाही. घ्या अथवा सोडा, असा 'निर्वाणी'चा खेळ! इतका निर्वाणीचा की, दोन्ही खेळाडू दोन वेगवेगळ्या खोल्यांत असतात, एकमेकांना पाहूही शकत नाहीत. नजरानजर नाही, बोलणेही नाही, रास्त वाटणीची विनंती नाही, 'समजून घ्या' हा व्यावहारिक, परस्परहिताचा सल्ला नाही, अजिजी नाही. फोनवरून अथवा संगणकाद्वारे एकाचा प्रस्ताव आणि दुसऱ्याचा त्यावरील होकार अथवा नकार एवढाच संपर्क. पहिल्याच्या प्रस्तावाला दुसरा खेळाडू 'नाही' म्हणाला तर दोघे दोन दिशेला निघून जाणार, परत भेटणे नाही की काही संबंध नाही.

खेळणार? चला. तुम्ही आणि मी दोन खोल्यात बंद. पहिली वाटणीची संधी मला. तुम्ही होकार-नकाराचे धनी. रक्कम आहे २० पौंड.

मी ५०:५०चा प्रस्ताव मांडला. तुम्ही बहुधा स्वीकाराल, बरोबर? दोघांना प्रत्येकी १० पौंड मिळतील. फुकटचे पैसे, सगळेच सुखी. दोघांचाही फायदा, दोघेही खेळ जिंकणार!

पण समजा, मी ९०:१० अशी वाटणी ठरवली, तर? मला १८ पौंड आणि तुम्हाला दोन. हो म्हणाल तुम्ही?

व्यावहारिक शहाणपण त्यातच आहे. हो म्हणालात तर निदान दोन पौंड तरी मिळतील, नकार रिकाम्या हाताने परत पाठवेल. शिवाय तुम्ही हो अथवा नाही काहीही म्हणालात तरी खेळ तिथेच संपणार आणि तुम्ही तुमच्या आणि मी माझ्या

वाटेने निघून जाणार, परत एकमेकांचे तोंड पाहू की नाही कोणास ठाऊक. आर्थिकदृष्ट्या विचार केला तर जे मिळते आहे ते पदरात पाडून घेणे हा लाभ, नाहीतर तेवढ्या पैशांचा तोटा!

तुम्ही काही जरी ठरवलेत तरी माझ्या ९०:१० या स्वार्थी प्रस्तावाचे तुम्हाला वाईट वाटेल. माझ्या हावरटपणाने तुमच्या तोंडाची चव कडू होईल, 'भीक नको तुमची' असे बाणेदारपणे म्हणून प्रस्ताव झिडकारून तुम्ही निघून जाल. तुमच्या मनात माझ्याविषयी कायमची अढी राहील.

या खेळात सहसा असेच घडताना अनुभवास येते. एकाचाच खिसा अधिक भरणारा प्रस्ताव धुडकावून लावण्याकडेच जास्त कल दिसतो. 'कोणताही प्रस्ताव स्वीकारणे हेच योग्य आहे' हा बुद्धिनिष्ठ, तार्किक दृष्टिकोन पटतो, असे प्रस्ताव नाकारणारे भावनाप्रधान लोक कबूलही करतात, त्यातला आर्थिक फायदा त्यांना समजतो असेही म्हणतात. पण प्रत्यक्षात मात्र तसे वागत नाहीत. ते भावनेला महत्त्व देतात, व्यवहाराला नाही. या खेळातील वर्षानुवर्षांची निरीक्षणे असे दर्शवतात की, वाटा ३० टक्क्यांच्या खालचा असेल, तर १०० टक्के लोक नुकसान सोसून तो नाकारतात.

स्वत:ची तुंबडी भरणाऱ्याला त्याची मागणी उडवून लावून त्याच्या स्वार्थी, अप्पलपोट्या योजनेत यशस्वी होऊ द्यायचे नाही, उलट त्यालाही त्याबद्दल पैसे न मिळण्याची शिक्षा द्यायची असाच निर्णय बहुतेक लोक घेतात. त्यात त्यांचे नुकसान होते, पण 'मला नाही तर तुलाही नाही' हा विचार लोकांच्यात प्रकर्षाने दिसतो. शिवाय मोठी रक्कम स्वत: लाटू पाहणाऱ्या स्वार्थी खेळाडूचा तोटाही जास्त रकमेचाच होतो, याचेही समाधान त्या लोकांना जास्त सुखावते.

एक खेळाडू स्वार्थ जपताना दुसऱ्या खेळाडूवर अन्याय करतो. संशोधकांचे हेच निरीक्षण आहे की, लोकांच्या मनात अशी अगदी मूलभूत इच्छा, जागती, खरे तर धगधगतीच, अपेक्षा असते की, त्यांचा जन्मसिद्ध हक्क असलेला न्याय हा त्यांना मिळालाच पाहिजे. त्यांना नेहमीच न्याय्य वागणूकच दिली गेली पाहिजे. लोकांना अन्यायाची मनस्वी चीड असते, भेदभावाविषयी तिटकारा असतो. त्या परिस्थितीत स्वत:ला त्रास झाला तरी त्याची पर्वा न करता अन्याय करणाऱ्याला नुसता विरोध करण्याचीच नाही तर त्याला दंड देण्याची त्यांची प्रबळ इच्छा असते, ती त्यांची प्रवृत्तीच असते. अशा माणसाबद्दल त्यांच्या मनात ओतप्रोत चीड भरलेली असते आणि त्याचा बदला घ्यायची संधी ते सोडत नाहीत.

माणूसच नाही तर त्याचे पूर्वज – माकडेही याच प्रवृत्तीचे दर्शन घडवतात. डोक्यावरील काळ्या केसांची झुलपे उडवत उड्या मारणारी कॅप्युचिन जातीची माकडे पिंगट रंगाची असतात. साधारण माणसांच्या गुडघ्यापर्यंत पोहोचतील

एवढ्याच उंचीची असतात. जनावरांच्या वर्तणुकीचे मानसशास्त्रज्ञ सारा ब्राउन आणि फ्रान्स द वाल या दोघांनी या कॅप्युचिन जातीच्या मर्कटांना दोन प्रकारचे अन्न खायला घालून त्यांच्या प्रतिक्रिया आजमावल्या होत्या. एकदा त्यांना अतिशय चमचमीत, चविष्ट पदार्थ दिले आणि एकदा अगदी सपक, बेचव. या प्रयोगात त्यांनी अनेक वेळा असा अनुभव घेतला की, जेव्हा त्यांनी काही माकडांना एकत्र बसवून त्यातील फक्त एकालाच मसालेदार आणि बाकीच्यांना मात्र नीरस अन्न दिले तेव्हा त्या सर्वांनी त्या भेदभावाचा निषेध म्हणून त्यांना दिलेल्या सपक अन्नाचा चक्क अव्हेर केला. मानवजातीच्या पूर्वजांच्या मनातसुद्धा विषमतेबद्दल इतका तिटकारा असतो यातच आपल्या वृत्तीतील समान, न्याय्य वागणुकीविषयीच्या तीव्र आकांक्षांच्या खोल रुतून बसलेल्या 'मुळां'चे 'मूळ' सापडते!

परत आपल्या 'प्रभाव आणि मनपरिवर्तना'च्या क्षेत्राकडे वळू या. आत्तापर्यंत शिकलेल्या, या क्षेत्रात अतिशय परिणामकारक ठरणाऱ्या, तंत्रांचा वापर आपण कसा करतो, यावर फार बारकाईने लक्ष ठेवण्याची गरज आहे. बहुसंख्यांकांचे शहाणपण, सामाजिक दबाव यांसारख्या तंत्रांचा उपयोग करून लोकांना आपल्याला हवे तसे वागायला लावता येईल, समान आवडीनिवडी असल्याचे खोटेच सांगून, समानतेची शक्ती वापरून, आपल्याला हव्या त्या लोकांशी जवळीक साधता येईल. लांड्या-लबाड्या करून, नको त्या क्लृप्त्या लढवून, ग्राहकांना फशी पाडून, त्यांना अवाजवी खरेदी करायला लावता येईल. आपल्या मतांना व मागण्यांना लोकांचा बळेबळेच पाठिंबा मिळवता येईल, त्यांच्या वेळेचा सौदा करता येईल, त्यांचे धन लुबाडता येईल, त्यांना आपल्या बाजूला वळवून घेता येईल. पण हे नीट लक्षात असू द्या की, या चांगल्या आयुधांचा दोन्ही बाजूंना मोठे नुकसान पोहोचवणारा असा गैरवापर करणे हे फक्त एकदाच शक्य होते.

बस, लोकांच्या लक्षात येण्याची खोटी आहे. त्यांची फसवणूक झालेली त्यांना उमगली की, ते परत तुमच्या वाऱ्यालाही फिरकणार नाहीत हे नक्की. त्यानंतर अगदी अस्सल, खरोखरच लोकांचा फायदा असणारी योजना घेऊन जरी तुम्ही त्यांच्याकडे गेलात तरी त्यांचा एकदा गमावलेला विश्वास तुम्हाला परत मिळवता येणार नाही. 'निर्वाणीच्या खेळा'त आपण हे पाहिले आहे की, स्वार्थी वर्तनाने जखमी झालेले त्यांची नाराजी, त्यांच्या मनातील तिरस्कार प्रस्ताव लाथाडून जाहीर करतातच. शिवाय स्वत:चा तोटा झाला, त्रास सहन करावा लागला; तरीही त्या अन्यायाची शिक्षा द्यायला मागेपुढे पाहत नाहीत. आजच्या संगणकाच्या राज्यात तर अशा असमाधानाला, अन्यायाला वाचा फोडणारी अनेक साधने उपलब्ध झाली आहेत. फसवणुकीविषयीचे सर्व तपशील अगदी नाव, गाव, प्रसंग, परिस्थिती सर्व काही लाखो लोकांच्या नजरेत आणून नावाला, लौकिकाला काळे फासता येते,

कायमचे! कुणावरही झालेला अन्याय, कुणालाही सहन करावे लागलेले आर्थिक, शारीरिक अथवा मानसिक नुकसान याबद्दलच्या भावना (राग, चीड) ब्लॉग्ज, ट्विटर यांसारख्या परस्परसंवादांच्या संकेतस्थळांवर स्पष्टपणे, मनमोकळेपणाने व्यक्त करता येतात, अन्याय चक्क 'वेशीवर टांगता येतो'. अशा रितीने तुमची प्रतिमा जर डागाळली गेली तर ते डाग धुणे अवघड, जवळ-जवळ अशक्यच होऊन बसेल. तुमच्या समोरचे पर्याय फारच मर्यादित उरतील, तुमच्यावर नको ती लाजिरवाणी वेळ येईल. यात थोडीशी अतिशयोक्ती वाटली तरी तसे घडणे सर्वस्वी अशक्य मात्र निश्चितच नाही.

म्हणजे काय? याचा अर्थ काय? या पुस्तकाने आत्तापर्यंत शिकवलेली कोणतीच तंत्रे व्यवहारात वापरणे शक्य नाही? छे, छे, तसे मुळीच नाही.

मनाच्या आकलनाचे मानसशास्त्र

या प्रभावतंत्रांचा वापर कोणतेही अनैतिक ईप्सित साध्य करण्यासाठी न करता, त्यांचा केवळ सदुपयोगच कसा करायचा हे जाणून घेण्यासाठी एका प्रयोगाबद्दल (हा अगदी शेवटचाच बरे का!) बोलावे लागेल. तत्पूर्वी मी तुम्हाला एक काम सांगणार आहे. मी खाली १० विधाने लिहिली आहेत. ती नीट वाचायची, त्यावर काळजीपूर्वक विचार करायचा, आणि ती तुम्हाला किती समजली आहेत, आणि मुख्य म्हणजे ती तुम्हाला कितपत लागू होतात त्यानुसार त्याला दर्शवणारे शून्य ते पाच असे गुण द्यायचे. शून्य गुण म्हणजे 'सहमत नाही, लागू होत नाही' आणि चार म्हणजे 'पूर्ण सहमती, लागू होते.' अगदी प्रामाणिकपणे मत आणि गुण द्या. मी काही तुमची गुणपत्रके पाहणार तसेच तपासणार नाही. तुम्ही दिलेल्या गुणांचे पुढे काय करायचे ते मी तुम्हाला थोड्या वेळातच सांगणार आहे. आधी विधाने पाहा :

१. कोणाच्याही वागणुकीवर टीका करण्यापूर्वी मी हा विचार करतो की, जर मी त्या व्यक्तीच्या जागी असतो तर त्या परिस्थितीत कसा वागला असतो?
२. एखाद्याला फसवून कोणीतरी त्याचा गैरफायदा घेत आहे असे दिसले की, मला त्या पीडिताला त्या अन्यायापासून वाचवावेसे वाटते.
३. माझ्या मित्रांच्या नजरेतून गोष्टींकडे, प्रसंगाकडे, परिस्थितीकडे पाहिले की, मला त्यांना जास्त चांगल्या प्रकारे समजून घेता येते.
४. जे माझ्याहून जास्त अभागी आहेत अशांबद्दल माझ्या मनात खूप नाजूक भावना असतात, मला त्यांची काळजी वाटते.
५. मी असे मानतो की, प्रत्येक प्रश्नाच्या दोन बाजू असतात आणि मी नेहमीच त्या दोन्ही जाणून घेण्याचा प्रयत्न करतो.
६. मी माझे वर्णन 'कोमल, मऊ हृदयाचा' असे करेन.
७. कोणत्याही निर्णयाप्रत पोहोचण्याआधी मी सर्व संबंधितांचे त्याविषयीचे

आक्षेप, त्यांचे दृष्टिकोन हे विचारात घेतो.

८. माझ्या सभोवती घडत असणाऱ्या घटनांचा माझ्या मनावर परिणाम होत राहतो.

९. दुसऱ्याचा दृष्टिकोन, त्याचे म्हणणे समजावून घेणे मला विनासायास व सहज जमते.

१०. दुसऱ्याच्या बाबतीत घडलेल्या दुर्भाग्यकारक घटना मला फार अस्वस्थ करतात.

दहाही विधाने वाचलीत? नीट समजली? तुमच्या बाबतीत ती किती, कशी लागू होतात याचा गंभीरपणे विचार केलात? आणि हो, वर संगितल्याप्रमाणे प्रत्येक प्रश्नाला गुण दिलेत?

आता सर्व विषम क्रमांकांच्या प्रश्नांच्या गुणांची बेरीज करा आणि सम क्रमांकांच्या प्रश्नांची. अर्थातच त्या दोन्ही शून्य ते २०मध्ये असतील. विषम क्रमांकांच्या प्रश्नांच्या गुणांची बेरीज तुमची 'परिस्थितीचे आकलन करण्या'ची क्षमता दर्शवते आणि सम क्रमांकांच्या प्रश्नांची एकूण गुणसंख्या 'दुसऱ्याच्या मनात शिरून त्याच्या भावना समजून घेण्याची' (याला आपण 'परकायाप्रवेश तंत्र' म्हणू शकू). यांचा अर्थ स्पष्ट करण्यासाठी मी वर उल्लेख केल्याप्रमाणे एका (अखेरच्या) प्रयोगाचा आढावा घेऊ या.

२००८ साली जगातील सर्वोच्च स्थानावर असणाऱ्या केलॉग स्कूल ऑफ मॅनेजमेंट आणि इनसियाड (आयएनएसईडी) यांसह अनेक फ्रेंच, अमेरिकन आणि कॅनेडियन शिक्षणसंस्थांतील संशोधकांनी एकत्र येऊन 'सायकॉलॉजिकल सायन्स' नावाच्या वजनदार नियतकालिकात एक भारदस्त निबंध प्रकाशित केला आहे. उद्योगधंद्यासंबंधीच्या वाटाघाटी समर्थपणे करण्याची क्षमता संवर्धित करायचे मार्ग दाखवणारा तो लेख होता. त्यात त्या तज्ज्ञ संशोधकांनी केलेल्या एका कल्पक प्रयोगाची माहिती दिली आहे. प्रयोगासाठी निवडलेल्या वाटाघाटींचा विषय आहे एका पेट्रोल पंपाची विक्री. मालकाला पंप विकायचा आहे आणि अशा रिकाम्या जागा खरेदी करून त्यावर मोठ-मोठी बांधकामे करणारा एक बांधकाम उद्योजक त्याला संभाव्य ग्राहक म्हणून भेटलेला आहे. ते एकत्र बसून चर्चा करत आहेत. पंपाचा मालक जास्तीत जास्त आणि बांधकाम व्यावसायिक कमीत कमी किमतीत सौदा कसा जमेल यासाठी प्रयत्नांची पराकाष्ठा करत आहेत, त्यांच्याजवळच्या सर्व कौशल्यांचा धूर्तपणे वापर करत आहेत असा प्रसंग कल्पिलेला आहे. संशोधकांच्या गटाने विद्यार्थ्यांच्या ७६ जोड्या निवडल्या आणि त्यातील एकावर पंप मालकाची आणि दुसऱ्यावर बांधकाम व्यवसायिकाची भूमिका सोपवली.

प्रयोगातील सगळ्या जोड्यांच्या वाटाघाटी समान गृहीतांवर आधारित असाव्यात आणि त्या विशिष्ट चौकटीत चालाव्यात यासाठी प्रत्येकाला त्या खरेदी-विक्रीच्या

संदर्भात उपयुक्त ठरेल अशी पेट्रोल पंपाविषयीची सर्व माहिती लिहून देण्यात आली होती. पेट्रोल पंपाच्या मालकाची भूमिका वठवणाऱ्यांना पंपाची आर्थिक स्थिती, उत्पन्नाचे आकडे, होणारा नफा आणि त्या सौद्यातून अपेक्षित असलेल्या प्राप्तिबद्दलच्या अपेक्षा हे माहिती करून देण्यात आले होते. खरेदी करणाऱ्या बांधकाम कंपनीला जास्तीत जास्त किती किंमत देणे परवडेल, किमतीच्या सौद्याला कुठून सुरुवात करायची, जरुरीनुसार किंमत कशी वाढवायची अशा चर्चेला उपयुक्त ठरणाऱ्या बाबींचे अंदाज पुरवण्यात आले होते.

माहिती वाचून, वाटाघाटींची तयारी करायला, आपापल्या बाजूला फायदेशीर ठरेल अशा पद्धतीनेच व्यवहार संपन्न व्हावा यासाठी आवश्यक ती धोरणे, डावपेच, युक्त्या यांच्या योजना आखायला सहभागी विद्यार्थ्यांना एक आठवड्याचा अवधी देण्यात आला होता. वाटाघाटींचा दिवस उजाडला. सगळ्या जोड्या एकत्र जमल्या. प्रत्येक जोडी चर्चेला बसायच्या अगदी थोडा वेळ आधी संशोधकांनी सर्व जोड्यांना तीन गटात विभागले. एका गटातील खरेदीदारांना असे सांगण्यात आले की, त्यांनी समोरच्या पेट्रोल पंपाच्या मालकाच्या म्हणजे विक्रेत्याच्या भूमिकेत शिरून त्याच्या मनाचा ठाव घ्यायचा प्रयत्न करायचा आहे. त्याच्या मनातील भावना समजून घ्यायच्या आहेत म्हणजेच 'परकायाप्रवेश' करायचा आहे. त्यासाठी ती भूमिका करणाऱ्या विद्यार्थ्यांना खालील शब्दात सूचना देण्यात आल्या :

> त्याच्या मालकीचा पेट्रोल पंप विकताना त्याला काय वाटत असेल, आपला व्यवसाय बंद करताना त्याच्या मनात कोणते भाव निर्माण होत असतील हे समजून घ्या. त्याच्या जागी तुम्ही असतात तर तुमची मन:स्थिती काय असती याची कल्पना करा.

दुसऱ्या गटातील बांधकाम व्यावसायिकांची म्हणजे खरेदीदारांची भूमिका बजावणाऱ्यांना केवळ परिस्थितीचे संपूर्ण आकलन करून घेऊन वाटाघाटी करण्यास सांगण्यात आले. पंप मालक काय विचार करत असतील याचा अंदाज कसा घ्यायचा ते खालील प्रमाणे सूचित करण्यात आले :

> पंपाचा मालक पंप का विकत असेल, त्यामागील त्याचा हेतू व उद्देश काय असेल, त्या व्यवहारातून त्याला नेमके काय प्राप्त करून घ्यायचे आहे हे जाणून घ्या. त्याच्या जागी तुम्ही असतात तर तो उद्देश पूर्ण व्हावा या दृष्टीने तुम्ही काय आणि कसा विचार केला असतात याची कल्पना करा.

तिसऱ्या गटाला त्यांचा दृष्टिकोन कसा असावा यासंबंधीच्या कोणत्याही विशेष सूचना देण्यात आल्या नाहीत. आधी पुरवलेल्या माहितीच्या आधारावरच तो गट चर्चा करणार होता. मनाची ठेवण, विचारांची दिशा, दृष्टिकोन या गोष्टींच्या बाबतीत जर काही पूर्वग्रह मनात पेरला गेला असेल, तर वाटाघाटी कशा वेगळ्या होतात हे पाहण्यासाठी पहिल्या व दुसऱ्या गटाच्या कामगिरीची या तिसऱ्या, पूर्वग्रहरहित गटाशी तुलना करता येणार होती. वाटाघाटी पार पाडल्या. त्यासाठी दिलेला ५० मिनिटांचा अवधी संपल्यावर संशोधकांनी प्रथम हे तपासले की, किती गटांनी चर्चेच्या अखेरीस सौदा पूर्ण केला, पंपाच्या विक्रीच्या निर्णयावर आणि किमतीवर शिक्कामोर्तब केले.

कोणत्या गटांच्या वाटाघाटी सर्वांत यशस्वी ठरल्या असतील याबद्दल तुमचा काही अंदाज?

तिसऱ्या, 'पूर्वग्रहरहित' गटात ३९ टक्के सौदे पूर्ण झाले. विक्रेत्याच्या भावनांना खरेदीदारांनी विशेष महत्त्व दिलेल्या, विक्रेत्याच्या मनःस्थितीशी एकरूप होण्याचा मुद्दाम प्रयत्न केलेल्या, 'परकायाप्रवेश तंत्रा'चा वापर केलेल्या पहिल्या 'भावनाकेंद्रित' गटातील ५४ टक्के वाटाघाटी फलदायी ठरल्या आणि परिस्थितीचे व्यवस्थित आकलन करून घेऊन, विक्रेत्याच्या मनातील हेतूंविषयी जास्तीत जास्त अचूक अंदाज बांधून, भावनांपेक्षा त्याच्या मनात चाललेले विचार जाणून घेऊन, त्यांना अग्रक्रम देऊन जो गट बैठकींना बसला होता त्या 'विचारकेंद्रित' गटाने केलेले ७६ टक्के व्यवहार निर्णायक झाले.

संवादात तसेच चर्चेत यशप्राप्ती करून घ्यायची असेल तर समोरच्या व्यक्तीच्या मनात कोणते विचार खेळत आहेत, त्याचा हेतू काय आहे, कोणत्या उद्देशाने तो प्रेरित झाला आहे हे समजून घेणे यातच हुशारी आणि शहाणपणा आहे. भावनांच्या आहारी न जाता शांत चित्ताने, थंड डोक्याने परिस्थिती समजावून घेण्याचे, विचारांचा वेध घेण्याचे कौशल्य अंगी बाणवून घेतले तर आपल्याला समोरच्याच्या वागणुकीची, त्याच्या प्रतिक्रियेची पूर्वकल्पना येऊ शकते.

संशोधकांनी प्रयोगाच्या अखेरीस संकलित केलेल्या माहितीवरून आणखी एका मुद्द्यावर प्रकाश टाकला आहे तोही पाहू या. पंप मालकाच्या भूमिकेतून वाटाघाटींना बसलेल्या विद्यार्थ्यांना बैठकीनंतर लगेच असे विचारण्यात आले की, ते या चर्चेबद्दल तसेच विक्रीचा सौदा ठरवताना झालेल्या चर्चेत त्यांना जी वागणूक देण्यात आली त्याबद्दल किती समाधानी आहेत? उत्तर एक ते सात गुण देऊन व्यक्त करायचे होते. एक गुण म्हणजे 'मुळीच समाधानी नाही' आणि सात म्हणजे 'अतिशय समाधानी आहे.' 'विचारकेंद्रित' गटातील खरेदीदारांनी विक्रेत्यांचे विचार व्यवस्थितपणे, त्यांना हवे तसे वळवून घेत जसे तिन्ही गटात जास्त यश संपादन

केले तसेच ते पंप मालकांना, तिसऱ्या तटस्थ गटातील पंप मालकांपेक्षा जास्त चांगली वागणूक देण्यात आणि त्यांना समाधानी राखण्यातही यशस्वी झाल्याचे दिसून आले. परंतु 'अतिशय समाधानी' विक्रेत्यांची संख्या सर्वांत जास्त होती ती 'भावनाकेंद्रित' गटात, ज्यातील खरेदीदारांनी 'परकायाप्रवेश' करून, त्यांच्या भाव-भावना समजून घेऊन, त्यांच्याशी एकरूप होऊन वाटाघाटी केल्या होत्या त्या गटात!!

जगातील सर्वोत्तम संशोधकांनी एकत्र येऊन केलेल्या या वैशिष्ट्यपूर्ण प्रयोगाचे सर्व निष्कर्ष एकत्रितपणे अभ्यासले तर काय दिसते? प्रसंगोत्पात परिस्थितीचे नीट आकलन करून घेऊन, समोरच्याचे अंतस्थ हेतू ओळखून, त्याच्या मनातील विचारांचा वेध घेऊन आखलेले विचारकेंद्रित धोरण एकंदरीत आपल्यासाठी फायदेशीर शाबीत होते. या तंत्राच्या वापराने प्राप्त परिस्थितीत शक्य तेवढे जास्त पदरात पाडून घेता येते, अटीतटीच्या सामन्यात प्रतिस्पर्ध्यावर मात करता येते. परंतु हा मार्ग 'आपल्यापुरता उत्तम', 'एकतर्फी समाधानाचा' आहे. ही वाट 'हारजीती'ची आहे. आपण जिंकल्याचा आनंद उपभोगतो तेव्हा दुसरा हारल्याने दुःखी होतो, त्याचे मन विद्ध होते. या धोरणाने तुम्ही यश मिळवता; पण जे फलित निघते ते, त्या स्पर्धेचा निकाल समोरचा मोकळ्या मनाने, अगदी समाधानपूर्वक स्वीकारत नाही.

त्याऐवजी 'परकायाप्रवेश' अथवा 'भावनाकेंद्रित' धोरणाने, लोकांच्या भावनांशी नाते जोडून, मनाचा भेद घेऊन प्राप्त केलेले यश हारणाऱ्यालाही एक प्रकारचे मानसिक समाधान देते. अंतिम निकाल दोन्ही बाजूंना तोडत नाही, जोडून ठेवतो. या वाटेवरून गेल्यावर 'परस्परमान्य' असा तोडगा निघू शकतो. हे मान्य करायला हवे की, या तंत्राने आपण समोरच्याची पिळवणूक करून, त्याच्याकडून जेवढे जास्तीत जास्त शक्य असते तेवढे नाही काढून घेऊ शकत. आपल्या फायद्यातील थोडा वाटा कमी होतो, क्वचित तो आपल्याला त्याला द्यावा लागतो. पण त्यामुळे तुमचा प्रतिस्पर्धी तुमचा विरोधक बनत नाही. त्याच्या मनात तुमच्याबद्दल अढी निर्माण होत नाही. तुमचे संबंध सलोख्याचे राहू शकतात. या परस्परसंबंधांच्या महत्त्वपूर्ण बाबीचा विचार केला तर दीर्घकालीन फायद्याच्या दृष्टिने हे तंत्र अधिक उपयुक्त ठरणारेच सिद्ध होते.

प्रभावित करा, संमोहित करा; पण सचोटी, सौजन्य सोडू नका

दहा प्रश्नांची तुमची उत्तरे तुम्हाला काय दर्शवतात? तुमची वृत्ती, तुमची मानसिकता कोणत्या प्रकारात मोडते? तुम्ही कोणते धोरण जास्त चांगल्या पद्धतीने राबवू शकता? बुद्धिनिष्ठ, विचाराधिष्ठित की हृदयनिष्ठ, भावनाधिष्ठित? तुम्ही परिस्थितीचा स्थिर वृत्तीने, शांत डोक्याने विचार करता, समोरच्या व्यक्तीच्या

मनातील विचारांची दिशा ओळखून तुमची खेळी खेळता की कितीही अलिप्त राहण्याचा प्रयत्न केला तरीही तुमचे हृदय बुद्धीवर हावी होते आणि तुमचे विचार प्रतिस्पर्ध्याच्या मनातील हेतू, त्याचे उद्देश यापेक्षा त्याच्या भाव-भावनांच्या चढउतारावरूनच धावतात?

आपण या पुस्तकात जो विषय हाताळतो आहोत त्या प्रभाव आणि मनपरिवर्तनाच्या क्षेत्रात या दोन्हींपैकी कोणतीच एक प्रवृत्ती दुसरीपेक्षा चांगली सिद्ध होत नाही. परिस्थिती नीट समजून घेणे, समोरच्याच्या विचारांचा ठाव घेणे या गोष्टी लोकांना प्रभावित करून त्यांचे मन वळवायला कोणते धोरण जास्त परिणामकारक होईल हे ठरवायला आपल्या खूपच उपयोगी पडतात. आपण त्यायोगे एखादे वेळी त्यांच्यावर मातही करू शकतो. पण मनाचा, भावनांचा जराही विचार न करता, क्वचित त्यांच्या भावनांना दुखवून जर ते यश मिळवले गेले असेल तर लोकांना बोचते, सलते. ते फसवले गेले आहेत, लुबाडले गेले आहेत ही जाणीव त्यांच्या मनात रुजते आणि ती दूरवरच्या भविष्यात आपल्या विरोधात जाऊ शकते, आपल्याला नुकसान पोहोचवू शकते.

भावनांचा आदर, संवेदनांची कदर बहुतेक लोकांना सुखावते, खरे तर भूलवतेच. तसे करणाऱ्याशी त्यांचे चटकन जुळते, बंध सहजपणे घट्ट होतात. त्यालाच जर सहानुभूतीचा, दयाळूपणाचा सुवास लाभला तर मग मनपरिवर्तनाची ती गोळी फारच प्रभावी रितीने लागू पडते. हा मार्ग एरवी मिळू शकतो तेवढा लाभ कधीकधी देत नाही, पण जे मोठे, दीर्घकालीन फायदे होतात, समाजात जे एक स्थान प्राप्त होते त्याच्या बदल्यात ही गौण अशी तडजोड करणे बरेच जण पसंत करतात.

पेट्रोल पंप विक्रीच्या प्रयोगात आपण पाहिले की, दोन गटातील विद्यार्थ्यांना अगदी आयत्या वेळी सूचना देऊनसुद्धा त्यापैकी बरेच जण दोनपैकी विचारापेक्षा भावनांवर अधिक भर देणे अथवा भावना पूर्णपणे बाजूला ठेवून व्यावहारिक दृष्टिकोन ठेवून सौदा करणे या एका मार्गाचा लगेचच व्यवस्थित वापर करून चर्चा निर्णायक पद्धतीने पूर्ण करून खरेदी-विक्रीची प्रक्रिया पूर्णत्वाला नेऊ शकले. त्यामुळे या दोहोंमधील कोणत्या तंत्राचा वापर तुम्ही जास्त कौशल्याने करू शकता याला तसे फारसे महत्त्व नाही. प्रसंगानुरूप जे आयुध वापरण्याची आज्ञा तुम्ही तुमच्या मनाला द्याल, त्याला तत्काळ धार लावून तुमचे मन त्याच्या साहाय्याने समोरची परिस्थिती तितक्याच कुशलतेने हाताळू शकेल. पण तुम्हाला खरे सांगू का? ही अशी 'दोन्हींपैकी एक मार्ग निवडा', 'भावना नकोत, विचारांचा विचार करा', 'परकायाप्रवेश करून भावना जाणा', 'मनाला सूचना द्या' वगैरे मनाची कवायत फक्त मानसशास्त्रीय प्रयोगातच करावी लागते. दररोजच्या जीवनात, आपल्या वास्तव जगात आपल्याला अशी एका तंत्राची नेमकी निवड करायची वेळ

येत नाही. येथे आवश्यकतेप्रमाणे आपण दोन्ही प्रवृत्तींचा समतोल राखून परिस्थितीशी यशस्वीपणे सामना करू शकतो.

मनपरिवर्तनाच्या नीतिमान मार्गांचा वापर

मी औद्योगिक सल्लागार म्हणून काम करतो. त्यासाठी मला जगभर प्रवास करण्याची संधी प्राप्त होते. मला निरनिराळ्या उद्योगांतर्फे भरवल्या जाणाऱ्या सभा, बैठकांत भाषणे देण्यासाठी बोलावण्यात येते. उद्योगधंद्यांचे कामकाज ज्या ऑफिसेस, कारखाने यांसारख्या ठिकाणी चालते तेथील कामगार, कर्मचारी, अधिकारी यांच्यासाठी उपयोगी पडणाऱ्या मानसशास्त्राचे मी संबंधितांना शिक्षण देतो, त्यासाठी कार्यशाळा चालवतो. त्यामुळे प्रशिक्षक म्हणूनही मला बऱ्याच ठिकाणी जावे लागते. पण यात सर्वांत जास्त आमंत्रणे मला येतात ती विक्री विभागातून आणि त्यातही उत्पादन, सेवा यांची प्रत्यक्ष विक्री करणाऱ्या विक्रेत्यांना शिक्षण, सल्ला देण्यासाठी. ग्राहकांना नवी उत्पादने, सेवा, विशेष योजना परिणामकारक रितीने कशा समजावून सांगायच्या, त्यातल्या जास्तीत जास्त त्यांना कशा स्वीकारायला लावायच्या, नव्हे, त्यांच्या गळी उतरवायच्या हे त्यांना शिकायचे असते, त्यासाठी ग्राहकांचे मानसशास्त्र समजून घेऊन त्याच्या पायावर आधारित युक्त्या, क्लृप्त्या व डावपेच त्यांना आत्मसात करायच्या असतात. अशा सभांत, शिक्षणवर्गांत, बैठकांमधून मी माझ्या 'शिकवणी'च्या शेवटी न चुकता सर्वांना एका गोष्टीचे आत्यंतिक महत्त्व समजावून सांगतो, अधोरेखित करतो, ती त्यांच्या मनावर बिंबवतो. ती गोष्ट म्हणजे या सर्वांचा (तंत्र, मंत्र, उपाय व मार्ग) वापर करताना पाळायची नीतिमत्ता, नैतिकता. 'निर्वाणीचा खेळ' आठवतो? स्वार्थापोटी अन्याय केले गेलेले जखमी लोक त्या स्वार्थी पाप्याला अद्दल घडवण्यासाठी, त्याचा बदला घेण्यासाठी काहीही करायला मागेपुढे पाहत नाहीत. मी माझ्या श्रोत्यांना याच गोष्टीची आठवण करून देतो.

तुम्हाला तुमचे उत्पादन ग्राहकाला विकत घ्यायला लावायचे आहे. त्यासाठी त्याचे मन वळवायचे आहे. त्याच्या विचारांची दिशा पकडून, त्याच्या दृष्टिकोनाचा अचूक अंदाज घेऊन त्या विचारांना वश करून घ्या. तुमचा उद्देश पूर्ण होईल, तुम्हाला चांगलाच फायदाही कमावता येईल. यश आणि जिंकल्याचे सुख प्राप्त करून घेता येईल. ग्राहकाला स्वतःसाठी 'वापरणे' हा सर्वांत परिणामकारक मार्ग ठरेल. पण हेतुसिद्धीचा तो

योग्य, उचित मार्ग असेल का? जसा तुमचा हेतू साध्य होईल तसा ग्राहकाचाही होईल का? जसा तुम्ही फायदा कमावलात तसा त्याचाही लाभ होईल का? जसे तुम्हाला समाधान मिळाले तसे त्यालाही मिळेल का? का तो 'एकतर्फी' – फक्त तुमच्याच बाजूचा सौदा ठरेल? ग्राहकाच्या भावनांची जाणीव ठेवून, त्याच्या बाजूने, त्याच्या हिताचा विचार करून, तुम्ही जिंकाल त्या वेळी त्याच्या पराभवाची सल त्याच्या मनात उरणार नाही असा 'दुतर्फी विजया'चा मार्ग शोधून तो चोखाळलात तर तो जखमी होणार नाही. आपल्यावर अन्याय झाला ही सल त्याच्या मनात उरणार नाही. त्याला तुमच्याशी संबंध जोडल्याचा पश्चात्ताप होणार नाही, तो विश्वासाने तुमच्याकडे परत येईल, वारंवार येत राहील. तुमचा उद्देश सर्वार्थाने साध्य होईल.

पेट्रोल पंपाच्या विक्रीच्या प्रयोगात दोन गटांना जशा धोरणासंबंधीच्या सूचना देण्यात आल्या होत्या, त्यावरून प्रेरणा घेऊन मी त्या दोन मार्गांना एकत्र आणून त्यांची गुणवृद्धी साधण्याचा प्रयत्न करणार आहे. यानंतर तुम्हाला तुमचे ईप्सित साध्य करण्यासाठी जेव्हा कोणाचे मनपरिवर्तन करण्याची, त्यांचे निर्णय, निवडी यांवर प्रभाव पाडण्याची वेळ येईल तेव्हा मी खाली सुचवत असलेल्या 'संयुक्त धोरणा'चा (एकत्रित मार्ग) नीट आढावा घ्या :

"आयुष्यात जेव्हा-जेव्हा लोकांवर प्रभाव पाडण्याची, त्यांचे मन वळवण्याची वेळ येईल तेव्हा फक्त त्यांचा मेंदू काय आणि कसा विचार करतो आहे एवढेच न बघता त्यांच्या भावनांचाही वेध घ्या, त्यांच्या मनातही डोकवा. त्यांच्या हिताचा आणि हेतूंचा विचार करा. तुम्हाला जो लाभ मिळवायचा आहे, फायदा कमवायचा आहे त्याबरोबरच त्यांना काय मिळवायचे आहे, त्यांना आनंद, समाधान कसे मिळेल याकडेही लक्ष द्या. तुमच्या अपेक्षांची पूर्ती करताना त्यांच्या आशा-आकांक्षांचीही काळजी वाहा. त्यांच्या जागी स्वतःला कल्पून स्वतःला असा प्रश्न विचारा की, 'अशीच वागणूक कोणी मला दिली तर मला काय आणि कसे वाटेल? माझी प्रतिक्रिया काय असेल?' जसे तुम्हाला वागवले जावे अशी तुमची अपेक्षा असते तसेच इतरांना वागवा.

शुभास्ते पंथानः संतु!!

या पुस्तकाच्या प्रस्तावनेत मी तुम्हाला म्हटले होते की, प्रभाव आणि

मनपरिवर्तनाचे मानसशास्त्र हे फारच कुतूहलजनक आणि चित्ताकर्षक, मनोवेधक आहे. मला आशा आहे की, आता पुस्तकाच्या शेवटच्या टप्प्यावर पोहोचलो असताना माझ्या म्हणण्यातील सत्यता तुम्हाला पटली असेल, तुम्हालाही माझ्याप्रमाणेच ते आकर्षक वाटले असेल आणि ते तशा पद्धतीने तुमच्यासमोर सादर करण्यात मी पुरेसा यशस्वी झालो असेन. मानवी मेंदूने (मानवी मन) गेल्या लाखो वर्षांच्या काळात त्यांचे श्रम, वेळ वाचवणारे, त्यांच्या ऊर्जेची बचत करणारे – समाजाचा प्रभाव, 'शब्दांविना संवादिजे' असे देहबोलीतून दिले जाणारे संकेत, परतफेडीची उपजत प्रवृत्ती यांसारखे अनेक जवळचे रस्ते शोधून काढून त्यांची स्वत:ला इतकी सवय करून घेतली आहे की, आपले मन आणि मेंदू त्यांचा वापर आपल्या नकळत, प्रतिक्षिप्त क्रियेसारखा करून रिकामे होतात. मनाची कार्यपद्धती (आपल्या आणि लोकांच्या) समजून घेतली की, लोकांचे मनपरिवर्तन करणे, त्यांच्या वागणुकीला आपल्याला हवी ती योग्य दिशा देणे शक्य होते, साधता येते.

माझे असे मत आहे की, माणसाजवळ असणारी किंवा असणे आवश्यक असलेली जी काही थोडी महत्त्वपूर्ण कौशल्ये आहेत, ज्या क्षमता आहेत त्यात प्रभाव आणि मनपरिवर्तनाचे कसब आहे. आपल्या आयुष्याचे ध्येय कोणतेही असो अगदी मोठा मित्रपरिवार जमवणे, धनाढ्य होणे, या आपल्या पृथ्वीला दीर्घारोग्य मिळवून देणे, तिला दीर्घजीवी बनवणे किंवा एक सुखी, आनंदी परिवार फुलवणे. ते यशस्वीरीत्या पूर्ण करण्यासाठी, आपल्या आयुष्याचे लक्ष्य गाठण्यासाठी आपल्या सभोवतालच्याच नव्हे, तर अनोळखी लोकांचादेखील विश्वास संपादन करणे, त्यांना आपल्या विनंत्या, आपले प्रस्ताव स्वीकारायला लावणे हे अत्यंत गरजेचे असते. ते आपल्या अतिशय उपयोगी पडते, फायदेशीर ठरते. नाती निर्माण करणे, त्यांचा सांभाळ करणे, ती वृद्धिंगत करणे; मुलांचे संगोपन, जोपासना करणे; सगेसोयरे, सहकारी यांचे मनोधैर्य वाढवणे, त्यांना प्रोत्साहित करणे; कुटुंबीयांना, मित्रांना नव-नव्या गोष्टी शिकवणे; रोजच्या जीवनात या ना त्या कारणाने भेटणाऱ्या, संबंध येणाऱ्या अपरिमित लोकांशी निगुतीने व्यवहार करणे या आणि अशा नानाविध प्रक्रियांच्या मुळाशी प्रभाव आणि मनपरिवर्तन या दोन गोष्टी असतातच असतात.

या शास्त्राची मूलतत्त्वे शिकून घेण्यात, ती विज्ञानाच्या कसोटीवर सिद्ध करण्यासाठी जगभरातल्या अनेक ख्यातनाम, हुशार, चलाख संशोधकांनी केलेल्या अगणित प्रयोगांची माहिती करून घेण्यात तुम्हाला रस निर्माण झाला असेल अशी मी आशा करतो. मला वाटते, बहुतांशी वाचकांचे या पुस्तकाने दिलेल्या ज्ञानाने समाधान झाले असेल, त्यांना ते पुरेसे वाटले असेल. हे पुस्तक वाचून झाल्यावर आपण जी तत्त्वे आणि तंत्र शिकलो ती रोजच्या जीवनात, प्रत्यक्ष व्यवहारात

वापरावीत. त्यांचे परिणाम अनुभवावेत, फायदे उपभोगावेत असे साहजिकपणे ज्यांच्या मनाने घेतले असेल, तशी स्फूर्ती ज्यांना आली असेल त्यांच्यासाठी एक इशारा देऊन ठेवतो की, ही तत्त्वे आणि तंत्र समजणे आणि ती अमलात आणणे यात बराच फरक आहे. फ्रेंच कसे बोलायचे हे शिकवणारे एखादे पुस्तक वाचले म्हणजे ओघवते फ्रेंच बोलायला येते असे नाही. टेनिस हा खेळ कसा खेळायचा यासंबंधी माहिती देणारी ध्वनिफित ऐकून काही तुम्हाला न परतवता येणारी, अमोघ अशी सर्व्हिस करता येत नाही. तेव्हा मी असा सल्ला देईन की, तुम्हाला जे सर्वांत आवडले असतील, ज्यांची उपयोगिता पटली असेल असे काही मोजके उपाय निवडा आणि ते वापरण्यास प्रारंभ करा. यानंतर तुमच्या पगारवाढीसाठी किंवा बढतीसाठी जेव्हा वरिष्ठांकडे मुलाखतीला जाल तेव्हा त्यांच्या देहबोलीची, काही हावभावांची तसेच लकबींची नक्कल करा. मुलांना, दोस्तांना काहीतरी करायला अथवा न करायला लावायचे असेल तर त्यांना स्फूर्तिदायक गोष्टी सांगा, त्यामुळे होणारे फायदे-तोटे कथेत गुंफून परिणामकारकरीत्या त्यांच्यासमोर मांडा. आपल्या उत्पादनाच्या जाहिरातीत, माहितीपत्रकात सुखी ग्राहकांचे अनुभव, समाधानी उपभोक्त्यांची शिफारसपत्रे समाविष्ट करा. यानंतर ज्या पार्टीला जाल तेथे लोकांच्या आवडीनिवडी, छंद, व्यसने, त्यांचे बालपण, शिक्षण यांच्याशी तुमचे साम्य शोधा, ते त्यांच्या लक्षात आणून द्या आणि त्यांच्याशी जवळकीचे नाते निर्माण करा.

या पुस्तकातील ज्ञानाने तयार झालेल्या नजरेतून, अर्थपूर्ण दृष्टिकोनातून आजूबाजूला पाहा, लोकांच्या वागण्याचे निरीक्षण करा. अनेक लोक मग ते राजकीय नेते, सामाजिक कार्यकर्ते, उद्योजक, लोकोपयोगी कार्य करणाऱ्या संस्थांचे चालक, प्रचारक, अध्यापक, प्राध्यापक, पालक, कदाचित तुमच्या अगदी जवळचे तुमचे मित्र, सहकारी असोत, ते त्यांच्या व्यवहारात या प्रभाव आणि मनपरिवर्तनाच्या मानसशास्त्रातील तत्त्व आणि तंत्र यांचा नियमित वापर करताना तुम्हाला दिसतील. त्यांच्यापैकी काहींना तर ही जाणीवही नसेल की ते जे उपाय, युक्त्या तसेच डावपेच वापरत आहेत ती खास मानसशास्त्रावर आधारित अशी शास्त्रोक्त धोरणे आहेत. जीवनात खूप काही मिळवलेले, यशस्वी झालेले बरेचसे लोक अतिशय प्रभावी व्यक्तिमत्त्वाचे, चटकन मनाचा ताबा घेणारे, सहजपणे विश्वास संपादन करणारेच असतात.

प्रभावसाधनांची पोतडी

पुस्तक संपले तरी हे काय आहे आणखी? प्रभाव आणि मनपरिवर्तन यांच्या विस्मयकारक मानसशास्त्राचे तंत्र आणि मंत्र वाचून प्रभावित झालेले बरेच वाचक भरल्या पोटाने, तृप्त मनाने येथे थांबतील. परंतु काही जणांना निश्चितच जे शिकले त्याचा त्यांच्या आयुष्यात, रोजच्या व्यवहारात वापर करून बघायची तीव्र इच्छा झाली असेल. तुम्ही जर त्या उत्साही वाचकांपैकी, भावी उपभोक्त्यांपैकी असाल आणि तुम्हाला जर त्यासाठीचे नेमके मार्गदर्शन हवे असेल, 'काही 'व्यवहार्य सूचना' मिळाल्या तर बरे' असे वाटत असेल तर हे 'आणखी' जरूर वाचा.

या भागात मी काय केले आहे?

आठही प्रकरणातील 'महत्त्वाचे मुद्दे' सारांश रूपाने मांडले आहेत.

प्रभाव आणि मनपरिवर्तनाचे जे अनेक उपाय, जी विविध आयुधे तुम्ही आत्तापर्यंत अभ्यासली आहेत त्यांचा तुमच्या वैयक्तिक आणि व्यावसायिक आयुष्यात स्वतंत्रपणे आणि एकत्रितपणेही परिणामकारक वापर करण्याचा सराव करून, ती समर्थपणे वापरात आणायची असतील; तुमची क्षमता, कौशल्य जर वाढवायचे असेल तर त्यासाठी काही खास 'टिप्स', सरावप्रश्न, काही चाचण्या दिल्या आहेत.

या भागात कृती करायची आहे, 'करून बघायचे' आहे. / पुस्तकाचा हा भाग करायची कृती, त्यावरील कार्यवाही, ती करून बघणे यांच्याबाबत आहे. तर मग, चला, 'करा', या नव्या वाटा चोखाळून पाहा, यश प्राप्त करा. हो, पण एक महत्त्वाची गोष्ट कधीही विसरू नका, या वाटेवर सतत नैतिकतेची कास धरा, नीतिचे बोट कधीही सोडू नका.

समाजाचे, बहुसंख्याकांचे अनुकरण

तुम्ही स्वातंत्र्याचे भोक्ते आहात, तुमची स्वत:ची एक विचारसरणी आहे, तुम्ही कुणाच्या तंत्राने चालत नाही याविषयी तुम्हाला अभिमान असेल, अगदी पक्की

खातरी असेल. असू दे. पण वास्तवात जे घडते ते स्वीकारा, मान्य करा. आपल्या आजूबाजूचे लोक काय आणि कसे करतात, काय म्हणतात याचा आपल्या मतांवर, निवडींवर, निर्णयांवर, विचारांवर फार-फार परिणाम होत असतो. आपला पोशाख सभोवतालच्यांशी मिळताजुळता असतो, बहुजनांना जी गाणी, जे संगीत आवडते तेच आपल्याही आवडीचे होते. त्यांना जे हॉटेल पसंत असते, तेथे जाऊन ते जे पदार्थ जास्त खातात आणि खूश होतात तेच आपणही निवडतो. एवढेच काय, ज्या काही बेकायदेशीर गोष्टी लोक सर्रास, बिनदिक्कत करताना दिसतात किंवा ते करत असावेत असे आपल्याला वाटते त्या करायलाही आपण कचरत नाही. वेगमर्यादेचे उल्लंघन, सिग्नल तोडणे, मनाई असलेल्या जागी गाडी लावणे, कर चुकवणे इत्यादी इत्यादी. 'इतरांच्या वागण्या-बोलण्याचा तुमच्यावर प्रभाव असतो' हे विधान बहुतेक सगळे ठामपणे नाकारतात. पण वैज्ञानिक संशोधनाचे निष्कर्ष अगदी स्पष्ट आणि निर्विवाद आहेत. माणसाच्या मेंदूची रचनाच अशी उत्क्रांत झाली आहे की, जे आजूबाजूचा समाज करतो तेच आपण करतो, त्याचेच अनुकरण करतो, त्याची पसंतीच आपली आवड बनवतो.

असे समजण्याचे काहीच कारण नाही की, ही सहजप्रवृत्ती वाईट आहे. उलट ती या आपल्या सांप्रतच्या विषयात एक चांगला उपाय म्हणून सिद्ध होते. कसे ते सांगतो. समजा तुमच्या मुलांनी आहारात भरपूर पालेभाज्या खाव्यात यासाठी तुम्ही प्रयत्नशील आहात किंवा तुम्हाला तुमच्या एखाद्या मित्राला नियमित औषध घ्यायला लावायचे आहे, नातेवाइकाला रोज व्यायाम करण्याचे महत्त्व पटवून द्यायचे आहे. तुम्ही जर त्यांच्या सतत मागे लागाल, त्यांना धमकवाल, त्यांच्यावर सक्ती कराल, त्यांना आज्ञा सोडाल तर त्याचा उपयोग होणार नाही; तुमचा हेतू तडीस जाणार नाही. 'पानातील सगळी भाजी खाल्ल्याशिवाय टेबलवरून उठायचे नाही', 'रोज एक गोळी घेतलीच पाहिजे', 'भरपूर व्यायाम करा' अशा ताकिदी देणे तर टाळाच.

त्याऐवजी त्यांना इतरांचे दाखले द्या. त्यांच्यासारखे लोक काय करतात ते त्यांच्या नजरेला आणा. तुमच्या मुलाचे कोणते मित्र, कुठले भाऊबंध रोज आवडीने भाज्या खातात हे तुम्हाला माहीत असेल तर त्याला ते सांगा, 'बघ, तो, ती सोफिया, तुझी चुलत बहीण निना सगळे कसे रोज आपण होऊन पालकाची, चाकवताची भाजी खातात!'

खाली आणखी काही शब्द, वाक्ये उदाहरणांसह दिली आहेत. 'सामाजिक दबावा'च्या तंत्राचा परिणामकारक वापर करून तुमच्या वर्तुळातील लोकांवर प्रभाव पाडायला, त्यांचे मन वळवायला त्यांचा उपयोग होईल.

शब्द, वाक्ये	उदाहरणे आणि स्पष्टीकरण
'बहुतेक सगळे लोक' किंवा 'बहुसंख्य'	एका व्यक्तीने अथवा लोकांच्या एखाद्या गटाने काही विशिष्ट गोष्ट करावी असा तुम्ही खूप प्रयत्न करत असाल तर त्यांना असे सांगा की, 'बहुतेक सगळे' लोक तसेच करत आहेत. उदाहरणार्थ, 'पार्टीतील बहुतेक लोकांनी मद्यप्राशन करून गाडी चालवणे टाळण्यासाठी घरी परत जायला टॅक्सी बोलावली आहे.' किंवा 'विद्यापीठातील बहुसंख्य विद्यार्थी हल्ली शिकत असतानाच अर्धवेळची कामे करताना दिसतात, तूही असेच एखादे मोकळ्या वेळात करण्यासारखे काम शोधलेले चांगले असे नाही वाटत तुला?'
'तुला माहीत आहे का, सर्वसाधारणपणे लोक...'	समजा, तुम्हाला एखाद्याकडून विशिष्ट गोष्ट करून घ्यायची आहे किंवा त्याची एखाद्या गोष्टीची सवय मोडायची आहे. अशा परिस्थितीत तुम्हाला जर असे नक्की माहीत असेल की, सर्वसाधारणपणे लोक ती गोष्ट आवर्जून करतात किंवा त्या गोष्टीपासून कटाक्षाने स्वत:ला लांब ठेवतात, तर त्या व्यक्तीचे मन वळवताना त्याला 'तुला माहीत आहे का, सर्वसाधारणपणे लोक असेच करतात किंवा असे कधीच करत नाहीत, टाळतात' असे नक्की म्हणा. उदाहरणार्थ, 'तुला माहीत आहे का, की इंग्लंडमधला प्रत्येक नागरिक एका वर्षात सर्वसाधारणपणे सहा पुस्तके वाचतो.' विद्यापीठाच्या आवारात सुट्टीच्या दिवशी विद्यार्थ्यांचे दारू पिण्याचे प्रमाण फारच वाढले असल्याचे जर तुमच्या लक्षात आले तर खरोखरी प्रसिद्ध झालेली त्या

	बाबतीतील अधिकृत आकडेवारी मुद्दाम त्यांच्या कानावर घाला, 'तुम्हाला माहीत आहे का, की खरी, अधिकृत आकडेवारी असे सांगते की, विद्यापीठातील विद्यार्थी सर्वसाधारणपणे सुट्टीच्या दिवशी फक्त एक ग्लास मद्य घेतो.'
'८७ टक्के लोक...' 'सातापैकी सहा लोक...'	एकाद्या गोष्टीचे महत्त्व पटवायचा आणखी एक मार्ग असा की, ती गोष्ट करणाऱ्या किंवा टाळणाऱ्या लोकांचे प्रमाण अथवा टक्केवारी सांगण्याचा. उदाहरणार्थ, 'मी परवाच वाचले की, ज्यांचे वय ५० वर्षे किंवा त्याच्या पलीकडे आहे त्यांच्यापैकी ७६ टक्के लोक नियमितपणे 'कोलेस्ट्रॉल'ची तपासणी करून घेतात. तुम्हीही करून घ्यावी असे नाही वाटत तुम्हाला?' हा मार्ग वापरताना एका गोष्टीची खबरदारी घेणे जरुरीचे आहे. तुम्ही उल्लेख करत असलेली टक्केवारी ही खूप जास्त असली पाहिजे. (पाहा – प्रकरण १, 'लक्षात ठेवा, सामाजिक प्रभावाचा परिणाम बऱ्यावाईट दोन्ही बाजूंनी होत असतो' या शीर्षकाची चौकट). उदाहरणार्थ, तरुण-तरुणींच्या भेटीगाठी घडवून आणणाऱ्या इंटरनेटवरील एका संकेतस्थळाची ही जाहिरात पाहा, 'गेल्या वर्षभरात अमेरिकेत झालेल्या एकूण विवाहातील तीन टक्के जोड्या आमच्या संकेतस्थळाचा वापर करून भेटलेल्या होत्या.' जाहिरात करणाऱ्यांनी असे गृहीत धरले होते की, ही जाहिरात वाचताना वाचक या गोष्टीची जाणीव ठेवतील की संपूर्ण अमेरिकेतील विवाहांच्या तीन टक्के हा आकडाही प्रचंड मोठा आहे आणि त्यामुळेच हे संकेतस्थळ खरोखरच खूपच

	लोकप्रिय आणि परिणामकारक आहे. पण सामान्य वाचक तसे करत नाही. तीन हा अगदीच नगण्य आकडा वाचल्यावर त्यांच्या मनात असेच येते की, 'बाप रे, फक्त तीन टक्के? नक्कीच बेकार असले पाहिजे हे संकेतस्थळ!' त्या संकेतस्थळाने टक्केवारी देण्याऐवजी जर आकडेच वापरले असते तर कदाचित त्यांना लोकांना चांगले प्रभावित करता आले असते. 'गेल्या वर्षी अमेरिकेत संपन्न झालेल्या विवाहातील २६,४५२ जोड्या आमच्या संकेतस्थळावर भेटल्या होत्या. म्हणजेच दररोज अमेरिकेत होणाऱ्या एकूण विवाहांपैकी ७२ विवाह आमच्या संकेतस्थळाचा वापर केलेल्या जोड्यांचे झाले होते! पुढची विवाहित जोडी तुमची असेल!! आमच्या संकेतस्थळाला लवकरात लवकर भेट द्या!!!'
'भरपूर खपाचे' 'सर्वाधिक खपाचे'	टूथपेस्ट, टूथब्रश, साबण, सौंदर्यप्रसाधने, पादत्राणे यांसारख्या रोजच्या वापरातल्या गोष्टींचे उत्पादक त्यांच्या उत्पादनांच्या जाहिरातीत नेहमीच ग्राहकांना हे ओरडून सांगत असतात की, त्यांच्या कंपनीचे उत्पादन बाजारात सर्वांत जास्त खपाचे आहे. आणि तशी जाहिरात केल्यावर ते खरोखरच तसे खपते. त्याचे कारण हेच आहे की, प्रत्येक जण हे पाहत असतो, हे जाणून घेत असतो की, इतर जण काय करत आहेत, काय वापरत आहेत. तेव्हा तुमचे उत्पादन अथवा तुम्ही पुरवत असलेली सेवा '१० सर्वाधिक खपाच्या उत्पादनांच्या यादी'त असेल तर तसे लोकांच्या काना-मनापर्यंत पोहोचेल याची खातरी करून घ्या. 'आपला दावा सत्याला

	धरूनच असावा' या तुमच्या उचित तत्त्वाला धरून राहाण्यासाठी कधीकधी तुम्हाला काही तपशील स्पष्ट करणे गरजेचे वाटले तर तसे जरूर करा, पण त्या वेळीही 'सर्वाधिक खपाच्या यादीतील क्रमांक १चे उत्पादन' असेच मोठ्या अक्षरात लिहा आणि मग त्याच्या खाली छोट्या अक्षरात 'मर्यादित काळासाठीच' किंवा 'फक्त याच प्रांतात (भागात, शहरात)' असा खुलासा करा.
'फारच थोडे लोक'	जर तुम्ही लोकांना एखाद्या गोष्टीपासून परावृत्त करण्याचा प्रयत्न करत असाल, त्यांची 'हाताच्या बोटांवर मोजण्याइतके हानिकारक सवय सोडवायला पाहत असाल (चरबीयुक्त पदार्थांचे अतिसेवन, धूम्रपान, लोक' असुरक्षित लैंगिक संबंध इत्यादी) तर तशा नुकसानकारक गोष्टी 'फारच थोडे लोक' 'अगदी हाताच्या बोटावर मोजण्याइतके लोक'च करताना दिसतात असे सांगून ते त्यांच्या मनावर बिंबवणे हा फार चांगला उपाय ठरतो हे लक्षात ठेवा. उदाहरणार्थ, 'मी नुकतेच रेडिओवर ऐकले की, आजकाल फारच थोडे लोक मांस आठवड्यातून तीनपेक्षा जास्त वेळा खातात. तुम्हाला नाही असे वाटत की, तुम्हीही मांस खाणे कमी करायला हवे?'

सभोवतालचे सर्वसाधारण लोक काय करतात, काय करत नाहीत, कसे वागतात हे शब्दातून सांगण्यापेक्षा अधिक परिणामकारक उपाय आहे लिखित स्वरूपातील पुरावे, शिफारसपत्रे समोर ठेवण्याचा. विशेषत: तुम्ही एखादा उद्योग चालवत असाल आणि तुमच्या उत्पादनाचा खप किंवा तुमच्या कंपनीची सेवेच्या उपभोक्त्यांची संख्या वाढवण्याच्या खटपटीत असाल, तर हा मार्ग फारच उपयुक्त ठरतो. तुमचे उत्पादन अथवा सेवा वापरून समाधान पावलेल्या ग्राहकांकडून त्यांचे अनुकूल मत मिळवा आणि त्यांना त्यातले काय आवडले, कुठले वैशिष्ट्य विशेष

पसंत पडले हे लोकांसमोर ठेवा.

परत एकदा पुस्तकाची पाने उलटा आणि पहिल्या प्रकरणातील 'इतरांनी आपल्याबद्दल चांगले बोलावे यासाठी काय करावे' या शीर्षकाची चौकट परत एकदा वाचा. अशी ग्राहकांची प्रशस्तिपत्रे मिळवण्यासंबंधी काही इशारे :

१) **प्रशस्तिपत्रांची मुद्दाम मागणी करा** – सहसा ग्राहक त्यांचे समाधान, त्यांचे अनुकूल मतसुद्धा आपण होऊन, उत्स्फूर्तपणे व्यक्त करत नाहीत. पण तुम्ही जर त्यांना तशी विनंती केलीत, त्यांना त्यांचे मत लिहून मागितलेत तर काही ग्राहक तरी नक्कीच 'हो' म्हणतात. त्यांना तसा फोन करा, विनंती करणारी ई-मेल पाठवा किंवा छापील प्रश्नावली अथवा मतपत्रिका त्यांच्यासमोर ठेवून त्यांना त्यांचे मत लिहून द्यायला सांगा. तुमचे उत्पादन, तुमची सेवा त्यांना कशी वाटली, कोणती गोष्ट विशेष आवडली, त्यांचा अनुभव कसा होता हे त्यांना त्यातून व्यक्त करायला लावा. नंतर अशा मतांतून समाधानाचे सुस्वर निवडून ते इतर ग्राहकांना ऐकवा.

२) **केव्हाही कमीत कमी तीन प्रशस्तिपत्रे तरी ग्राहकांसमोर ठेवा** – पहिल्या प्रकरणात आपण सॉलोमन ॲश याच्या तीन रेषांपैकी समान लांबीची रेष ओळखण्याच्या प्रयोगाबद्दल माहिती घेतली होती, ती आठवा. 'तीन' हा आकडा लोकांवर पुरेसा प्रभाव पाडायला सर्वांत योग्य असल्याचे निरीक्षण ॲश याने त्या प्रयोगांद्वारे नोंदवले होते. दोन अपुरी पडतात आणि सहाहून अधिक पचवायला जरा अवघड पडतात.

३) **जो ग्राहकवर्ग आकर्षित करायचा असेल त्याच वर्गातील ग्राहकांची प्रशस्तिपत्रे मिळवा** – सहावे प्रकरण उघडा. त्यात मी असे दाखवले आहे की, समानधर्मी, अनेक बाबतीत आपल्याशी साम्य असलेल्या लोकांचा आपल्यावर जास्त आणि सहजी प्रभाव पडतो. ज्या प्रकारच्या, ज्या स्तरातील, ज्या समाजातील लोकांचे मन वळवण्याचा तुम्ही प्रयत्न करत असाल त्यातील लोकांकडूनच मिळालेले अभिप्राय त्यांना सादर करा. उदाहरणार्थ, तुमच्या कंपनीच्या एका महत्त्वाकांक्षी योजनेसाठी एका विशेष तंत्रज्ञानातील तज्ज्ञ कंपनीच्या प्रमुखाला तुमच्या बाजूला वळवणे गरजेचे असेल तर त्याला तुमच्या कंपनीविषयी माहिती सादर करताना त्याच तंत्रज्ञानाशी संबंधित इतर कंपन्या किंवा तज्ज्ञ यांच्याकडून मिळवलेली पत्रेच शक्यतो त्याला दाखवा. त्याचा परिणाम चांगला होईल. किंवा तुमचे ६० टक्के उत्पादन जर ४० वर्षे वयाच्या आतील स्त्रियांच्या

वापरासाठीच उपयुक्त असेल तर त्या वयोगटातील स्त्रियांच्याच लेखी अभिप्रायांचा जाहिरातीत वापर करा आणि त्यांवर त्यांची नावे आणि त्यांचे वय स्पष्ट लिहून ते भावी ग्राहक स्त्रियांच्या नजरेत भरेल अशी खबरदारी घ्या. तुमच्या उत्पादनाचा खप वाढलाच म्हणून समजा.

तोंडी शब्दांपेक्षा लेखी स्तुतीचा, कौतुकाचा सर्वच बाबतीत जास्त उपयोग होतो. मग ते उत्पादनाचा खप वाढवणे असो, सेवा लोकप्रिय करायची असो, इतकेच कशाला, तुमच्या स्वत:बद्दलचे कोणाचेतरी चांगले मत बनवायचे असो. तुम्ही जर नोकरी शोधत असाल, तर कंपनीकडे तुमचा जो सीव्ही (तुमची सर्व माहिती दिलेला तुमचा अर्ज) पाठवाल त्याला अशी काही प्रशस्तिपत्रे, तुमच्या क्षेत्रातील कोणा जाणत्या विद्वानाने तुमची केलेली प्रशंसा, शिफारस जरूर जोडा. काही महाभाग अर्जाच्या खाली 'मागितल्यास प्रशस्तिपत्रे, संदर्भ पाठवले जातील' असे वाक्य लिहितात. तुमचा अर्ज (सीव्ही) हे तुमच्या गुणांची, पात्रतांची एक प्रकारची जाहिरातच असते. तुम्ही स्वत:चा केलेला प्रचारच असतो तो. मग त्यात 'बहुमताच्या प्रभावा'चा फायदा का घेऊ नये? तुमच्या आधीच्या नोकरीतील तुमचे वरिष्ठ, तुमच्या कामाने प्रभावित झालेले काही समाधानी ग्राहक, समाजातील काही वजनदार मान्यवर, तुमच्या अर्जावर निर्णय घेणाऱ्यांवर ज्यांची निश्चित छाप पडेल अशा व्यक्तींकडून तुमच्या गुणवर्णनपर, क्षमतेबद्दल, कौशल्याबद्दल लिहिलेले पुरेसे गौरवोद्गार अर्जासोबतच का पाठवू नयेत?

देहबोलीतून वर्चस्व प्रस्थापित करा

दुसऱ्या प्रकरणात आपण मॅसेच्युसेट्स इन्स्टिट्यूट ऑफ टेक्नॉलॉजीच्या (एमआयटी) ह्यूमन डायनॅमिक लॅबोरेटरीमध्ये काम करणाऱ्या ॲलेक्स पेंटलॅन्ड याने केलेल्या प्रयोगांशी ओळख करून घेतली होती. त्याच्या संशोधनातून त्याने असे दाखवून दिले आहे की, जेव्हा एखादा कंपनीप्रमुख उद्योगधंद्याची योजना मीटिंगमध्ये सादर करतो तेव्हा श्रोत्यांवर घडणाऱ्या परिणामातील फक्त १० टक्क्यांना त्यातील शब्द कारणीभूत असतात, जबाबदार असतात. मला तर हे धक्कादायकच वाटते!

हार्वर्ड युनिव्हर्सिटीची मानसशास्त्रज्ञ नलिनी अंबाडी हिचा तो प्रयोग आठवतो ना? केवळ सहा सेकंद लांबीच्या चित्रफिती पाहून, त्यांतील आवाज बंद केलेला असतानासुद्धा प्रयुक्तांनी त्यात दाखवलेल्यांच्या व्यक्तिमत्त्वांचे पैलू व्यवस्थित उलगडून दाखवले होते. या संशोधनातून हे स्पष्ट होते की, माणसाच्या प्रथमदर्शनाचा जो ठसा उमटतो तो अतिशय महत्त्वाचा आणि निर्णायक ठरतो, आणि सर्वांत

महत्त्वाचे हे की, कोणाबद्दलचेही लोकांचे जे मत तयार होते त्यात त्याच्या देहबोलीचा फार मोठा वाटा असतो.

यासंबंधी आपण काय करू शकतो?

मला याबाबतीत जे सुचवावेसे वाटते त्याची त्रिसूत्री मी त्यांच्या महत्त्वाच्या उतरत्या क्रमाने मांडतो आहे :

'सरडा' व्हा!

देहबोलीचा कोणता प्रकार सर्वांत जास्त प्रभावशाली ठरतो याचा मनोवैज्ञानिकांनी अनेक संशोधनातून सखोल अभ्यास केला आहे. समोरच्याच्या नजरेला नजर भिडवणे, आवाजाचा स्तर व स्वर, उभे राहण्याची आणि बसण्याची शैली, हालचालीतील लकबी या सगळ्या गोष्टींचे परिणाम, त्यांची निवड या सर्वांचा आढावा घेतला की, खरेतर मनाचा पार गोंधळ उडून जातो. त्या गुंत्यात अडकायचे नसेल, त्यापासून स्वत:ला वाचवायचे असेल तर त्यातल्या एकाच अतिशय महत्त्वाच्या युक्तीचा आपण जाणीवपूर्वक अंगीकार करून वापर करू शकतो. ती युक्ती आहे, ज्याला प्रभावित करायचे असेल त्याच्याच लकबी, सवयी यांची सावधपणे नक्कल करणे. विविध देहबोलींचा विचार करत बसण्यापेक्षा या एका परिणामकारक उपायावर आपण लक्ष केंद्रित करू शकतो. 'सरडा' जसा त्याच्या आजूबाजूच्या रंगात आपला रंग मिसळून टाकतो, त्यातलाच होऊन जातो तसे!

तुम्ही जर तुमची 'प्रभाव आणि मनपरिवर्तन' क्षमता प्रचंड वाढवायच्या अनेक उपायांच्या शोधप्रक्रियेला सुरुवात केली असेल तर वरील 'रंगबदलाच्या' मार्गाच्या निवडीचा निर्णय घेण्यापूर्वी खाली दिलेला परिच्छेद नीट वाचा. विल्यम मॅडक्स आणि त्याच्या सहकाऱ्यांनी केलेल्या संशोधनावर हे लिखाण आधारलेले आहे :

आपला चांगला प्रभाव पडून चर्चा, बैठक यातून अपेक्षेपेक्षाही चांगले, फायदेशीर फलित मिळावे यासाठी समोरच्याच्या हालचाली, लकबी, शैली यांचे अनुकरण करण्याचा, नक्कल करण्याचा उपाय वापरण्याची तज्ज्ञ शिफारस करतात. उदाहरणार्थ, समोरची व्यक्ती मधून-मधून चेहऱ्यावरून हात फिरवते हे लक्षात आल्यावर तुम्हीही त्याच वेळी तसेच करा. खुर्चीत मागे रेलून बसणे आणि काही विशिष्ट वेळी पुढे झुकणे ही त्याची सवय असेल तर तुम्हीही त्याच्या त्या हालचालींशी तुमचीही तशीच हालचाल जुळवा. परंतु ही आयुधे वापरताना एका गोष्टीची काळजी घेणे अत्यंत जरुरीचे आहे आणि ती म्हणजे अनुकरण इतके सफाईदारपणे, हुशारीने

तसेच खुबीने केले पाहिजे की, त्या व्यक्तीच्या ते चुकूनही लक्षात येता कामा नये. या बाबतीत जर तुम्ही जरा जरी अयशस्वी ठरलात, तुमची क्लृप्ती त्याच्या जर लक्षात आली तर तेच आयुध तुमच्यावर उलटेल आणि तुम्हालाच अपयशाची जखम करेल. दुसरा एक इशारा असा की, नक्कल करण्यासाठी त्याच्या लकबींचे निरीक्षण करण्यात एवढेही गुंतून जाऊ नका की, त्या नादात चर्चेतील तुमच्या मुद्द्यांचाच तुम्हाला विसर पडेल, त्यावरील तुमचे लक्ष उडेल. तेव्हा असा तोल साधता आला पाहिजे की, सफाईदार अनुकरण समोरच्या व्यक्तीच्या लक्षात येत नाही; पण त्याचा प्रभाव मात्र तिच्यावर योग्य प्रकारे पडतो आहे आणि आपले बोलण्यावरील लक्षही विचलित होत नाही. असे झाले तरच हे धारदार शस्त्र समोरच्याला जिंकून तर घेईल पण आपल्याला मात्र जराही इजा पोहोचवणार नाही.

स्पर्शातील ताकद वापरा

होय, तुम्ही जर विशेष काळजी घेऊन कुणाशी हस्तांदोलन केलेत तर तुमच्या हातातून प्रभावलहरी वाहतात आणि त्या व्यक्तीच्या मन आणि मेंदूपर्यंत पोहोचतात. (विशेष काळजी कोणती घ्यायची ते प्रकरण २मध्ये 'नम्र हस्तांदोलन' या शीर्षकाच्या परिच्छेदात दिलेच आहे.) संशोधनातील तोही निष्कर्ष लक्षात असू द्या की, काहीतरी पटवून देत असताना, एखादी विनंती, मागणी गळी उतरवण्याच्या उद्देशाने संवाद साधत असताना त्या व्यक्तीच्या हाताच्या मनगट आणि कोपर यामधील भागाला केलेला सहजस्पर्श तिच्या मनाला स्पर्श करून तिला तुमच्या बाजूला वळवायला मदत करतो.

अर्थातच तो स्पर्श अगदी निसटता, जाणवेल न जाणवेल असा असायला हवा. अनोळखी माणसाच्या अंगचटीला जा, एकदम त्याचे खांदेच धरा असे मी अजिबात सुचवत नाही. बोलत असताना कुठल्या एका क्षणी त्याच्या हातावर हात हलकेच टेकवून केलेला नुसता बोटांच्या टोकांचा स्पर्शही पुरेसा होतो. जे दयाळू मनोवृत्तीचे, जरा भावुक असतात यांची भावना, त्यांची सहानुभूती ते अशा आश्वासक स्पर्शातून नेहमीचे बोलतानाही, जरा जास्त वेळा प्रकट करतात. तसेच जे मनपरिवर्तन साधण्यात, लोकांना त्यांच्या म्हणण्याला मान्यता द्यायला राजी करण्यात प्रवीण असतात तेही या 'स्पर्श-तंत्रा'चा वापर बऱ्याच प्रमाणात करतात. मग तुम्हीही का नाही करून पाहात?

आपण दिसतो कसे याचा डोळसपणे विचार करा

वैयक्तिक स्वच्छता, व्यवस्थितपणा, टापटीप, पेहराव आणि एकूण दुसऱ्याला घडणारे तुमचे दर्शन याचा त्याच्यावर, त्याच्या तुमच्याविषयीच्या मतावर, त्याच्या मनावर पडणाऱ्या तुमच्या प्रभावावर किती अपरिमित परिणाम होतो याचे भान ठेवा. परिणाम होतो हे कोणालाही पटेलच, पण जिची सहजी कल्पना येत नाही त्या सखोलतेची, तीव्रतेची मी मुद्दाम जाणीव करून देऊ इच्छितो. बहुतेक लोक सद्गुणांच्या बाबतीत स्वत:ला सामान्यांहून वरच्या दर्जाचे समजतात, जो बऱ्याच वेळा त्यांचा गैरसमज असतो (दुसऱ्या प्रकरणातील 'रूपवान आणि रूपहीन' ही चौकट पाहा.) ते कसे दिसतात, कसा पोशाख करतात, शारीरिक स्वच्छता कितपत राखतात याविषयीच्या त्यांच्या स्वत:च्या कल्पनाही तशाच, तितक्याच चुकीच्या असतात. गबाळा पेहराव करणाऱ्यांना तो आपल्याला शोभत नाही याची जरासुद्धा जाणीव नसते. कित्येक जणांना असे वाटत असते की, काहीतरी चमत्कारिक केशरचना, शरीरावर जागोजागी चितारलेले 'टॅटू' किंवा टोचून घेऊन त्यात अडकवलेली कडी या गोष्टींनी ते 'कूल', कोणीतरी 'खास' व्यक्ती गणले जातात, पण तसे नसते. बहुतेक जण त्यांची 'अस्वाभाविक, विचित्र' अशा शब्दात जराशी हेटाळणीच करतात. सर्वसाधारणपणे लोकांचे तशा व्यक्तींबद्दलचे मत प्रतिकूल, विरोधी बनते. एखाद्याला त्याचा 'अवतार' हा 'साधी राहाणी आणि उच्च विचारसरणी' याचे द्योतक वाटतो, पण लोकांना मात्र त्यात अनाकर्षकता दिसते. हे 'दर्शनचित्र' स्पष्ट झाले असेल असे मी धरून चालतो.

मला तुम्हाला असे सांगायचे आहे की, आपली स्वत:विषयीची कल्पना आणि लोकांच्या मनात तयार होणारी आपल्याबद्दलची प्रतिमा यात बऱ्याच वेळा महदांतर असण्याचा संभव असतो. ते कमी करण्याचा किंवा नाहीसे करण्याचा सरळ उपाय हा आहे की, आपल्या जवळच्यांना, भोवतालच्या लोकांना चक्क प्रश्न विचारण्याचा. 'मी कसा दिसतो आहे?', 'हा पोशाख (ही केशरचना, हे दागिने) शोभतो आहे ना मला?' 'हे या प्रसंगाला योग्य आहे ना?' त्यांना स्पष्ट, प्रामाणिक मत द्यायला लावण्याचा. ऑफिसमध्ये तुमच्याबद्दल, तुमच्या कामाबद्दल काय बोलले जाते, वरिष्ठ काय म्हणतात हे तुमच्या सहकाऱ्यांकडून जाणून घ्या. तुम्हाला आवडलेल्या मुलीला किंवा मुलाला पहिल्यांदाच भेटायला जाताना त्याच्यावर किंवा तिच्यावर पहिलेच 'इंप्रेशन' जोरदार पाडण्यासाठी विश्वासू अनुभवी मित्रांचा सल्ला घेऊन थाटमाट कमी करायला हवा की जरा अधिक नटायला हवे हे ठरवा.

योग्य शब्दांची निवड

मनात ज्या अपेक्षा घर करून बसलेल्या असतात त्यांचाच रंग सहसा अनुभवांवर चढतो, असे शास्त्रीय संशोधन सांगते. तो प्रयोग आठवत असेल तुम्हाला ज्यात शिकवायला येणारा नवा प्राध्यापक प्रेमळ, मनमिळाऊ स्वभावाचा आहे अशा प्रकारची अपेक्षा ज्या विद्यार्थ्यांच्या मनात निर्माण केली गेली त्यांना तो समजूतदार, मैत्रीलायक आणि विनोदीदेखील वाटला आणि ज्यांच्या मनावर तो अलिप्त, कोरडा, व्यवहारी असल्याचे ठसवण्यात आले त्यांनी त्याला आत्मकेंद्री, कठोर, चिडकाही ठरवले. सगळ्या विद्यार्थ्यांसमोर व्यक्ती एकच आली होती, फरक होता तो त्यांच्या मनात निर्माण केल्या गेलेल्या तिच्याविषयीच्या अपेक्षात.

आपण हेही पाहिले आहे की, मुलाखतीला आलेल्या उमेदवारांपैकी जे जरा कनिष्ठ दर्जाच्या विद्यापीठातून पदवी मिळवलेले, कमी गुणवत्तेचे आहेत हे माहीत असते त्यांना मुलाखतकार अभावितपणे अवघड प्रश्न विचारतात आणि ख्यातनाम शिक्षणसंस्थांमधून उत्तीर्ण झालेले, हुशार आणि 'हे काम नक्कीच चांगले करू शकतील' असा विश्वास ज्यांच्याबद्दल त्यांच्या मनात उत्पन्न झालेला असतो त्यांना मात्र साधे, सोपे.

मानसशास्त्रज्ञ याला 'अपेक्षापूर्तीसाठीचे भाकीत' असे म्हणतात. चर्चेचा परिपाक, प्रसंगाचा शेवट, प्रयत्नांचे फलित याबद्दल लोकांच्या मनात ज्या आशा, ज्या आकांक्षा असतात त्या परिपूर्ण व्हाव्यात, सर्व काही तसेच व्हावे, नव्हे ते तसेच होणार आहे असेच भाकीत त्यांचे मन वर्तवत राहते. त्यांच्या गाढ्या विश्वासाला तडा जाऊ नये यासाठी मग लोक मनापासून प्रयत्न करतात. जरूर पडली तर त्यांच्या विचारांना वेगळी दिशा देतात, मतांना मुरड घालतात, त्यांच्या वागणुकीत बदल घडवतात आणि अखेरीस कसाही असला तरी एकंदर अनुभव हा त्यांच्या भाकिताप्रमाणे, त्यांच्या अपेक्षांशी जुळणाराच होता असेच ते मानून घेतात.

एका पार्टीत तुमच्या बरोबर असणाऱ्या ॲमेलिया नावाच्या तरुणीला तुम्ही असे सांगता की, तुम्हाला त्या पार्टीत खूपच मजा येते आहे आणि पार्टीत बऱ्याच छान-छान लोकांना भेटायला मिळणार या कल्पनेने तुमच्या चित्तवृत्ती फुलून आल्या आहेत. त्या तुमच्या भावव्यक्तीचा परिणाम असा होईल की ॲमेलियाही खुलेल, उत्फुल्ल चेहऱ्याने लोकांना भेटेल, त्यांच्याशी प्रयत्नपूर्वक सुसंवाद साधायचा प्रयत्न करेल. त्यांना प्रश्न विचारेल, उत्तरे देईल, मोकळेपणाने हसेल. पार्टीतील लोकांवर तिचा चांगला ठसा उमटायला मदत होईल असे सारे काही करेल. लोकही तिला तसाच मिळताजुळता प्रतिसाद देतील. तीही पार्टीचा आनंद घेईल, पार्टीत रंगून जाईल.

याच्याविरुद्धही घडू शकते! ॲमेलियाला जर तुम्ही असे म्हणालात की, 'काय विचित्र, घुमे लोक आहेत या पार्टीत! आत्ताच मी काही लोकांशी बोलत होतो, छे, एक तर बोलत नाहीत, आणि बोलले तर काहीबाहीच बोलतात!!' तिच्या अपेक्षा बदलतील, तिची वागणूक बदलेल. तिच्यात सावधपणा शिरेल, ती लोकांकडे जरा संशयाने बघेल, हसणे राखून ठेवेल. तिच्या या अलिप्तपणाने, उदासिनतेने मग लोकही तिच्यापासून अंतर ठेवू लागतील, कोरडेपणाने वागतील. परिणामी पार्टीतले लोक विचित्र आहेत, त्यांच्यात मित्रभावाचा अभाव आहे या तिच्या अपेक्षेला खतपाणीच मिळेल.

माणसात मूलत:च हा जो अपेक्षापूर्तीचा हव्यास असतो, जी लालसा असते त्याचा आपण कसा सदुपयोग करून घेऊ शकू?

परिणामकारक प्रभावतंत्राचा म्हणजे काळजीपूर्वक निवडलेले शब्द, देहबोली, स्पर्श यांचा सुयोग्य वापर करून तुमच्या सभोवतालच्या प्रत्येकाला एक सुंदर, संस्मरणीय अनुभव प्रदान करण्याचे सामर्थ्य तुमच्यात आहे. ऑफिसमध्ये, कंपनीत एखादी नवीन योजना सहयोगींसमोर मांडताना तुम्ही ज्या शब्दांची निवड कराल, ती ज्या पद्धतीने त्यांच्या काना-मनावर ठसवाल त्यावर त्यांच्या मनात तिच्याविषयी कोणत्या अपेक्षा निर्माण होतात हे ठरेल आणि त्या अपेक्षांच्या पूर्तीसाठी ते जी भाकिते करतील, ज्या प्रकारे वागतील, त्यासाठी प्रयत्न करतील, त्यात सहभागी होतील त्यावर त्यांचा अनुभव आणि त्यामुळे त्या योजनेचे यशही निश्चित होईल. 'ही योजना अत्यंत अवघड आहे, फार कष्टमय आहे' असे त्यांना सांगा. त्यांच्या मनात त्रासाच्या, कटकटीच्या अपेक्षा तयार होतील. 'ही योजना म्हणजे आपल्या सर्वांच्या क्षमतेला एक जबरदस्त आव्हान आहे आणि ती आपले अपार कष्ट सार्थकी लागतील अशीच मधुर फळे देणारी आहे' असे तिचे वर्णन करा, ते सकारात्मक विचार करू लागतील, त्यांच्या अपेक्षा उंचावतील. त्यांची पूर्तता व्हावी म्हणून ते स्वेच्छेने तुमची योजना प्रयत्नपूर्वक तडीस नेतील.

तुमच्या एका मित्राशी दुसऱ्या मित्राची ओळख करून देतानाही शब्द अतिशय विचारपूर्वक निवडा. कारण तुमचे शब्द त्यांची पूर्ण ओळख होण्याआधीच त्यांच्या मनात एकमेकांची चित्रे रेखाटणार आहेत. तुम्हाला ते कसे उमटायला हवे आहे? 'निग्रही', 'गमत्या', 'हुशार' की 'मदतीला तयार असणारा', 'मस्तमौला', 'मोहक व्यक्तिमत्त्वाचा'?

हे ध्यानात ठेवणे गरजेचे आहे की, शब्दांनी मन:पटलावरील चित्रांच्या रंगांच्या छटातच फरक करता येतो, अनुभवसिद्ध चित्रातच बदल घडवता येत नाही. शब्दांचा अपेक्षांवर होणारा परिणाम हा अगदी तरल असतो. म्हणजे तुम्ही 'त्या डेंटिस्टकडे दात उपटून घेणे हा अगदी सुखद अनुभव असतो' असे नाही कोणाला सांगू शकत!

वेगावर योग्य नियंत्रण ठेवून रस्त्यावरील गतिरोधकावरून जाताना बसणारा दणका सुसह्य करता येतो, तो गतिरोधक टाळता नाही येत. शब्दांचे तसेच आहे. ते भावनांची टोके थोडी घासून बोथट करू शकतात, त्यांची दिशा जरा वळवू शकतात, मूळ भावनाच बदलू शकत नाहीत. आता तुम्ही हे तंत्र प्रत्यक्षात कसे वापराल?

तुम्हाला जर रोजच्या जीवनात शब्दसामर्थ्य एकवटून त्यांच्या उचित परिणामांचे फायदे उपभोगायची इच्छा असेल तर मी असे सुचवेन की, थोडा वेळ खर्च करून तीन विशिष्ट व्यक्तींबरोबरचे तीन भिन्न प्रसंग मनात उभे करा आणि त्यात शब्दांची निवड कशी कराल याचा विचार करा. थांबा, हे सगळे नुसते कल्पनेत नको, विचारांचे घोडे नका नाचवू. कागद, पेन घ्या; खाली दिल्याप्रमाणे एक टेबल आखा आणि त्यात सर्व तपशीलवार लिहून काढा :

ज्याला प्रभावित करायचे आहे ती व्यक्ती आणि परिस्थिती	मी काय बोलेन, कोणते शब्द वापरेन?

शब्दांनी निर्माण केलेल्या प्रतिमा

या विषयाशी संबंधित संशोधन असे दाखवून देते की, आपण लोकांचे वर्णन करायला ज्या शब्दांचा वापर करू त्यानुसार त्यांची वर्तणूक बदलते. आपण जर त्यांना सांगितले की, ते दुसऱ्याला मदत करायला कायमच तयार असतात तर ते मदत करायला आवर्जून पुढे येतील. तेच जर तुम्ही कोणाशी झालेल्या मतभेदातून उद्भवलेल्या चर्चेत त्यांना ते 'रागावलेले', 'चिडलेले' आहेत असे म्हणालात तर ते विनाकारण अवाजवी रागाचे प्रदर्शन करतील, फारच चिडल्याचे दर्शवतील. हेही 'अपेक्षापूर्तीसाठीचे भाकीत' असते. आपण त्यांना ते जसे आहेत असे आपल्या शब्दातून सांगतो, त्यांची जशी प्रतिमा त्यांच्या मनात उभी करतो तसेच आपण असले पाहिजे ही अपेक्षा त्यांच्या मनात निर्माण होते आणि तिच्या पूर्तीसाठी ती त्यांच्या वर्तनाच्या छटांना त्यानुसार रंग भरण्याला कारणीभूत ठरते.

याला मनोवैज्ञानिक 'सुसंगतीचे तत्त्व' असे संबोधतात. लोक ज्या वेळी त्यांचे केले जाणारे विवक्षित वर्णन ऐकतात त्या वेळी ते त्या वर्णनाशी सुसंगत ठरेल, काही प्रमाणात तरी त्याच्याशी जुळेल अशीच वर्तणूक राखण्याचा, त्यांच्या नकळत प्रयत्न करतात.

ही सुसंगती जागवण्यासाठी शब्दांचा परिणामकारक वापर कसा करायचा आणि लोकांना आपल्याला हवे तसे वागायला कसे भाग पाडायचे हे सहज समजेल असे काही प्रसंग आणि त्यात वापरायचे योग्य शब्द मी उदाहरणादाखल खाली देत आहे :

प्रसंग	**मनपरिवर्तनासाठी सुसंगतीच्या तत्त्वाचा सुयोग्य वापर**
तुमचा 'रूम पार्टनर' खोलीत पसारा करतो तो आवरायला मदत करत नाही.	'तू गबाळा आहेस, अव्यवस्थित आहेस' आणि 'तू मुलखाचा आळशी आहेस' ही वाक्ये कटाक्षाने टाळा. त्यामुळे तो तसाच आहे असाच त्याचा ग्रह होईल, तो तसा आहे असेच दर्शवत राहील, त्यातून त्याच्या त्या दुर्गुणांना उत्तेजन मिळेल. त्याऐवजी 'तू कधीकधी इतका स्वच्छ आणि टापटीप राहतोस आणि खोलीही इतकी छान आवरतोस ना, मला खरंच कौतुक वाटतं तुझं! तू, प्लीज, नेहमीच तसं करत जाशील का? मला खूप आवडेल ते' असे म्हणून पाहा.
ऑफिसमधील सहयोगी सहकार्य देण्यास उत्सुकता दर्शवत नाहीत	त्याआधी तुम्ही एकमेकांच्या मदतीने केलेल्या, एखाद्या यशस्वी कामाने झालेल्या कौतुकाचे त्याला स्मरण करून देऊन विनंती करा. 'मागच्या उन्हाळ्यात तू मला जी बहुमूल्य मदत केली होतीस ना, ती मी कधीच विसरणे शक्य नाही. तेव्हापासून 'तू म्हणजे चोख काम आणि उत्तम सहकारी हे समीकरण माझ्या मनात घट्ट बसले आहे. याही वेळी तशीच मदत करशील?'

एका समाजोपयोगी मदतकार्यासाठी देणग्या गोळा करत आहात	लोकांचे लक्ष वेधून घेण्यासाठी त्यांना 'पीडितांना मदत करायला कायम तत्पर असणाऱ्यांना नमस्कार' अशा शब्दात प्रणाम करा, 'परोपकारी मित्रांनो' असे त्यांना संबोधा. 'तुम्ही नेहमी मदत करताच' असे म्हणा.

हे तंत्र नीट आकलन झाले असेल तर आता तुम्ही का नाही ते वापरून पाहत? खाली दिलेल्या टेबलमध्ये तुमच्यासमोर प्रत्यक्षातच ठाकलेले किंवा काही संभाव्य असे प्रसंग लिहा आणि तुम्ही त्या वेळी कसे बोलला होतात, बोलाल, कोणती भाषा आवर्जून वापरलीत, वापराल आणि कोणते शब्द कटाक्षाने टाळले होते, टाळाल तेही लिहून काढा.

प्रसंग	मनपरिवर्तनासाठी सुसंगतीच्या तत्त्वाचा सुयोग्य वापर

लोकांची मने टप्प्याटप्प्याने जिंका

उत्तर अथवा दक्षिण ध्रुवावरील प्रदेशांचा शोध घेणाऱ्या धाडसी संशोधकांनी, तेथील त्यांच्या प्रथम प्रवेशाचे वेळी घट्ट गोठलेल्या बर्फाला फोडण्याची क्षमता असणाऱ्या बळकट बनावटीची आणि प्रचंड शक्तिशाली इंजिनांची जहाजे वापरून त्या बर्फाला बाजूस सारून पुढे जाण्याचा एक छोटासा, चिंचोळा मार्ग तयार केला. मग त्या मार्गावरून बाकीची जहाजे अत्यंत कमी प्रयास करून, सहजपणे प्रवास करू शकली. लोकांच्या मनात शिरून त्यांचा ताबा मिळवायला विरोधाचा बर्फ असाच पहिल्यांदा हळूहळू अरुंद पायवाट तयार करून दूर करावा लागला. आपल्या खास भाषेत सांगायचे म्हणजे प्रथम 'चंचुप्रवेश' करावा लागतो, त्यामुळे मग नंतरचे काम सोपे बनते. चौथ्या प्रकरणात आपण 'चंचुप्रवेशा'चे असे अनेक प्रकार बघितले आहेत जे लोकांचे मनपरिवर्तनाचे कार्य सुकर बनवतात. उदाहरणार्थ, अनोळखी लोकांना एखादी विनंती करण्यापूर्वी, आपली मागणी त्यांच्यासमोर

ठेवण्याआधी, अगदी निरुपद्रवी, साधासुधा प्रश्न विचारून संवादाचा प्रारंभ करायचा, 'चंचुप्रवेश' साधायचा. पहिला, जरासा कठीण टप्पा अशा पद्धतीने पार केल्यावर मागणी मान्य होण्याची शक्यता खूपच वाढते. मनाचे द्वार हमखास उघडेल असे परवलीचे, मनात शिरकाव करण्याचे, 'चंचुप्रवेशा'चे दोन मार्ग सांगतो :

एक – किलकिल्या दारात पाय अडकवून ठेवणे

जोनाथन फ्रीडमन आणि स्कॉट फ्रेझर या संशोधकद्वयीने शिकवलेले 'दारात पाय अडकवून ठेवण्याचे' तंत्र हा लोकांकडून तुमच्या विनंतीला मान्यता देण्याचे ठोस आश्वासन मिळवण्याचा प्रयोगसिद्ध आणि अनुभवाने शिक्कामोर्तब केलेला मार्ग आहे. त्यातील तत्त्व लक्षात आहे ना? आधी एखाद्या छोट्या, सहजी मान्य होईल अशा विनंतीला लोकांना 'हो' म्हणायला लावायचे म्हणजे पुढे येणारी मोठी मागणी ते स्वीकारण्याची शक्यता कितीतरी पटींनी वाढते.

समजा, डॅनियल आणि मिडोरी या दोन स्वयंसेविकांनी निराधार प्राण्यांना आसरा देणाऱ्या एका पांजरपोळ संस्थेसाठी पैसे जमा करायचे काम स्वीकारले आहे. डॅनियल घराघरांचे उंबरे झिजवत लोकांना ५० पौंडाची देणगी देण्याची गळ घालत फिरत आहे. पन्नास पौंड म्हणजे काही थोडीथोडकी रक्कम नाही, म्हणूनच फारच थोडे लोक डॅनियलची विनंती मान्य करतील.

मिडोरी जरा वेगळा मार्ग अवलंबेल. मिडोरी लोकांच्या घरी जाऊन प्रथम त्यांना त्या संस्थेचे नाव, चिन्ह असलेला एक बिल्ला छातीवर लावा अशी विनंती करेल. भूतदयेसारखा महत्त्वाचा विषय, निराधार प्राण्यांवर दया दाखवण्याचा उपक्रम, आणि त्यासाठी केवळ एक बिल्ला लावण्यासारखे साधे, सोपे आवाहन – खूप लोक मिडोरीच्या त्या छोट्याशा विनंतीचा सहजी स्वीकार करतील.

आता, त्यानंतर सुमारे एका आठवड्याने मिडोरी जर त्याच सगळ्या घरी परत गेली. तिने नम्रपणे ५० पौंडाची मागणी केली तर तिला डॅनियलपेक्षा कितीतरी जास्त पैसे मिळण्याची शक्यता खूप असेल की नाही?

आता मिडोरीला डॅनियलपेक्षा किती जास्त देणग्या मिळतील हे नेमके सांगणे कठीण आहे, पण आतापर्यंत भिन्न-भिन्न देशात, विविध प्रकारच्या मागण्यांच्या बाबतीत केल्या गेलेल्या शास्त्रीय संशोधनातून हेच सिद्ध झाले आहे की, एखाद्या छोट्याशा विनंतीने किलकिल्या झालेल्या दारात पाय अडकवून ठेवला तर मोठ्या मागणीसाठी ते दार उघडणे जरा जास्त सोपे पडते.

हे सोपे पण परिणामकारक तंत्र वापरता येईल असे बरेच प्रसंग तुम्हालाही दिसू शकतील. खालील टेबलमध्ये मी चार उदाहरणे दिली आहेत. तुमच्या मार्गदर्शनासाठी त्यातल्या पहिल्या प्रसंगात कुठल्या विनंतीने दार थोडेसे उघडून त्यात पाय अडकवून

ठेवता येईल हे मीच तुम्हाला दाखवले आहे. बाकीच्या तीन प्रसंगाना योग्य अशा 'प्राथमिक विनंत्या' तुम्ही विचार करून, शोधून रिकाम्या जागी भरायच्या आहेत :

प्रसंग	**दार उघडून त्यात पाय अडकवून ते पूर्ण उघडण्यासाठी योग्य अशी छोटीशी विनंती.**
दर शुक्रवारी घरून काम करण्याची वरिष्ठांकडून परवानगी मिळवणे	'सर, माझ्याकडे असे बरेच अहवाल येऊन पडले आहेत. त्या अहवालांचे काम जर मी घरीच पूर्ण केले तर वेगाने पूर्ण करणे शक्य होईल. मी पुढच्या आठवड्यात शुक्रवारी दुपारी घरूनच काम करू का?'
तुमच्या मित्राला त्याचा वाढदिवस मोठ्या थाटात साजरा करण्यासाठी एक आठवडा ॲम्स्टरडॅम येथे जायचे आहे.	
तुमच्या अध्यापकांनी लिहायला दिलेल्या निबंधाची अंतिम मुदत संपलेली आहे, पण तुम्हाला त्यांच्याकडून त्यासाठी थोडा अधिक वेळ मागून घ्यायचा आहे.	
वरिष्ठांकडून तुम्हाला निदान १५ टक्के पगारवाढ मिळवायची आहे.	

लोकांची तर्कबुद्धी जागवा आणि त्यांना गुंतवा

या संबंधातील एक शोध असा आहे की, जर लोकांना एखाद्या गोष्टीचे कारण सांगितले गेले तर त्यांचे मनपरिवर्तन होण्याची शक्यता वाढते. नुसता उपदेशाचा

डोस कोणालाही कडूच लागतो!

पण जर तुम्हाला तुमच्या ओळखीच्या लोकांपैकी कुणाची एखादी सवय मोडायची असेल, कोणाला चांगली सवय लावायची असेल; उदाहरणार्थ, धूम्रपान, नियमित व्यायाम, अतिमद्यपान, घरकामात मदत इत्यादी, तर त्यांना मात्र तसे करायची कारणे सांगत बसण्यापेक्षा त्यांना असे प्रश्न विचारा की, उत्तरे देताना त्या सवयींचे चांगले अथवा वाईट परिणाम, फायदे-तोटे काय असतात ते तेच त्यांच्या तोंडाने सांगतील.

या तंत्राच्या प्रत्यक्ष वापरासाठी सिद्ध होण्याच्या दृष्टीने मी येथेही एक टेबल देत आहे. चार प्रसंग, पहिल्या प्रसंगात जो प्रश्न विचारायचा त्याचे प्रात्यक्षिक, उरलेल्या प्रसंगातले प्रश्न, तुम्ही या तंत्रावर विचार करून, स्वत: भरायचे.

प्रसंग	**लोकांच्या तर्कबुद्धीला आवाहन करण्यासाठीचा योग्य प्रश्न**
प्रिय व्यक्तीला वजन जाडी कमी करायला उद्युक्त करायचे आहे.	'तू कधी बारीक होण्याच्या, सडसडीत दिसण्याच्या फायद्यांचा विचार केला आहेस?' किंवा 'सांग पाहू, तू वजन कमी केलेस तर तुला काय-काय फायदे मिळवता येतील?'
एका तरुणाला विद्यापीठात प्रवेशासाठी अर्ज करायला लावायचे आहे.	
तुमच्या शेजाऱ्यांना घरावर सोलर पॅनेल बसवायला राजी करायचे आहे.	
कंपनीतील सहकाऱ्याला त्याच्या खर्चाचा अहवाल आठवड्याच्या आठवड्याला, नियमितपणे द्यायची सवय लावायची आहे.	

कथा-कल्पनांच्या सामर्थ्याचा उपयोग

पाचव्या प्रकरणात मी असे विधान केले आहे की, माणूस हा एकच सजीव प्राणी असा आहे की, ज्याला कल्पनाशक्तीचे वरदान लाभलेले आहे. न पाहिलेल्या गोष्टीदेखील केवळ कल्पनेत डोळ्यांसमोर आणण्याची, साकार करण्याची कला मानवालाच अवगत आहे. त्याचाच फायदा घेऊन एखादा विशिष्ट प्रसंग त्यांच्यावर ओढवला आहे, एखाद्या विशिष्ट पद्धतीचे वर्तन त्यांच्या हातून घडते आहे असा समज जर लोकांच्या मनात दृढ करता आला तर प्रत्यक्षातही ते तसेच वागतील ही संभावना चांगलीच वृद्धिंगत करता येते. हे साधण्याचे दोन मार्ग (पुन्हा एकदा तुमच्या आठवणीसाठी) असे :

लोकांना एखादा विशिष्ट प्रसंग डोळ्यांसमोर आणायला सांगणे

लोकांना कल्पनेत एका प्रकारची वर्तणूक करायला एक नेमकी प्रतिक्रिया द्यायला सांगितली तर त्यांचे मनपरिवर्तन घडवून आणण्याच्या आपल्या प्रयत्नात आपण बरीच सुधारणा आणू शकतो. तुम्हाला तो प्रयोग आठवतो (पाहा – प्रकरण ५ - 'दारात अडकवलेल्या 'पाया'पासून मनातल्या 'पदा'र्पणापर्यंत' या शीर्षकाचा परिच्छेद.) ज्यात टेंपी नावाच्या शहरातील लोकांना केबल टीव्हीबद्दलचे मत विचारले होते आणि नंतर त्यासाठीची वर्गणी गोळा केली होती. त्या प्रयोगात काही लोकांना केबल टीव्हीचे फायदे ऐकवलेले होते, हे होईल, ते घडेल असे सांगितले होते आणि काहींना मात्र केबल टीव्ही त्यांच्या घरी आला आहे, सगळे कुटुंब मजेत त्याचा आस्वाद घेते आहे, त्यामुळे अप्रत्यक्षरीत्या होणाऱ्या बचतीमुळेही समाधान नांदते आहे अशी कल्पना करून सुखी घराचे एक चित्रच रंगवायला सांगितले होते. प्रत्यक्ष वर्गणी भरून केबल घेणाऱ्या लोकांत असे कल्पनाचित्र रंगवून प्रभावित झालेले लोक, नुसते फायदे ऐकलेल्यांच्या जवळ-जवळ दुप्पट होते.

तेव्हा एखाद्याच्या वागणुकीत तुम्हाला अपेक्षित असणारा बदल जर घडवून आणायचा असेल तर त्याच्यासमोर केवळ फायद्यांची यादी वाचण्यापेक्षा, त्या बदलाने काय काय प्राप्त होईल हे वर्णन करत बसण्यापेक्षा 'अशी कल्पना कर...' अशी सुरुवात करून पाहा. काही उदाहरणेच देतो :

प्रसंग	कल्पनाशक्तीला आवाहन करणारी वाक्ये
टूथपेस्ट तयार करणाऱ्या कंपनीला त्यांच्या नव्या चमकवणाऱ्या स्वच्छ, उत्पादनाची विक्री वाढवायची आहे.	'अशी कल्पना करा की, तुम्ही एका पार्टीला गेला आहात, पार्टीत हास्यविनोदाला ऊत आला आहे. तुमच्या दातहसण्याने सर्वांना मोहिनी घातली आहे,प्रत्येक जण तुमच्या पांढऱ्या चमकत्या दातांचा हेवा करतो आहे, सर्वत्र हीच चर्चा चालू आहे की कुठून मिळवले तुम्ही हे सिनेतारकेचे हास्य?'
सारखा पिझ्झा किंवा तसलेच काहीतरी नि:सत्त्व अन्नपदार्थ सतत बाहेरून मागवणाऱ्या मैत्रिणीला घरी पौष्टिक स्वयंपाक करायला लावायचा आहे	'अशी कल्पना कर की, तू गॅसजवळ उभी राहून चिकन , त्यात चिकन, त्यात रसरशीत गाजरे, बटाटे घालून मंदाग्नीवर ठेवून तो स्वादिष्ट रस्सा मन लावून ढवळत आहेस, नंतर तो टेबलावर बसलेल्यांच्या पानात वाढत आहेस, सगळे अगदी चवीने, तुझ्या सुगरण जेवणाची तारीफ करत तो ओरपत आहेत. असं चविष्ट चित्र येते आहे तुझ्या डोळ्यांपुढे?'
तुमच्या एका महत्त्वाकांक्षी योजनेवर तुमच्या सहकाऱ्यांना जोमाने, जोराने काम करायला प्रोत्साहित करायचे आहे.	'अशी कल्पना करा की, आपल्या गटाचे नाव या वर्षीच्या अधिक 'सर्वोत्तम गट' या पुरस्काराच्या संभाव्य यादीतच नुसते झळकले झळकले आहे असे नाही, तर आपल्याला पहिले बक्षीसही मिळाले आहे. कंपनीतील प्रत्येक जण तुमची पाठ थोपटतो आहे, तुमच्यावर अभिनंदनाचा वर्षाव होतो आहे. अभिमानाने मान कशी उंचावेल तुमची, हो की नाही?'

मग, कशी वापरणार लोकांची कल्पनाशक्ती त्यांना तुमच्या विचाराने चालायला लावण्यासाठी?

कथेच्या रूपात कल्पनाशक्तीचे सामर्थ्य वाढवण

'अशी कल्पना करा...' असे लोकांना सांगण्याने ते त्या कल्पनाराज्यात प्रवेश करून स्वत:ला तेथे पाहून त्यांच्या वर्तणुकीत, विचारात, निवडीत बदल करतील अशी शक्यता खूपच वाढते. पण मानसशास्त्रज्ञांनी हे जाणले आहे की तोच, कांकणभर जास्तच परिणाम लोकांना गोष्टी सांगूनही साधता येतो. कारण गोष्ट ऐकताना किंवा वाचताना साहजिकपणे आपण आपल्या कल्पनेने त्यातील शब्दांना सुसंगत अशा प्रतिमा चिकटवतोच.

कथाकथनाच्या या उपायाचा परिणाम आणखी वाढवण्यासाठी शास्त्र आपल्याला असे सुचवते की, त्या गोष्टीत भरपूर तपशील असायला हवेत आणि ते अत्यंत स्पष्ट, ठळकपणे वर्णन केलेले, नि:संदिग्ध आणि निश्चित स्वरूपाचे असायला हवेत. सामान्य दृष्टीला ते तपशील क्षुल्लक, अप्रस्तुत व निरुपयोगी वाटतील. ऑफिसच्या एखाद्या रिपोर्टमध्ये तसे काही तपशील वापरलेले सापडले तर वरिष्ठ ते नक्कीच गाळायला लावतील.

एक उदाहरण देतो. त्यासाठी प्रथम मला त्वचेच्या कर्करोगासंबंधीची काही आकडेवारी तुमच्यासमोर ठेवायला लागेल. २००८ साली या रोगाने इंग्लंडमध्ये २५०० लोकांचा बळी घेतला आणि त्याच कालावधीत १०,०००हून अधिक लोकांना या रोगाच्या 'मॅलिग्नंट मेलानोमा' या प्रकाराने ग्रासले.

हे मी वाचले तेव्हा आकड्यांवरून मला तरी फारसा बोध झाला नाही. तसे पाहिले तर इंग्लंडच्या एकूण लोकसंख्येच्या मानाने हे आकडे काही खूप गंभीर नाहीत असेच मला वाटले. पण, जर माझ्या माहितीतल्या कुणाला हा रोग झाला असेल तर?

ल्यूसीला मी वैयक्तिकरीत्या ओळखत नाही, पण ती माझ्या एका जवळच्या मैत्रिणीची जुळी बहीण आहे. ल्यूसीला तिच्या तरुणपणी सूर्यस्नान करायला फार आवडायचे. ठिकठिकाणच्या प्रसिद्ध समुद्रकिनाऱ्यावर, पोहोण्याचा पोशाख घालून, ऊन अंगावर घेत, वाळूत पहुडलेले तिचे बरेच फोटो मी पाहिलेले आहेत. लग्नानंतर काही वर्षांनी तिच्या नवऱ्याला तिच्या अंगावर काही वेगळ्या प्रकारचे फोड आलेले लक्षात आले. ते दोघे लगेचच डॉक्टरकडे गेले. डॉक्टरांनी 'मेलानोमा' या प्रकारच्या कर्करोगाचे निदान केले. सर्जनकडे जाऊन तिने ते फोड शस्त्रक्रियेने काढून टाकले. तेव्हापासून तिला मधून-मधून तो 'मेलोनामा' परत उद्‌भवत नाही ना याची तपासणी करून घ्यावी लागते. सुदैवाने आजपर्यंत तरी तो परतलेला आढळलेला नाही. पण तिला केव्हाही, अगदी कमी उन्हात जरी बाहेर पडायचे असेल तरी उघड्या त्वचेवर जाड लोशनचा थर चोपडून

घ्यावा लागतो.

तुमचे माहीत नाही, पण मी वर म्हटले तसे, मला कर्करोगाबद्दलच्या आकडेवारीने आधी अजिबात घाबरवले नव्हते, मला उन्हात बाहेर जायची भीतीही वाटली नव्हती, पण मी जेव्हा 'सूर्यप्रिय' ल्यूसीच्या शस्त्रक्रियेची कथा ऐकली तेव्हा मात्र कर्करोगाच्या धोक्याची मला 'जळती' जाणीव झाली.

समाजोपयोगी, परोपकारी कार्ये करणाऱ्या स्वयंसेवी संस्थांना लहान-लहान कथांतील शक्ती, त्यांचे सामर्थ्य चांगलेच कळलेले असते. त्या त्याचा योग्य तऱ्हेने उपयोग करून घेत असतात. तुमच्या रोजच्या जीवनात तुम्ही कथांचा वापर कसा करणार आहात? पाचव्या प्रकरणातील 'लोकांना गोष्टी सांगा, त्यांचे मन जिंका' ही चौकट वाचा, ती तुम्हाला लोकांच्या मनावर ठसणाऱ्या, त्यांचे परिवर्तन घडवणाऱ्या परिणामकारक कथा सांगताना काय तंत्र वापरायचे याबद्दल तुमची आठवण ताजी करेल. त्याच तंत्राविषयी आणखी काही मुद्दे मांडतो :

- **मुलाखतीचे वेळी सांगण्यासारख्या काही छोट्या प्रसंगकथा तयार ठेवा :**

  मुलाखतकाराने जर असा प्रश्न विचारला की, 'तुम्ही स्वत: खूप कार्यकुशल असाल, पण तुम्ही संघवृत्तीने, गटाला बरोबर घेऊन काम करू शकता का?' यावर, 'हो, हो, मी गटामध्येही उत्तम काम करू शकतो' असा नुसता मोघम होकार भरण्यापेक्षा, खरोखरच तुमच्या असाधारण प्रयत्नांनी गटाला यश मिळाल्याचे एखादे प्रत्यक्षात घडलेले उदाहरण देणे हे शतपटीने परिणामकारक ठरते, तुमचा खोल ठसा उमटवून जाते, मुलाखतकाराला तुमच्या बाजूने कौल द्यायला लावणे सिद्ध होते असेच वैज्ञानिक संशोधन सांगते. 'होय, उदाहरणच देतो. सहा महिन्यांपूर्वी माझ्या गटाचा एक सदस्य आमच्यावर सोपवलेल्या कामाच्या अंतिम तारखेच्या थोडा आधी अचानक खूप आजारी पडला. कुणा नवीन माणसाला आणून त्याला तयार करण्याइतकाही वेळ आमच्याजवळ नव्हता. मी त्याच्या वाटणीचंही काम केलं, सकाळी उजाडत ऑफिसला यायचो, रात्री-रात्री थांबायचो, सुट्टीच्या दिवशीही काम करायचो. असं चांगलं सहा आठवडे करायला लागलं, ते केलं, पण गटाचं नाव राखलं, ठरलेल्या तारखेच्या आत काम पूर्ण केलं.' हे उत्तर कसे वाटते?

- **प्रेक्षक, श्रोते यांच्यासमोर एखादे सादरीकरण करताना त्यात गोष्टी समाविष्ट करायला विसरू नका :**

  सादरीकरण म्हटले की, संगणकाच्या साहाय्याने तयार केलेल्या पारदर्शिका

एका मागोमाग दाखवत जायच्या असा सरळ, निरस मार्ग सहसा लोक अवलंबतात. पण जर श्रोत्यांना तुमच्यात गुंतवून ठेवायचे असेल, तुमच्या म्हणण्यात त्यांना रस निर्माण व्हायला हवा असेल, त्यांचे मत तुमच्या बाजूला झुकायला हवे असेल, त्यांचे हमखास मनपरिवर्तन झालेले अनुभवायचे असेल तर त्यात एक-दोन चपखल कथा समाविष्ट कराच. तुम्ही समोरील ग्राहकांना नवीन उत्पादन विकण्याच्या उद्देशाने सादरीकरण करत असाल तर त्याची नुसती गुणवर्णने, अनेक फायदे एवढ्यावरच ते संपवू नका. त्याच्या वापरासंबंधीचा तुमचा स्वत:चाच एखादा छानसा अनुभव कथन करा, तुम्हाला काय वाटले, तुमची प्रतिक्रिया काय होती हे गोष्टीरूपाने सांगा. ऑफिसमध्ये लागू केल्या गेलेल्या नव्या नियमाचे सर्वांनी काटेकोररीत्या पालन करावे हे ऑफिसमधील लोकांच्या मनावर ठसवताना तो न पाळल्याने कोणावर तरी ओढवलेल्या घोर संकटाची, त्यामुळे झालेल्या प्रचंड नुकसानीची सत्यकथा मिळवून ती त्यांच्यासमोर वर्णन करा. मी 'गोष्टी सांगा' असे सांगतो आहे, 'गोष्टी रचा' असे सांगत नाही हे लक्षात घ्या. थोडे सहेतुक निरीक्षण, अभ्यास, प्रयत्न तुम्हाला नक्कीच तुमच्या म्हणण्याला, मुद्द्याला पुष्टी देणारी उदाहरणे, प्रत्यक्षात घडलेल्या कथा सापडवून देतील. अशा कथा तुमचे सादरीकरण, तुमचे उद्देश सजीव, सचित्र, परिणामकारक बनवतील, लोकांचे मनपरिवर्तन निश्चित घडवतील.

- **खरेदी करायला राजी करण्यासाठी मनोवेधक गोष्टींची गळ घाला :** तुम्ही उच्च दर्जाच्या, मोठ्या ऐसपैस गाड्यांचे किंवा दुकानात सौंदर्यप्रसाधने विकायचे काम करणारे विक्रेते असाल तर, ग्राहकांना भुलवताना, त्यांना खरेदी करायला भाग पाडताना त्यांच्याशी जे बोलाल त्यात हुशारीने कथांची पेरणी करा. समाधानी ग्राहकांच्या विशेष प्रतिक्रिया, त्यांची प्रशस्तिपत्रे, शिफारशी तुमच्यापाशी असतील तर त्या ग्राहकांना जरूर ऐकवा. पर्वतमाथ्यावर बंगला बांधून राहणाऱ्या एका धनिकाचा, रोजचा, वळणा-वळणाच्या, चढउताराच्या, घाटाच्या रस्त्यावरील कष्टप्रद व धोकादायक प्रवास तुम्ही शिफारस करत असलेल्या गाडीने कसा सुखकर केला त्याची कहाणी सांगा. सौंदर्यप्रसाधनांनी एका तिशीतल्या स्त्रीला इतके तरुण आणि मोहक बनवले की, तिने मद्यायलयात मद्याची मागणी केल्यावर तिच्याकडे वयाचा दाखला कसा मागितला, ती अविश्वसनीय वाटणारी सत्यकथा वर्णन करा. तुम्ही जर योग्य, खऱ्या घडलेल्या कथा कथन केल्यात तर तुमचा प्रभाव कितीतरी पटीने जास्त पडेल.

  हो, पण गोष्टीत ठळक, स्पष्ट, नि:संदिग्ध, निश्चित तपशील घालायला विसरू नका.

साम्यस्थळे आणि सवलती यातून सहकार्य

माझ्या आईवडिलांना एकाच जन्मतारखेने कसे जन्मभराच्या नात्यात गुंतवले त्याची प्रेममय कहाणी मी तुम्हाला सहाव्या प्रकरणात सांगितलीच आहे. स्टीफन आणि ज्यूडी यांच्या जन्मतारखा भिन्न असत्या तर कदाचित तुम्ही हे पुस्तक वाचत नसतात. असे अगणित पुरावे आहेत जे हे सिद्ध करतात की साम्यस्थळे लोकांना जवळ आणतात, आपापसातले आकर्षण वाढवतात. उदाहरणार्थ, एका अभ्यासाने असा प्रयोगसिद्ध दावा केलेला आहे (या प्रयोगाचा मी यापूर्वी उल्लेख केलेला नाही) की, ज्यांची नावे सारखी असतात त्यांचा एकमेकांवर जास्त प्रभाव पडू शकतो. निकोलस नावाच्या तरुणाला निकोला नावाची तरुणी सँड्रा नावाच्या तरुणीपेक्षा अधिक प्रभावित करेल.

आपण लोकांना आपल्या बाजूला वळवण्याच्या प्रयत्नात असू तेव्हा संवादाचा आरंभ त्यांच्याबद्दलची अधिक माहिती मिळवून साम्यस्थळे शोधण्याच्या उद्देशाने केला पाहिजे. (सहाव्या प्रकरणातील 'समानतेच्या परिणामांचा सदुपयोग' या शीर्षकाची चौकट पाहा). या समानतेचे उचित भांडवल करून लोकांचे मनपरिवर्तन करून त्यांना आपल्याशी सहकार्य करायला लावण्याच्या आपल्या प्रयत्नात हमखास यश प्राप्त करण्यासाठी काही खास सूचना देतो :

- **विशोभित पोशाख करू नका –**

  'आपल्यासारखा' पेहराव केलेल्या व्यक्तीच्या विनंतीचा स्वीकार लोक अधिक सहजपणे करतात असे संशोधनाने दाखवून दिले आहे. अत्याधुनिक तंत्राने एकदम 'हटके' जाहिराती बनवणाऱ्या कंपनीच्या लंडनच्या पश्चिम सीमेजवळील ऑफिसमध्ये मी जेव्हा कामानिमित्त जातो तेव्हा कधीच सूट-बूट-टाय असा औपचारिक पोशाख करत नाही. 'डीझेल' जीन्स घालतो, पायात 'ट्रेनर' शूज घालतो. लॅपटॉपची लेदरची शानदार बॅग घरी ठेवून माझा सगळा सरंजाम पाठीवरच्या वा खांद्यावर लटकवायच्या 'झोळी'त भरून नेतो. जेथे जायचे, ज्यांच्यात मिसळायचे त्यांच्यासारखेच दिसले पाहिजे यासाठी तुम्ही तुमच्यात कसे बदल करणार याचा गंभीरपणे विचार करा.

- **उत्तर दडलेले प्रश्न टाळा, लोकांना बोलते करा –**

  लोकांना स्वत:बद्दल बोलायला नेहमीच आवडते, खरेतर ते त्यासाठी उत्सुकच असतात. त्यांना तशी संधी आवर्जून द्या. सूचक प्रश्न विचारून त्यांच्या आवडी निवडी, त्यांना विशेष रस असलेल्या गोष्टी, त्यांचा भूतकाळ, त्यातील काही संस्मरणीय गोष्टी, त्यांच्या भविष्याबद्दलच्या आशा आकांक्षा, त्यांची स्वप्ने

याविषयी माहिती मिळवा, त्यांना भरभरून बोलू द्या, उत्तम श्रोते बना आणि ऐकता-ऐकता साम्यस्थळे हेरा. मग त्यातील साम्यांची त्यांना स्पष्ट जाणीव करून द्या. खाण्या-पिण्यातली पसंती, एकच गाव, शाळा, युनिव्हर्सिटी, आवडता टीव्ही प्रोग्रॅम आणि कितीतरी!

◆ **लोकांबरोबरच्या भेटीच्या नोंदी ठेवा –** स्मरणशक्तीवर फार विश्वास न ठेवता भेटलेल्या लोकांबरोबरच्या साम्यस्थळांच्या सरळ नोंदी करून ठेवा. त्यांची आणि तुमची मुले समवयस्क आहेत, त्यांचाही थोरला तुमच्या मुलासारखाच व्हॉयलिन शिकत आहे, त्यांचा जवळचा मित्र ज्या कंपनीत आहे तेथेच तुमचाही मित्र काम करतो, या आणि अशा सारख्या गोष्टी विसरण्याची घोडचूक कधीही हातून होऊन देऊ नका. प्रत्येक भेटीत सामाईक गोष्टींचा उल्लेख केला नाहीत तर तुमचे फार मोठे नुकसान होईल आणि आवर्जून करत राहिलात तर खूप फायदा. विसरण्याची जरा जरी शक्यता असेल तर लोकांची नावे, कार्यक्षेत्र, त्यांचे सर्व संदर्भ (पत्ता, फोन नंबर, ई-मेल आणि तुमच्या त्यांच्यातले साम्याचे 'दुवे') व्यवस्थित लिहून ठेवायला काय हरकत आहे?

तोंडावर दार आपटून घेण्याचे तंत्र –

दारात पाय अडकवून ठेवण्याचे तंत्र म्हणजे आपली खरी मोठी मागणी उघड करण्याआधी एखादी अगदी क्षुल्लक वाटेल, सहज मान्य होऊ शकेल अशी छोटीशी विनंती प्रस्तुत करायची. तोंडावर दार आपटून घेण्याचे तंत्र याच्या बरोबर विरुद्ध आहे. आधी मुद्दामच एखादी प्रचंड मागणी करायची, तिला मिळालेला अपेक्षित जोरदार नकार पचवायचा, आणि मग तोंडावर आपटून बंद केलेले दार त्याच्या तुलनेत अगदी लहान, साधीसुधी वाटेल अशा आपल्या खरोखरीच्या विनंतीसाठी उघडून घ्यायचे. ('काही न देता मिळवा' या शीर्षकाचा प्रकरण सहामधील परिच्छेद पाहा.)

पहिली मागणी इतकीच मोठी, अवाजवी करायची की, फक्त दारच तोंडावर आपटून बंद केले जाईल. तुम्हाला दाराशी उभेही राहू देणार नाहीत इतकी. मागणीऐवजी आपल्यालाच नकार मिळेल इतकी अवाच्या सव्वा करायची नाही. उदाहरणार्थ, तुम्हाला नोकरीवर ठेवून घ्यायला तयार झालेल्या कंपनीकडून १० टक्के वार्षिक बोनस मिळवायचा असेल तर तुम्ही सुरुवात फार तर २० अथवा २५ टक्क्यांनी करणे चांगले; २५० टक्के इतकी, तुम्हाला नोकरी देणेच रद्द होईल अशी मूर्खपणाची मागणी कधीच असता कामा नये.

या तंत्राचा पुढला भाग असा की, पहिल्या अवाजवी मागणीला बंद झालेले

दार परत किलकिले होण्यासाठी मागणी खाली उतरवायची, आपली खरी मागणी सादर करायची. पण ती करताना हे समोरच्याला अत्यंत स्पष्टपणे जाणवून द्यायचे की, तुम्ही ती 'खास सवलत' म्हणून देत आहात, जराशी मेहेरबानीच म्हणाना. तुमचा पवित्रा काहीसा असा असायला हवा, 'खरे सांगू, फार निराशा झाली माझी तुमच्या नकाराने, पण मी तुमच्यासाठी, फक्त तुम्ही म्हणून खाली उतरायला तयार झालो आहे. हे पाहा, तुम्ही आता हे मान्य कराल का की...' किंवा तुम्ही असे काहीतरी म्हणा, 'ठीक आहे, हे नाही करू शकत ना तुम्ही? काही हरकत नाही, मी केवळ तुमच्या सोयीसाठी तडजोड स्वीकारतो. तुम्ही असे करा....'

याचीही काही उदाहरणे खालील टेबलमध्ये देत आहे. चार प्रसंग आहेत. मार्गदर्शन म्हणून पहिल्या दोन प्रसंगात या तंत्राचा वापर मी करून दाखवला आहे. तुम्हाला जर हे कौशल्य अंगी बाणवायचे असेल तर उरलेल्या दोन प्रसंगात तुम्ही ते कसे वापराल हे लिहून काढा.

प्रसंग	**तोंडावर दार आपटून घेण्याचे तंत्र वापरताना मागणी कोणती कराल?**
तीनशे पौंड खर्च करून तुम्हाला वरिष्ठांकडून एका खास प्रशिक्षणासाठी जाण्याची परवानगी मिळवायची आहे.	'सर, मला वाटतं, मी माझी कार्यक्षमता विशेष प्रशिक्षण घेऊन वाढवली तर ते आपल्या कंपनीसाठी खूप फायद्याचे ठरेल. मला नुकतेच एका एमबीएच्या कोर्सबद्दल कळले आहे. सर, आपण कंपनीतर्फे त्या कोर्सची ३००० पौंड फी भरण्याची व्यवस्था करू शकाल का?'
प्रत्येक साप्ताहिक सुट्टीच्या दिवशी तुम्ही मुलांसाठी घरी असता, पण या शनिवारी सकाळी तुम्हाला काही खरेदीसाठी बाजारात जायचेच आहे.	'मी अगदी कंटाळून गेले आहे. मला ना हल्ली स्वत:साठी काडीचाही वेळ मिळत नाही. या आठवड्यात मी आणि माझी मैत्रीण चार दिवस कुठेतरी बाहेरगावी जाणार आहोत. गुरुवारी जाऊ आणि सोमवारी सकाळी परत येऊ. चालेल ना?'

तुम्हाला घरून काम करता यावे यासाठी कंपनीने एक संगणक खरेदी करून तुम्हाला द्यावा अशी तुमची इच्छा आहे.	
एका नवीन व्यवसायाकरता बँक मॅनेजरकडून तुम्हाला ५००० पौंडाचे कर्ज मंजूर करून हवे आहे.	

निवडीचे संपूर्ण स्वातंत्र्य असल्याचे मनावर ठसवून अपेक्षित निर्णयासाठी प्रोत्साहित करणे

बऱ्याच प्रकारची बक्षिसे, मोबदले यांचा लोकांच्या कार्यक्षमतेवर, ते करण्याच्या वेगावर उलटा परिणाम होतो असे दर्शवणारे पुरावे मी सातव्या प्रकरणात सादर केलेले आहेत. कित्येक प्रयोगात वारंवार असे सिद्ध झाले आहे की, जास्त जोमाने, जोराने काम केल्याच्या बदल्यात रोख मोबदला, बक्षिसे, पदके, सन्मान मिळतील अशी आश्वासने देऊन लोकांची काम करण्याची आंतरिक प्रेरणा, जीव तोडून, भरपूर आणि उत्तम काम करण्याची नैसर्गिक प्रवृत्ती तीव्र करण्याचे प्रयत्न फारसे यशस्वी होत नाहीत. त्या प्रवृत्ती चेतवल्या जाण्याऐवजी मंदावलेल्याच दृष्टोत्पत्तीस येतात.

हे निरीक्षण आपल्या मनावर बिंबलेल्या विश्वसनीय सत्याच्या विरुद्ध, न पटणारे आहे हे मलाही मान्य आहे. वर्षानुवर्षे जादा वेतन, रोख बक्षिसे, कंपनीचे शेअर्स अशा कितीतरी मार्गांनी कर्मचाऱ्यांकडून जास्त काम करून घेण्याची पद्धत रूढ झाली आहे. शाळेतल्या मुलांनासुद्धा परीक्षेत पहिला नंबर आला तर अनेक पारितोषिकांची आमिषे दाखवली जातात, खेळाडू पैशांसाठी कठीण स्पर्धांमध्ये उतरतात. पण शास्त्रशुद्ध संशोधन हा खोल रुजलेला समज चुकीचा असल्याचे पुराव्यांनिशी सिद्ध करते. हे जे उपाय आहेत त्यांनी काही अल्पकालीन फायदे, अल्पजीवी परिणाम जरूर दिसतात, पण मग बक्षिसे, पारितोषिके समोर नसली की, त्यांच्याविना लोकांची कार्यक्षमता कमी होते, प्रयत्न थंडावतात. समोर गाजर न बांधलेली जनावरे कशी मरगळल्या चालीनेच चालतात!

लोकांना अंत:करणापासून, मनातून उत्तेजना मिळेल, ते प्रोत्साहित होतील, त्यांच्या कार्यक्षमतेवर अनुकूल आणि दीर्घकालीन परिणाम घडतील असे, बक्षिसे, आमिषे यांखेरीजचे मार्ग सुदैवाने मार्टीन व्हान्स्टिनकिस्टसारख्या प्रभाव आणि मनपरिवर्तनाच्या मानसशास्त्रातील अग्रेसर संशोधकाने आपल्याला दाखवलेले आहेत. त्यातील महत्त्वपूर्ण मार्ग आहे – योग्य शब्दप्रयोग. त्याबाबतीत मार्टीनने दोन गोष्टी सुचवलेल्या आहेत (संदर्भासाठी सातव्या प्रकरणातील 'ध्येये मनाला प्रेरित करणारी हवीत, नाउमेद करणारी नकोत' या शीर्षकाच्या दोन चौकटी – भाग १ आणि भाग २ पाहा):

◆ **जे करायला लावायचे असेल त्यातील आंतरिक विकास घडवणाऱ्या गुणांवर जास्त भर द्या –**
बाह्यात्कारी फायद्यांकडे (पैसा, सन्मान, पारितोषिके, प्रशंसा, प्रसिद्धी, बाह्यसौंदर्यात वृद्धी इत्यादी) लोकांचे लक्ष वेधण्यापेक्षा त्यातील आव्हान, त्याच्या पूर्णत्वाने लाभणारे आंतरिक समाधान, ते करत असताना आत्मसात करायला लागणारी दीर्घोपयोगी विविध कौशल्ये, वाढणारी क्षमता या गोष्टी त्यांच्या मनावर बिंबवा. उदाहरणार्थ, प्रयत्नपूर्वक शिकून आपल्याला नवीन काहीतरी करता यायला लागले आहे, एखादा कलागुण अंगी बाणला गेला आहे अशा गोष्टींचा लोकांना अभिमान वाटतो. तसेच कोणाचेतरी जीवन सुखकर बनवले, कुठल्यातरी चांगल्या, शुभ कार्याला हातभार लावता आला तर त्यांना आनंद होतो, समाधान लाभते.

◆ **'तुमच्या आयुष्यावर सर्वस्वी तुमचेच नियंत्रण आहे' ही भावना रुजेल अशी भाषा वापरा –**
एखादी गोष्ट करण्याची सक्ती केलेली, इच्छेविरुद्ध करायला लावलेली, करायला भाग पाडलेली लोकांना मुळीच आवडत नाही. अशाने ते रागावतात, चिडतात, आतल्या आत धुमसतात. लोकांना आंतरिक प्रेरणेने, स्वेच्छेने काम करायला प्रवृत्त करायचे असेल तर त्यांना या गोष्टीची स्पष्ट जाणीव देणे गरजेचे असते की, या बाबतीतला निर्णयच नव्हे तर त्यांचे सगळे आयुष्यच, सर्वस्वी त्यांच्याच नियंत्रणाखाली आहे. कोणीही त्यांच्यावर जबरदस्ती करत नाही, कोणीही त्यांना आज्ञा सोडत नाही. 'तुम्हाला हे करता येईल', 'हे तुम्ही करू शकता', 'तुम्ही जर करायचे ठरवलेत तर...', 'तुम्ही हे करावेत असे आम्ही सुचवतो' अशा प्रकारची, लोकांना निवड करण्याचे स्वातंत्र्य देणारी, निर्णय त्यांच्यावर सोपवलेला आहे हे लोकांना स्पष्टपणे दाखवून देणारी भाषा वापरली पाहिजे. 'तुम्ही हे करा', 'तुम्हाला

करावे लागेल', 'केलेच पाहिजे' अशी त्यांच्यावर सक्ती करणारी आज्ञावाचक भाषा आवर्जून टाळा.

प्रसंग	भाषेच्या निवडीविषयी सल्ला
तुमच्या नातेवाइकाने आहारात भरपूर भाज्या खायला हव्या हे त्याला पटवून द्यायचे आहे.	'भाज्या खा म्हणजे उत्तर आयुष्यात कर्करोग होण्याचा धोका कमी होईल आणि वजनही कमी कर' अशा आज्ञावजा सूचनांपासून लांब राहा. त्याऐवजी भाज्या कशा आणि किती स्वादिष्ट बनवता येतात, त्या खाण्याने जेवणाचा आनंद कसा वाढतो अशा आंतरिक समाधान फुलवणाऱ्या गोष्टी त्याला ऐकवा,
मुलाला परीक्षेसाठी जोरात अभ्यास करायला लावायचे आहे.	'हे बघ, अभ्यास केलाच पाहिजे. त्यामुळे तुला उत्तम नोकरी मिळेल आणि छान घर घेता येईल' अशी सक्तीची भाषा त्याला ऐकवू आणि ऐहिक सुखाची आमिषे त्याला दाखवू नका. 'तुला माहीत आहे का, पदार्थविज्ञान हा विषय मला इतका आवडायचा की, मी सारखा त्याचाच अभ्यास करायचो. आपले हे जग त्याच शास्त्राच्या आधारावर कसे उभे आहे हे मला जर तुझ्याएवढा असतानाच समजले असते तर फार बरे झाले असते. पाहा, तू भरपूर अभ्यास करून ते सगळे जाणून घेऊ शकशील.' असे काहीतरी त्याच्या मनात अभ्यासाविषयी आवड उत्पन्न करणारे, त्याची उत्सुकता वाढवणारे बोला.
वजन कमी करण्यासाठी तुमचा मित्र जिममध्ये जाण्याचा विचार करत आहे.	प्रथमदर्शनी वजन कमी करून आपण आकर्षक दिसायला लागू या बाह्यात्कारी हेतूने प्रेरित होऊन जरी त्यांनी पाऊल

	उचलले असले तरी शास्त्रीय संशोधन असे सांगते की, आपण व्यायमाचे इतर महत्त्वाचे फायदे वर्णन करून त्यांचा उत्साह योग्य दिशेने वळवू शकतो. 'वजन कमी झाले की, तुम्हाला खूप ताजेतवाने वाटायला लागेल, तुमची शक्ती, उत्साह प्रचंड वाढेल, तुम्हाला काहीही करणे अशक्य वाटणार नाही. व्यायामाने लोकांच्या तनामनात जो ऊर्जेचा संचार होतो त्याचा प्रत्यय तुम्हालाही आल्यावाचून राहाणार नाही.'

या उपायाचा उचित वापर तुमच्या लक्षात आला असेल अशी मला खातरी आहे. मग, तो अमलात आणायला उशीर कशाला? असे अंत:प्रेरणा जागवणारे शब्द वापरून कुणाचे मनपरिवर्तन करता येईल तुम्हाला याचा विचार करा.

मनपरिवर्तनाला पोषक अशा लहान-लहान गोष्टींकडे लक्ष पुरवणे

आठव्या प्रकरणात आपण हे बघितले आहे की, लोक नेहमीच सत्यावर आधारित, सामान्यपणे जे अपेक्षित असते तसे निर्णय घेतात असे नाही. एरवी क्षुल्लक वाटतील, लक्ष द्यावे असे कधीच वाटणार नाही अशा लहान-लहान गोष्टींमुळे त्यांच्या निर्णयांवर परिणाम घडतो. उदाहरणार्थ, आधुनिक तंत्रज्ञानाने उपलब्ध केलेल्या संगणकाच्या पडद्यावर वाचलेल्यापेक्षा, जुन्या लिखित माध्यमाच्या कागदावर वाचलेल्या गोष्टी लोकांना जास्त वाचनीय वाटतात, इतकेच नव्हे तर त्या अधिक पटतात, मनावर परिणाम करणाऱ्या ठरतात. हसऱ्या, समाधानी चेहऱ्यांचे फोटो असलेली छापील पत्रे जास्त लोकांना खिशातून पाकिटे बाहेर काढायला भाग पाडतात. तर्कनिष्ठ बुद्धीने विचार केला तर केवळ हसरे चेहरे पाहिल्याने निर्णयात बदल घडतो हे पटणे अवघड, जवळ-जवळ अशक्यच आहे. तसे व्हायला तर नक्कीच नको, नाही का? पण विज्ञान शास्त्रसिद्ध पुराव्यांनी तसे घडते असे स्पष्टपणे दाखवते.

ग्राहकाला आकर्षित करणारे, खरेदीला प्रोत्साहित करणारे वातावरण निर्माण करणे

या पुस्तकाच्या निमित्ताने मी ज्या अगणित शास्त्रीय प्रयोगांचे निष्कर्ष तपासले त्यात मला सर्वांत आश्चर्यात पाडणारा होता, लहान मुलांना मॅकडोनल्ड्सचे चिन्ह असलेल्या बॉक्समधले पदार्थ अगदी तशाच परंतु ते परिचित चिन्ह नसलेल्या साध्या बॉक्सेसमधल्या त्याच पदार्थांपेक्षा जास्त आवडले, चविष्ट लागले, हा (प्रकरण ८ मधील 'पार्श्वभूमीला जरा पुढे आणू या' हा परिच्छेद पाहा.) पण विषयाच्या सखोल अभ्यासानंतर आता मला त्याचे तितके आश्चर्य वाटत नाही. कारण, तसे नसते तर उत्पादकांनी त्यांच्या नावांच्या, चिन्हांच्या लखलखत्या, झगमगत्या जाहिरातींसाठी, त्यांचा प्रचार आणि प्रसार करण्यासाठी, आपले उत्पादन इतरांहून कसे वेगळे, खास आणि उत्तम आहे हे ग्राहकांच्या, उपभोक्त्यांच्या मनावर ठसवण्यासाठी सातत्याने कोट्यवधी पौंड खर्च केलेच नसते. 'गॅप' किंवा 'झारा' यांसारख्या लोकप्रिय दुकानात एक स्वच्छ पांढरा टी-शर्ट जेवढ्या किमतीत विकला जातो, अगदी तशाच, पांढऱ्या स्वच्छ टी-शर्टला, 'गुची' अथवा 'प्राडा' या उच्चभ्रू कपडे उत्पादकांचे 'मान'चिन्ह चिकटले किंवा लटकले की, त्यापेक्षा कितीतरी पट किंमत ग्राहक खुशीने मोजतो. गाड्यांचे उत्पादक त्यांच्या गाड्यांवरील चिन्ह म्हणजे अत्याधुनिक, अत्युच्च प्रतीच्या तंत्रज्ञानाचा वापर करून केलेली रचना, अथकपणे चालत राहातील अशीच उत्पादनप्रक्रिया आणि म्हणूनच ग्राहकांची पहिली पसंती असे सतत संभाव्य ग्राहकांच्या कानी कपाळी ओरडून ते चिन्ह त्यांच्या नजरेत भरेल असे भगीरथ प्रयत्न करत असतात. म्हणूनच हॉटेल्स, बँका, दुकाने-उद्योगधंदा कोणताही असो त्याच्या वृद्धिसाठी त्याचे नाव, 'गौरव'चिन्ह, ग्राहकांना सोईस्कर ठरेल अशी कार्यस्थळाची अंतर्रचना, त्यांना खूश करणारे प्रसन्न, आनंददायी वातावरण, उत्पादनांचे चित्ताकर्षक देखावे, त्यांच्या नजरेत भरेल, तिला वळून-वळून बघायला लावेल असे कलापूर्ण प्रदर्शन यांकडे सर्वाधिक लक्ष पुरवतात, त्यासाठी आवश्यक ते सर्व काही करतात.

कुणाला कल्पनाही येणार नाही, शंकाही वाटणार नाही अशा गोष्टी ग्राहकांच्या निर्णयांवर खोलवर परिणाम करून जातात. लहान-लहान गोष्टींना अनन्यसाधारण महत्त्व प्राप्त होते. ग्राहकांच्या अनुभवांवर आणि निवडींवर कसला आणि काय परिणाम घडेल हे खरोखर सांगताच येत नाही. कोणताही पदार्थ, उत्पादन, सेवा, सल्ला, नव्या कल्पनासुद्धा ग्राहकांच्या गळी उतरवायच्या असतील तर कंपनीचे, उद्योगाचे, उत्पादनाचे नाव, त्यांचे बोधचिन्ह, त्या ग्राहकांच्या हाती कशा (सुट्या, पिशवीत भरलेल्या, बॉक्समध्ये ठेवलेल्या)

दिल्या जातात, त्यांची किंमत काय असते, ते कोणत्या जागेत, कोणत्या वातावरणात, कोणाकडून, कसे सादर केले जातात या प्रत्येक तपशिलाकडे काळजीपूर्वक लक्ष देणे अत्यंत गरजेचे असते.

कशाकशाची काळजी घ्यायची याची यादी खरेतर संपणारच नाही. पण तरीही परिस्थिती, वातावरण, वेळप्रसंग यांचा ग्राहकांच्या निवडीवर अनाकलनीय असा जबरदस्त प्रभाव पडतो. या सिद्धान्ताचा परिणामकारक उपयोग कसा करायचा या संबंधातील काही सूचना पुढे देत आहे:

- **यशस्वी आणि लोकप्रिय उद्योगधंदे वापरत असलेल्या पद्धतींचा सखोल अभ्यास करा –**

  इतर लोकांच्या यश-अपयशातून शिकता येत असेल तर प्रत्येक गोष्ट स्वत: अनुभव घेऊन शिकणे हे नक्कीच शहाणपणाचे ठरणार नाही. ग्राहक जे पसंत करत आहेत, जे मोठ्या प्रमाणावर खरेदी करत आहेत ते काळजीपूर्वक अभ्यासा. ग्राहकांच्या खरेदीच्या आवडत्या जागांना भेटी द्या, तेथील काय आणि का ग्राहकांना मोहवते त्याचा शोध घ्या. सर्वोच्च विक्री करणाऱ्या गाड्यांच्या शोरूम्स, सर्वांत जास्त ग्राहकांना आकर्षित करणाऱ्या बँकेच्या विविध शाखा, हॉटेल्स, लोक गर्दी करत असलेली केशकर्तनालये, जीम्स, स्पाज्, दुकाने अशा सर्व विक्रीस्थानांची वैशिष्ट्ये जाणून घ्या, त्यांच्या लेखी नोंदी करा. शक्य असेल ते कॅमेऱ्यात बंदिस्त करा, म्हणजे संदर्भासाठी नोंदी, फोटो उपयोगी पडतील. त्या सगळ्यातून तुमच्या कामासाठी, धंद्यासाठी, दुकानासाठी, कंपनीसाठी उपयोगी पडणारे काय-काय मिळते ते पाहणे सर्वांत महत्त्वाचे आहे.

- **किंमत विचारपूर्वक ठरवा –**

  लोक निर्णय घेताना बरेचदा अविचाराने वागतात हे ध्यानात ठेवा. खिशाला खार न लागता मिळालेला 'मोलाचा' सल्ला ते पैसे देऊन प्राप्त करून घेतलेल्या 'अमोल' सल्ल्यापेक्षा कमी दर्जाचा समजतात. वीस पौंड किमतीची वाइन सात पौंडाला मिळणाऱ्या वाइनपेक्षा चांगली असणार अशी त्यांची बालंबाल खातरी असते. पण कधीकधी असेही घडते की, लोक एखादी वस्तू तिची किंमत जास्त असूनदेखील विकत घेतात असेच नव्हे, तर ती महाग असते म्हणूनच केवळ विकत घेतात. तेव्हा तुमच्या उत्पादनाची किंमत शक्य तेवढी कमी ठेवणे या परंपरागत समजुतीवर विश्वास ठेवण्यापूर्वी नीट विचार करा, कारण 'कमी' म्हणजे 'जास्त' हे नेहमीच खरे नसते.

- **हसरा चेहरा मोह घालतोच हे लक्षात ठेवा –**
ज्या ग्राहकांनी त्यांना आलेल्या बँकेच्या पत्रावर एका समाधानाने हसणाऱ्या स्त्रीचा प्रसन्न चेहरा बघितला होता त्यांच्यापैकीच जास्तीत जास्त जणांनी बँकेकडे कर्जासाठी विचारणा केली ही २०१० साली अर्थशास्त्रज्ञांनी प्रत्यक्ष अनुभवलेली गोष्ट आहे. हसरा चेहरा पाहिल्याचा संदेश डोळ्यांनी मेंदूकडे पाठवला की त्यामुळे उत्तेजित होऊन ज्ञानेंद्रियांना, विचारांना अनुकूलतेची ग्वाही देणारी काही खास केंद्रे मानवी मेंदूत असतात. त्यामुळे वरील प्रयोगातील निरीक्षण शास्त्राला धरूनच घडलेले आहे हे ध्यानात घ्या आणि शक्य त्या सर्व विक्रीसाहित्यात चित्रे, फोटो समाविष्ट करा. तुमच्या कंपनीचे संकेतस्थळ, माहितीपत्रक या तर हसऱ्या चेहऱ्यांच्या हमखास जागा असल्या पाहिजेत. तुमचे दुकान असेल, ऑफिस अथवा कंपनीचा विक्रीविभाग असेल, शोरूम असेल तर भिंतींवर सुबकपणे लावलेली कलात्मक हसऱ्या, प्रसन्न, समाधानी चेहऱ्यांची चित्रे, तसबिरी तुमच्या धंद्याला बरकत आणतील, विक्रीत निश्चित घवघवीत वाढ घडवून आणतील.

निवडीचे पर्याय मर्यादित तर यशाच्या शक्यता अमर्यादित!

फार पर्याय समोर आले की, मन गोंधळते, भांबावते, निर्णय घ्यायला कचरते असे अनेक संशोधनातून स्पष्ट दिसून आले आहे. 'ड्रेजर्स मार्केट'मधील जॅमचा स्टॉल आठवतो? २४ प्रकारचे जॅम स्टॉलवर मांडले तेव्हा जेवढी प्रत्यक्ष विक्री झाली त्यापेक्षा जास्त विक्री केवळ सहा जॅमचे प्रकार ठेवल्यावर झाली. जेव्हा काही विद्यार्थ्यांना चित्रपटावरील प्रतिक्रिया नोंदवायला मदत म्हणून ३० विषयांची यादी दिली आणि काहींना सहाच विषयांची दिली गेली तेव्हाही तसेच घडले. सहा विषय मिळालेल्या विद्यार्थ्यांचे निबंध मांडणी, लिखाणाची शैली, व्याकरण, स्पेलिंग्ज या सर्व दृष्टीने ३० विषयांच्या यादीने गोंधळलेल्या, निरुत्साही बनलेल्या विद्यार्थ्यांपेक्षा खूपच सरस ठरले.

सामान्य दृष्टीला असे वाटते आणि ते तसे वाटणे योग्य, सयुक्तिकही आहे की, जितके निवडीला पर्याय जास्त तेवढे ग्राहकराजे अधिक खूश. पण शास्त्रीय संशोधन मात्र वास्तव हे याच्या उलट असल्याचे सांगते. वर सांगितल्याप्रमाणे, फार पर्याय संभ्रम निर्माण करतात, निर्णयात आडकाठी बनतात, विलंबाला कारण होतात. पर्याय मर्यादित असले की लोक आरामात असतात, निवड त्यांच्या आवाक्यात असते, नियंत्रणात असते. ते मनाला फारसा वेळ आणि मेंदूला फारसे कष्ट न देता निर्णयाप्रत पोहोचू शकतात.

मी या विषयाच्या परिणामांची साधक बाधक चर्चा यापूर्वी केलेलीच आहे

(पाहा - प्रकरण ८,''कमी'चे 'जास्ती'त रूपांतर' या शीर्षकाची चौकट), पण तरीही येथे त्याची थोडक्यात उजळणी करतो :

- **पदार्थांच्या, उत्पादनांच्या, सेवांच्या तुमच्या शिफारसी तुम्ही आपण होऊन ग्राहकांसमोर ठेवा –**
लंडनमध्ये माझे एक आवडते कँटोनीज् चायनीज हॉटेल आहे. त्यांच्या मेनूकार्डावर ३०० पदार्थांची लांबलचक यादी आहे. जे चायनीज पाककृतींचे जाणकार आहेत, रसिक आहेत त्यांना ती यादी म्हणजे पर्वणीच वाटते. पण माझ्यासारख्या सामान्य खवय्यांना अथवा त्या हॉटेलमध्ये प्रथमच येणाऱ्या नवख्या ग्राहकांना त्या यादीचे दडपणच येते. ती पाहून त्याची मतीच कुंठते. कदाचित ग्राहकांची ही मनस्थिती होणार हे ओळखून त्या हॉटेलने काही विशिष्ट पदार्थांचा समावेश असलेले चारच पर्याय तयार केले आहेत आणि ते 'हॉटेलच्या शेफची शिफारस' या नावाखाली एका कार्डवर लिहून ग्राहकांना सादर केली जाते. हॉटेलच्या व्यवस्थापकाने – जो माझा मित्र आहे – मला सांगितले की, निम्म्याहून अधिक ग्राहक त्याच चार पर्यायातील एक निवडतात. तुम्हीही असेच, तुमची शिफारस म्हणून तुमच्या उत्पादनांच्या, उपलब्ध सेवांच्या अगदी मर्यादित पर्यायांची यादी तुमच्या ग्राहकांसमोर का नाही ठेवत?

- **बहुसंख्यांकांची आवड, पसंती ग्राहकांना कळेल अशी व्यवस्था करा –**
पहिल्याच प्रकरणात आपण पाहिले आहे की, लोक कसे सभोवतालच्या लोकांच्या वागणुकीचे अनुकरण करणे पसंत करतात. तुम्ही हजारो कलाकृती असलेल्या एखाद्या कलादालनाचे अथवा संग्रहालयाचे व्यवस्थापन पाहत असाल तर त्यातील मोजक्या, निवडक अशा २०-२५ची यादी 'संग्राह्य' अशी शिफारस करून त्याच्या माहितीपत्रकात अवश्य छापा. तयार सूट्स विकायचा तुमचा उद्योग असेल तर सर्वांत लोकप्रिय, जास्तीत जास्त खपाच्या कापडांची माहिती ग्राहकांना मुद्दाम सांगायला विसरू नका. अगणित पुस्तके विक्रीला ठेवलेले पुस्तकांचे दुकान तुम्ही चालवत असाल तर 'आमची शिफारस' किंवा 'वाचलेच पाहिजे असे' अशा नावाखाली काही पुस्तकांची यादी मोक्याच्या जागी लावा, अथवा काही पुस्तकांवर त्या अर्थाचे स्टिकर्स लावा. ग्राहकांना बहुसंख्यांकांची आवड आणि निवड कळेल अशी खबरदारी घ्या.

◆ **मित्रांनाही खुले, मोघम पर्याय न देता नेमके, मर्यादित पर्याय द्या –** 'आज जेवायला कुठे जायला आवडेल?' या प्रश्नाला तुमचे मित्र सहसा काय उत्तर देतात? 'कुठेही चालेल, तुला आज कुठल्या प्रकारचे जेवण घ्यायची इच्छा आहे?' पर्याय खुले असले किंवा जास्त असले की लोक बऱ्याच वेळेला निर्णय घेऊ शकत नाहीत. तेव्हा त्यांना निवडीसाठी थोडेच पर्याय ठेवा. 'आज जेवायला कुठे जायला आवडेल? इटालियन खायला जाऊ या का त्या नवीन निघालेल्या थाई रेस्टॉरंटमध्ये जाऊ या?' असे विचारलेत तर लोक पटकन निवड करतील आणि कदाचित निर्णय सुलभ बनवल्याबद्दल तुमचे आभारही मानतील!

मला अशी आशा आहे की, आता एवढ्या शिदोरीवर तुम्ही या पुस्तकात वर्णन केलेल्या परिणामकारक प्रभावतंत्रांचा योग्य तऱ्हेने उपयोग करून तुमच्या आयुष्यात सुखेनैव मार्गक्रमण करू शकाल. सर्व तंत्रे गरजेनुसार स्वतंत्रपणे अथवा एकत्रित जरूर वापरा. तुमचा लाभ साधा, पण प्रभाव पाडताना, मनपरिवर्तन करताना नीतिमत्ता, प्रामाणिकपणा आणि सचोटी यांची साथ कदापि सोडू नका.

◆

कमीत कमी चुका आणि जास्तीत जास्त यश हवे असेल तर 'चेकलिस्ट' ही हवीच! याच चेकलिस्टचे रहस्य उलगडून सांगणारे पुस्तक.

यशप्राप्तीचा जाहीरनामा!

महत्त्व 'चेकलिस्ट'चे,
रहस्य चुका टाळण्याचे

मूळ लेखक

डॉ. अतुल गवांदे

अनुवाद

सुनीति काणे

चेकलिस्ट म्हणजे काय?
चेकलिस्ट म्हणजे कुठलेही काम नीटपणे पार पाडण्यासाठी
ते सुरुवात करण्यापूर्वी खातरजमा
करायच्या गोष्टींची यादी!
कल्पना अगदी अळणी आणि गद्य वाटतेय का?
परंतु प्रत्येक व्यवसायात ती किती मोलाची ठरते,
ते पाहण्यासाठी चला फेरफटका मारू या:
डॉक्टरांच्या, वैमानिकांच्या, बिल्डर्सच्या,
आर्थिक गुंतवणूकदारांच्या, हॉटेल मॅनेजर्सच्या,
स्टेज आर्टिस्टच्या जगात
आणि
घेऊ या अनेक थरारक अनुभव!

उत्तुंग यशप्राप्तीसाठी आवश्यक मानसशास्त्रीय बैठक उलगडणारे पुस्तक

प्रयत्ने धरू यशपंथ!

मूळ लेखक

रॉब युंग

अनुवाद

सुजाता राऊत

सर्वसामान्यांपेक्षा वरच्या पातळीवर पोहोचण्यासाठी आवश्यकता असते ती परिश्रमाची, मेहनतीची आणि सुयोग्य विचार करण्याची. या पुस्तकात व्यवसाय, मनोरंजन, क्रीडा या क्षेत्रांत यशस्वी झालेल्या व्यक्तींच्या मुलाखती आहेत. त्यांच्या प्रवासाचा अभ्यास करून त्यातून पुढे आलेली माहिती व शास्त्रीय संशोधन अत्यंत मार्मिक, सूक्ष्मपणे आपल्यासमोर ठेवले आहे, त्यांची व्याख्या केली आहे. जेणेकरून आपल्या करिअरच्या प्रवासात किंवा दैनंदिन जीवनामध्ये आपल्याला ते मार्गदर्शक ठरावेत.

या पुस्तकामुळे तुम्हाला खालील गोष्टी कळतात –

- *सर्जनशील विचार करणे.*
- *सूक्ष्म विचार करण्याची, टीकाकुशल मानसिकता निर्माण करणे.*
- *इतरांना प्रभावित करून, त्यांचे मन वळवण्याचे मानसशास्त्र अवगत करणे.*
- *नातेसंबंध दृढ करण्यासाठी, पैसा व यश संपादन करण्यासाठी काही प्रात्यक्षिक तंत्रे विकसित करणे.*